aymond Murphy
th William R. Smalzer

Grammar in Use
Intermediate

Fully New Updated Edition
With Audio Cassettes - CD

*A New Self-Study Reference
and Practice Book for
Learners of English*

SONG NGỮ

WITH ANSWERS

NGƯỜI DỊCH: LÊ HIỀN THẢO
NGUYỄN VĂN PHƯỚC (M.S.)
BAN BIÊN DỊCH FIRST NEWS

NHÀ XUẤT BẢN TRẺ 2001

PUBLISHED BY THE PRESS SYNDICATE OF THE UNIVERSITY OF CAMBRIDGE
The Pitt Building, Trumpington Street, Cambridge, United Kingdom

CAMBRIDGE UNIVERSITY PRESS
The Edinburgh Building, Cambridge CB2 2RU, UK
40 West 20th Street, New York, NY 10011–4211, USA
10 Stamford Road, Oakleigh, VIC 3166, Australia
Ruiz de Alarcón 13, 28014 Madrid, Spain
Dock House, The Waterfront, Cape Town 8001, South Africa

http://www.cambridge.org

First published 1989
Second edition 2000

Typeface Sabon (Adobe®) 10.5/12 pt   System QuarkXPress™ 4.1   [KW]

A catalog record for this book is available from the British Library
Library of Congress Cataloging in Publication data available

ISBN 0 521 62598 X (with answers) paperback with CD (audio)
ISBN 0 521 62597 1 (without answers) paperback with CD (audio)

Illustrations by Randy Jones and Susann Ferris Jones
Book design by Adventure House
Typesetting by Kate Winter

Contents

III

Conjunctions and prepositions

Lời Giới Thiệu

Đây là lần xuất bản hoàn toàn mới năm 2000 của cuốn **English Grammar In Use** – *Ngữ pháp tiếng Anh thực hành* – so với lần xuất bản đầu tiên của cuốn sách nổi tiếng này. Trong thời gian qua, đã có những biến đổi lớn về cấu trúc ngữ pháp tiếng Anh, cách đọc, cách viết, cách sử dụng tiếng Anh trong thông tin, cũng như trong giao tiếp... trong một thế giới không ngừng biến đổi để ngày càng hoàn thiện hơn, và tiếng Anh đã được khẳng định như là một ngôn ngữ giao tiếp quốc tế chính thống. Điều này có ảnh hưởng nhiều đến phương pháp học và giảng dạy môn ngoại ngữ này trong nhà trường. Tất cả những biến đổi và phương pháp đó đã được các giáo sư ngôn ngữ học ở trường đại học Cambridge, Anh quốc tổng hợp, đúc kết trong nhiều năm liền và thể hiện trong lần xuất bản mới này. Cấu trúc trình bày và đặc tính chung của cuốn sách nguyên thủy vẫn được giữ như trước để tiện cho việc cập nhật và tra cứu tự học. Những điểm khác biệt, cải tiến và đổi mới nội dung so với lần xuất bản trước là:

- Có những bài học (Unit) hoàn toàn mới như Unit 32 (*Subjunctive*).
- Nhiều bài học đã được biên soạn lại mới như Unit 71 (*School or the school*), Unit 92 (*Relative Clauses 4*).
- Nội dung một số phần của cuốn sách đã được tổ chức biên soạn lại mới như Unit 83 (*No/none/any - Nothing/nobody*), Unit 123 (*On/it/at*).
- Một số bài học được sắp xếp lại và gần như tất cả các bài có số thứ tự khác so với lần xuất bản trước. Một số bài đã được chuyển vị trí để thích hợp hơn cho việc tự học và tra cứu (chẳng hạn như Unit 79 và Unit 80) giúp người học có thể nhanh chóng đọc và ôn lại các kiến thức có liên quan tới phần đang học.
- Rất nhiều bài có phần lý thuyết được biên soạn lại với phần ví dụ và hình ảnh minh họa đã được đổi mới, cùng cách trình bày rõ ràng và đẹp mắt hơn.
- Nhiều bài tập của đợt xuất bản lần trước đã được sửa đổi hay thay thế hoàn toàn bằng các bài tập mới.
- Các bảng phụ lục (*Appendix*) cũng đã được biên soạn mới lại.
- Sách có kèm theo một đĩa CD, được ghi âm với giọng đọc tự nhiên giúp học viên luyện tập và nâng cao khả năng nghe hiểu.

Tóm lại lần xuất bản **English Grammar In Use** mới này được giới ngôn ngữ đánh giá là rõ ràng, đầy đủ và hay hơn, được biên soạn mang tính sư phạm cao, gần gũi với học viên và tiện sử dụng trong học tập và tra cứu. Cuốn sách rất thích hợp cho giảng dạy trên lớp và tự học tiếng Anh.

BAN BIÊN DỊCH FIRST NEWS

To the Student

This book is for students who want help with North American English grammar. It is written for you to use without a teacher. The book will be useful for you if you are not sure of the answers to questions like these:

- What is the difference between *I did* and *I have done*?
- When do we use *will* for the future?
- What is the structure after *I wish*?
- When do we say *used to do* and when do we say *used to doing*?
- When do we use *the*?
- What is the difference between *like* and *as*?

These and many other points of English grammar are explained in the book and there are exercises on each point.

Level

The book is intended mainly for intermediate students (students who have already studied the basic grammar of English). It concentrates on structures which intermediate students want to use but which often cause difficulty. Advanced students who have problems with grammar will also find the book useful. The book is not suitable for beginning learners.

How the book is organized :

There are 133 units in the book. Each unit concentrates on a particular point of grammar. Some problems (for example, the present perfect or the use of the) are covered in more than one unit. For a list of units, see the Contents at the beginning of the book.

Each unit consists of two parts. The first part is explanations and examples; the second part is exercises. At the back of the book there is an *Answer Key* for you to check your answers to the exercises (page 435).

There are also six *Appendices* at the back of the book (pages 401-409). These include irregular verbs, summaries of verb forms, spelling and British English.

Finally, there is a detailed *Index* at the very end of the book (page 469).

How to use the book

The units are not in order of difficulty, so it is not intended that you work through the book from beginning to end. Every learner has different problems and you should use this book to help you with the grammar that you find difficult. It is suggested that you work in this way:

- Use the *Contents* or *Index* to find which unit deals with the point you are interested in.
- If you are not sure which units you need to study, use the *Study Guide* on page 427.
- Study the explanation and examples of the unit you have chosen.
- . Do the exercises.
- Check your answers in the *Answer Key*.
- If your answers are not correct, study the first part again to see what went wrong.

You can, of course, use the book simply as a reference book without doing the exercises.

Additional Exercises

At the back of the book there are *Additional Exercises* (pages 410-426). These exercises bring together some of the grammar points from a number of different units. For example, Exercise 14 brings together grammar points from Units 26-40. You can use these exercises for extra practice after you have studied and practiced the grammar in the units concerned

Audio CD

An audio CD is located on the inside back cover of the book. It contains recordings of example sentences from carefully selected units in the book. These units are marked with this symbol in the *Contents*. It is suggested that you use the CD to listen to the grammatical structures taught in these units, recorded in natural-sounding speech.

Dành Cho Học Viên

Quyển sách này dành cho các học viên muốn tìm hiểu rõ hơn về ngữ pháp tiếng Anh theo chuẩn Bắc Mỹ, và đã được biên soạn để bạn có thể học mà không cần giáo viên giúp đỡ. Sách sẽ rất hữu ích đối với bạn nếu bạn còn lúng túng trước những câu hỏi như:

- Có gì khác nhau giữa *I did* và *I have done*?
- Khi nào ta dùng *will* cho thì tương lai?
- Cấu trúc sau *I wish* là gì?
- Khi nào ta nói *used to do* và khi nào ta nói *used to doing*?
- Khi nào ta dùng *the*?
- Điểm khác nhau giữa *like* và *as* là gì?

Các câu hỏi này cùng nhiều vấn đề của ngữ pháp tiếng Anh khác sẽ được giải thích trong quyển sách này kèm theo các bài tập thực hành cho mỗi chủ điểm.

Đối tượng

Cuốn sách được biên soạn chủ yếu dành cho đối tượng học viên trình độ trung cấp (những người đã học xong phần ngữ pháp tiếng Anh căn bản). Sách tập trung vào các cấu trúc ngữ pháp mà các học viên trình độ trung cấp muốn sử dụng nhưng thường gặp phải nhiều khó khăn. Sách cũng khá hữu ích đối với các học viên trình độ nâng cao vẫn còn gặp phải nhiều vướng mắc trong ngữ pháp.

Cấu trúc của Sách

Sách bao gồm 133 bài học (*Unit*). Mỗi bài tập trung vào một chủ đề ngữ pháp cụ thể. Một vài chủ đề (chẳng hạn như thì *Present perfect*, cách dùng của mạo từ *the*) được đề cập tới ở nhiều bài. Danh sách các bài học được trình bày trong phần Nội dung (*Contents*) ở đầu sách.

Mỗi bài được tổ chức thành hai phần, phần đầu là những lời giải thích và ví dụ, phần thứ hai là các bài tập thực hành. Bạn có thể kiểm tra lại những câu trả lời của mình cho phần bài tập ở mục *Answer Key* được trình bày ở phần sau sách (trang 435).

Ngoài ra còn có 6 phần Phụ lục (*Appendix*) ở phần sau sách (trang 401 – 409). Các phụ lục này bao gồm các động từ bất quy tắc, tóm tắt về các dạng động từ, những quy tắc về chính tả và một vài điểm khác biệt so với tiếng Anh theo chuẩn Anh (British English).

Sau cùng là phần Chỉ mục (*Index*) chi tiết ở cuối sách (trang 469).

Cách Sử dụng Sách

Các bài học được trình bày không phải theo trình tự khó dần, do đó bạn không cần thiết phải học theo thứ tự từ đầu tới cuối. Mỗi học viên gặp phải những khó khăn khác nhau, và bạn nên dùng sách này để tự giải quyết những vướng mắc của *riêng mình*. Có thể bạn nên học theo cách như sau:

- Tra phần *Index* hay xem ở *Contents* để tìm bài học nào có liên quan đến những chủ đề mà bạn đang quan tâm.
- Nếu chưa rõ mình cần học chủ đề nào, bạn hãy xem phần *Study Guide* (ở trang 427).
- Đọc kỹ những lời giải thích và các ví dụ của bài bạn chọn xem.
- Làm các bài tập thực hành.
- Kiểm tra lại lời giải của bạn ở phần Đáp án.
- Nếu lời giải của bạn còn sai sót, xem lại phần đầu một lần nữa để tìm hiểu nguyên nhân gây ra các sai sót đó.

Bạn cũng có thể sử dụng sách này như một quyển sách tham khảo ngữ pháp mà không cần làm bài tập.

Các Bài tập Bổ sung

Ở phần cuối sách có các bài tập bổ sung *Additional Exercises* (trang 410 – 426). Các bài tập này xen lẫn một vài chủ đề ngữ pháp từ các bài học khác nhau. Chẳng hạn bài tập 14 liên quan đến những chủ đề ngữ pháp của các bài học từ 26 – 40. Bạn có thể dùng các bài tập này để thực hành nâng cao sau khi đã học xong phần ngữ pháp ở các bài học có liên quan.

Đĩa Audio CD

Một đĩa CD được gắn kèm theo bìa sau của sách, bao gồm những đoạn ghi âm các câu ví dụ từ những bài học đã được chọn lọc cẩn thận trong sách. Những bài học này được đánh dấu bằng ký hiệu ⓝ trong phần *Contents*. Bạn nên dùng CD này để nghe những cấu trúc ngữ pháp, đã được ghi âm với giọng đọc tự nhiên, được hướng dẫn trong các bài học này.

To The Teacher

English Grammar In Use is a book for intermediate student of English who need to study and practise using the grammar of the language. All the important points of English grammar are explained and there are exercises on each point. The book was originally written for self-study but teachers may also find it useful as additional course material in cases where further work on grammar is necessary.

The book will probably be most useful at middle and upper-intermediate levels (where all or nearly all of the material will be relevant), and can serve both as a basis for revision and as a means for practising new structures. It will also be useful for some more advanced students who have problems with grammar and need a book for reference and practice. The book is not intended to be used by elementary learners.

The units are organised in grammatical categories (*Present and past, Articles and nouns, Prepositions,* etc.). They are not ordered according to level of difficulty, so the book should not be worked through from beginning to end. It should be used selectively and flexibly in accordance with the grammar syllabus being used and the difficulties students are having. The book can be used for immediate consolidation or for later revision or remedial work. It might be used by the whole class or by individual students needing extra help. The explanations and examples are written for the student to use individually but they may of course be used by the teacher as a source of ideas and information on which to base a lesson. The student then has this part as a record of what has been taught and can refer to it in the future. The exercises can be done individually in class or as homework. Alternatively (and additionally), individual students can be directed to study. Certain units of the book by themselves if they have particular difficulties not shared by other students in their class.

This new edition of **English Grammar in Use** contains a set of *Additional exercises* (pages 410-426). These exercises provide "mixed" practice bringing together grammar points from a number of different units.

A 'classroom edition' of **English Grammar in Use** is also available. It contains no key and some teachers might therefore prefer it for use with their students.

Grammar in Use Intermediate Second Edition

While this is a completely new edition of *Grammar in Use*, the general structure and character of the original book remain the same. The main changes from the original are:

- There are new units on compound nouns (Unit 77), *there* and *it* (Unit 81), *each* and *every* (Unit 88) and *by* (Unit 124).

- Some units have been redesigned, for example Unit 71 (*school* or *the school*) and Unit 92 on relative clauses.

- Some of the material has been reorganized. For example, Units 3–4 (present continuous and simple present) and Units 66–67 (countable and uncountable nouns) correspond to single units in the original edition. The material in Units 128–132 (verb + preposition) has been completely rearranged.

- Some of the units have been reordered and nearly all units have a different number from the original edition. A few units have been moved to different parts of the book. For example, Unit 33 (*had better* and *it's time . . .*) is the new rewritten version of the original Unit 62.

- Many of the explanations have been rewritten and many of the examples have been changed.

- Many of the original exercises have been either modified or completely replaced with new exercises.

- The Second Edition is available both with and without answers at the back of the book.

- In the edition with answers there is a new *Study Guide* to help students decide which units to study.

- There are two new appendices on future forms and British English. The other appendices have been revised.

- There is a new section of *Additional Exercises* at the back of the book (see page 410).

- There is a new Audio CD included with this edition, affixed to the inside back cover of the book. It contains recordings of example sentences.

1

Present continuous *(I am doing)*
Thì hiện tại tiếp diễn

A   Xét tình huống sau:

Ann is in her car. She is on her
way to work.
Ann đang ở trong xe hơi. Cô ấy
đang trên đường đi làm.
She **is driving** to work.
Cô ấy đang lái xe đi làm.

Câu này có nghĩa là: Cô ấy bây
giờ đang lái xe, tại thời điểm đang nói. Hành động *lái xe* chưa chấm dứt.

Am/is/are - ing là thì hiện tại tiếp diễn *(present continuous)*:

I	**am**	(= I'm)	dri**ving**
he/she/it	**is**	(= he's, etc.)	work**ing**
We/you/they	**are**	(= we're, etc)	do**ing**, etc.

B   **I am doing** something = Tôi đang làm việc gì đó; Tôi đang ở giữa thời điểm
làm công việc đó; Tôi đã khởi sự làm và chưa hoàn tất công việc.

Thường thì hành động đang xảy ra tại thời điểm nói:

- Please don't make so much noise. **I'm working**. (*not* I work).
  Xin đừng làm ồn quá như vậy. Tôi đang làm việc.
- "Where's Margaret ?" "She**'s taking** a bath". (*not* She takes a bath).
  "Margaret ở đâu vậy ?" "Cô ấy đang tắm".
- Let's go out now. It **isn't raining** any more. (*not* It doesn't rain).
  Bây giờ chúng ta hãy đi ra ngoài. Trời không còn mưa nữa.
- (at a party) Hello, Lisa. **Are** you **enjoying** the party ? (*not* Do you enjoy).
  (tại một buổi tiệc) Xin chào Lisa. Bạn có thích buổi tiệc này không?
- I'm tired. **I'm going** to bed now. Good night!
  Tôi mệt rồi. Tôi đi ngủ bây giờ đây. Chúc ngủ ngon nhé!

Nhưng hành động không nhất thiết xảy ra tại thời điểm đang nói. Ví dụ như:

Tom and Ann are talking. Tom says:
Tom và Ann đang nói chuyện. Tom nói:

I'm reading an interesting book at the moment. I'll lend it to you when I've finished it.

Lúc này tôi đang đọc một cuốn sách hay.
Tôi sẽ cho bạn mượn khi tôi đọc xong.

Tom không đọc sách vào lúc nói với Ann. Anh ấy muốn nói là anh ấy đã khởi sự đọc cuốn sách đó nhưng chưa đọc xong. Anh ấy đang trong thời gian đọc.

Xem thêm một số ví dụ:

- Maria wants to work in Italy, so she **is studying** Italian.
  Maria muốn làm việc ở Ý, vì vậy cô ấy đang học tiếng Ý. (Ở đúng vào thời điểm nói chuyện có thể cô ấy không phải đang học tiếng Ý).
- Some friends of mine **are building** their own house.
  Một số người bạn của tôi đang xây nhà riêng.

C Chúng ta dùng thì *present continuous* khi nói về những việc xảy ra trong một khoảng thời gian gần với lúc nói, ví dụ như **today** *(hôm nay)*, **this week** *(tuần này)*, **tonight** *(tối nay)* v.v...

- "You**'re working** hard today". "Yes, I have a lot to do".
  (not "You work hard today")
  "Hôm nay bạn làm việc nhiều đó". "Vâng, tôi có nhiều việc phải làm".
- "**Is** Sarah **working** this week ?" "No, she's on vacation".
  "Tuần này Sarah có làm việc không ?" "Không, cô ấy đang nghỉ".

Chúng ta dùng thì *present continuous* khi nói về những thay đổi đang diễn ra trong thời gian nói:

- The population of the world **is rising** very fast (*not* rises).
  Dân số thế giới đang gia tăng rất nhanh.
- **Is** your English **getting** better? (*not* Does your English get better?).
  Tiếng Anh của bạn khá hơn rồi chứ ?

Exercises

1.1 Complete the sentences using one of the following verbs in the correct form.

come   get   happen   look   make   start   stay   try   ~~work~~

1. "You *re working* hard today." "Yes, I have a lot to do."
2. I *m looking* for Christine. Do you know where she is?
3. It *getting* dark. Should I turn on the light?
4. They don't have anywhere to live at the moment. They *are staying* with friends until they find a place.
5. "Ann! Let's go!" "OK, I *m coming* ."
6. Do you have an umbrella? It *'s starting* to rain.
7. You *'re making* a lot of noise. Could you please be quieter? I *m trying* to concentrate.
8. Why are all these people here? What *is happening* ?

1.2 Use the words in parentheses to complete the questions.

1. "*Is Brad working* this week?" "No, he's on vacation." (Brad / work)
2. Why *are you looking* at me like that? What's the matter? (you / look)
3. "Jenny is a student at the university." "Is she? What *is she studying* ?" (she / study)
4. *Is anybody list* to the radio, or can I turn it off? (anybody / listen)
5. How is your English? *Is it getting* better? (it / get)

1.3 Put the verb into the correct form. Sometimes you need the negative (*I'm not doing*, etc.).

1. I'm tired. I *m going* (go) to bed now. Good night!
2. We can go out now. It *isn't raining* (rain) anymore.
3. Laura phoned me last night. She's on vacation in France. She _____ (have) a great time and doesn't want to come back.
4. I want to lose weight, so this week I _____ (eat) lunch.
5. Angela has just started evening classes. She _____ (study) German.
6. I think Dave and Amy had an argument. They _____ (speak) to each other.

1.4 Read this conversation between Brian and Sarah. Put the verbs into the correct form.

Sarah: Brian! I haven't seen you in ages. What (1) *are you doing* (you / do) these days?
Brian: I (2) _____ (train) to be a police officer.
Sarah: Really? What's it like? (3) _____ (you / enjoy) it?
Brian: It's all right. How about you?
Sarah: Well, actually, I (4) _____ (not / work) right now.
I (5) _____ (try) to find a job, but it's not easy. But I'm pretty busy.
I (6) _____ (paint) my apartment.
Brian: (7) _____ (you / do) it alone?
Sarah: No, some friends of mine (8) _____ (help) me.

1.5 Complete the sentences using one of these verbs: change   fall   get   increase   ~~rise~~
You don't have to use all the verbs, and you can use a verb more than once.

1. The population of the world *is rising* very fast.
2. Robert is still sick, but he _____ better slowly.
3. The world _____ . Things never stay the same.
4. The cost of living _____ . Every year things are more expensive.
5. The economic situation is already very bad, and it _____ worse.

Simple present *(I do)*
Thì hiện tại đơn

A

Xét tình huống sau:

Alex is a bus driver, but now he is in bed asleep. So:
Alex là một tài xế xe buýt, nhưng bây giờ anh ấy đang ngủ trên giường. Vì vậy:

He is not driving a bus. (He is asleep).
Anh ấy không phải đang lái xe (Anh ấy đang ngủ).

but He **drives** a bus. (He is a bus driver).
nhưng Anh ấy lái xe buýt. (Anh ấy là tài xế xe buýt).

Drive(s)/**Work**(s)/**Do**(es). v.v là thì simple present (Thì hiện tại đơn)

| I/we/you/they | **drive/work/do**, etc. |
| he/she/it | **drives/works/does**, etc. |

B

Chúng ta dùng thì *simple present* để nói *một cách chung chung* về những sự vật hay sự việc nào đó. Chúng ta dùng thì này để nói về những sự việc, hành động *xảy ra thường xuyên* hay *lặp đi lặp lại*, hoặc những sự việc *hiển nhiên đúng* nói chung. Sự việc đang nói có diễn ra lúc đó hay không là không quan trọng.

- Nurses **take** care of patients in hospitals.
  Ở bệnh viện các cô y tá chăm sóc các bệnh nhân.
- I usually **leave** for work at 8:00 A.M.
  Tôi thường đi làm lúc 8 giờ sáng.
- The earth **goes** around the sun.
  Trái đất quay xung quanh mặt trời.

Hãy nhớ rằng ta nói: **he/she/it - s**. Đừng quên thêm **s** vào động từ

- I **work** ... nhưng He **works**... They **teach** ... nhưng My sister **teaches**.

Để biết qui luật thêm -s hay -es, xem phụ lục 5.

C Chúng ta dùng **do/does** để đặt câu nghi vấn và phủ định:

		work?			work
do	I/we/you/they	come?	I/we/you/they	**don't**	come
does	he/she/it	do?	he/she/it	**doesn't**	do

- I come from Canada. Where **do** you **come** from?
  Tôi đến từ Canada. Bạn từ đâu đến?
- "Would you like a cigarette ?" "No, thanks. I **don't smoke**".
  "Mời bạn hút một điếu thuốc ?". "Cám ơn bạn. Tôi không hút thuốc".
- What **does** this word **mean** ? (*not* What means this word ?).
  Từ này có nghĩa là gì vậy ? (không dùng "What means this word ?").
- Rice **doesn't grow** in cold climates.
  Lúa không mọc được ở những vùng khí hậu lạnh.

Trong những ví dụ sau **do** còn là động từ chính:

- "What **do** you **do** ?" (= What's your job ?) "I work in a department store".
  "Bạn làm nghề gì ?" "Tôi làm việc ở một cửa hàng bách hóa".
- He's so lazy. He **doesn't do** anything to help me. (*not* He doesn't anything).
  Nó lười lắm. Nó chẳng làm gì để giúp tôi cả. (không dùng "He doesn't anything"

D Chúng ta dùng thì *simple prersent* khi muốn diễn đạt mức độ thường xuy
xảy ra của sự việc:

- I **get** up at 8 o'clock **every morning**. (*not* I'm getting)
  Mỗi buổi sáng tôi thức dậy lúc 8 giờ. (không dùng "I am getting").
- Julie **doesn't drink** coffee **very often**.
  Julie ít khi uống cà phê.
- In the summer John usually **plays** tennis **once or twice a week**.
  Vào mùa hè, John thường chơi quần vợt một hoặc hai lần mỗi tuần.

Lưu ý vị trí của always/never/usually, v.v... (trước động từ chính).

- Sue **always looks** happy. (*not* Sue looks always)
  Sue luôn có vẻ hạnh phúc. (không dùng "Sue looks always").
- I **never drink** coffee at night.
  Tôi không bao giờ uống cà phê vào ban đêm.
- What time do you **usually get** home after work?
  Thông thường anh đi làm về lúc mấy giờ?

Về trật tự từ, xem thêm bài 107.

Exercises

2.1 Complete the sentences using one of the following:

cause(s) close(s) connect(s) drink(s) live(s) open(s) ~~speak(s)~~ take(s)

1. Ann *speaks* _____ German very well.
2. I never _____ coffee.
3. The swimming pool _____ at 9:00 and _____ at 6:30 every day.
4. Bad driving _____ many accidents.
5. My parents _____ in a very small apartment.
6. The Olympic Games _____ place every four years.
7. The Panama Canal _____ the Atlantic and Pacific oceans.

2.2 Put the verb into the correct form.

1. Jason *doesn't drink* _____ (not / drink) coffee very often.
2. What time _____ (the banks / close)?
3. I have a car, but I _____ (not / use) it very often.
4. "What _____ (you / do)?" "I'm an electrical engineer."
5. It _____ (take) me an hour to get to work. How long _____ (it / take) you?
6. I _____ (play) the piano, but I _____ (not / play) very well.
7. I don't understand this sentence. What _____ (this word / mean)?

2.3 Use one of the following verbs to complete these sentences. Sometimes you need the negative.

believe eat flow ~~go~~ ~~grow~~ make rise tell translate

1. The earth *goes* _____ around the sun.
2. Rice *doesn't grow* _____ in Canada.
3. The sun _____ in the east.
4. Bees _____ honey.
5. Vegetarians _____ meat.
6. An atheist _____ in God.
7. An interpreter _____ from one language to another.
8. A liar is someone who _____ the truth.
9. The Amazon River _____ into the Atlantic Ocean.

2.4 Ask Liz questions about herself and her family.

1. You know that Liz plays tennis. You want to know how often. Ask her.
   How often *do you play tennis* _____ ?
2. Perhaps Liz's sister plays tennis, too. You want to know. Ask Liz.
   _____ your sister _____ ?
3. You know that Liz reads a newspaper every day. You want to know which one. Ask her.
   _____
4. You know that Liz's brother works. You want to know what he does. Ask Liz.
   _____
5. You know that Liz goes to the movies a lot. You want to know how often. Ask her.
   _____
6. You don't know where Liz's mother lives. Ask Liz.
   _____
7. You know that Liz works every day, but you want to know what time she starts work. Ask her.
   _____

UNIT 3

Present continuous and simple present (1)
(I am doing and I do)
Thì hiện tại tiếp diễn và hiện tại đơn (1)

A

Present continuous (I am doing)	Simple Present (I do)
Dùng thì *Present Continuous* để diễn tả những sự việc xảy ra ngay lúc ta nói hay xung quanh thời điểm đó, và hành động chưa chấm dứt.	Dùng thì *Simple Present* để đề cập tới các sự việc một cách chung chung, hay những sự việc được lặp đi lặp lại.
I am doing past　　now　　future	◄────── I do ──────► past　　now　　future
• The water **is boiling**. Can you turn it off? *Nước đang sôi. Bạn có thể tắt bếp được không?*	• Water boils at 100 degrees Celsius. *Nước sôi ở 100°C*
• Listen to those people. What language **are** they **speaking**? *Hãy lắng nghe những người kia. Họ đang nói tiếng gì vậy nhỉ?*	• Excuse me, **do** you **speak** English? *Xin lỗi, bạn nói được tiếng Anh không?*
• Let's go out. It **isn't raining** now. *Mình ra ngoài đi. Hiện trời không mưa đâu.*	• It **doesn't rain** very much in the summer. *Trời không mưa nhiều lắm vào mùa hè.*
• "Don't disturb me. I'm busy". "Why? What **are** you **doing**?" *"Đừng quấy rầy tôi. Tôi đang bận" "Sao? Bạn đang làm gì đó?"*	• What **do** you usually **do** on weekend? *Bạn thường làm gì vào dịp nghỉ cuối tuần?*
• **I'm going** to bed now. Goodnight! *Tôi đi ngủ bây giờ đây. Chúc ngủ ngon!*	• What do you do? (=What's your job?) *Bạn làm nghề gì?*
• Maria is in Vancouver now. She's **learning** English. *Maria hiện giờ đang ở Vancouver. Cô ấy đang học tiếng Anh.*	• I always **go** to bed before midnight. *Tôi luôn đi ngủ trước 12 giờ đêm.* • Most people **learn** to swim when they are children. *Hầu hết mọi người học bơi khi họ còn nhỏ.*

Dùng thì *Present Continuous* để diễn tả một tình huống hay trạng thái có tính chất tạm thời.	Dùng thì *Simple Present* để diễn tả một tình huống hay trạng thái có tính ổn định, lâu dài:
• **I'm living** with some friends until I find an apartment. *Tôi hiện ở chung với mấy người bạn cho đến khi tôi tìm được một căn hộ.* • "You**'re working** hard today". "Yes, I've got a lot to do". *"Hôm nay bạn làm việc vất vả thật" "Ừ, mình có nhiều việc phải làm".*	• My parents **live** in London. They have lived there all their lives. *Cha mẹ tôi sinh sống ở Luân Đôn. Hai người đã sống ở đó suốt đời.* • John isn't lazy. He **works** very hard most of the time. *John không lười biếng. Hầu như lúc nào anh ấy cũng làm việc rất chăm chỉ.*
Xem thêm **UNIT** 1	Xem thêm **UNIT** 2.

B

I always do và **I'm always doing.**

Thông thường chúng ta nói "I **always do** something." (= I do it every time. Tôi luôn luôn làm việc đó).:

  • I **always go** to work by car. (*not* I'm always going)
  Tôi luôn đi làm bằng xe hơi (không nói "I'm always going").

Bạn cũng có thể nói "I**'m always doing** something", nhưng với một ý nghĩa khác. Lấy ví dụ:

I've lost my key again. I'm always losing things.

Tôi lại mất chìa khóa nữa rồi.
Tôi luôn luôn mất đồ

"**I'm always losing** things" không có nghĩa là tôi lúc nào cũng làm mất đồ mà có nghĩa là việc tôi làm mất đồ xảy ra quá thường xuyên, nhiều hơn bình thường.

"**You're always -ing** có nghĩa là bạn làm việc đó rất thường xuyên, sự thường xuyên mà người nói cho là nhiều hơn bình thường hoặc hợp lý.

  • "You**'re always watching** television. You should do something more active.
  Bạn lúc nào cũng xem T.V. Bạn nên làm cái gì đó có vận động hơn.
  • John is never satisfied. He**'s always complaining**.
  John chẳng bao giờ vừa lòng cả. Anh ấy luôn phàn nàn.

Exercises

3.1 Are the underlined verbs right or wrong? Correct the verbs that are wrong.

1. Water <u>boils</u> at 100 degrees Celsius.　　　　*RIGHT*
2. The water <u>boils</u>. Could you turn it off?　　　*is boiling*
3. Look! That man <u>tries</u> to open the door of your car.　_____
4. Can you hear those people? What <u>do</u> they <u>talk</u> about?　_____
5. The moon <u>goes</u> around the earth.　_____
6. I have to go now. It <u>gets</u> late.　_____
7. I usually <u>go</u> to work by car.　_____
8. "Hurry up! It's time to leave." "OK, I <u>come</u>."　_____
9. I hear you've got a new job. How <u>does</u> it <u>go</u>?　_____

3.2 Put the verb in the correct form, present continuous or simple present.

1. Let's go out. It _isn't raining_____ (not / rain) now.
2. Julia is very good at languages. She _speaks_____ (speak) four languages very well.
3. Hurry up! Everybody _____ (wait) for you.
4. "_____ (you / listen) to the radio?" "No, you can turn it off."
5. "_____ (you / listen) to the radio every day?" "No, just occasionally."
6. The Nile River _____ (flow) into the Mediterranean.
7. The river _____ (flow) very fast today – much faster than usual.
8. We usually _____ (grow) vegetables in our garden, but this year we _____ (not / grow) any.
9. "How is your English?" "Not bad. It _____ (improve) slowly."
10. Matt is in San Francisco right now. He _____ (stay) at the Pelton Hotel. He _____ (always / stay) there when he's in San Francisco.
11. Can we stop walking soon? I _____ (start) to feel tired.
12. "Do you know how to drive?" "I _____ (learn). My father _____ (teach) me."
13. Usually I _____ (finish) work at 5:00, but this week I _____ (work) until 6:00 to earn some extra money.
14. My parents _____ (live) in Chicago. They were born there and have never lived anywhere else. Where _____ (your parents / live)?
15. Erica _____ (look) for a place to live. She _____ (stay) with her sister until she finds a place.
16. "What _____ (your father / do)?" "He's an architect, but he _____ (not / work) at the moment."
17. The train is never late. It _____ (always / leave) on time.
18. Jim is very messy. He _____ (always / leave) his things all over the place.

3.3 Finish B's sentences. Use always -ing (see Section B).

1. *A:* I'm afraid I've lost my key again.
   B: Not again! _You're always losing your key._
2. *A:* The car has broken down again.
   B: That car is a pain. It _____.
3. *A:* Look! You made the same mistake again.
   B: Oh no, not again! I _____.
4. *A:* Oh, I forgot my books again.
   B: That's typical! You _____.

Present continuous and simple present (2)
(I am doing and I do)
Thì hiện tại tiếp diễn và hiện tại đơn (2)

Chúng ta chỉ dùng thì *Present Continuous* với các hành động hay các sự kiện (như they **are eating**, *họ đang ăn* / it **is raining**, *trời đang mưa v.v...*). Một số động từ (ví dụ như **know** và **like**) không phải là những động từ hành động. Bạn không thể nói "I **am knowing**" hay "they **are liking**". Bạn chỉ có thể nói "I **know**", "they **like**".

Những động từ sau đây không được dùng với: các thì tiếp diễn.

like	love	hate	want	need	prefer
know	realize	suppose	mean	understand	believe
belong	contain	consist	depend	seem	remember

- I'm hungry. **I want** something to eat. (*not* I'm wanting)
  Tôi đang đói. Tôi muốn ăn một chút gì đó. (không dùng "I'm wanting")
- Do you **understand** what I **mean**?
  Bạn có hiểu ý tôi muốn nói gì không?
- Kim doesn't **seem** very happy right now.
  Lúc này dường như Kim không được vui.

Khi **think** được dùng với nghĩa "believe" (tin tưởng), ta không dùng thì *Present continuous*:

- What **do** you **think** (= believe) will happen? (*not* What are you thinking).
  Bạn nghĩ rằng điều gì sẽ xảy ra ? (không dùng "What are you thinking").

nhưng • You look serious. What **are** you **thinking** about ? (= What is going on in your mind?)
Bạn trông có vẻ căng thẳng. Bạn đang nghĩ về điều gì vậy?
(= Cái gì đang diễn ra trong tâm trí bạn vậy?)

- I'm **thinking** of quitting up my job. (= I am considering).
  Tôi đang nghĩ tới chuyện bỏ việc (= Tôi đang xem xét)

Khi **have** được dùng với nghĩa "possess" (sở hữu) v.v... ta không dùng với thì *continuous* (xem **UNIT 16**).

- We're enjoying our holiday. We **have** a nice room in the hotel. (*not* We're having). *Chúng tôi hài lòng với kỳ nghỉ của chúng tôi. Chúng tôi có một phòng tốt ở khách sạn. (không dùng "We're having").*

nhưng • We're enjoying our holiday. We're **having** a great time.
Chúng tôi hài lòng với kỳ nghỉ của chúng tôi. Chúng tôi đang có một khoảng thời gian tuyệt vời.

B

See   hear   smell   taste

Ta thường dùng thì *simple present* (không dùng *continuous*) với những động từ dưới đây:

- **Do** you **see** that man over there ? (*not* Are you seeing...?)
  Bạn có nhìn thấy người đàn ông đằng kia không?
- This room **smells**. Let's open a window.
  Phòng này có mùi khó chịu. Hãy mở một cửa sổ ra.

Chúng ta thường dùng **can + see/hear/smell/taste**:

- Listen ! **Can** you **hear** something?
  Này! Bạn có nghe thấy gì không?

Nhưng bạn có thể dùng thì *continuous* với **see** (**I'm seeing**) mang ý nghĩa 'having a meeting with' (gặp mặt, hội họp) (đặc biệt là trong tương lai - Xem **UNIT** 18A)

- I'**m seeing** the manager tomorrow morning.
  Sáng mai tôi sẽ gặp người quản lý.

C

He is selfish và **He is being selfish.**

He's being = "He's behaving / He's acting". So sánh các câu sau:

- I can't understand why he'**s being** so selfish. He isn't usually like that.
  Tôi không hiểu tại sao anh ấy lại tỏ ra ích kỷ như vậy. Bình thường anh ấy đâu có như thế.

  (**Being selfish** = behaving selfishly at the moment = cư xử một cách ích kỷ vào thời điểm đang nói)

nhưng • He never thinks about other people. He is very selfish.   •
  Anh ta chẳng bao giờ nghĩ đến người khác cả. Anh ta rất ích kỷ.
  (= Nói chung là tính anh ta ích kỷ, không chỉ riêng vào lúc nào cả).

Chúng ta dùng **am/is/are being** để nói về thái độ cư xử của một người nào đó.

Không thường được dùng trong những trường hợp khác, chẳng hạn như:

- It'**s** hot today. (*not* It is being hot).
  Hôm nay trời nóng. (không dùng "It is being hot").
- Sarah **is** very tired. (*not* is being tired).
  Sarah rất mệt. (không dùng "is being tired").

D

Look và **feel.**

Bạn có thể dùng thì *simple present* hay *continuous* khi diễn tả dáng vẻ hay cảm giác của người nào đó vào thời điểm đang nói.

- You **look** good today. hay You'**re looking** good today.
  Hôm nay trông bạn khỏe đấy.
- How **do** you **feel** now ? hay How **are** you **feeling** now?
  Bây giờ bạn cảm thấy thế nào?

nhưng • I usually **feel** tired in the morning. (*not* I'm usually feeling).   •
  Tôi thường cảm thấy mệt vào buổi sáng. (không dùng "I'm usually feeling").

Exercises

4.1 Are the underlined verbs right or wrong? Correct the ones that are wrong.

1. I'm <u>seeing</u> the manager tomorrow morning.   *RIGHT* _____
2. I'm <u>feeling</u> hungry. Is there anything to eat? _____
3. <u>Are</u> you <u>believing</u> in God? _____
4. This sauce is great. It's <u>tasting</u> really good. _____
5. I'm <u>thinking</u> this is your key. Am I right? _____

4.2 Look at the pictures. Use the words in parentheses to make sentences. (You should also study Unit 3 before you do this exercise.)

1. (you / not / seem / very happy today)
   You don't seem very happy today.

2. (what / you / do?) _____ Be quiet! (I / think)

3. (who / this umbrella / belong to?) _____ I have no idea.

4. (dinner / smell / good) _____

5. Excuse me. (anybody / sit / here?) _____ No, go ahead.

6. Can I call you back in half an hour? (I / have / dinner) _____

4.3 Put the verb into the correct form, present continuous or simple present.

1. Are you hungry? *Do you want* _____ something to eat? (you / want)
2. Don't put the dictionary away. I _____ it. (use)
3. Don't put the dictionary away. I _____ it. (need)
4. Who is that man? What _____ ? (he / want)
5. Who is that man? Why _____ at us? (he / look)
6. George says he's 80 years old, but nobody _____ him. (believe)
7. She told me her name, but I _____ it now. (not / remember)
8. I _____ of selling my car. (think) Would you be interested in buying it?
9. I _____ you should sell your car. (think) You _____ it very often. (not / use)
10. Air _____ mainly of nitrogen and oxygen. (consist)

4.4 Complete the sentences using the most appropriate form of *be*, simple present (*am/is/are*) or present continuous (*am/is/are being*).

1. I can't understand why *he's being* _____ so selfish. He isn't usually like that.
2. Jack _____ very nice to me tonight. I wonder why.
3. You'll like Jill when you meet her. She _____ very nice.
4. You're usually very patient, so why _____ so unreasonable about waiting five more minutes?
5. Why isn't Sarah at work today? _____ sick?

Simple past *(I did)*
Thì quá khứ đơn

A

Xét ví dụ sau:

Wolfgang Amadeus Mozart was an Austrian musician and composer. He **lived** from 1756 to 1791. He **started** composing at the age of five and **wrote** more than 600 pieces of music. He **was** only 35 years old when he **died**.

Wolfgang Amadeus Mozart là một nhạc sĩ và nhà soạn nhạc người Áo. Ông sống từ năm 1756 đến năm 1791. Ông bắt đầu soạn nhạc lúc năm tuổi và đã viết hơn 600 bản nhạc. Ông chết khi ông chỉ mới 35 tuổi.

Lived/started/wrote/was/died đều ở thì **simple past**.

.B

Thường thì động từ ở *simple past* tận cùng bằng **–ed** (động từ có qui tắc - regular verbs):

• I work in a travel agency now. Before that I **worked** in a department store.

Tôi hiện giờ đang làm ở một văn phòng du lịch. Trước đây tôi làm việc ở một cửa hàng bách hóa.

• We **invited** them to our party but they **decided** not to come.

Chúng tôi đã mời họ dự tiệc với chúng tôi nhưng họ đã quyết định không đến.

• The police **stopped** me for speeding.

Cảnh sát đã chặn tôi vì chạy quá tốc độ.

• She **passed** her examination because she **studied** very hard.

Cô ấy đã thi đậu bởi vì cô ấy học rất chăm.

Để biết qui tắc thêm -ed (stop**ped**, stud**ied** v.v...), xem Phụ lục 5)

Nhưng có nhiều động từ bất qui tắc *(irregular)* khi ở *simple past* không tận cùng bằng -**ed**:

Ví dụ:

write   → **wrote** • Mozart **wrote** more than 600 pieces of music.
                         Mozart đã viết hơn 600 bản nhạc.

see   → **saw** • We **saw** Rosa in town a few days ago.
                         Chúng tôi thấy Rosa trong thành phố mấy ngày trước đây.

go   → **went** • I **went** to the movies three times last week.
                         Tôi đã đi xem phim 3 lần trong tuần trước.

| cost | → **cost** | • This house **cost** $89,000 in 1996. |

Ngôi nhà này giá $89,000 năm 1996.

Phụ lục 1 liệt kê các động từ bất qui tắc.

C Trong các câu nghi vấn và các câu phủ định chúng ta dùng **did/didn't** + *infinitive* (**enjoy/see/go**...)

I	enjoyed			you	enjoy?		I		enjoy
she	saw		did	she	see?		she	didn't	see
they	went			they	go?		they		go

- A: **Did** you **go** out last night?
  Tối qua anh có đi chơi không?
  B: Yes, I **went** to the movies but I **didn't enjoy** the film much.
  Có, mình đã đi xem phim nhưng mình không mấy thích thú cuốn phim đó.
- "When **did** Mr. Thomas **die** ?" "About ten years ago"
  "Ông Thomas mất khi nào?" "Cách đây khoảng 10 năm".
- They **didn't invite** her to the party, so she **didn't go**.
  Họ không mời cô ấy đến dự tiệc, nên cô ấy đã không đến.
- "**Did** you **have** time to write the letter ?" "No, I **didn't**".
  "Bạn đã có thì giờ để viết thư đó không?" "Không, tôi không có".

Phải cẩn thận khi **do** là động từ chính trong câu:

- I **didn't do** anything. (*not* I didn't anything)
  Tôi đã không làm gì cả. (không nói "I didn't anything")

D Quá khứ của **be** (**am/is/are**) là **was/were**:

I/he/she/it	was/wasn't
We/you/they	were/weren't

was	I/he/she/it?
were	we/you/they?

Chú ý là ta không dùng **did** trong câu nghi vấn và phủ định với **was/were**.

- I **was** angry because they **were** late.
  Tôi đã giận vì họ đến trễ.
- **Was** the weather good when you **were** on vacation?
  Khi bạn đi nghỉ, thời tiết có được tốt không?
- They **weren't** able to come because they **were** so busy.
  Họ đã không thể đến được vì họ quá bận.
- **Did** you **go** out last night or **were** you too tired?
  Tối qua bạn có đi chơi không hay là đã quá mệt?

Exercises

5.1 Read what Debbie says about a typical working day:

DEBBIE

> I usually get up at 7:00 and have a big breakfast. I walk to work, which takes me about haft an hour. I start work at 8:45. I never have lunch. I finish work at 5:00. I'm always tired when I get home. I usually make dinner at night. I don't ussually go out. I go to bed at about 11:00. I always sleep well.

Yesterday was a typical working day for Debbie. Write what she did or didn't do yesterday.

1. _She got up at 7:00_
2. She _____ a big breakfast.
3. She _____ .
4. It _____ to get to work.
5. _____ at 8:45.
6. _____ lunch.
7. _____ at 5:00.
8. _____ tired when _____ home.
9. _____ dinner.
10. _____ out last night.
11. _____ at 11:00.
12. _____ well last night.

5.2 Complete the sentences using the following verbs in the correct form:

buy   catch   cost   drink   fall   hurt   sell   spend   teach   throw   win   ~~write~~

1. Mozart _wrote_ more than 600 pieces of music.
2. "How did you learn to drive?" "My mother _____ me."
3. We couldn't afford to keep our car, so we _____ it.
4. I was very thirsty. I _____ the water very quickly.
5. Sam and I played tennis yesterday. He's much better that I am, so he _____ easily.
6. Dave _____ down the stairs this morning and _____ his leg.
7. Jim _____ the ball to Sue, who _____ it.
8. Jessica _____ a lot of money yesterday. She _____ a dress that _____ $200.

5.3 A friend has just come back from vacation. Ask him about it. Write your questions.

1. (where / go?) _Where did you go?_
2. (go alone?) _____
3. (food / good?) _____
4. (stay / at a hotel?) _____
5. (rent / a car?) _____
6. (the weather / nice?) _____
7. (what / do in the evenings?) _____

5.4 Complete the sentences. Put the verb into the correct form, positive or negative.

1. It was warm, so I _took_ off my coat. (take)
2. The movie wasn't very good. I _didn't enjoy_ it very much. (enjoy)
3. I knew Sarah was very busy, so I _____ her. (bother)
4. I was very tired, so I _____ to bed early. (go)
5. The bed was very uncomfortable. I _____ very well. (sleep)
6. We went to Kate's house, but she _____ at home. (be)
7. It was a funny situation, but nobody _____ . (laugh)
8. The window was open, and a bird _____ into the room. (fly)
9. The hotel wasn't very expensive. It _____ very much. (cost)
10. I was in a hurry, so I _____ time to call you. (have)
11. It was hard work carrying the bags. They _____ very heavy. (be)

16

Past continuous *(I was doing)*
Thì quá khứ tiếp diễn

A

Hãy xem xét ví dụ sau:

Yesterday Karen and Jim played tennis. They began at 10 o'clock and finished at 11:30.
So, at 10:30 they **were playing** tennis.

Hôm qua Karen và Jim chơi quần vợt. Họ đã bắt đầu chơi lúc 10h và kết thúc vào lúc 11h30.
Vậy lúc 10h30 họ đang chơi quần vợt.

They **were playing** = they were in the middle of playing. They had not finished playing.
Họ đang ở giữa cuộc chơi lúc đó và họ chưa kết thúc cuộc chơi.

Was/were - ing là thì *past continuous (quá khứ tiếp diễn)*:

		playing
I/he/she/it	**was**	doing
we/you/they	**were**	work**ing**, etc.

B

Chúng ta dùng thì *past continuous* để nói là một người nào đó đang thực hiện một công việc dở dang tại thời điểm được đề cập. Hành động hay sự việc đã xảy ra trước thời điểm này nhưng chưa kết thúc.

I started doing ◄──── I was doing ──────► I finished doing

past   *past*   *now*

• This time last year I **was living** in Brazil.
Vào thời gian này năm ngoái tôi đang sống ở Brazil.
• What **were** you **doing** at 10:00 last night?
Lúc 10 giờ tối qua bạn đang làm gì?
• I waved to her but she **wasn't looking**.
Tôi đã vẫy cô ta nhưng lúc ấy cô ta không đang nhìn về phía tôi.

C

So sánh thì *past continuous* - quá khứ tiếp diễn (**I was doing**) và *simple past* – quá khứ đơn (**I did**):

Past continuous (in the middle of an action) (đang ở giữa hành động)	Simple past (complete action) (hoàn tất hành động)
• I **was walking** home when I met Dave.	• I **walked** home after the party last night.
(= *Tôi đang đi về nhà thì gặp Dave*)	(= *Tối hôm qua tôi đã về nhà sau khi buổi tiệc kết thúc*)

• Nicole **was watching** television when the phone rang. *Nicole đang xem TV khi điện thoại reng.*	• Nicole **watched** television a lot when she was sick last year. *Nicole đã xem TV rất nhiều trong thời gian cô ấy bị bệnh hồi năm ngoái.*

D Ta thường dùng thì *simple past* và *past continuous* cùng với nhau để diễn tả một sự việc xảy ra vào giữa lúc đang xảy ra một sự việc khác.

- Matt **burned** his hand when he **was cooking** dinner.
  Matt đã bị phỏng tay trong lúc đang nấu bữa ăn tối.
- I **saw** you in the park yesterday. You **were sitting** on the grass and reading a book.
  Tôi nhìn thấy anh trong công viên hôm qua. Lúc đó anh đang ngồi trên bãi cỏ và đọc sách.
- While I **was working** in the garden, I **hurt** my back.
  Đang khi làm việc trong vườn, tôi bị đau lưng.

Nhưng chúng ta dùng thì *simple past* khi một sự việc xảy ra sau một sự việc khác.

- I **was walking** downtown when I **saw** Dave. So I **stopped** and **talked** for a while.
  Khi đang đi xuống phố thì tôi gặp Dave. Tôi đã dừng lại và trò chuyện một lúc.

Hãy so sánh hai câu sau để thấy rõ sự khác biệt về ý nghĩa:

When Beth arrived, we **were having** dinner. (= We had already started dinner.) *Khi Beth tới, chúng tôi đang ăn tối. (= Chúng tôi đã bắt đầu ăn tối trước khi Beth tới.)*	When Beth arrived, we **had** dinner. *Khi Beth tới, chúng tôi ăn tối. (= Beth arrived and then we had dinner.) (= Beth tới trước rồi sau đó chúng tôi ăn tối.)*

E Có một số động từ (ví dụ như **know/want/believe**) không thường dùng ở các thì *continuous* (xem **UNIT** 4A để biết thêm chi tiết):

- We were good friends. We **knew** each other well. (*not* We were knowing)
  Chúng tôi đã là những người bạn tốt. Chúng tôi hiểu rõ về nhau. (không dùng "We were knowing")
- I was enjoying the party but Chris **wanted** to go home. (*not* was wanting).
  Lúc ấy tôi đang rất thích buổi tiệc nhưng Chris thì lại muốn về nhà. (không dùng "was wanting").

18

Exercises

6.1 What were you doing at the following times? Write one sentence as in the examples.
The past continuous is not always necessary (see sentence 2).

1. (at 8:00 last night) *I was having dinner with some friends.*
2. (at 5:00 last Monday) *I was on a bus on my way to class.*
3. (at 10:15 yesterday morning) _____
4. (at 7:45 last night) _____
5. (half an hour ago) _____

6.2 Use your own ideas to complete these sentences. Use the past continuous.

1. Matt burned his hand while he *was cooking dinner* .
2. The doorbell rang while I _____ .
3. We saw an accident while we _____ .
4. Lauren fell asleep while she _____ .
5. The television was on, but nobody _____ .

6.3 Put the verbs into the correct form, past continuous or simple past.

I _saw_ (see) Sue
downtown yesterday, but
she _____ (not / see)
me. She _____ (look)
the other way.

I _____ (meet) Tom
and Ann at the airport a few
weeks ago. They _____
(go) to Boston and I
_____ (go) to
Montreal. We _____
(talk) while we _____
(wait) for our flights.

I _____ (ride) my
bicycle yesterday when
suddenly a man _____
(step) out into the street in
front of me. I _____
(go) fairly fast, but luckily I
_____ (manage) to
stop in time and
_____ (not / hit) him.

6.4 Put the verbs into the correct form, past continuous or simple past.

1. Jane *was waiting* (wait) for me when I *arrived* (arrive).
2. "What _____ (you / do) at this time yesterday?" "I was asleep."
3. "_____ (you / go) out last night?" "No, I was too tired."
4. How fast _____ (you / drive) when the accident _____
   (happen)?
5. John _____ (take) a picture of me while I _____
   (not / look).
6. We were in a very difficult position. We _____ (not / know) what to do.
7. I haven't seen David for ages. The last time I _____ (see) him, he
   _____ (try) to find a job in Miami.
8. I _____ (walk) along the street when suddenly I _____
   (hear) footsteps behind me. Somebody _____ (follow) me. I was
   scared, and I _____ (start) to run.
9. When I was young, I _____ (want) to be a pilot.

19

UNIT 7 A

Present perfect (1) *(I have done)*
Thì hiện tại hoàn thành (1)

Xem xét ví dụ sau:

Tom is looking for his key. He can't find it.
Tom đang tìm chìa khóa. Anh ấy không tìm thấy nó.
He **has lost** his key. (= He lost it and he still doesn't have it.)
Anh ta đã đánh mất nó (= Anh ta đã đánh mất nó và bây giờ vẫn chưa có.)
Have/haslost là thì *present perfect (simple).*

I/we/they/you	**have**	(= I've etc.).	finished
he/she/it	**has**	(= he's etc)	lost
			done, etc.

Thì *present perfect simple* = **have/has** + *past participle. Past participle* (quá khứ phân từ) thường tận cùng bằng -ed (finish**ed**/decid**ed**...) nhưng nhiều động từ quan trọng lại là bất qui tắc – irregular (**lost/done/been/written**...). Xem Phụ lục 1 để biết về các động từ này.

B

Khi chúng ta dùng thì *present perfect* thì luôn luôn có một sự liên hệ tới *hiện tại.*
Hành động xảy ra ở quá khứ nhưng kết quả của nó lại ở *hiện tại*:

- He told me his name but I**'ve forgotten** it. (I can't remember it *now.*)
  Anh ấy đã nói tên anh ấy nhưng tôi đã quên mất rồi. (Hiện giờ tôi không nhớ nó.)
- "Is Kimberly here ?" "No, she**'s gone** out". (She is out now).
  "Kimberly có ở đây không ?" "Không, cô ấy đã đi ra ngoài rồi". (Và đến giờ cô ấy vẫn chưa về).
- I can't find my purse. **Have** you **seen** it ? (Do you know where it is now?)
  Tôi không thấy ví tiền của tôi. Anh có thấy nó ở đâu không? (Anh có biết bây giờ nó ở đâu không?)

Chúng ta thường dùng thì *present perfect* để đưa ra một thông tin mới hay công bố một sự việc vừa xảy ra:

- The road is closed. There**'s been** an accident.
  Đường đã bị tắc. Vừa xảy ra một tai nạn.
- *(from the news)* The police **have arrested** two men in connection with the robbery.
  (Tin tức) Cảnh sát vừa bắt hai người có liên quan đến vụ cướp.

20

Chúng ta cũng dùng thì *simple past* (I played, I did v.v.) trong những trường hợp này. Vì vậy có thể nói:

- He told me his name, but I've forgotten it. or ... but I forgot it.
  Ông ta có nói tên mình nhưng tôi quên rồi.
- Kimberly isn't here. She's gone out. or - She went out.
  Kimberly không có ở đây. Cô ta đi rồi.

C Ta thường dùng thì *present perfect* với **just**, **already** và **yet**. Ta cũng có thể dùng thì *simple past* với chúng:

Just = "a short time ago" (vừa mới xảy ra trước đó)

- "Are you hungry ?" "No, I've just had lunch". (or I just had lunch)
  "Bạn có đói không ?" "Ờ không, tôi vừa mới dùng cơm trưa xong".

Chúng ta dùng **already** để nói là một sự việc xảy ra sớm hơn dự đoán (nên xem thêm **UNIT** 108D).

- "Don't forget to mail the letter" "I've already mailed it" (or I already mailed it).
  "Đừng quên gửi thư nhé" "Tôi đã bỏ nó xong rồi".

Yet = "until now - cho đến bây giờ" và diễn tả người nói mong chờ sự việc nào đó xảy ra. Chỉ dùng **yet** trong câu nghi vấn và phủ định. (xem **UNIT** 108C).

- **Has** it **stopped** raining **yet**? (or **Did** it **stop** raining **yet**?)
  Trời đã tạnh mưa chưa?
- I **wrote** the letter but I **haven't mailed** it **yet**. (or. I **didn't mail** it **yet**).
  Tôi đã viết xong lá thư nhưng chưa gửi nó đi.

D Không dùng thì *present perfect* khi bạn nói về một thời gian hoàn thành (thí dụ như **last night / two years ago / yesterday**, etc.). Dùng thì *simple past* (xem UNIT 13):

- It **snowed** last night. (*not* has snowed)
  Tối qua tuyết rơi.
- Where **were** you at 3:00? (*not* Where have you been)
  Lúc 3 giờ anh ở đâu?
- I **started** my new job two weeks ago. (*not* have started)
  Tôi đã bắt đầu công việc mới của mình cách đây 2 tuần.
- Nicole **didn't go** out yesterday. (*not* hasn't gone)
  Hôm qua Nicole không đi chơi.

Exercises

7.1 Read the situations and write sentences with the present perfect. Choose one of the
following: break   drop   go up   grow   improve   ~~lose~~   turn on

1. Mike is looking for his key. He can't find it. _He has lost his key._
2. Jennifer can't walk and her leg is in a cast. She _____ .
3. Maria's English wasn't very good. Now it is much better. _____
4. Jason didn't have a beard last month. Now he has a beard. _____
5. Last week the bus fare was 80 cents. Now it is 90. _____
6. The temperature was 55 degrees. Now it is only 36. The temperature _____ .
7. The light was off. Now it is on. Somebody _____ .

7.2 Complete B's sentences. Use the verb in parentheses + *just/already/yet.*

B

1.	Would you like something to eat?	No, thanks, I _ve just had_ lunch. (just / have)
2.	Do you know where Julia is?	Yes, I _____ her. (just / see)
3.	What time is David leaving?	He _____ . (already / leave)
4.	What's in the newspaper today?	I don't know. I _____ . (not / read / yet)
5.	Is Army coming to the movies with us?	No, she _____ the film. (already / see)
6.	Are you friends here yet?	Yes, they _____ here. (just / get)
7.	What does Tim think about your plan?	I _____ . (not / tell / yet)

7.3 Read the situations and write sentences with the words in parentheses and *just,
already,* or *yet.*

1. After lunch you go to see a friend at her house. She says: "Would you like something to
   eat?" You say: "No, thank you, _I've just had lunch._ " (have lunch)
2. Joe goes out. Five minutes later, the phone rings and the caller says: "Can I speak to
   Joe?" You say: "I'm sorry, _____ ." (go out)
3. You are eating in a restaurant. The waiter thinks you have finished and starts to take your
   plate away. You say: "Wait a minute! _____ " (not / finish)
4. You are going to a restaurant this evening. You call to reserve a table. Later your friend
   says: "Should I call to reserve a table?" You say: "No, _____ it." (do)
5. You know that a friend of yours is looking for a job. Perhaps she has been successful.
   Ask her. You say: " _____ ?" (find)
6. Laura went to the bank, and she returned a few minutes ago. Somebody asks: "Is Laura
   still at the bank?" You say: "No, _____ ." (come back)

7.4 Are the underlined parts of these sentences right or wrong? Correct the ones that are
wrong.

1. It <u>has snowed</u> last night.   _It snowed_
2. <u>Have you seen</u> my purse?   _RIGHT_
3. "Don't forget to pay the gas bill." "<u>I've already done</u> it."   _____
4. The accident <u>has happened</u> three days ago.   _____
5. Sue <u>hasn't been</u> at work yesterday.   _____
6. Jerry gave me his address, but <u>I've lost it</u>.   _____
7. <u>Have you seen</u> Brad on Monday?   _____
8. Where is the newspaper? What <u>have you done</u> with it?   _____
9. We <u>have bought</u> our house in 1985.   _____

Present perfect (2) *(I have done)*
Thì hiện tại hoàn thành (2)

A

Hãy xem mẫu đối thoại dưới đây:

Dave: **Have** you **traveled** a lot, Jane?
Bạn đã đi du lịch nhiều chưa Jane?

Jane: Yes, I**'ve been** to lots of places.
Có, tôi đã đi rất nhiều nơi.

Dave: Really ? **Have** you ever **been** to China?
Thật ư ? Thế bạn đã từng đến Trung Quốc chưa?

Jane: Yes, I**'ve been** to China twice.
Có, tôi đã đến Trung Quốc hai lần rồi.

Dave: What about India?
Thế còn Ấn Độ?

Jane: No, I **haven't been** to India.
Chưa, tôi chưa đến Ấn Độ.

Jane's life
(a period until now)

past   now

Khi chúng ta đề cập tới một khoảng thời gian liên tục từ quá khứ đến hiện tại, chúng ta dùng thì *present perfect* (**have been/have traveled...**). Ở đây, Dave và Jane đang nói về những nơi mà Jane đã đến trong cuộc đời cô ấy (là khoảng thời gian kéo dài đến hiện tại).

- **Have** you ever **eaten** caviar ? (in your life).
  Bạn đã bao giờ ăn món trứng cá muối chưa ? (trong đời bạn).
- We**'ve** never **had** a car.
  Chúng tôi chưa bao giờ có được một chiếc xe hơi.
- "**Have** you **read** Hamlet ?" "No, I **haven't read** any of Shakespeare's plays".
  "Bạn đã đọc Hamlet chưa ?" "Chưa, tôi chưa đọc vở kịch nào của Shakespeare cả".
- Susan really loves that movie. She**'s seen** it eight times!
  Susan thật sự thích cuốn phim đó. Cô ấy đã xem nó đến những tám lần!
- What a boring movie ! It**'s** the most boring movie I**'ve** ever **seen**.
  Cuốn phim mới chán làm sao ! Đó là cuốn phim chán nhất mà tôi đã từng xem.
  been (to) = visited.
- I**'ve** never **been to** China. **Have** you **been** there?
  Tôi chưa bao giờ đến Trung Quốc. Bạn đã đến đó chưa?

Trong những ví dụ sau người diễn đạt cũng đang nói về một khoảng thời gian liên tục cho đến bây giờ (**recently / in the last few days / so far / since breakfast** v.v...)

- **Have** you **heard** from Brian **recently**?
  Gần đây bạn có được tin gì của Brian không?

23

- I've **met** a lot of people **in the last few days.**

  Tôi đã gặp nhiều người trong mấy ngày gần đây.
- Everything is going well. We **haven't had** any problems **so far.**

  Mọi chuyện đều tốt đẹp. Cho đến nay chúng tôi không gặp phiền phức gì.
- I'm hungry, I **haven't eaten** anything **since breakfast**. (= from breakfast until now)

  Mình đói rồi. Từ sau bữa sáng tới giờ mình chưa hề ăn (thêm) gì cả.
- It's nice to see you again. We **haven't seen** each other **for a long time**.

  Thật là vui được gặp lại bạn. Đã lâu rồi chúng ta không gặp nhau.

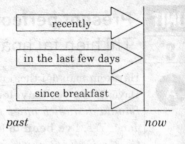

B Chúng ta dùng thì *present perfect* với **today / this morning / this evening**.. khi những khoảng thời gian này chưa kết thúc vào thời điểm nói.

- I've **drunk** four cups of coffee **today.**

  Hôm nay tôi đã uống bốn ly cà phê.
- **Have** you **had** a vacation **this year** ?

  Năm nay bạn đã đi nghỉ chưa?

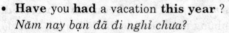

- I **haven't seen** Tom this morning. Have you?

  Sáng nay tôi chưa gặp Tom. Bạn có gặp không?

C Chú ý là chúng ta phải dùng *present perfect* khi nói: "**It's the first time something has happened**" (Đó là lần đầu tiên một sự việc nào đó đã xảy ra). Ví dụ như:

Don is having a driving lesson. It is his first one.
Don đang học lái xe. Đây là lần đầu tiên.

- It's **the first time** he **has driven** a car. (*not* drives)

  Đây là lần đầu tiên anh ấy lái một chiếc xe hơi, (không dùng "drives")

hoặc • He **has never driven** a car **before.**

  Từ trước tới giờ anh ấy chưa bao giờ lái xe hơi.

- Sarah has lost her passport again. It's the second time this **has happened**. (*not* happens)

  Sarah lại làm mất hộ chiếu. Đây là lần thứ hai xảy ra chuyện này.
- Eric is calling his girlfriend again. That's the third time he**'s called** her this evening.

  Eric lại đang gọi điện cho cô bạn gái của anh ấy. Đó là lần thứ ba anh ấy gọi điện cho cô ấy trong chiều nay.

Present Perfect (1) **Unit 7** Present Perfect with *for/since* **Unit 12** Present Perfect and Simple Past **Units 7, 12,**

Exercises

8.1 You are asking somebody questions about things he or she has done. Make questions from the words in parentheses.

1. (ever / ride / horse?) _Have you ever ridden a horse?_
2. (ever / be / Mexico?) _____
3. (ever / run / marathon?) _____
4. (ever / speak / famous person?) _____
5. (always / live / in this town?) _____
6. (most beautiful place / ever / visit?) What _____ ?

8.2 Complete B's answers. Some sentences are positive and some negative. Use a verb from this list:

> be   be   eat   happen   have   ~~meet~~   play   read   see   see

	A	B
1.	What's Brian's sister like?	I have no idea. _I've never met_ her.
2.	How is Amy these days?	I don't know. I _____ her recently.
3.	Are you hungry?	Yes, I _____ much today.
4.	Can you play chess?	Yes, but _____ for ages.
5.	Are you enjoying your vacation?	Yes, it is the best vacation _____ in a long time.
6.	What's that book like?	I don't know. _____ it.
7.	Is Bangkok an interesting place?	I don't know. _____ there.
8.	Mike was late for work again today.	Again? He _____ every day this week.
9.	The car broke down again yesterday.	Not again! That's the second time _____ this week.
10.	Who's that woman by the door?	I don't know. _____ before.

8.3 Complete these sentences using *today / this year / this semester,* etc.

1. I saw Tom yesterday, but _I haven't seen him today_ .
2. I read a newspaper yesterday, but I _____ today.
3. Last year the company made a profit, but _____ .
4. Tracy worked hard at school last semester, but _____ .
5. It snowed a lot last winter, but _____ .

8.4 Read the situations and write sentences as shown in the examples.

1. James is driving a car, but he's very nervous and not sure what to do.
   You ask: _Have you driven a car before?_
   He says: _No, this is the first time I've driven a car._
2. Ben is playing tennis. He's not very good, and he doesn't know the rules.
   You ask: Have _____ ?
   He says: No, this is the first _____ .
3. Sue is riding a horse. She doesn't look very confident or comfortable.
   You ask: _____
   She says: _____
4. Maria is in Los Angeles. She has just arrived, and it's very new for her.
   You ask: _____
   She says: _____

Present perfect continuous *(I have been doing)*
Thì hiện tại hoàn thành tiếp diễn

A

It has been raining. Xét ví dụ sau:

Is it raining?	
Trời đang mưa phải không?	
No, but the ground is wet.	
Không, nhưng mặt đất thì ướt.	
It **has been raining**.	
Trời mới vừa mưa xong.	
Have/has been - ing là thì	
present perfect continuous:	

				doing
I/we/they/you	**have**	(= I've, etc.)	been	waiting
he/she/it	**has**	(= he's, etc.)		playing, etc

Ta dùng thì *present perfect continuous* khi nói về những hành động đã kết thúc gần đây hay mới vừa kết thúc và kết quả của nó có sự liên hệ hay ảnh hưởng tới hiện tại:

- You're out of breath. **Have** you **been running**? (You're out of breath now.)
  Làm gì mà hổn hển thế. Bạn vừa mới chạy phải không? (Hiện giờ bạn đang thở hổn hển).
- Jason is very tired. He's **been working** very hard. (He's tired now).
  Jason rất mệt. Anh ấy đã làm việc rất căng. (Bây giờ anh ấy đang mệt).
- Why are you clothes so dirty ? What **have** you **been doing**?
  Sao quần áo của bạn bẩn thế ? Bạn đã làm gì vậy?
- I've **been talking** to Amanda about problem and she agrees with me.
  Mình vừa mới đề cập vấn đề với Amanda và cô ấy đồng ý với tôi.

B

It has been raining for two hours. Xét ví dụ sau:

It is raining now. It began raining two hours ago.	
Trời đang mưa. Trời bắt đầu mưa cách đây hai giờ.	
How long **has** it been **raining**?	
Trời đã mưa được bao lâu rồi?	
It **has been raining** for two hours.	
Trời đã mưa được hai tiếng đồng hồ.	
Chúng ta dùng thì *present perfect*	
continuous cho những trường hợp này,	
đặc biệt là khi đi với **how long, for**...	
và **since**... Hành động vẫn đang xảy ra	
hay vừa mới chấm dứt.	

- **How long have** you **been studying** English? (You're still studying English.)

  Bạn đã học tiếng Anh được bao lâu rồi? (Bạn vẫn đang còn học tiếng Anh.)

- Tim is watching TV. He **has been watching** TV **all day**.

  Tim đang xem TV. Anh ấy đã xem TV suốt ngày.

- Where have you been? I **have been looking** for you **for the last half hour**.

  Anh đã ở đâu vậy ? Tôi tìm anh đã nửa tiếng đồng hồ rồi.

- Christopher **hasn't been feeling** well **recently**.

  Dạo gần đây Christopher cảm thấy không được khỏe.

Chúng ta có thể dùng thì *present perfect continuous* để chỉ những hành động lặp đi lặp lại trong một khoảng thời gian:

- Debbie is a very good tennis player. She**'s been playing since she was eight**.

  Debbie là một vận động viên quần vợt rất giỏi. Cô ấy đã chơi quần vợt từ khi lên tám.

- Every morning they meet in the same café. They**'ve been going** there **for years**.

  Sáng nào họ cũng gặp nhau ở cùng một quán café. Họ đến quán đó đã nhiều năm nay rồi.

C   So sánh **I am doing** (xem **UNIT 1**) và **I have been doing**.

I am doing *present continuous*	I have been doing *present perfect continuous*
now	now
• Don't bother me now. I **am working**.	• I've **been working** hard, so now I'm going to take a break.
Đừng quấy rầy tôi vào lúc này. Tôi đang làm việc.	*Tôi đã làm việc nhiều rồi nên giờ tôi sẽ đi nghỉ.*
• We need an umbrella. It's **raining**.	• The ground is wet. It's **been raining**.
Chúng tôi cần một cái dù. Trời đang mưa.	*Mặt đất còn ướt. Trời đã mưa.*
• Hurry up ! We're **waiting**.	• We've **been waiting** for an hour.
Nhanh lên ! Chúng tôi đang đợi đây.	*Chúng tôi đợi đã một tiếng rồi đấy.*

Present Perfect Simple and Continuous `Units 10-11`   **Present Perfect with** *for/since* `Units 11-12`

Exercises

9.1 What have these people been doing or what has been happening?

1.

Now

They _have been shopping_ .

3.

Now

They _____ .

2.

Now

She _____ .

4.

Now

He _____ .

9.2 Write a question for each situation.

1. John looks sunburned. You ask: (you / sit in the sun?) _Have you been sitting in the sun?_
2. You have just arrived to meet a friend who is waiting for you. You ask: (you / wait / long?) _____
3. You meet a friend on the street. His face and hands are very dirty. You ask: (what / you / do?) _____
4. A friend of yours is now living on Main Street. You want to know "How long . . . ?" You ask: (how long / you / live / on Main Street?) _____
5. A friend tells you about her job – she sells computers. You want to know "How long . . . ?" You ask: (how long / you / sell / computers?) _____

9.3 Read the situations and complete the sentences.

1. The rain started two hours ago. It's still raining now.
   It _has been raining_ for two hours.
2. We started waiting for the bus 20 minutes ago. We're still waiting now.
   We _____ for 20 minutes.
3. I started Spanish classes in December. I'm still studying Spanish now.
   I _____ since December.
4. Jessica started working in Tokyo on January 18th. She's still working there now.
   _____ since January 18th.
5. Years ago you started writing to a pen pal. You still write to each other regularly.
   We _____ for years.

9.4 Put the verb into the present continuous (*I am -ing*) or present perfect continuous (*I have been -ing*).

1. Maria _has been studying_ (study) English for two years.
2. Hello, Tom. I _____ (look) for you all morning. Where have you been?
3. Why _____ (you / look) at me like that? Stop it!
4. We always go to Florida in the winter. We _____ (go) there for years.
5. I _____ (think) about what you said, and I've decided to take your advice.
6. "Is Kim on vacation this week?" "No, she _____ (work)."
7. Sarah is very tired. She _____ (work) very hard recently.

UNIT 10

Present Perfect Continuous and Present Perfect Simple (*I have been doing and I have done*)

Thì hiện tại hoàn thành tiếp diễn và thì hiện tại hoàn thành đơn

A Nghiên cứu ví dụ sau:

Ling's clothes are covered with paint.	The ceiling was white. Now it is blue.
Quần áo của Ling dính toàn sơn.	*Trần nhà trước đây màu trắng. Bây giờ nó màu xanh.*
She **has been painting** the ceiling.	She **has painted** the ceiling.
Cô ấy đang sơn trần nhà.	*Cô ấy đã sơn trần nhà.*
Has been painting là thì *present perfect continuous* (thì hiện tại hoàn thành tiếp diễn).	**Has painted** là thì *present perfect simple* (thì hiện tại hoàn thành)
Ở đây chúng ta quan tâm đến bản thân hành động mà không quan tâm đến việc nó đã hoàn tất hay chưa, ở ví dụ trên, hành động sơn tường chưa kết thúc.	Ở thì này, điều quan trọng là sự hoàn thành của hành động. "**Has painted**" là một hành động đã hoàn tất. Chúng ta quan tâm đến kết quả của hành động chứ không phải bản thân hành động đó.

B So sánh các ví dụ sau:

• My hands are very dirty. I've **been fixing** the car.	• The car is OK again now. I've **fixed** it.
Tay tôi rất bẩn. Tôi đang sửa xe.	*Chiếc xe giờ lại tốt rồi. Tôi đã sửa nó xong.*
• She's **been eating** too much recently. She should eat less.	• Somebody **has eaten** all my candy. The box is empty.
Gần đây cô ấy ăn quá nhiều, cô ấy nên ăn ít đi.	*Ai đó đã ăn hết kẹo của tôi rồi. Gói kẹo hiện giờ trống rỗng.*
• It's nice to see you again. What **have** you **been doing** since the last time we saw you?	• Where's the book I gave you ? What **have** you **done** with it?
Rất mừng gặp bạn. Bạn đã làm gì từ khi chúng ta gặp nhau lần sau cùng?	*Cuốn sách tôi đã tặng bạn đâu rồi ? Bạn đã làm gì với nó?*

29

| • Where have you been ? **Have you been playing** tennis?
Bạn đã ở đâu vậy ? Bạn đã chơi quần vợt phải không? | • **Have** you ever **played** tennis?
Bạn đã từng chơi quần vợt chưa? |

B

| Chúng ta dùng thì *continuous* để hỏi hay nói **how long** - bao lâu (cho hành động vẫn còn đang xảy ra)

• How long **have** you **been reading** that book ?
Bạn đọc cuốn sách đó đã được bao lâu rồi ?
• Linda is still writing letters. She's **been writing** letters all day.
Linda vẫn đang còn viết thư. Cô ấy đã viết thư cho cả ngày hôm nay.
• They've **been playing** tennis since 2:00.
Họ đã chơi quần vợt suốt từ lúc 2 giờ. | Chúng ta dùng thì *simple* để hỏi hay nói **how much, how many** hay **how many times** (cho những hành động đã kết thúc)

• How many pages of that book **have** you **read**?
Bạn đã đọc được bao nhiêu trang của cuốn sách đó rồi?
• Mary **has written** ten letters today.
Hôm nay Mary đã viết được mười lá thư.
• They've **played** tennis three times this week.
Họ đã chơi quần vợt ba lần trong tuần này. |

C   Một số động từ (ví dụ như **know / like / believe**) không được dùng với thì *Continuous*

   • I've **known** about it for a long time. (*not* I've been knowing)
      Tôi đã biết về điều đó lâu nay rồi. (không nói "I've been knowing")

Xem **UNIT** 4a để biết bảng liệt kê các động từ này.

Present Perfect (Simple) Units 7-8 **Present Perfect Continuous** Unit 9
Present Perfect with for/since Units 11-12

30

10.1 Read the situations and write two sentences using the words in parentheses.

1. Luis started reading a book two hours ago. He is still reading it, and now he is on page 53.
   (read / for two hours) *He has been reading for two hours*
   (read / 53 pages so far) *He has read 53 pages so far.*
2. Rachel is from Australia. She is traveling around South America at the moment.
   She began her trip three months ago.
   (travel / for three months) She _____ .
   (visit / six countries so far) _____
3. Jimmy is a tennis player. He began playing tennis when he was ten years old. This year
   he is national champion again – for the fourth time.
   (win / the national championship four times) _____
   (play / tennis since he was ten) _____
4. When they graduated from college, Lisa and Amy started making movies together. They
   still make movies.
   (make / ten movies since they graduated from college) They _____ .
   (make / movies since they left college) _____

10.2 For each situation, ask a question using the words in parentheses.

1. You have a friend who is studying Arabic. You ask:
   (how long / study / Arabic?) *How long have you been studying Arabic?*
2. You have just arrived to meet a friend. She is waiting for you. You ask:
   (how long / wait?) _____
3. You see somebody fishing by the river. You ask:
   (how many fish / catch?) _____
4. Some friends of yours are having a party next week. You ask:
   (how many people / invite?) _____
5. A friend of yours is a teacher. You ask:
   (how long / teach?) _____
6. You meet somebody who is a writer. You ask:
   (how many books / write?) _____
   (how long / write / books?) _____
7. A friend of yours is saving money to take a trip. You ask:
   (how long / save?) _____
   (how much money / save?) _____

10.3 Put the verb into the more appropriate form, present perfect simple or continuous.

1. Where have you been? *Have you been playing* _____ (you / play) tennis?
2. Look! Somebody _____ (break) that window.
3. You look tired. _____ (you / work) hard?
4. "_____ (you / ever / work) in a factory?" "No, never."
5. My brother is an actor. He _____ (appear) in several movies.
6. "Sorry I'm late." "That's all right. I _____ (not / wait) long."
7. "Is it still raining?" "No, it _____ (stop)."
8. I _____ (lose) my address book. _____
   (you / see) it anywhere?
9. I _____ (read) the book you lent me, but I _____
   (not / finish) it yet.
10. I _____ (read) the book you lent me, so you can have it back now.

31

How long have you (been) ... ?

Xét ví dụ sau:

Bob and Alice are married. They got marrie exactly 20 years ago, so today is their weddin anniversary. They **have been married** for 2 years.

Bob và Alice đã thành hôn. Họ đã cưới nha đúng 20 năm về trước, vì vậy hôm nay là ngà kỷ niệm thứ 20 ngày cưới của họ. Họ đã cư nhau được 20 năm rồi.

Ta nói:

They **are** married, *(present)* Họ đã cưới nhau.

· *nhưng* **How long have** they **been** married ? (present perfect) (*not* How lon are they married?).

Họ đã cưới nhau được bao lâu rồi?

(không nói "How long are they married?")

They **have been** married **for 20 years**. (*not* They are married for 20 years)

Họ đã cưới nhau được 20 năm rồi.

(không nói "They are married for 20 years").

Chúng ta dùng thì *present perfect* (đặc biệt là với **how long, for** và **since**) đ nói về những sự việc bắt đầu trong quá khứ và còn tiếp diễn đến hiện tại. Hã so sánh thì *present* và *present perfect* qua các ví dụ sau:

- We **know** each other very well.

  Chúng tôi biết rõ về nhau.

nhưng We**'ve known** each other since we were in high school (*not* We know

  Chúng tôi đã biết nhau từ khi còn ở trung học. (không dùng "We knou

- **Do** you **have** a pain in your stomach?

  Anh có bị đau bao tử không?

Nhưng How long **have** you **had** the pain? (*not* How long do you have).

  Anh bị đau bao lâu rồi? (không dùng "How long do you have").

- He's **waiting** for somebody.

  Anh ta đang chờ ai đó.

Nhưng He's **been waiting** all morning.

  Anh ta đã chờ suốt buổi sáng.

B

Trong hầu hết các trường hợp có **how long**, **since** và **for**, thì *Present Perfect Continuous* thường được dùng hơn.

- I've **been studying** English for six months.

  Tôi học tiếng Anh đến nay đã sáu tháng rồi.

  I have known / had / lived ... là thì *present perfect simple*.

  I have been learning/ been waiting / been doing ... là thì *present perfect continuous*.

Trong hầu hết các trường hợp dùng với **how long, since** và **for** thì *present perfect continuous* được sử dụng nhiều hơn.

- I've **been studying** English for six months. (more usual than **I've studied**)

  Tôi học tiếng Anh được sáu tháng rồi.

- It's **been raining** since lunchtime.

  Trời đã mưa từ giờ ăn trưa.

- Richard **has been doing** the same job for 20 years.

  Richard đã làm cùng một công việc 20 năm rồi.

- "How long **have** you **been driving**?" "Since I was 17."

  Bạn lái xe được bao lâu rồi? Từ năm tôi 17 tuổi.

Nhưng một số động từ (ví dụ như **know / like / believe**) không dùng ở thì *continuous*.

- How long **have** you **known** Jane? (*not* have you been knowing?)

  Bạn quen Jane bao lâu rồi? (không dùng "have you been knowing?")

Xem thêm bài 4A để biết danh sách những động từ này.

C

Bạn có thể dùng cả hai thì *present* và *continuous* với động từ **live** (sống) và **work** (làm việc):

- John **has been living / has lived** in Denver for a long time.

  John đã sống ở Denver lâu rồi.

- How long **have** you **been working** / **have** you **worked** here?

  Bạn đã làm việc ở đây bao lâu rồi?

Nhưng chúng ta chỉ dùng thì *simple (I've done/ I've lived...)* với **always**.

- John **has always lived** in Denver, (*not* has always been living).

  John luôn sống ở Denver (không dùng "has always been living").

D

Chúng ta dùng thì *present perfect simple* trong các câu phủ định như sau:

- I **haven't seen** Tom since Monday. (= Monday was the last time I saw him.)

  Tôi đã không gặp Tom từ hôm thứ hai. (= Ngày thứ Hai vừa rồi là lần cuối tôi gặp Tom.)

- Jane **hasn't called** me for two weeks. (= The last time she called was two weeks ago.)

  Jane không gọi điện cho tôi hai tuần nay. (= Lần cuối cô ấy gọi điện cho tôi là cách đây hai tuần).

Exercises

11.1 Are the underlined verbs right or wrong? Correct them if they are wrong.

1. Bob is a friend of mine. I know him very well.   *RIGHT*
2. Bob is a friend of mine. I know him for a long time.   *I've known him*
3. Sue and Scott are married since July.   _____
4. The weather is awful. It's raining again.   _____
5. The weather is awful. It's raining all day.   _____
6. I like your house. How long are you living there?   _____
7. Mike is working in Las Vegas for the last few months.   _____
8. I'm going to Moscow tomorrow. I'm staying there until next Friday.   _____
9. "Do you still work?" "No, I'm retired. I don't work for years."   _____
10. That's a very old watch. How long do you have it?   _____

11.2 Read the situations and write questions from the words in parentheses.

1. John tells you that his mother is in the hospital. You ask him:
(how long / be / in the hospital?)   *How long has your mother been in the hospital?*
2. You meet a woman who tells you that she teaches English. You ask her:
(how long / teach / English?) _____
3. You know that Jane is a good friend of Carol's. You ask Jane:
(how long / know / Carol?) _____
4. Your friend's brother went to Australia a while ago, and he's still there. You ask your friend: (how long / be / in Australia?) _____
5. Chris always wears the same jacket. It's a very old jacket. You ask him:
(how long / have / that jacket?) _____
6. You are talking to a friend about Scott. Scott now works at the airport. You ask your friend: (how long / work / at the airport?) _____
7. A friend of yours is taking guitar lessons. You ask him:
(how long / take / guitar lessons?) _____
8. You meet somebody on a plane. She tells you that she lives in San Francisco. You ask her: (always / live / in San Francisco?) _____

11.3 Complete B's answers to A's questions.

	A	B
1.	Amy is in the hospital, isn't she?	Yes, she *has been* in the hospital since Monday.
2.	Do you see Ann very often?	No, I *haven't seen* her for three months.
3.	Is Margaret married?	Yes, she _____ married for ten years.
4.	Are you waiting for me?	Yes, I _____ for the last half hour.
5.	Do you still play tennis?	No, I _____ tennis for years.
6.	Is Jim watching TV?	Yes, he _____ TV all night.
7.	Do you watch a lot of TV?	No, I _____ TV much recently.
8.	Do you have a headache?	Yes, I _____ a headache all morning.
9.	Are you feeling sick?	Yes, I _____ sick since I got up.
10.	Sue lives in Miami, doesn't she?	Yes, she _____ in Miami for the last few years.
11.	Do you still go to the movies a lot?	No, I _____ to the movies for ages.
12.	Would you like to go to Australia some day?	Yes, I _____ to go to Australia. (*use* always / want)

For và *since,* When ... ?, và *How long* ... ?

A

Ta dùng cả **for** và **since** để diễn tả một sự việc đã xảy ra được trong bao lâu.

Chúng ta dùng **for** khi nói về một khoảng thời gian (như **two hours, six weeks**...)	Chúng ta dùng **since** khi để cập tới sự bắt đầu của một khoảng thời gian nào đó như **8:00, Monday, 1985**...)
• I've been waiting **for two hours**. *Tôi đã chờ hai tiếng đồng hồ rồi.*	• I've been waiting **since 8 o'clock**. *Tôi đã chờ từ 8 giờ.*

for two hours ⟩	since 8:00 ⟩
two hours ago .... *now*	*8:00* .... *now*

	for			since	
two hours	a week	8 o'clock	1977	I arrived
20 minutes	50 years	Monday	Christmas	yesterday
five days	a long time	May 12	April	lunchtime
six months	ages			

• Kelly has been working here **for six months**. (not since six months). *Kelly làm việc ở đây đã được sáu tháng. (không nói "since six months")*	• Kelly has been working here **since April** (= from April until now) *Kelly đã làm việc ở đây từ hồi tháng tư (= từ tháng tư đến nay)*
• I haven't seen Tom for 3 days. *Tôi không gặp Tom 3 ngày rồi.*	• I haven't seen Tom **since Monday**. *Tôi không gặp Tom từ thứ hai.*

Cũng có thể không dùng **for** trong câu khẳng định (nhưng trong câu phủ định thì thường là bắt buộc):

• They've been married (for) **ten years**. (dùng **for** hay không cũng được).
Họ đã cưới nhau được mười năm.
• They **haven't had** a vacation **for ten years**. (bạn phải dùng **for** trong câu này)
Họ đã chưa nghỉ phép lần nào trong suốt mười năm qua.
Ta không dùng **for + all** (**all day, all my life**...):
• I've lived here **all my life**. (*not* for all my life).
Tôi đã sống ở đây cả đời tôi. (không nói "for all my life")

B Hãy so sánh **When** ...? *(+ simple past)* và **How long** ...? *(+ present perfect)*:

A: When **did** it **start** raining?
   Trời bắt đầu mưa khi nào vậy?
B: It **started** raining an hour **ago / at** one o'clock.
   Trời bắt đầu mưa một giờ trước đây / từ lúc 1 giờ.

A: **How long has** it **been raining**?
   Trời mưa đã bao lâu rồi?
B: It's **been raining for** an hour / **since** one o'clock.
   Trời mưa đã được một giờ rồi / từ lúc 1 giờ.
A: When **did** Joe and Carol **meet** each other?
   Joe và Carol gặp nhau lúc nào?
B: They first **met** a long time **ago / when** they were in high school.
   Họ gặp nhau lần đầu cách đây lâu rồi / khi họ đang học trung học.
A: **How long have** Joe and Carol **known** each other?
   Joe và Carol quen nhau bao lâu rồi?
B: They've **known** each other **for** a long time / **since** they were in hig
   school.
   Họ quen nhau lâu rồi / từ khi còn ở trung học.

C Ta nói 'It's (= It has) been a long time / two years... since somethin
happened':
• **It's been two years since** I last saw Joe. (= I haven't seen Joe for tw
years. = Tôi đã không gặp Joe hai năm nay rồi / Lần cuối cùng tôi gặp Jo
cách đây hai năm).
Đã hai năm từ khi tôi gặp Joe lần cuối.
• **It's been ages since** we went to the movies. (= We haven't gone to th
movies for ages. = *Chúng tôi đã không đi xem phim nhiều năm nay rồi*)
Đã nhiều năm nay chúng tôi không hề đi xem phim.
Thể nghi vấn là: **How long has it been since**...?
• **How long has it been since** you last saw Joe? (= When did you last se
Joe ? = *Bạn đã gặp Joe lần cuối khi nào*)?
Đã bao lâu rồi từ khi bạn gặp Joe lần cuối?
• **How long has it been since** Mrs Hill died? (= When did Mrs Hill die?
Bà Hill đã mất năm nào?).
Đã bao lâu rồi từ khi bà Hill mất?

How long have you (been) . . . ? **Unit 11**

36

Exercises

12.1 Put in *for* or *since*.

1. It's been raining *since* _____ lunchtime.
2. Joe has lived in Dallas _____ 20 years.
3. Sarah has lived in Chicago _____ 1985.
4. I'm tired of waiting. I've been sitting here _____ an hour.
5. I haven't been to a party _____ a long time.
6. Christine is away. She's been away _____ Friday.
7. Kevin has been looking for a job _____ he finished school.
8. I wonder how Carol is. I haven't seen her _____ ages.

12.2 Write questions with *how long* and *when*.

1. It's raining.
   (how long?) *How long has it been raining?* _____
   (when?) *When did it start raining?* _____
2. Karen is studying Japanese.
   (how long?) _____
   (when / start?) _____
3. I know Chris.
   (how long?) _____
   (when / first / meet?) _____
4. Bob and Jessica are married.
   (how long?) _____
   (when?) _____

12.3 Read the situation and complete the sentences.

1. (It's raining now. It's been raining since lunchtime.) It started *raining at lunchtime* .
2. (Ann and Sue are friends. They met each other years ago.)
   They've *known each other for years* .
3. (Mark is sick. He became sick on Sunday.) He has _____
4. (Mark is sick. He became sick a few days ago.) He has _____
5. (Sarah is married. She's been married for two years.) She got _____
6. (You have a camera. You bought it ten years ago.) I've _____
7. (Megan has been in France for the last three weeks.) She went _____
8. (You're working in a hotel. You started in June.) I've _____

12.4 Write B's sentences using the words in parentheses.

1. A: Do you take vacations often?
   B: (no / five years) *No. I haven't taken a vacation for five years.* _____
2. A: Do you eat in restaurants often?
   B: (no / ages) No, I _____
3. A: Do you see Laura often?
   B: (no / about a month) No, _____
4. A: Do you go to the movies often?
   B: (no / a long time) _____

Now write B's answers again. This time use *It's been . . . since . . .*

5. *No. it's been five years since I took a vacation.* _____
6. No, it's _____
7. No, _____
8. _____

Present perfect and past *(I have done* and *I did)*.
Thì hiện tại hoàn thành và thì quá khứ

Có thể dùng *present perfect* (**I have done**) hoặc *simple past* (**I did**). Ví dụ có thể nói:
* I**'ve lost** my key. **Have** you **seen** it? Or I **lost** my key. **Did** you **see** it?
 Tôi làm mất chìa khóa. Bạn có thấy nó đâu không?

Nhưng không dùng thì *present perfect* khi bạn nói về một hành động đã kế thúc (ví dụ như **yesterday / ten minutes ago / in 1985**). Trong nhữ trường hợp này hãy dùng *simple past.*

* I **lost** my key yesterday. (*not* I've lost)
 Hôm qua tôi đánh mất chìa khóa. (không dùng "I've lost")
* It **was** very hot last summer. (*not* has been)
 Mùa hè vừa qua trời rất nóng (không dùng "has been")
* **"Did** you **see** the news on TV last night?" "No, I **went** to bed early."
 Tối qua bạn có xem tin tức trên TV không?" "Không, tôi đi ngủ sớm."

Sử dụng *simple past* khi hỏi **When ...?** hoặc **What time ...?**
* What time / When **did** you **finish** work yesterday? (*not* have you finished)
 Hôm qua khi nào bạn xong việc? (không dùng "have you finished")

Thì *present perfect* không được dùng nếu không có sự liên hệ với hiện t. (chẳng hạn những sự việc đã xảy ra một thời gian trước đây).
* The Chinese **invented** printing. (*not* have invented)
 Người Trung Quốc đã phát minh ra việc in ấn. (không nói "have invented"
* Beethoven **was** a great composer. (*not* has been)
 Beethoven đã là một nhà soạn nhạc vĩ đại. (không nói "has been")

Hãy so sánh:
* Shakespeare **wrote** many plays.
 Shakespeare đã viết nhiều vở kịch.

* My brother is a writer. He **has written** many books. (He still writes books
 Anh tôi là một nhà văn. Anh ấy đã viết nhiều cuốn sách. (Hiện giờ anh vẫ còn viết sách).

So sánh thì hiện tại hoàn thành và thì quá khứ (*present perfect* và *simple past*) qua các câu sau:

Present perfect (**has done**)	Simple past (**did**)
• I've **done** a lot of work **today**.	• I **did** a lot of work **yesterday**.
Hôm nay tôi đã làm được nhiều việc.	*Hôm qua tôi đã làm việc nhiều.*
Chúng ta dùng thì *present perfect* khi để cập tới một khoảng thời gian liên tục từ quá khứ đến hiện tại. Ví dụ như: **today, this week, since 1985**.	Chúng ta dùng thì *simple past* khi để cập tới một khoảng thời gian và kết thúc hẳn trong quá khứ. Ví dụ như: **yesterday, last week, from 1985 to 1991**.

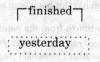

past now	past now
• It **hasn't rained** this week.	• It **didn't rain** last week.
Tuần này trời không mưa.	*Tuần rồi trời không mưa.*
• **Have** you **seen** Lisa this morning?	• **Did** you **see** Anna this morning.
Từ sáng đến giờ bạn có gặp Lisa không? (bây giờ vẫn còn là buổi sáng)	*Hồi sáng này bạn có gặp Anna không?* (bây giờ đã là buổi chiều hay buổi tối rồi).
• **Have** you **seen** Lisa recently?	• **Did** you **see** Anna on Sunday?
Gần đây bạn có gặp Lisa không?	*Bạn có gặp Anna hôm chủ nhật không?*
• We've **been waiting** for an hour. (We are still waiting now.)	• We **waited** (or **were waiting**) for an hour. (We are no longer waiting).
Chúng tôi đã chờ cả giờ đồng hồ rồi. (bây giờ chúng tôi vẫn còn đang chờ).	*Chúng tôi đã chờ cả tiếng đồng hồ.* (bây giờ chúng tôi không còn chờ nữa).
• John lives in Los Angeles. He **has lived** there for seven years.	• John **lived** in New York for ten years. Now he lives in Los Angeles.
John đang sống ở Los Angeles. Anh ấy đã sống ở đó được bảy năm rồi.	*John đã sống ở New York được mười năm. Bây giờ anh ấy sống ở Los Angeles.*
• I **have** never **played** golf. (in my life)	• I **didn't play** golf last summer.
Tôi chưa bao giờ chơi golf. (trong đời tôi)	*Tôi đã không chơi golf hè năm rồi.*
Thì *present perfect* luôn có một sự liên hệ với **hiện tại**. Xem **UNIT** 7-12.	Thì *simple past* chỉ nói về quá khứ. Xem **UNIT** 5-6.

Exercises

13.1 Are the underlined parts of these sentences right or wrong? Correct the ones that are wrong.

1. I've lost my key. I can't find it anywhere.   _RIGHT_
2. Have you seen the news on television last night?   _Did you see_
3. Did you hear about Sue? She's quit her job.   _____
4. Where have you been last night?   _____
5. Maria has graduated from high school in 1999.   _____
6. I'm looking for Mike. Have you seen him?   _____
7. I'm very hungry. I haven't eaten anything today.   _____
8. Aristotle has been a Greek philosopher.   _____
9. Erica hasn't been at work yesterday.   _____
10. When has this book been published?   _____

13.2 Make sentences from the words in parentheses. Use the present perfect or simple past.

1. (it / not / rain / this week) _It hasn't rained this week._
2. (the weather / be / cold / recently) The weather _____.
3. (it / cold / last week) It _____.
4. (I / not / read / a newspaper yesterday) I _____.
5. (I / not / read / a newspaper today) _____
6. (Kate / earn / a lot of money / this year) _____
7. (she / not / earn / as much / last year _____
8. (you / take / a vacation recently?) _____

13.3 Put the verb into the correct form, present perfect or simple past.

1. What time _did you finish_ (you / finish) work yesterday?
2. When I _____ (get) home last night, I _____ (be) very tired, so I _____ (go) straight to bed.
3. Robert _____ (not / be) very busy last week.
4. Mr. Lee _____ (work) in a bank for 15 years. Then he quit.
5. Kelly lives in Toronto. She _____ (live) there all her life.
6. "_____ (you / go) to the movies last night?" "Yes, but it _____ (be) a mistake. The movie _____ (be) awful."
7. My grandfather _____ (die) 30 years ago. I _____ (never / meet) him.
8. I don't know Karen's husband. I _____ (never / meet) him.
9. A: Where do you live?   B: In Rio de Janeiro.
   A: How long _____ (you / live) there?   B: Five years.
   A: Where _____ (you / live) before that?   B: In Buenos Aires.
   A: And how long _____ (you / live) in Buenos Aires?   B: Two years.

13.4 Write sentences about yourself using the ideas in parentheses.

1. (something you haven't done today) _I haven't eaten any fruit today._
2. (something you haven't done today) _____
3. (something you didn't do yesterday) _____
4. (something you did last night) _____
5. (something you haven't done recently) _____
6. (something you've done a lot recently) _____

Past perfect *(I had done)*
Thì quá khứ hoàn thành

A Xem xét ví dụ sau:

At 10:30 — Bye!   *At 11:00* — Hello!

ERIC   SARAH

Sarah went to a party last week. Eric went to the party, too, but they didn't see each other. Eric left the party at 10:30 and Sarah got there at 11 o'clock. So:

When Sarah got to the party, Eric wasn't there.

He **had gone** home (before Sarah arrived).

Tuần rồi Sarah đã đi dự tiệc. Eric cũng đến buổi tiệc đó nhưng họ đã không gặp nhau. Eric ra về lúc 10h30, còn Sarah thì đến lúc 11h. Vì vậy:

Khi Sarah đến dự tiệc thì Eric đã không còn ở đó.

Anh ấy đã ra về (trước khi Sarah tới).

Had gone là thì *past perfect (simple)* - Thì quá khứ hoàn thành.

			gone
I/we/they/you		(= I'd etc.)	seen
	had		
he/she/it		(= He'd etc)	**finished** etc.

Thì *past perfect simple* = **had + past participle** (**gone/seen/finished**...)

Đôi khi chúng ta nói đến một việc gì đó xảy ra trong quá khứ.

- Sarah **got to** the party.

  Sarah đã đến dự tiệc.

Đây là điểm khởi đầu của câu chuyện. Sau đó nếu chúng ta muốn nói về những sự việc xảy ra trước thời điểm này, chúng ta dùng thì *past perfect (had + past participle)*:

- When Sarah **got to** the party, Eric **had** already **gone** home.

  Khi Sarah đến buổi tiệc, Eric đã đi về nhà.

Xem thêm một số ví dụ sau:

- When we got home last night, we found that somebody **had broken** into the flat.

  Tối qua khi chúng tôi về nhà, chúng tôi phát hiện có người đã đột nhập vào bên trong.

- Karen didn't want to go to the movies with us because she **had** already **seen** the film.

  Karen đã không muốn đi xem phim với chúng tôi vì cô ấy đã xem phim đó rồi.

- At first I thought I**'d done** the right thing, but soon I realised that I'd **made** a serious mistake

  Thoạt tiên tôi nghĩ là tôi đã làm điều đúng đắn nhưng chẳng bao lâu sau tôi nhận ra là tôi đã phạm phải một sai lầm nghiêm trọng.

- The man sitting next to me on the plane was very nervous. He **hadn't flown** before. / He **had** never **flown** before.

  Người đàn ông ngồi cạnh tôi trên máy bay đã rất là hồi hộp. / Trước giờ (Từ trước cho đến khi ấy) anh ấy chưa bao giờ đi máy bay.

B   Hãy so sánh

[**Had done** (*past perfect*)] [**have done** (*present perfect*)]

present perfect 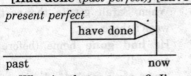	past perfect 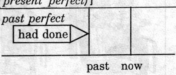
past now	past now
• Who is that woman ? I**'ve** never **seen** her before. *Người phụ nữ kia là ai vậy ? Trước giờ tôi chưa hề gặp bà ta.* • We aren't hungry. We**'ve** just **had** lunch. *Chúng tôi không đói. Chúng tôi vừa ăn trưa xong.* • The house is dirty. They **haven't cleaned** it for weeks. *Ngôi nhà dơ quá. Mấy tuần rồi họ không dọn dẹp gì cả.*	• I didn't know who she was. I**'d** never **seen** her before. (= before that time) *Tôi đã không biết cô ấy là ai. Trước đó tôi chưa bao giờ gặp cô ấy cả.* • We weren't hungry. We**'d** just **had** lunch. *Chúng tôi đã không đói. Lúc ấy chúng tôi vừa dùng cơm trưa xong.* • The house was dirty. They **hadn't cleaned** it for weeks. *Ngôi nhà lúc đó dơ quá. Họ đã không dọn dẹp nó trong nhiều tuần.*

C   Hãy so sánh thì *past perfect* (**I had done**) và *simple past* (**I did**):

- "Was Ben at the party when you arrived ?" "No, he **had** already **gone** home".

  "Lúc bạn đến Ben có mặt ở buổi tiệc không ?" "Không, anh ấy đã đi về nhà rồi".

nhưng
- "Was Ben at the party when you arrived?" Yes, but he **went** home soon afterwards".

  "Lúc bạn đến Ben có ở đó khôn ?" "Có, nhưng ngay sau đó anh ấy đã đi về.

- Amy **had** just **gotten** home when I phone. She **had been** at her mother's.

  Amy vừa về đến nhà khi tôi gọi điện cho cô ấy. Trước đó cô ấy đã ở nhà mẹ cô ấy.

nhưng
- "Amy wasn't at home when I phoned. She was at her mother's."

  Amy không có ở nhà khi tôi gọi đến. Lúc đó cô ấy ở nhà mẹ cô ấy.

14.1 Read the situations and write sentences using the words in parentheses.

1. You went to Jill's house, but she wasn't there.
   (she / go / out) _She had gone out._
2. You went back to your hometown after many years. It wasn't the same as before.
   (it / change / a lot) _____
3. I invited Rachel to the party, but she couldn't come.
   (she / make / plans to do something else) _____
4. It was nice to see Daniel again after such a long time.
   (I / not / see / him for five years) _____
5. You went to the movies last night. You got there late.
   (the movie / already / begin) _____
6. Sam played tennis yesterday. It was his first game, and he wasn't very good at it.
   (he / not / play / before) _____
7. I offered Sue something to eat, but she wasn't hungry.
   (she / just / have / breakfast) _____
8. Last year we went to Mexico. It was our first time there.
   (we / never / be / there before) _____

14.2 Use the sentences on the left to complete the paragraphs on the right. These sentences are in the order in which they happened – so (a) happened before (b), (b) before (c), etc. But your paragraph should begin with the underlined sentence, so sometimes you will need the past perfect.

1. a) Somebody broke into the office during the night.
   b) <u>We arrived at work in the morning.</u>
   c) We called the police.

   We arrived at work in the morning and found that somebody _had broken_ into the office during the night. So we _____ .

2. a) Ann went out.
   b) <u>I tried to phone her</u> this morning.
   c) There was no answer.

   I tried to phone Ann this morning, but _____ no answer.
   She _____ out.

3. a) Jim came back from vacation a few days ago.
   b) <u>I met him the same day.</u>
   c) He looked relaxed.

   I met Jim a few days ago. He _____ just _____ .
   He _____ .

4. a) Kevin wrote to Sally many times.
   b) She never answered his letters.
   c) <u>Yesterday he got a phone call from her.</u>
   d) He was very surprised.

   Yesterday Kevin _____ .
   He _____ very surprised.
   He _____ many times,
   but she _____ .

14.3 Put the verb into the correct form, past perfect (I had done) or simple past (I did).

1. "Was Ben at the party when you got there?" "No, he _had gone_ (go) home."
2. I felt very tired when I got home, so I _____ (go) straight to bed.
3. The house was very quiet when I got home. Everybody _____ (go) to bed.
4. "Sorry I'm late. The car _____ (break) down on my way here."
5. We were driving on the highway when we _____ (see) a car that _____ (break) down, so we _____ (stop) to see if we could help.

Past perfect continuous *(I had been doing)*
Thì quá khứ hoàn thành tiếp diễn

A Hãy xem xét ví dụ sau:

Yesterday morning I got up and looked out of the window. The sun was shining, but the ground was very wet.

Sáng hôm qua tôi thức dậy và nhìn ra ngoài cửa sổ. Mặt trời lúc ấy đang chiếu sáng nhưng mặt đất thì rất là ướt.

It **had been raining**.

Trước đó trời đã mưa.

It was not raining when I looked out of the window; the sun was shining. But it had been raining before.

Lúc tôi nhìn ra ngoài cửa sổ thì trời không mưa; mặt trời lúc đó đang chiếu sáng. Nhưng trời đã mưa trước đó.

Had been -ing là thì *past perfect continuous.*

I/we/you/they he/she/it	**had**	(= I'd,etc.) (= he'd,etc.)	**been**	Doing working playing,etc.

Hãy xem thêm một số ví dụ sau:

• When the boys came into the house, their clothes were dirty, their hair was messy and one of them had a black eye. They**'d been fighting**.

Khi bọn trẻ về tới nhà, quần áo chúng dơ bẩn, tóc tai rối bù và mắt một đứa bị tím bầm. Chúng đã đánh nhau.

• I was very tired when I got home. I**'d been working** hard all day.

Khi về đến nhà tôi đã rất mệt. Tôi đã làm việc vất vả cả ngày.

B Bạn có thể dùng thì *past perfect continuous* để diễn tả sự việc nào đó đã diễn ra (**had been happening**) được một khoảng thời gian trước khi một sự việc khác xảy ra:

• We**'d been playing** tennis for about half an hour when it started to rain heavily.

Chúng tôi đã chơi tennis được nửa giờ khi trời bắt đầu đổ mưa rất lớn.

• Jim quit drinking coffee two years ago. He**'d been drinking** coffee for 20 years.

Jim đã bỏ uống cà phê cách đây hai năm. Trước đó anh ấy đã uống cà phê suốt 20 năm.

C So sánh **have been -ing** và **had been -ing**.

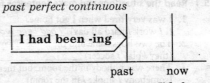

Present perfect continuous	past perfect continuous
I have been -ing	**I had been -ing**
past ————————————— now	past ———————— now
• I hope the bus comes soon. I've **been waiting** for 20 minutes. (before now) *Tôi hy vọng là xe buýt sắp tới. Tôi chờ từ nãy đến giờ 20 phút rồi.* • He's out of breath. He **has been running**. *Anh ấy đang thở gấp. Anh ấy đã chạy nãy giờ.*	• At last the bus came. I'd **been waiting** for 20 minutes. (before the bus come) *Cuối cùng xe buýt cũng đã tới. Lúc ấy tôi đã chờ mất 20 phút rồi. (trước khi xe buýt tới)* • He was out of breath. He **had been running**. *Anh ấy đã thở gấp. Anh ấy đã chạy trước đó.*

D Hãy so sánh **had been doing** *(past perfect continuous)* và **was doing** *(past continuous)*:

- It **wasn't raining** when we went out. The sun **was shining**. But it **had been raining**, so the ground was wet.
  Trời không có mưa lúc chúng tôi đi ra ngoài. Trời lúc đó đang nắng. Nhưng trước đó trời đã mưa nên mặt đất vẫn còn ướt.

- Stephanie **was sitting** in an armchair resting. She was tired because she'**d been working** very hard.
  Lúc đó Stephanie đang ngồi trên ghế và nghỉ ngơi. Cô ấy mệt vì cô ấy đã làm việc rất nhiều.

E Một số động từ như **know** và **want** không được dùng với thì *continuous*:

- We were good friends. We **had known** each other for years. (*not* had been knowing).
  Chúng tôi đã là những người bạn tốt. Khi ấy chúng tôi biết nhau đã nhiều năm rồi. (không nói "had been knowing")

Xem **UNIT** 4A để biết thêm các động từ loại này.

Exercises

15.1 Read the situations and make sentences from the words in parentheses.

1. I was very tired when I got home.
   (I / work / hard all day) *I had been working hard all day.*
2. The two boys came into the house. They had a soccer ball, and they were both very tired.
   (they / play / soccer) _____
3. There was nobody in the room, but there was a smell of cigarette smoke.
   (somebody / smoke / in the room) _____ .
4. Ann woke up in the middle of the night. She was frightened and didn't know where she was.
   (she / dream) _____
5. When I got home, Mike was sitting in front of the TV. He had just turned it off.
   (he / watch / TV) _____

15.2 Read the situations and complete the sentences.

1. We played tennis yesterday. Half an hour after we began playing, it started to rain.
   We *had been playing for half an hour* when *it started to rain* .
2. I had arranged to meet Robert in a restaurant. I arrived and waited for him. After 20
   minutes I suddenly realized that I was in the wrong restaurant.
   I _____ for 20 minutes when I _____
   _____ .
3. Sarah got a job in a factory. Five years later the factory closed down.
   At the time the factory _____ , Sarah _____
   _____ there for five years.
4. I went to a concert last week. The orchestra began playing. After about ten minutes a
   man in the audience suddenly began shouting.
   The orchestra _____ when _____
   _____ .

**15.3 Put the verb into the most appropriate form, past continuous (*I was doing*), past perfect
(*I had done*), or past perfect continuous (*I had been doing*).**

1. It was very noisy next door. Our neighbors *were having* (have) a party.
2. We were good friends. We *had known* (know) each other for a long
   time.
3. John and I went for a walk. I had trouble keeping up with him because he
   _____ (walk) so fast.
4. Sue was sitting on the ground. She was out of breath. She _____
   (run).
5. When I arrived, everybody was sitting around the table with their mouths full. They
   _____ (eat).
6. When I arrived, everybody was sitting around the table and talking. Their mouths
   were empty, but their stomachs were full. They _____ (eat).
7. Brian was on his hands and knees on the floor. He _____ (look)
   for his contact lens.
8. When I arrived, Kate _____ (wait) for me. She was upset with me
   because I was late and she _____ (wait) for a very long time.
9. I was sad when I sold my car. I _____ (have) it for a very long time.
10. We were extremely tired at the end of our trip. We _____ (travel)
    for more than 24 hours.

Have and *have got*
Have và Have got

Have và **have got**. (= Sở hữu, làm chủ, có...)
Have got thường dùng hơn **have**. Vì vậy bạn có thể nói:

> I have a headache.

> I've got a headache, too.

- We**'ve got** a new car. *or* We **have** a new car.

  Chúng tôi có một chiếc xe hơi mới.

- Nancy **has got** two sisters. *or* Nancy **has** two sisters.

  Nancy có hai người chị.

Chúng ta dùng *have got* và *have* để nói về bệnh tật, đau ốm...

- I**'ve got** a headache. *or* I **have** a headache.

  Tôi bị nhức đầu.

Câu hỏi và câu phủ định có 2 dạng sau:

Do you **have** any money?	I **don't have** any money.
Have you **got** any money?	I **haven't got** any money.
Does she **have** a car?	She **doesn't have** a car.
Has she **got** a car?	She **hasn't got** a car.

Khi **Have** mang nghĩa sở hữu... bạn không dùng được với *continuous* (**is having / are having**...):

- I **have** / I**'ve got** a headache. (*not* I'm having)

  Tôi bị nhức đầu. (không nói "I'm having")

Đối với thì quá khứ chúng ta dùng *had* (thường không đi với "*got*"):

- Ann **had** long fair hair when she was a child. (*not* Ann had got)

  Khi còn nhỏ Ann đã có một mái tóc dài, đẹp. (không nói "Ann had got")

Trong câu hỏi và phủ định chúng ta dùng **did/didn't**:

- **Did** they **have** a car when they were living in Miami ?

  Thời họ sống ở Miami, họ có xe hơi không?

- I **didn't have** a watch, so I didn't know the time.

  Tôi không có đồng hồ nên tôi đã không biết giờ.

- Ann **had** blond hair, **didn't** she?

  Có phải Ann đã có một mái tóc vàng không?

B

Have breakfast / have trouble / have a good time, etc...

Have (không đi với **got**) cũng được dùng để diễn tả nhiều hành động ha kinh nghiệm chẳng hạn như:

have	breakfast / dinner / a cup of coffee / something to drink
	a party / a safe trip / a good flight
	an accident / an experience / a dream etc.
	a look (at something)
	a baby (= give birth to a baby) / an operation
	difficulty / trouble / fun / a nice time

- Goodbye ! I hope you **have** a nice time.
  Tạm biệt nhé ! Tôi hy vọng anh sẽ vui vẻ.
- Jennifer **had** a baby recently.
  Jennifer mới sanh một cháu bé.

Have got không thể đi với những cụm từ này:
- I usually **have** a sandwich for lunch. (have = eat; *not* "have got")
  Tôi thường có một cái sandwich cho buổi ăn trưa. (ở đây have có nghĩa l ăn, không mang nghĩa sở hữu).

nhưng • I**'ve got** some sandwiches. Would you like one?
  Tôi có mấy cái bánh sandwich đây, bạn ăn một cái nhé?

Trong những câu này, **have** giống như các động từ khác, nghĩa là bạn có thế dùng thì *continuous* (**is having / are having**) khi thích hợp:
- I got a postcard from Michale this morning. He's on holiday. He says he's **having** a wonderful time. (*not* he has a wonderful time.)
  Tôi đã nhận được một tấm bưu thiếp của Michale sáng nay. Anh ấy đang đi nghỉ. Anh ấy nói rằng anh ấy đang có một khoảng thời gian tuyệt vời (không dùng "he has a wonderful time.")
- What time **does** Ann **have** lunch ? (*not* has Ann lunch)
  Ann dùng bữa trưa vào lúc mấy giờ? (không dùng "has Ann lunch")
- **Did** you **have** any trouble finding a place to live?
  Anh có gặp khó khăn gì trong việc tìm chỗ ở không?

Exercises

16.1 Write negative sentences with *have*. Some are present *(can't)*, and some are past *(couldn't)*.

1. I can't make a phone call. (any change) *I don't have any change.*
2. I couldn't read the letter. (my glasses) *I didn't have my glasses.*
3. I can't climb up on the roof. (a ladder) I _____ .
4. We couldn't visit the museum. (enough time) We _____ .
5. He couldn't find his way to our house. (a map) _____
6. She can't pay her bills. (any money) _____
7. They can't get into the house. (a key) _____
8. I couldn't take any pictures. (a camera) _____

16.2 Complete these questions with *have*. Some are present and some are past.

1. Excuse me, *do you have* _____ a pen I could borrow?
2. Why are you holding your face like that? _____ a toothache?
3. _____ a bicycle when you were a child?
4. "_____ the time, please?" "Yes, it's ten after seven."
5. When you took the exam, _____ time to answer all the questions?
6. I need a stamp for this letter. _____ one?
7. "It started to rain while I was walking home." "Did it? _____ an umbrella?"

16.3 Write sentences about yourself. Choose four of the following things:

~~a car~~ a bicycle a moped a guitar a computer a camera a driver's license
a job a dog / a cat (or other animal) a serious illness long hair

Do you have these things now? Did you have them ten years ago? Write two sentences each time using *I have / I don't have* and *I had / I didn't have.*

now	*10 years ago (or 5 if you're too young)*
1. *I have a car.* OR *I've got a car.*	*I didn't have a car.*
2. _____	_____
3. _____	_____
4. _____	_____

16.4 Complete these sentences. Use an expression from the list, and put the verb into the correct form where necessary.

have a cold drink   have a party   have a nice time   have a good flight
have a look   have a baby   have trouble   ~~have lunch~~

1. I don't eat much during the day. I never *have lunch* .
2. We _____ last Saturday. It was great – we invited lots of people.
3. Excuse me, may I _____ at your newspaper, please?
4. I haven't seen you since you came back from your vacation. _____
   _____ ?
5. Crystal _____ a few weeks ago. It's her second child.
6. I was very hot after playing tennis, so I _____ .
7. You meet Jason at the airport. He has just arrived. *You say:*
   Hello, Jason. _____ ?
8. What's the matter? _____ opening that jar?

UNIT 17

Used to (do)

Hãy xem ví dụ sau:

A

A few years ago

Today

Dennis quit jogging two years ago. He doesn't jog any more.

Dennis đã bỏ chạy bộ hai năm trước đây. Anh ấy không còn chạy bộ nữa.

But he **used to jog**.

Nhưng, anh ấy đã từng chạy bộ.

He **used to jog** three miles a day.

Anh ấy đã từng chạy 3 dặm mỗi ngày.

"He **used to jog**" = Anh ấy đã chạy bộ thường xuyên trong một thời gian ở quá khứ, nhưng anh ấy bây giờ không còn chạy bộ nữa.

←—he used to jog—→ | he doesn't jog now |

past   2 years ago   now

B

Chúng ta dùng *use to + infinitive* để diễn tả một sự việc nào đó xảy ra thường xuyên trong quá khứ, nhưng bây giờ thì không còn nữa.

- I **used to play** tennis a lot but I don't play as much now.

  Trước đây tôi chơi tennis rất nhiều nhưng bây giờ tôi không còn chơi thường xuyên nữa.

- Diane **used to travel** a lot. These days she doesn't take many trips.

  Diane đã từng đi du lịch rất nhiều. Dạo này cô ấy không còn đi xa nữa.

- "Do you go to the movies very often ?" "Not anymore, but I **used to**". (= I used to go...)

  "Bạn có thường hay đi xem phim lắm không ?" "Bây giờ tôi không, nhưng trước kia thì có".

Ta còn dùng **used to** để nói về một điều trong quá khứ thì đúng nhưng bây giờ thì không.

- This building is now a furniture shop. It **used to be** a movie theater.

  Tòa nhà này bây giờ là một cửa hàng bán giường tủ, bàn ghế gia đình. Trước đây nó là một rạp chiếu phim.

- I've started drinking coffee recently. I never **used to like** it before.

  Tôi mới bắt đầu uống cà phê gần đây. Trước đây tôi chưa bao giờ thích cà phê cả.

- Nicole **used to have** very long hair when she was a child.

  Nicole đã từng để tóc dài khi cô ấy còn nhỏ.

C "**Used to** do" luôn đề cập đến quá khứ, không có dạng thức hiện tại.. Bạn không thể nói "I use to do". Để nói về hiện tại bạn phải dùng thì *simple present* (I do).

Hãy so sánh:

past	he **used to travel**	we **used to live**	there **used to be**
present	he **travels**	we **live**	there **is**.

- We **used to live** in a small town but now we live in Chicago.
  Chúng tôi đã từng sống ở một thị trấn nhỏ nhưng nay chúng tôi sống ở Chicago.

- There **used to be** four movie theaters in the town. Now there is only one.
  Trước kia trong thị trấn có bốn rạp chiếu phim, nhưng hiện nay chỉ còn một.

D Hình thức câu hỏi là: **Did** (you) **use to...?**:

- **Did** you **use to eat** a lot of candy when you were a child?
  Bạn có thường ăn nhiều kẹo khi bạn còn nhỏ không?

Hình thức câu phủ định là: **didn't use to...** (cũng có thể dùng **used not to...**)

- I **didn't use to** like him.
  Trước đây tôi không thích anh ấy.

E Hãy so sánh **I used to do** với **I was doing** (xem **UNIT** 6):

- I **used to watch** TV a lot . (= I watched TV regularly in the past , but I no longer do this.)
  Tôi đã từng xem truyền hình rất nhiều. (= Trước kia tôi đã xem truyền hình thường xuyên, nhưng bây giờ tôi không còn xem nữa).

- I **was watching** TV when the phone rang. (= I was in the middle of watching TV).
  Lúc điện thoại reo thì tôi đang xem truyền hình. (Tôi đang xem truyền hình dở dang).

F Đừng nhầm lẫn giữa **I used to do** và **I am used to doing** (xem **UNIT** 58). Cả cấu trúc và ý nghĩa của chúng đều khác nhau.

- I **used to live** alone. (= I lived alone in the past but I no longer live alone).
  Tôi đã từng sống một mình. (= Trước đây tôi đã sống một mình nhưng giờ đây tôi không còn sống một mình nữa).

- I **am used to living** alone. (= I live alone and I don't find it strange or new because I've been living alone for some time).
  Tôi đã quen sống một mình. (= Hiện nay tôi đang sống một mình và không cảm thấy điều đó xa lạ hay mới mẻ bởi vì tôi sống một mình đã được một thời gian rồi).

Would (= used to)   Unit 38D   *Be/get used to* (doing) something   Unit 58

Exercises

17.1 Complete these sentences with *use(d) to* + an appropriate verb.

1. David quit jogging two years ago. He _used to jog_ four miles a day.
2. Jim _____ a motorcycle, but he sold it last year and bought a car.
3. We moved to Spain a few years ago. We _____ in Paris.
4. I rarely eat ice cream now, but I _____ it when I was a child.
5. Tracy _____ my best friend, but we aren't friends anymore.
6. It only takes me about 40 minutes to get to work since the new highway was opened. It _____ more than an hour.
7. There _____ a hotel near the airport, but it closed a long time ago.
8. When you lived in New York, _____ to the theater very often?

17.2 Matthew changed his lifestyle. He stopped doing some things and started doing other things:

He stopped $\begin{cases} \text{studying hard} \\ \text{going to bed early} \\ \text{running three miles every morning} \end{cases}$ He started $\begin{cases} \text{sleeping late} \\ \text{going out every night} \\ \text{spending a lot of money} \end{cases}$

Write sentences about Matthew with *used to* and *didn't use to*.

1. _He used to study hard._   4. _____
2. _He didn't use to sleep late._   5. _____
3. _____   6. _____

17.3 Compare what Karen said five years ago and what she says today:

Five years ago		Today	
I travel a lot.	I'm a hotel receptionist.	I eat lots of cheese now.	My dog died two years ago.
I play the piano.	I've got lots of friends.	I work very hard these days.	I read a newspaper every day now.
I'm very lazy.	I never read newspapers.	I don't see many people these days.	I work in a bookstore now.
I don't like cheese.	I don't drink tea.	I haven't played the piano for years.	I don't take many trips these days.
I have a dog.			Tea's great! I like it now.

Now write sentences about how Karen has changed. Use *used to / didn't use to / never used to* in the first part of your sentence.

1. _She used to travel a lot_ , but _she doesn't take many trips these days_ .
2. She used _____ , but _____ .
3. _____ , but _____ .
4. _____ , but _____ .
5. _____ , but _____ .
6. _____ , but _____ .
7. _____ , but _____ .
8. _____ , but _____ .
9. _____ , but _____ .

Present tenses *(I am doing/I do)* with a Future Meaning
Thì hiện tại mang nét nghĩa tương lai

A

Thì hiện tại tiếp diễn (present continuous – **I am doing**) mang nét nghĩa tương lai.
Xét ví dụ sau:

 This is Ben's appointment book for next week.

Đây là lịch hẹn của Ben cho tuần tới.

He's **playing** tennis on Monday afternoon.

Anh ấy sẽ chơi quần vợt vào chiều thứ hai.

He **is going to** the dentist on Tuesday morning.

Anh ấy sẽ đi nha sĩ vào sáng thứ ba.

He **is having** dinner with Ann on Friday.

Anh ấy sẽ dùng bữa tối với Ann vào thứ sáu.

Trong các ví dụ trên, Tom đã dự định và sắp xếp các công việc đó để làm.

Hãy dùng thì *present continuous* để đề cập tới những gì bạn đã sắp xếp để làm. Không dùng thì *simple present* (**I do**) cho mục đích này:

- A: What **are** you **doing** on Saturday evening? *(không nói "What do you do...?")*.

  Bạn sẽ làm gì chiều thứ bảy này?

  B: **I'm going** to the theatre. *(not I go)*.

  Tôi sẽ đi nhà hát. (không nói "I go")

- A: What time **is** Cathy **arriving** tomorrow?

  Cathy sẽ đến vào mấy giờ ngày mai?

  B: At 10:30. I'm **meeting** her at the airport.

  10 giờ 30. Tôi sẽ đón cô ấy tại sân bay.

- **I'm not working** tomorrow, so we can go somewhere.

  Sáng mai tôi sẽ không làm việc, vậy chúng ta có thể đi đâu đó nhé.

- Sam **isn't playing** football on Saturday. He's hurt his leg.

  Sam sẽ không chơi bóng đá vào thứ bảy này. Anh ấy đang đau chân.

"**I'm going to** (do)" cũng có thể dùng cho các trường hợp này:

- What **are** you **going** to do on Saturday night?

  Bạn sẽ làm gì tối thứ bảy này?

Nhưng thì *present continuous* được dùng một cách tự nhiên hơn khi nói về những việc được sắp xếp trước. (Xem **UNIT 19B**)

Không dùng **will** để nói về những việc bạn đã sắp xếp để làm:

53

- What **are** you **doing** tonight ? (*not* What will you do?)
  Bạn sẽ làm gì tối nay? (không nói "What will you do?")
- Eric **is getting** married next month. (*not* will get)
  Eric sẽ lập gia đình vào tháng tới. (không nói "will get")

B

Thì hiện tại đơn (*simple present* – **I do**) với nét nghĩa tương lai.
Chúng ta dùng thì *simple present* khi nói về lịch làm việc, thời gian biểu...
(chẳng hạn như giao thông công cộng, lịch phim...).

- The train **leaves** Chicago at 11:30 and arrives in Atlanta at 14:45.
  Đoàn tàu sẽ rời Chicago lúc 11 giờ 30 và sẽ đến Atlanta lúc 14g45.
- What time **does** the movie **begin**?
  Cuốn phim sẽ bắt đầu lúc mấy giờ?
- Tomorrow **is** Wednesday.
  Ngày mai là thứ tư.

Bạn có thể dùng thì hiện tại đơn (*simple present*) cho người nếu kế hoạch của
họ đã được cố định như thời gian biểu.

- I **start** my new job on Monday.
  Tôi sẽ bắt đầu công việc mới của tôi vào thứ hai.
- What time **do** you **finish** work tomorrow?
  Vào mấy giờ bạn sẽ hoàn thành công việc ngày mai?

Nhưng thì *continuous* thì sử dụng nhiều hơn cho những dự định, sắp xếp của
cá nhân:

- What time **are** you **meeting** Ann tomorrow ? (*not* do you meet...?)
  Vào mấy giờ ngày mai bạn sẽ gặp Ann? (không nói "do you meet...?")

Hãy so sánh các câu sau:

- What time **are** you **leaving** tomorrow?
  Ngày mai bạn sẽ đi lúc mấy giờ?

nhưng   • What time **does** the plane **leave** tomorrow?
  Ngày mai máy bay sẽ bay lúc mấy giờ?

- I'**m going** to the movies tonight.
  Tối nay tôi sẽ đi xem phim.

nhưng   • The movie **starts** at 8:15 tonight.
  Cuốn phim sẽ bắt đầu lúc 8 giờ 15 tối.

(I'm) going to Units 19, 22   *Will* Units 20–21   Simple Present after *when/if*, etc.   Unit 24

Exercises

18.1 A friend of yours is planning to go on vacation soon. Ask her about her plans. Use the words in parentheses to make your questions.

1. (where / go?) _Where are you going?_   Quebec.
2. (how long / stay?) _____   Ten days.
3. (when / go?) _____   Next Friday.
4. (go / alone?) _____   No, with a friend of mine.
5. (travel / by car?) _____   No, by train.
6. (where / stay?) _____   In a hotel.

18.2 Ben wants you to visit him, but you are very busy. Look at your appointment book for the next few days and explain to him why you can't come.

Ben: Can you come on **Monday** evening?
You: Sorry, but ___I'm playing volleyball___ . (1)
Ben: What about Tuesday evening?
You: No, not Tuesday. I _____ . (2)
Ben: And Wednesday evening?
You: _____ (3)
Ben: Well, are you free on Thursday?
You: I'm afraid not. _____ (4)

18.3 Have you arranged to do anything at these times? Write **(true)** sentences about yourself.

1. (tonight) _I'm going out tonight_ OR _I'm not doing anything tonight._
2. (tomorrow morning) I _____
3. (tomorrow night) _____ .
4. (next Sunday) _____
5. _(choose another day or time)_ _____

18.4 Put the verb into the more appropriate form, present continuous or simple present.

1. I _'m going_ (go) to the theater tonight.
2. _Does the movie begin_ (the movie / begin) at 3:30 or 4:30?
3. We _____ (have) a party next Saturday. Would you like to come?
4. The art exhibit _____ (open) on May 3.
5. I _____ (not / go) out this evening. I _____ (stay) at home.
6. "_____ (you / do) anything tomorrow morning?" "No, I'm free."
7. We _____ (go) to a concert tonight. It _____ (begin) at 7:30.
8. _You are on a train to New York and you ask another passenger:_ Excuse me. What time _____ (this train / get) to New York?
9. _You are talking to Ann:_ Ann, I _____ (go) to the store. _____ (you / come) with me?
10. Sue _____ (come) to New York tomorrow. She _____ (fly) from Vancouver, and her plane _____ (arrive) at 10:15. I _____ (meet) her at the airport.
11. I _____ (not / use) the car tonight, so you can have it.
12. _(watching TV)_ I'm bored with this program. When _____ (it / end)?

(I'm) going to (do)

A

"I am going to do something" = Tôi đã quyết định thực hiện điều gì đó, tô
có ý định làm điều đó:

- A: There's a movie on TV tonight. **Are** you **going to watch** it?
  Sẽ có chiếu phim trên truyền hình tối nay đó. Bạn có định xem phim không?
  B: No, **I'm going to write** some letters.
  Không. Tôi sẽ viết một số thư từ.
- A: I hear that Lisa won some money. What **is** she **going to do** with it?
  *Tôi nghe nói là Lisa vừa mới kiếm được một ít tiền. Cô ấy định làm gì và
  số tiền đó nhỉ?*
  B: She's **going to buy** a new car.
  Cô ấy sẽ mua một chiếc xe hơi mới.
- This cheese looks awful. **I'm not going to eat** it.
  Món phô mai này trông ghê quá. Em sẽ không ăn món này đâu.

B

I am doing và **I am going to do.**
Chúng ta dùng **I am doing** (thì *present continuous*) khi nói về những việ
chúng ta đã sắp xếp để làm - chẳng hạn như sắp đặt để gặp ai đó, chuẩn bị đ
đi đến nơi nào đó. (xem thêm UNIT 18A):

- What time **are** you **meeting** Amanda this evening?
  Bạn sẽ gặp Amanda lúc mấy giờ chiều nay?
- **I'm leaving** tomorrow. I have my plane ticket.
  Sáng mai tôi sẽ đi. Tôi đã có vé máy bay rồi.

"I am going to do something" = Tôi đã có dự định làm điều đó (nhưng có th
tôi chưa sắp xếp để thực hiện điều đó):

- "The windows are dirty". "Yes, I know. **I'm going to wash** them later".
  (= I've dicided to wash them but I haven't arranged to wash them).
  *"Các cửa sổ này bẩn quá". "Vâng, tôi biết rồi. Tôi sẽ lau chúng". (= Tôi c
  có dự định để lau các cửa sổ nhưng tôi chưa sắp xếp để làm điều đó.*
- I've dicided not to stay here any longer. Tomorrow **I'm going to look** fo
  another place to live.
  Tôi đã quyết định không ở đây nữa. Ngày mai tôi sẽ đi tìm nơi khác để ở

Thường thì sự khác biệt giữa hai cách nói trên là rất nhỏ và dùng cách nà
cũng được.

C

Bạn cũng có thể nói "something **is going to** happen" trong tương lai (một điều gì đó sắp sửa xảy ra). Xét ví dụ:

The man can't see the hole in front of him.
Người đàn ông kia không thể nhìn thấy cái hố phía trước anh ta.
He **is going to fall** into the hole.
Anh ta sắp rơi xuống hố.
Khi chúng ta nói rằng một điều gì đó sắp sửa xảy ra theo cách trên đây, tình huống thực tế khiến chúng ta tin vào điều đó: hiện giờ người đàn ông đang đi về phía cái hố, vì vậy anh ta sắp sửa rơi xuống hố.

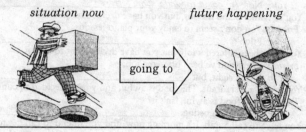

situation now   *future happening*

going to

- Look at those black clouds! It**'s going to rain**. (The clouds are there now.)
  Hãy nhìn những đám mây đen kia. Trời sắp mưa rồi. (Những đám mây hiện giờ đang ở đó).
- I feel terrible. I think I**'m going to be** sick. (I feel terrible now.)
  Tôi thấy khó chịu. Tôi nghĩ là tôi sắp bị bệnh rồi. (Hiện giờ tôi đang cảm thấy khó chịu).

D

"I **was going to** (do something)" = Tôi đã có ý định làm điều gì đó nhưng tôi đã không làm:

- We **were going to travel** by train but then we decided to drive instead.
  Chúng tôi đã định đi du lịch bằng xe lửa nhưng sau đó chúng tôi đã quyết định đi bằng xe hơi.
- Peter **was going to take** the exam, but he changed his mind.
  Peter dự định tham dự kỳ thi, nhưng anh ấy đã thay đổi ý kiến.
- I **was** just **going to cross** the street when somebody shouted "Stop!".
  Tôi vừa định băng qua đường khi có ai đó la lên: "Đứng lại!".

Bạn có thể nói rằng một sự việc nào đó đã suýt xảy ra (something **was going to happen**) nhưng đã không xảy ra.

- I thought it **was going to rain** but then the sun came out.
  Tôi đã nghĩ là trời sắp mưa nhưng sau đó mặt trời lại hiện ra.

I am doing with a Future Meaning **Unit 18A** **I will** and **I'm going to** **Unit 22**

Exercises

19.1 Write a question with *going to* for each situation.

1. Your friend has won some money. You ask:
   (what / do with it?) *What are you going to do with it?*
2. Your friend is going to a party tonight. You ask:
   (what / wear?) _____
3. Your friend has just bought a new table. You ask:
   (where / put it?) _____
4. Your friend has decided to have a party. You ask:
   (who / invite?) _____

19.2 Read the situations and complete the dialogs. Use *going to*.

1. You have decided to write some letters this evening.
   Friend: Are you going out this evening?
   You: No, *I'm going to write some letters* _____.
2. You're taking piano lessons, but you have decided to quit soon.
   Friend: You don't seem to enjoy your piano lessons.
   You: I don't. _____
3. You have been offered a job, but you have decided not to take it.
   Friend: I hear you've been offered a job.
   You: That's right, but _____.
4. You are in a restaurant. The food is awful, and you've decided to complain.
   Friend: This food is awful, isn't it?
   You: Yes, it's disgusting. _____
5. You have to call Sarah. It's morning now, and you intend to call her tonight.
   Friend: Have you called Sarah yet?
   You: No, _____.

19.3 What is going to happen in these situations? Use the words in parentheses.

1. There are a lot of black clouds in the sky. (rain) *It's going to rain.*
2. It is 8:30. Jack is leaving his house. He has to be at work at 8:45, but the trip takes 30 minutes. (late) He _____
3. There is a hole in the bottom of the boat. A lot of water is coming in through the hole. (sink) The boat _____
4. Erica is driving. There is very little gas left in the tank. The nearest gas station is far away. (run out) She _____.

19.4 Complete the sentences with *was/were going to* + one of these verbs:

   call ~~fly~~ have play quit

1. We *were going to fly* _____ but we decided to drive instead.
2. We _____ tennis yesterday, but it rained all day.
3. I _____ John, but I decided to write him a letter instead.
4. When I last saw Bob, he _____ his job, but in the end he decided not to.
5. We _____ a party last week, but some of our friends couldn't come, so we changed our minds.

A

Will (1)

Chúng ta dùng **I'll** (= **I will**) khi chúng ta quyết định làm điều gì tại thời điểm nói:

- Oh, I've left the door open. **I'll go and shut it.**
  Ồ, tôi đã để cửa mở. Tôi sẽ đóng cửa ngay đây.
- "What woul you like to drink ?" "**I'll have** some orange juice, please".
  "Bạn muốn uống gì ?" "Xin cho tôi một ly nước cam".
- "Did you call Julie ?" "Oh, no ! I forgot. **I'll call** her now".
  "Bạn đã điện thoại cho Julie chưa ?" "Ồ, chưa, tôi quên mất. Tôi sẽ gọi cho cô ấy ngay đây".

Bạn không thể dùng thì *simple present* (**I do / I go**...) trong những câu sau:

- **I'll go** and **shut** the door. (*not* I go and shut the door)
  Tôi sẽ đi đóng cửa ngay đây. (không nói "I go and shut the door").

Chúng ta thường dùng **I think I'll** và **I don't think I'll** ...

- I'm a little hungry. **I think I'll have** something to eat.
  Tôi cảm thấy hơi đói. Tôi nghĩ tôi sẽ ăn một chút gì đó.
- **I don't think I'll go** out tonight. I'm too tired.
  Tôi nghĩ là tôi không thể đi chơi tối nay được. Tôi mệt quá.

Trong khẩu ngữ tiếng Anh, dạng phủ định của **will** là **won't** (= **will not**):

- I can see you're busy, so I **won't stay** long.
  Tôi thấy bạn bận rộn quá, vì vậy tôi sẽ không ở lâu đâu.

B

Không dùng **will** để nói về những việc mà bạn đã quyết định hay đã sắp xếp để làm (xem **UNIT 18-19**).

- **I'm leaving** on vacation next Saturday, (*not* I'll leave).
  Tôi sẽ đi nghỉ vào thứ bảy tới. (không dùng "I'll leave")
- **Are** you **working** tomorrow ? (*not* "will you work tomorrow").
  Sáng mai bạn có làm việc không? (không dùng "will you work tomorrow")

C

Chúng ta thường dùng **will** cho những trường hợp sau:

Ngỏ ý muốn làm giúp ai điều gì:
- That bag looks heavy. **I'll help** you with it. (*not* I help).
  Túi xách đó trông nặng đấy. Tôi sẽ giúp bạn một tay.
  (không dùng "I help")

Đồng ý làm điều gì đó:

- A: You know that book I lent you. Can I have it back if you've finished with it?

  Bạn còn nhớ cuốn sách tôi cho bạn mượn chứ. Tôi có thể lấy lại khi bạn đọc xong được không?

  B: Of course, **I'll give** it to you this afternoon. (*not* I give).

  Tất nhiên rồi. Chiều nay tôi sẽ đưa cuốn sách cho bạn. (không dùng "I give")

Hứa hẹn làm điều gì đó:

- Thanks for lending me the money. **I'll pay** you back on Friday (*not* I pay).

  Cám ơn bạn vì đã cho tôi mượn tiền. Tôi sẽ trả bạn vào thứ sáu. (không dùng "I pay")

- I **won't tell** anyone what happened. I promise.

  Tôi sẽ không nói với ai chuyện gì đã xảy ra. Tôi hứa mà.

Đề nghị ai đó làm điều gì (**Will you**... ?):

- **Will** you please **be** quiet ? I'm trying to concentrate.

  Xin bạn giữ yên lặng. Tôi đang cố gắng tập trung suy nghĩ.

- **Will** you **shut** the door, please?

  Xin bạn vui lòng đóng giúp cái cửa.

Bạn có thể dùng **won't** để diễn đạt ai đó từ chối điều gì:

- I've tried to give her advice but she **won't listen** (= she refuses to listen)

  Tôi đã cố gắng khuyên cô ấy nhưng cô ấy đã không chịu lắng nghe. (cô ấy từ chối lắng nghe)

- The car **won't start**. I wonder what's wrong with it. (= the car "refuses" to start).

  Chiếc xe không khởi động được. Tôi tự hỏi không biết nó hư cái gì. (ở đây chiếc xe "từ chối" nổ máy).

D

Shall I... ? Shall we... ?

Shall được dùng chủ yếu trong câu hỏi: **Shall I...? Shall we**...? để hỏi ý kiến của ai đó (đặc biệt khi ngỏ ý hay đề nghị):

- **Shall I open** the window ? (= Do you want me to open the window?)

  Tôi mở cửa sổ nhé? (= Bạn có muốn tôi mở cửa sổ không?)

- "Where **shall we have** lunch ?" "Let's go to Marino's".

  "Chúng ta sẽ đi ăn ở đâu?" "Hãy đến nhà hàng Marino's".

Ta cũng dùng **should** trong những tình huống tương tự.

- **Should I open** the window?

  Tôi mở cửa nhé?

- Where **should we have** lunch?

  Ta sẽ đi ăn trưa ở đâu?

0.1 Complete the sentences with *I'll* + an appropriate verb.

1. I'm too tired to walk home. I think <u>*I'll take*</u> a taxi.
2. "It's a little cold in this room." "You're right. _____ on the heat."
3. "We don't have any milk." "We don't? _____ and get some."
4. "I don't know how to use this computer." "OK, _____ you."
5. "Would you like tea or coffee?" " _____ coffee, please."
6. "Good-bye! Have a nice trip." "Thanks. _____ you a postcard."
7. Thanks for lending me your camera. _____ it back to you on Monday, OK?
8. "Are you coming with us?" "No, I think _____ here."

0.2 Read the situations and write sentences with *I think I'll . . . .* or *I don't think I'll . . . .*

1. It's a little cold. You decide to close the window. You say:
   <u>*I think I'll close the window.*</u>
2. You're tired, and it's getting late. You decide to go to bed. You say:
   I think _____.
3. A friend of yours offers you a ride in his car, but you decide to walk. You say:
   Thank you, but I think _____.
4. You arranged to play tennis today. Now you decide that you don't want to play. You say:
   I don't think _____.
5. You were going to go swimming. Now you decide that you don't want to go. You say:
   _____

0.3 Which is correct? (If necessary, study Units 18–19 first.)

1. "Did you call Julie?" "Oh no, I forgot. ~~I call~~ / I'll call her now." (*I'll call* is correct.)
2. I can't meet you tomorrow afternoon. I'm playing / ~~I'll play~~ tennis. (*I'm playing* is correct.)
3. "I meet / I'll meet you outside the hotel in half an hour, OK?" "Yes, that's fine."
4. "I need some money." "OK, I'm lending / I'll lend you some. How much do you need?"
5. I'm having / I'll have a party next Saturday. I hope you can come.
6. "Remember to get a newspaper when you go out." "OK, I don't forget / I won't forget."
7. What time does your train leave / will your train leave tomorrow?
8. I asked Sue what happened, but she doesn't tell / won't tell me.
9. "Are you doing / Will you do anything tomorrow evening?" "No, I'm free. Why?"
10. I don't want to go out alone. Do you come / Will you come with me?

0.4 Complete the sentences with *I'll / I won't / Shall I . . . ? / Shall we . . . ?* + an appropriate verb.

1. *A:* Where <u>*shall we have*</u> lunch?
   B: Let's go to the new restaurant on North Street.
2. *A:* It's Mark's birthday soon, and I have to get him a present. What _____ him?
   B: I don't know. I never know what to give people.
3. *A:* Do you want me to put these things away?
   B: No, it's OK. _____ it later.
4. *A:* Let's go out tonight.
   B: OK, where _____ ?
5. *A:* What I've told you is a secret. I don't want anybody else to know.
   B: Don't worry. _____ anybody else.
6. *A:* I know you're busy, but can you finish this report this afternoon?
   B: Well, _____ , but I can't promise.

Will (2)

Chúng ta không dùng **will** để nói những việc mà ai đó đã sắp xếp hay đã quyết định để làm trong tương lai:

* **Ann is working** next week. (*not* Ann will work).
  Ann sẽ đi làm vào tuần tới. (không dùng "Ann will work")
* **Are you going to watch** television this evening ? (*not* Will you watch...?)
  Bạn có định xem truyền hình tối nay không? (không dùng "Will you watch...?

Xem Unit 18-19 để biết thêm về **I'm working** và **Are you going to**...

Thường thường khi chúng ta nói về tương lai, chúng ta không nói về những sự việc mà ai đó đã quyết định để thực hiện, chẳng hạn như:

We'll get in không có nghĩa là chúng ta đã quyết định đi vào. Joe chỉ muốn nói điều anh ta nghĩ hoặc cho rằng sẽ xảy ra. Anh ta tiên đoán tương lai. Khi tiên đoán một điều sẽ xảy ra hoặc một

This is a very long line!
Quả là một hàng người dài!

Don't worry. We'll get in.
Đừng lo. Chúng ta sẽ vào được mà.

tình huống trong tương lai, chúng ta dùng **will/won't**.

* Jill has lived abroad a long time. When she comes back, she'**ll find** a lot of changes.
  Jill đã sống ở nước ngoài một thời gian dài. Khi cô ấy quay trở về, cô ấy sẽ thấy nhiều sự đổi thay.
* "Where **will** you **be** this time next year ?" "I'**ll be** in Japan".
  "Vào thời gian này năm sau bạn sẽ ở đâu nhỉ ?" "Tôi sẽ ở Nhật".
* That plate is very hot. If you touch it, you'**ll burn** yourself.
  Cái dĩa đó rất nóng. Nếu bạn chạm phải nó, bạn sẽ bị phỏng đấy.
* Tom **won't pass** the examination. He hasn't studied hard enough.
  Tom sẽ không thi đỗ đâu. Anh ấy đã không chuẩn bị đầy đủ cho kỳ thi.
* When **will** you **find** out how you did on the exam?
  Khi nào bạn sẽ biết kết quả kỳ thi?

B

Chúng ta thường dùng **will** ('ll) với:

probably	• **I'll probably be** home late tonight. *Tối nay có thể tôi sẽ về nhà trễ.*
(I'm) sure	• Don't worry about the exam. **I'm sure** you'**ll pass**. *Đừng lo lắng về kỳ thi. Tôi chắc chắn là bạn sẽ đỗ mà.*
(I) think	• Do you **think** Sarah **will** like the present we bought her? *Bạn có nghĩ là Sarah sẽ thích món quà chúng ta đã mua cho cô ấy không?*
(I) don't think	• I **don't think** the exam **will be** very dificult. *Tôi không nghĩ là kỳ thi sẽ quá khó đâu.*
(I) guess	• I **guess** your parents **will be** tired after their trip. *Tôi đoán rằng cha mẹ anh sẽ rất mệt sau chuyến đi.*
(I) suppose	• When do you **suppose** Jan and Mark **will get** married? *Theo anh nghĩ bao giờ Jan và Mark sẽ lấy nhau?*
(I) doubt	• I **doubt** you'**ll need** a heavy coat in Las Vegas. *Tôi không tin anh sẽ cần áo khoác dày ở Las Vegas.*
I wonder	• I **wonder** what **will happen**. *Tôi tự hỏi điều gì sẽ xảy ra.*

Sau (I) **hope**, chúng ta thường dùng thì hiện tại :

• I **hope** Carol **calls** tonight.
 Tôi hi vọng Carol sẽ gọi điện thoại tối nay.
• I **hope** it **doesn't rain** tomorrow.
 Tôi hi vọng ngày mai trời sẽ không mưa.

will and *I'm going to* **Unit 22**   *Will be doing* and *will have done* **Unit 23**   *Will* **Unit 20**   *Shall* **Unit 20D**

Exercises

21.1 Which is correct (or more natural) in these sentences?

1. Ann isn't free on Saturday. ~~She'll work~~ / She's working. (*She's working* is correct.)
2. I'll go / I'm going to a party tomorrow night. Would you like to come, too?
3. I think Amy will get / is getting the job. She has a lot of experience.
4. I can't meet you this evening. A friend of mine will come / is coming to see me.
5. A: Have you decided where to go on vacation?
   B: Yes, we will go / we are going to Italy.
6. You don't have to be afraid of the dog. It won't hurt / It isn't hurting you.

21.2 Complete the sentences with *will* (*'ll*) + one of these verbs:

be   be   come   get   like   look   meet   pass

1. Don't worry about your exam. I'm sure you *'ll pass* .
2. Why don't you try on this jacket? It _____ nice on you.
3. I want you to meet Brandon sometime. I think you _____ him.
4. It's raining. Don't go out. You _____ wet.
5. They've invited me to their house. They _____ offended if I don't go.
6. I've invited Sue to the party, but I don't think she _____ .
7. I wonder where I _____ 20 years from now.
8. Good-bye. I hope we _____ again soon.

21.3 Put in *will* (*'ll*) or *won't*.

1. Can you wait for me? I *won't* be very long.
2. You don't need to take an umbrella with you. It _____ rain.
3. If you don't eat anything now, you _____ be hungry later.
4. I'm sorry about what happened yesterday. It _____ happen again.
5. I've got some incredible news! You _____ never believe what happened.
6. Don't ask Amanda for advice. She _____ know what to do.
7. There's no more bread. I guess we _____ have to go to the store before we eat.
8. Jack doesn't like crowds. I don't think he _____ come to our party.

21.4 Where do you think you will be at these times? Write true sentences using one of these:

I'll be . . .   I'll probably be . . .   I don't know where I'll be . . .   I guess I'll be . . .

1. (next Monday night at 7:45) *I'll probably be at home.* OR *I don't know where I'll be*
2. (at 5:00 tomorrow morning) _____
3. (at 10:30 tomorrow morning) _____
4. (next Saturday afternoon at 4:15) _____
5. (this time next year) _____

21.5 Write questions using *Do you think . . . will . . . ?* with one of these verbs:

be back   cost   get married   happen   like   rain

1. I bought Rosa a present. *Do you think she'll like it?*
2. The weather doesn't look very good. Do you _____ ?
3. My car needs to be fixed. How much _____ ?
4. Sarah and David are in love. Do _____ ?
5. "I'm going out now." "OK. What time _____ ?"
6. The future is uncertain. What _____ ?

I will and *I'm going to*
I will và I'm going to

A

Nói về hành động ở tương lai.

Hãy nghiên cứu sự khác nhau giữa **will** và **going to**:

Sue đang nói chuyện với Erica: *Sue: Hãy tổ chức một buổi tiệc đi.* *Erica: Thật là một ý kiến hay. Chúng ta sẽ mời một số người trong công ty tới dự.*	**Will** ('ll): Chúng ta dùng **will** khi chúng ta quyết định làm việc gì đó ngay tại thời điểm nói. Người nói trước đó chưa quyết định làm điều đó. Buổi tiệc là một ý kiến mới.
 Let's have a party That's a great idea. We'll **invite** some people from work SUE ERICA	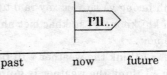decision now **I'll...** past now future
Sau hôm đó, Erica gặp Dave: *Tôi và Sue đã quyết định tổ chức một buổi tiệc. Chúng tôi dự định sẽ mời nhiều người đến dự.*	**Going to:** Chúng ta dùng (be) **going to** khi chúng ta đã quyết định làm điều gì đó rồi. Erica đã quyết định sẽ mời nhiều người trước khi nói với Dave.
Sue and I have decided to have a party. We'**re going to invite** lots of people. ERICA DAVE	*decision before* 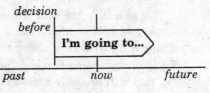**I'm going to...** *past now future*

Hãy so sánh: married

- "Daniel called while you were out". "OK. **I'll call** him back".
  "Daniel đã gọi điện khi bạn ra ngoài". "Vậy hả. Tôi sẽ gọi lại cho anh ấy".

nhưng • "Daniel called while you were out". "Yes, I know. I'm going to call him back".

"Daniel đã gọi điện khi bạn ra ngoài". "Vâng, tôi biết. Tôi định gọi cho anh ấy ngay đây".

• "Anna is in hospital". "Oh really ? I didn't know I'll go and visit her tonight".

"Anna đang nằm viện". "Ồ, thật ư ? Tôi đâu có biết. Tôi sẽ đi thăm cô ấy tối nay".

nhưng • "Anna is in hospital". "Yes, I know. I'm going to visit her tonight".

"Anna đang nằm viện". "Vâng, tôi biết. Tôi định sẽ đi thăm cô ấy tối nay".

B Tình huống và sự việc xảy ra ở tương lai (dự đoán tương lai).

Đôi khi không có sự khác biệt nhiều giữa **will** và **going to**. Chẳng hạn bạn có thể nói:

• I think the weather **will be** nice later.

hay • I think the weather **is going to be** nice later.

Tôi nghĩ là thời tiết sắp tới sẽ tốt hơn.

Khi chúng ta nói một sự việc nào đó sắp xảy ra (something **is going to happen**), chúng ta biết hay nghĩ tới điều đó dựa vào một tình huống trong hiện tại. Ví dụ:

• Look at those black clouds. It's **going to rain**. (*not* It will rain — We can see the clouds now).

Hãy nhìn những đám mây đen kia. Trời chuẩn bị mưa đấy. (chúng ta có thể nhìn thấy mây vào lúc này). (không nói "It will rain")

• I feel terrible. I think I'm **going to be** sick (*not* I think I'll be sick — I feel terrible now).

Tôi cảm thấy khó chịu. Tôi nghĩ tôi sắp bị bệnh rồi. (Bây giờ tôi đang cảm thấy khó chịu). (không nói "I think I'll be sick").

Không dùng **will** trong những trường hợp như vậy. (xem **UNIT** 19C)

Trong những trường hợp khác, **will** được dùng nhiều hơn.

• Tom **will** probably **arrive** at about 8:00.

Tom có thể sẽ đến vào lúc 8 giờ.

• I think Jessica **will like** the present we bought her.

Tôi nghĩ là Jessica sẽ thích món quà chúng tôi đã mua cho cô ấy.

xercises

UNIT
22

2.1 Complete the sentences using *will ('ll)* or *going to.*

1. *A:* Why are you turning on the television?
   B: _I'm going to watch_ the news. (I / watch)
2. *A:* Oh, I just realized that I don't have any money.
   B: You don't? Well, don't worry. _____ you some. (I / lend)
3. *A:* I have a headache.
   B: You do? Wait a second and _____ an aspirin for you. (I / get)
4. *A:* Why are you filling that bucket with water?
   B: _____ the car. (I / wash)
5. *A:* I've decided to paint this room.
   B: Oh, really? What color _____ it? (you / paint)
6. *A:* Where are you going? Are you going shopping?
   B: Yes, _____ something for dinner. (I / buy)
7. *A:* I don't know how to use this camera.
   B: It's easy. _____ you. (I / show)
8. *A:* Did you mail that letter for me?
   B: Oh, I'm sorry. I completely forgot. _____ it now. (I / do)
9. *A:* Has Dan decided what to do when he finishes high school?
   B: Oh, yes. Everything is planned. _____ a few months off (he / take)
      and then _____ classes at the community college. (he / start)

2.2 Read the situations and complete the sentences using *will ('ll)* or *going to.*

1. The phone rings and you answer. Somebody wants to speak to Jim.
   Caller: Hello. May I speak to Jim, please?
   You: Just a moment. _I'll get_ him. (I / get)
2. It's a nice day. You've decided to take a walk. Before going outside, you tell your friend.
   You: The weather's too nice to stay indoors. _____ a walk. (I / take)
   Friend: That's a good idea. I think _____ you. (I / join)
3. Your friend is worried because she has lost an important letter.
   You: Don't worry about the letter. I'm sure _____ it. (you / find)
   Friend: I hope so.
4. There was a job advertised in the newspaper recently. At first you were interested, but then you decided not to apply.
   Friend: Have you decided what to do about that job that was advertised?
   You: Yes, _____ for it. (I / not / apply)
5. You and a friend come home very late. Other people in the house are asleep. Your friend is noisy.
   You: Shh! Don't make so much noise. _____ everybody up. (you / wake)
6. John has to go to the airport to catch a plane tomorrow morning.
   John: Ann, I need a ride to the airport tomorrow morning.
   Ann: That's no problem. _____ you. (I / take) What time is your flight?
   John: 10:50.
   Ann: OK, then _____ at about 8:00. (we / leave)
   Later that day, Joe offers to take John to the airport.
   Joe: John, do you want me to take you to the airport?
   John: No thanks, Joe. _____ me. (Ann / take)

Will be doing and *will have done*
Will be doing và will have done

Xét ví dụ sau:

Kevin loves football and this evening there is a big football game on TV. The game begins at 7:30 and ends at 9:15. Paul wants to see Kevin tonight and wants to know what time to come over.

Kevin yêu thích bóng đá và tối nay có một trận bóng đá hay trên truyền hình. Trận đấu bắt đầu lúc 7 giờ 30 và kết thúc lúc 9.15. Paul muốn đến thăm Kevin tối nay muốn biết phải đến lúc mấy giờ.

PAUL : Is it all right if I come at about 8:30?

Tối nay khoảng 8 giờ 30 mình đến thăm cậu được không?

KEVIN : No, I**'ll be watching** the game then.

Không được rồi, lúc đó mình còn đang xem bóng đá trên truyền hình

PAUL : Well, what about 9:30?

Thế 9 giờ 30 được không?

KEVIN: Fine. The game **will have ended** by then.

Được. Trận đấu lúc đó đã kết thúc rồi.

B

"**I will be doing** something" *(future continuous)* = Tôi sẽ đang làm việc gì đó dang vào một thời điểm xác định ở tương lai. Trận bóng đá bắt đầu lúc 7 giờ 30 kết thúc lúc 9 giờ 15, nên trong suốt thời gian đó, ví dụ vào lúc 8 giờ 30, Kevin đang xem trận đấu (Kevin **will be watching** the game). Một ví dụ khác:

• I'm having on vacation this Saturday. This time next week I**'ll be lying** a beach or **swimming** in the ocean.

Tôi sẽ đi nghỉ vào thứ bảy. Vào thời gian này tuần sau tôi sẽ (đang) nằm tr bãi biển hay bơi lội dưới biển.

Hãy so sánh **will be doing** và **will do**:

• Don't call me between 7 and 8. We**'ll be having** dinner then.

Đừng gọi điện cho tôi trong khoảng từ 7 đến 8 giờ. Lúc đó chúng tôi sẽ đa dùng cơm tối.

• Let's wait for Maria to arrive, and then we**'ll have** dinner.

Hãy chờ Maria tới và sau đó chúng ta sẽ dùng cơm tối.

So sánh **will be doing** với các thể tiếp diễn *(continuous)* khác:

• At 10 o'clock yesterday, Kelly **was** in her office. She **was working.** *(past)*

Vào lúc 10 giờ ngày hôm qua, Kelly đang ở trong văn phòng của cô ấy. (L đó) cô ấy đang làm việc.

• It's 10 o'clock now. She is in her office. She **is working**. *(present)*

Bây giờ là 10 giờ. Cô ấy đang ở trong văn phòng của cô ấy. Cô ấy đang làm v

• At 10 o'clock tomorrow, she **will be** in her office. She **will be working**. *(future)*
Vào lúc 10 giờ ngày mai, Kelly sẽ đang ở trong văn phòng của cô ấy. (Lúc đó)
cô ấy sẽ đang làm việc.

C

Chúng ta cũng dùng **will be doing** theo một cách khác: nói về những hành động hoàn tất ở tương lai.
  • I'**ll be seeing** Kelly at the meeting this evening.
  Tôi sẽ gặp Kelly trong buổi họp tối nay.
  • What time **will** you friends **be arriving** tomorrow?
  Những người bạn của anh mấy giờ ngày mai sẽ đến?
Trong những ví dụ này, cách dùng **will be doing** tương tự như thì *present continuous* dùng cho tương lai. (Xem **UNIT** 18A).
Bạn cũng có thể dùng **Will you be-ing**... ? để hỏi về kế hoạch của ai đó, đặc biệt nếu bạn muốn điều gì hay muốn người khác làm cho bạn điều gì. Ví dụ như:
  • A: **Will you be using** your car this evening?
  Chiều nay bạn có dùng đến xe hơi không?
  B: Why? Do you want to borrow it?
  Sao cơ ? Bạn có muốn mượn nó không?

D

Chúng ta dùng thì *future perfect* **will have** (**done**) để diễn tả một việc gì đó sẽ được hoàn tất xong tại một thời điểm ở tương lai. Trận bóng đá mà Kevin xem sẽ chấm dứt lúc 9 giờ 15. Sau thời gian này, chẳng hạn vào lúc 9 giờ 30, trận đấu đã kết thúc (**will have ended**). Xem thêm một số ví dụ sau:
  • Kelly always leaves for work at 8:30 in the morning, so she won't be home at 9 o'clock. She'**ll have gone** to work.
  Kelly luôn luôn đi làm lúc 8 giờ 30 sáng, vì vậy cô ấy sẽ không có nhà lúc 9 giờ. Lúc đó cô ấy đã đi làm rồi.
  • We're late. The movie **will** already **have started** by the time we get to the theater.
  Chúng ta trễ rồi. Khi chúng ta đi đến rạp thì cuốn phim cũng đã bắt đầu chiếu rồi.
So sánh **will have done** với các thể *perfect* khác:
  • Ted and Amy **have been married** for 24 years (*present perfect*).
  Ted và Amy đã cưới nhau được 24 năm rồi.
  • Next year they **will have been** married for 25 years.
  Tính đến năm tới Ted và Amy đã cưới nhau được 25 năm.
  • When their first child was born, they **had been married** for three years.
  (past perfect)
  Khi đứa con đầu lòng của họ ra đời, họ đã cưới nhau được ba năm.

By the time / by then **Unit 116C**

Exercises

23.1 Read about Josh. Then put a check (✓) by the sentences that are true. In each group of sentences, at least one is true.

Josh goes to work every day. After breakfast, he leaves home at 8:00 and arrives at work at about 8:45. He starts work immediately and continues until 12:30, when he has lunch (which takes about half an hour). He starts work again at 1:15 and goes home at exactly 4:30. Every day he follows the same routine, and tomorrow will be no exception.

1. At 7:45
a) he'll be leaving the house.
b) he'll have left the house.
c) he'll be at home. ✓
d) he'll be having breakfast. ✓

4. At 12:45
a) he'll have lunch.
b) he'll be having lunch.
c) he'll have finished his lunch.
d) he'll have started his lunch.

2. At 8:15
a) he'll be leaving the house.
b) he'll have left the house.
c) he'll have arrived at work.
d) he'll be arriving at work.

5. At 4:00
a) he'll have finished work.
b) he'll finish work.
c) he'll be working.
d) he won't have finished work.

3. At 9:15
a) he'll be working.
b) he'll start work.
c) he'll have started work.
d) he'll be arriving at work.

6. At 4:45
a) he'll leave work.
b) he'll be leaving work.
c) he'll have left work.
d) he'll have arrived home.

23.2 Put the verb into the correct form, *will be (do)ing* or *will have (done)*.

1. Don't phone me between 7 and 8. ___*We'll be having*___ (we / have) dinner then.
2. Call me after 8:00. _____ (we / finish) dinner by then.
3. Tomorrow afternoon we're going to play tennis from 3:00 until 4:30. So at 4 :00, _____ (we / play) tennis.
4. *A:* Can we meet tomorrow afternoon?
   B: I'm afraid not. _____ (I / work).
5. (B has to go to a meeting that begins at 10:00. It will last about an hour.)
   A: Will you be free at 11:30?
   B: Yes, _____ (the meeting / end) by then.
6. Ben is on vacation, and he is spending his money very quickly. If he continues like this, _____ (he / spend) all his money before the end of his vacation.
7. Do you think _____ (you / still / do) the same job in ten years' time?
8. Lisa is from New Zealand. She is traveling around Canada at the moment. So far she has traveled about 1,000 miles. By the end of the trip, _____ (she / travel) more than 3,000 miles.
9. If you need to contact me, _____ (I / stay) at the Bellmore Hotel until Friday.
10. *A:* _____ (you / see) Tracy tomorrow?
    B: Yes, probably. Why?
    A: I borrowed this book from her. Could you give it back to her?

When I do / When I've done

When I do / When I've done

When and if

When và if

Xét các ví dụ sau:

> What time will you phone me tomorrow?
> *Mấy giờ ngày mai bạn sẽ gọi điện cho tôi?*

> I'll call you **when I get** home from work.
> *Mình sẽ gọi điện cho bạn khi đi làm về.*

"I'll call you when I get home from work" là một câu có hai thành phần:

Thành phần chính: "I'll call you" và thành phần chỉ thời gian (the **when** - *part*): "when I get home from work (tomorrow)".

Thời gian đề cập trong câu này là ở tương lai (tomorrow) nhưng chúng ta dùng thì hiện tại (*present*) **get** trong mệnh đề chỉ thời gian (**when** - part) của câu.

Chúng ta không dùng **will** trong mệnh đề **when** này:

- We'll go out **when** it **stops** raining. (*not* when it will stop).
  Chúng tôi sẽ ra ngoài khi trời tạnh mưa. (không nói "when it will stop")
- **When** you **are** in Los Angeles again, give us a call. (*not* When you will be).
  Khi bạn đến Los Angeles lần nữa, bạn nhớ gọi cho chúng tôi nhé. (không dùng "When you will be")
- (*said to a child*) What do you want to be **when** you **grow** up? (*not* will grow)
  (Nói với một đứa trẻ) Khi cháu lớn lên cháu muốn làm gì? (không dùng "will grow")

Cách dùng tương tự cho các từ chỉ thời gian sau: **while, before, after, as soon as, untill** or **till**.

- I'll going to read a lot of books **while** I'm on vacation. (*not* while I will be)
  Tôi sẽ đọc nhiều sách khi tôi đi nghỉ. (không dùng "while I will be")
- I'm going back home on Sunday. **Before** I go, I'd like to visit the museum.
  Tôi sẽ trở về nhà vào chủ nhật. Trước khi về, tôi muốn đi xem viện bảo tàng.
- Wait here **until** (or **till**) I come back.
  Hãy đợi ở đây cho đến khi tôi trở lại.

Bạn cũng có thể dùng thì *present perfect* (**have done**) sau các từ: **when / after / until / as soon as**:

- Can I borrow that book **when** you've **finished** with it?
  Tôi có thể mượn cuốn sách khi bạn đọc xong được không?

- Don't say anything while Ben is here. Wait **until** he **has gone**.

  Đừng nói gì cả khi Ben còn ở đây. Hãy đợi cho đến khi anh ấy đi khỏi.

Thông thường chúng ta có thể dùng cả thì *simple present* hay *present perfect* sau các từ trên đều được:

- I'll come **as soon as** I **finish**.

  or I'll come **as soon as** I've **finished**.

  Tôi sẽ đến khi tôi hoàn thành công việc.

- You'll feel better **after** you **have** something to eat..

  or You'll feel better **after** you've **had** something to eat.

  Bạn sẽ cảm thấy khỏe hơn sau khi bạn ăn một chút gì đó.

Nhưng không dùng thì *present perfect* nếu hai sự việc xảy ra đồng thời. Bởi vì thì *present perfect* diễn tả một sự việc hoàn tất trước sự việc kia nên hai sự việc không thể xảy ra đồng thời. So sánh các câu sau:

- **When** I've **called** Kate, we can have dinner.

  (= First I'll call Kate, and after that we can have dinner).

  Khi tôi gọi điện cho Kate xong, chúng ta có thể dùng cơm tối.

  (= *Tôi gọi điện cho Kate trước rồi sau đó chúng ta có thể ăn cơm).*

nhưng • **When** I **call** Kate this evening, I'll invite her to the party.

  (*not* When I've called).

  Khi gọi điện cho Kate chiều nay, tôi sẽ mời cô ấy đến dự tiệc.

  (*Không nói" When I've called") (Ở đây hai việc xảy ra đồng thời).*

Sau **if** chúng ta thường dùng thì *simple present* (**do / see**...) để diễn tả sự việc xảy ra trong tương lai:

- It's raining hard. We'll get wet **if** we **go** out. (*not* If we will go out).

  Trời mưa to quá. Chúng ta sẽ bị ướt hết nếu chúng ta đi ra ngoài.

- Hurry up ! **If** we **don't hurry**, we'll be late.

  Nhanh lên chứ ! Nếu chúng ta không khẩn trương, chúng ta sẽ bị trễ.

Hãy so sánh cách dùng **when** và **if**:

Chúng ta dùng **when** cho những sự việc chắc chắn sẽ xảy ra:

- I'm going shopping this afternoon. (for sure) **When** I go shopping, I'll buy some food.

  Chiều nay tôi sẽ đi cửa hàng (tôi chắc chắn đi). Khi tôi đi cửa hàng, tôi sẽ mua một ít thức ăn.

Chúng ta dùng **if** (không dùng "**when**") để chỉ những sự việc có thể sẽ xảy ra:

- I might go shopping this afternoon. (it's possible) **If** I go shopping, I'll buy some food.

  Chiều nay tôi có thể sẽ đi cửa hàng (tôi có thể đi). Nếu tôi đi cửa hàng, tôi sẽ mua một ít thức ăn.

- Don't worry **if** I'm late tonight. (*not* when I'm late).

  Đừng lo lắng nếu tối nay tôi về trễ. (Không nói "When I'm late")

- **If** they don't come soon, I'm not going to wait. (*not* When they don't come).

  Nếu họ không đến sớm, tôi sẽ không chờ đâu.

xercises

U N I T
24

.1 Complete these sentences using the verbs in parentheses. All the sentences are about the future. Use *will/won't* or the simple present (*I see / he plays / it is*, etc.).

1. I *'ll call* _____ (call) you when I *get* _____ (get) home from work.
2. I want to see Jennifer before she _____ (go) out.
3. We're going on a trip tomorrow. I _____ (tell) you all about it when we _____ (come) back.
4. Brian looks very different now. When you _____ (see) him again, you _____ (not / recognize) him.
5. We should do something soon before it _____ (be) too late.
6. I don't want to go without you. I _____ (wait) until you _____ (be) ready.
7. Sue has applied for the job, but she isn't very well qualified for it. I _____ (be) surprised if she _____ (get) it.
8. I'd like to play tennis tomorrow if the weather _____ (be) nice.
9. I'm going out now. If anybody _____ (call) while I _____ (be) out, can you take a message?

.2 Make one sentence from two.

1. You will be in Los Angeles again. Give us a call.
   Give us a call _____ when *you are in Los Angeles again* _____ .
2. I'll find a place to live. Then I'll give you my address.
   I _____ when _____ .
3. I'll do the shopping. Then I'll come straight home.
   _____ after _____ .
4. It's going to start raining. Let's go home before that.
   _____ before _____ .
5. She has to apologize to me first. I won't speak to her until then.
   _____ until _____ .

.3 Read the situations and complete the sentences.

1. A friend of yours is going to visit Hong Kong. You want to know where she is going to stay. You ask:
   Where are you going to stay when *you are in Hong Kong* _____ ?
2. A friend of yours is visiting you. She has to leave soon, but you'd like to show her some pictures. You ask:
   Do you have time to look at some pictures before _____ ?
3. Your friend is reading the newspaper. You'd like to read it next. You ask:
   Could I have the newspaper when _____ ?
4. You want to sell your car. Jim is interested in buying it, but he hasn't decided yet. You ask:
   Can you let me know as soon as _____ ?

.4 Put in *when* or *if.*

1. Don't worry *if* _____ I'm late tonight.
2. Chris might call while I'm out this evening. _____ he does, can you take a message?
3. I'm going to Tokyo next week. _____ I'm there, I hope to visit a friend of mine.
4. I think Beth will get the job. I'll be very surprised _____ she doesn't get it.
5. I'm going shopping. _____ you want anything, I can get it for you.
6. I'm going away for a few days. I'll call you _____ I get back.
7. I want you to come to the party, but _____ you don't want to come, that's all right.
8. We can eat at home or, _____ you prefer, we can go to a restaurant.

73

Can, could and (be) able to
Can, could và (be) able to

A

Chúng ta dùng **can** để nói một sự việc có thể xảy ra hay ai đó có khả nă
làm được việc gì.

- We **can see** the ocean from our hotel window.
  Chúng ta có thể nhìn thấy đại dương từ cửa sổ khách sạn.
- **Can** you **speak** any foreign languages?
  Bạn có nói được một ngoại ngữ nào không?
- I **can come** and **help** you tomorrow if you want.
  Tôi có thể đến giúp bạn ngày mai nếu bạn muốn.

Dạng phủ định của **can** là **can't** (= **cannot**).

- I'm afraid I **can't come** to your party on Friday.
  Tôi e rằng tôi không thể đi dự buổi tiệc của bạn vào ngày thứ sáu.

B

(Be) able to... có thể thay thế được cho **can** (nhưng **can** vẫn được dùng nhi
hơn).

- **Are** you **able to speak** any foreign languages?
  Bạn có thể nói được một ngoại ngữ nào không?

Nhưng **can** chỉ có hai dạng: **can** (*present*) và **could** (*past*) nên khi cần thi
chúng ta phải dùng (**be**) **able to**... Hãy so sánh:

- I **can't** sleep.
  Tôi không ngủ được.

nhưng • I **haven't been able to** sleep recently. (**can** has no present perfect
    *Gần đây tôi không ngủ được. (**can** không có thì present perfect.)*

- Tom **can** come tomorrow.
  Tom có thể đến vào ngày mai.

nhưng Tom **might be able to** come tomorrow. (**can** has no infinitive.)
    *Tom có khả năng sẽ đến vào ngày mai. (**can** không có dạng nguyên mẫu*

C

Could và **was able to**...
Could là dạng quá khứ của **can**. Chúng ta dùng **could** đặc biệt với:
see hear smell taste feel remember understand

- When we went into the house, we **could smell** something burning.
  Khi chúng tôi đi vào căn nhà, chúng tôi có thể ngửi được mùi cháy.
- She spoke in a very soft voice, but I **could understand** what she said.
  Cô ấy đã nói giọng rất nhẹ, nhưng tôi có thể hiểu cô ấy nói gì.

Chúng ta dùng **could** để diễn tả ai đó có khả năng nói chung hay được ph
để làm điều gì đó:

- My grandfather **could speak** five languages.
  Ông tôi có thể nói được năm ngoại ngữ.

- We were totally free. We **could do** whatever we wanted. (= We were allowed to do...)

  Lúc ấy chúng tôi được hoàn toàn tự do. Chúng tôi có thể làm những gì mà chúng tôi muốn. (= Chúng tôi đã được phép làm...).

Chúng ta dùng **could** để chỉ khả năng nói chung (*general ability*). Nhưng để đề cập tới một sự việc xảy ra trong một tình huống đặc biệt (*particular situation*), chúng ta dùng **was/were able to**... hay **managed to**... (không dùng **could**).

- The fire spread through the building quickly but everybody **was able to escape.**

  or... everybody **managed to escape.** (but not "could escape").

  Ngọn lửa lan nhanh khắp tòa nhà nhưng mọi người đã (có thể) chạy thoát được.

- They didn't want to come with us at first but we **managed to persuade** them.

  or... we **were able to persuade them.** (but not "could persuade")

  Lúc đầu họ không muốn đến với chúng tôi nhưng sau đó chúng tôi đã thuyết phục được họ.

Hãy so sánh:

- Jack was an excellent tennis player. He **could beat** anybody (= he had the

  general ability to beat anybody).

  Jack đã là một vận động viên quần vợt cừ khôi. Anh ấy có thể đánh bại bất cứ ai. (= anh ấy có một khả năng nói chung là đánh bại bất cứ ai).

nhưng

- Jack and Ted played tennis yesterday. Ted played very well but in the end Jack **managed to beat** him.

  or... **was able to beat** him. (= he managed to beat him in this particular game).

  Jack và Ted đã đấu quần vợt với nhau ngày hôm qua. Ted đã chơi rất hay nhưng cuối cùng Jack đã hạ được Ted. (= Jack đã thắng được anh ấy trong trận đấu đặc biệt này).

Dạng phủ định **couldn't** (**could not**) có thể được dùng cho tất cả các trường hợp:

- My grandfather **couldn't swim.**

  Hồi đó ông tôi không biết bơi.

- We tried hard but we **couldn't persuade** them to come with us.

  Chúng tôi đã cố gắng rất nhiều nhưng không thể nào thuyết phục họ đến với chúng tôi được.

- Ted played very well but he **couldn't beat** Jack.

  Ted đã chơi rất hay nhưng không thể thắng được Jack.

Exercises

25.1 Complete the sentences using *can* or *(be) able to*. Use *can* if possible; otherwise, use *(be) able to*.

1. Eric has traveled a lot. He _can_ speak four languages.
2. I haven't _been able to_ sleep very well recently.
3. Nicole _____ drive, but she doesn't have a car.
4. I can't understand Michael. I've never _____ understand him.
5. I used to _____ stand on my head, but I can't do it now.
6. I can't see you on Friday, but I _____ meet you on Saturday morning.
7. Ask Catherine about your problem. She might _____ help you.

25.2 Write sentences about yourself using the ideas in parentheses.

1. (something you used to be able to do) _I used to be able to sing well_
2. (something you used to be able to do) I used _____.
3. (something you would like to be able to do) I'd _____.
4. (something you have never been able to do) I've _____.

25.3 Complete the sentences with *can/can't/could/couldn't* + one of these verbs:

~~come~~ eat hear run sleep wait

1. I'm afraid I _can't come_ to your party next week.
2. When Bob was 16, he was a fast runner. He _____ 100 meters in 11 seconds.
3. "Are you in a hurry?" "No, I've got plenty of time. I _____."
4. I felt sick yesterday. I _____ anything.
5. Can you speak a little louder? I _____ you very well.
6. "You look tired." "Yes, I _____ last night."

25.4 Complete the answers to the questions using *was/were able to*.

1. A: Did everybody escape from the fire?
   B: Yes. Although the fire spread quickly, everybody _was able to escape_.
2. A: Did you have any trouble finding Amy's house?
   B: Not really. She had given us good directions, so we _____.
3. A: Did you finish your work this afternoon?
   B: Yes. Nobody was around to bother me, so _____.
4. A: Did the thief get away?
   B: Yes. No one realized what was happening, and the thief _____.

25.5 Complete the sentences using *could, couldn't,* or *was/were able to*.

1. My grandfather was a very clever man. He _could_ speak five languages.
2. I looked everywhere for the book, but I _couldn't_ find it.
3. They didn't want to come with us at first, but we _were able to_ persuade them.
4. Laura had hurt her leg and _____ walk very well.
5. Sue wasn't at home when I called, but I _____ contact her at her office.
6. I looked very carefully, and I _____ see a figure in the distance.
7. I wanted to buy some tomatoes. The first store I went to didn't have any good ones, but I _____ get some at the next place.
8. My grandmother loved music. She _____ play the piano very well.
9. A girl fell into the river, but fortunately we _____ rescue her.
10. I had forgotten to bring my camera, so I _____ take any photographs.

Could (do) and *could have* (done)
Could (do) và could have (done)

A

Chúng ta dùng **could** theo nhiều cách. **Could** là dạng quá khứ của **can** (xem UNIT 25C):

• Listen. I **can hear** something. *(now)*

Hãy lắng nghe. Tôi có thể nghe thấy điều gì đó. (hiện tại)

• I listened. I **could hear** something. *(past)*

Tôi đã lắng nghe. Tôi đã có thể nghe thấy điều gì đó. (quá khứ)

Ngoài ra **could** cũng được dùng để nói về những hành động có thể xảy ra trong tương lai (đặc biệt khi nói các lời đề nghị - *suggestions*), xem ví dụ sau:

What would you like to do tonight?

We could go to the movies.

• A: What would you like to do tonight?

Chúng ta sẽ làm gì tối nay nhỉ?

B: We **could** go to the movies.

Chúng ta có thể đi xem phim.

• It's a nice day. We **could go** for a walk.

Thật là một ngày đẹp trời. Chúng ta có thể đi dạo chơi.

• When you go to New York next month, you **could stay** with Candice.

Tháng tới khi bạn đi New York, bạn có thể ở với Candice.

• A: If you need a car, you **could borrow** Lauren's.

Nếu bạn cần xe, bạn có thể mượn của Lauren.

B: Yes, I guess I **could.**

Đúng rồi, tôi nghĩ là tôi có thể (hỏi Lauren).

Can cũng có thể được dùng trong những trường hợp như vậy ("We **can** go for a walk"...). Nhưng dùng **Could** mang tính ít chắc chắn hơn **Can**. Bạn phải dùng **could** (không dùng **can**) khi bạn không thực sự chắc chắn điều bạn nói. Chẳng hạn như:

• I'm so angry with him. I **could** kill him. (*not* I can kill him).

Tôi giận hắn ta quá. Tôi sẽ giết hắn ta mất. (không nói "I can kill him.")

B

Chúng ta dùng **could** để nói là một việc có thể xảy ra ở hiện tại hay tương lai:

• The phone is ringing. It **could be** Alex. (*not* It can be Alex.)

Điện thoại đang reo kìa. Có thể là Alex gọi đó. (không nói "It can be Alex.")

• I don't know when they'll be here. They **could get** here at any time.

Tôi không biết khi nào họ sẽ đến đây. Họ có thể đến bất cứ lúc nào.

Can không được dùng trong các ví dụ trên.

Trong những trường hợp như vậy **could** có nghĩa tương tự như **might** (xer UNIT 28 - 29):

- The phone is ringing. It **might be** Alex.
  Điện thoại đang reo kìa. Có thể là Alex gọi đó.

C Hãy so sánh **could** (do) và **could have** (done):

- I'm so tired, I **could sleep** for a week. *(now)*
  Tôi mệt quá. Tôi có thể ngủ cả tuần liền. (hiện tại)

- I was so tired, **I could have slept** for a week. *(past)*
  Tôi đã mệt quá. Tôi đã có thể ngủ cả tuần liền. (quá khứ)

Chúng ta thường sử dụng **could have** (done) cho những việc có thể xảy r. nhưng đã không xảy ra.

- Why did you stay at a hotel when you went to New York ? You **coul have stayed** with Candice. (= you had the opportunity to stay with her bu you didn't).
  Tại sao bạn lại ở khách sạn khi bạn đến New York ? Bạn đã có thể ở vó Candice cơ mà. (= Bạn đã có cơ hội ở với cô ấy nhưng bạn đã không thực hiện).

- Dave fell off a ladder yesterday, but he's all right. He's lucky - he **coul have hurt** himself badly. (but he didn't hurt himself).
  Ngày hôm qua Dave đã ngã xuống từ một cái thang nhưng anh ấy không h gì. Anh ấy thật may mắn - anh ấy lẽ ra đã bị thương rất nặng. (nhưng anh ấ đã không bị thương gì hết).

- The situation was bad, but it **could have been** worse.
  Tình hình là xấu, nhưng nó đã có thể tồi tệ hơn nhiều.

D Đôi khi **could** có nghĩa là "would be able to..." (có thể có khả năng làm việc gì đó)

- We **could take** a trip if we had enough money. (= we would be able to go away).
  Chúng tôi có thể đi du lịch nếu chúng tôi đủ tiền. (= chúng tôi đã có khả năng ra đi).

- I don't know how you work so hard. I **couldn't do** it.
  Tôi không thể hiểu tại sao bạn có thể làm việc chăm đến thế. Tôi không thể làm được như vậy.

Could have (done) = would have been able to (do) (đã có thể có khả năng làm việc gì đó).

- Why didn't Liz apply for the job ? She **could have gotten** it.
  Tại sao Liz đã không nộp đơn xin việc nhỉ ? Cô ấy đã có thể được nhận.

- We **could have taken** a trip if we'd had enough money.
  Chúng tôi đã có thể đi du lịch nếu chúng tôi có đủ tiền.

- The trip was cancelled last week. I **couldn't have gone** anyway because I was sick. (= I wouldn't have been able to go). *Tuần rồi chuyến du lịch b hoãn. Dù sao tôi cũng đã không thể đi được vì tôi bị ốm. (= Anh ấy đ không thể đi được).*

Could, may, and might **Unit 28C** *Could you . . . ?* **Unit 34** *Could with if* **Units 35C, 36E, 37D**

Exercises

26.1 Answer the questions with a suggestion. Use *could* and the words in parentheses.

1.	Where should we go for the long weekend?	(to San Antonio) _We could go to San Antonio_
2.	What should we have for dinner tonight?	(fish) We _____ .
3.	What should I give Amy for her birthday?	(a book) You _____ .
4.	When should I call Angela?	(now) _____
5.	When should we go and see Tom?	(on Friday) _____

26.2 Put in *can* or *could*. Sometimes either word is possible.

1. "The phone is ringing. Who do you think it is?" "It _could_ be Alex."
2. I'm really hungry. I _____ eat a horse!
3. If you're very hungry, we _____ have dinner now.
4. It's so nice here. I _____ stay here all day, but unfortunately I have to go.
5. "I can't find my bag. Have you seen it?" "No, but it _____ be in the car."
6. David is a good musician. He plays the flute, and he _____ also play the piano.
7. "What do you want to do?" "There's a movie on television. We _____ watch that."
8. The weather is nice now, but it _____ change later.

26.3 Complete the sentences. Use *could* or *could have* + an appropriate verb.

1. *A:* What should we do this evening? *B:* I don't know. We _could go_ to the movies.
2. *A:* I was so bored at home last night.
   B: Why did you stay at home? You _____ to the movies.
3. *A:* There's an interesting job advertised in the paper. You _____ for it.
   B: What kind of job is it? Show me the ad.
4. *A:* Did you go to the concert last night?
   B: No. We _____ , but we decided not to.
5. *A:* Where should we meet tomorrow?
   B: Well, I _____ to your house if you want.

26.4 Read this information about Ken:

Ken didn't do anything on Saturday night.   Ken ran out of money last week.
Ken doesn't know anything about machines.   Ken's car was stolen on Monday.
Ken had Monday afternoon off.   Ken had to work Friday night.

Some people wanted Ken to do different things last week, but they couldn't contact him. You have to say whether he could have done or couldn't have done them.

1. Ken's aunt wanted him to drive her to the airport on Tuesday.
   He couldn't have driven her to the airport (because his car had been stolen)
2. A friend of his wanted him to go out for dinner on Friday night.
   Ken _____ .
3. Another friend wanted him to play tennis on Monday afternoon.
   Ken _____ .
4. Jack wanted Ken to lend him $50 last week.
   _____
5. Lisa wanted Ken to come to her party on Saturday night.
   He _____ .
6. Ken's mother wanted him to fix her washing machine.
   _____

Must (You must be tired, etc.)
Must (Hẳn là bạn mệt lắm)

Must (not). Xét ví dụ sau:

Nhà của tôi rất gần xa lộ   *Chắc là ồn lắm nhỉ !*

My house is next to the freeway.

It **must be** very noisy.

Chúng ta dùng **must** để diễn tả là chúng ta cảm thấy chắc chắn điều gì đó thật:

- You've been traveling all day. You **must be** tired. (Traveling is tiring and you've been traveling all day, so you are probably tired).

  Bạn đã đi (du lịch) cả ngày. Chắc là bạn rất mệt. (Đi (du lịch) thì mệt n bạn đi cả ngày thì bạn hẳn phải mệt).

- "Jim is a hard worker". "Jim ? A hard worker ? You **must be joking**. He' very lazy".

  "Jim là người làm việc chăm chỉ". "Jim hả ? Làm việc chăm chỉ? Anh h đang nói đùa chứ. Anh ta rất là lười".

- Debbie **must get** very bored with her job. She does the same thing every day

  Debbie chắc là rất chán công việc của cô ấy. Cô ấy ngày nào cũng làm m một việc.

Chúng ta dùng **must not** để nói về những điều gì chúng ta cảm thấy ch chắn là đúng:

- Their car isn't outside their house. They **must not be** home. (They mu be out.)

  Xe của họ không có ở trước nhà. Hẳn là họ không có ở nhà. (Hẳn là họ vắng.)

- Brian said he would definitely be here before 9:30, it's 10:00 now, a he's never late. He **must not be coming**.

  Brian đã nói là chắc chắn anh ta sẽ có mặt ở đây trước 9:30. Bây giờ đã 10 giờ và anh ta trước nay chưa hề đi trễ. Hẳn là anh ta không đến.

- They haven't lived here very long. They **must not know** many people.

  Họ sống ở đây chưa lâu. Hẳn là họ không quen biết nhiều người.

Nghiên cứu cấu trúc sau:

		be (tired/hungry/home, etc.)
I/you/he, etc.	**must not**	**be** (doing/coming/joking, etc.)
		do/get/know/have, etc.

B

Must (not) have done.

Đối với thì quá khứ, ta dùng **must (not) have done:**

- "We used to live close to the freeway." "Did you ? It **must have been** noisy."

  "Trước kia chúng tôi sống gần đường xa lộ". "Thật vậy sao ? Hẳn là ồn ào lắm".

- There was nobody at home. They **must have gone** out.

  Không có ai ở nhà cả. Hẳn là họ đi cả rồi.

- I've lost one of my gloves. I **must have dropped** it somewhere.

  Tôi mất một chiếc găng tay. Hẳn là tôi đã đánh rơi nó ở đâu đó.

- She walked past me without speaking. She **must not have seen** me.

  Cô ta đi ngang qua tôi mà không nói gì cả. Hẳn là cô ta không nhìn thấy tôi.

- Tom walked straight into a wall. He **must not have been looking** where he was going.

  Tom đi thẳng vào một bức tường. Hẳn là anh ta không nhìn xem mình đang đi đâu.

Nghiên cứu cấu trúc sau:

I/you/he etc. **must (not) have**	**been** (tired/hungry/noisy, etc.)
	been (doing/coming/looking), etc.
	done/gone/known/had, etc.

C

Can't and **must not.**

- It **can't be** true = I believe it is impossible.

  Điều đó không thể đúng = Tôi tin rằng điều đó là không thể được.

- How can you say such a thing ? You **can't be** serious.

  Làm thế nào mà anh nói một điều như thế? Anh có nghiêm túc không đó.

So sánh **can't** và **must not:**

- A: Joe wants something to eat.

  B: But he just had lunch. He **can't be** hungry already. (= it's impossible that he is hungry because he just had lunch).

  Joe muốn ăn một chút gì đó.

  Nhưng anh ta vừa mới ăn trưa mà. Anh ta không thể nào đói được. (Anh ta không thể nào đói vì anh ta vừa mới ăn trưa xong).

- A: I offered Bill something to eat, but he didn't want anything.

  B: He **must not be hungry.** (I'm sure he is not hungry, otherwise he would eat something).

  Tôi đưa cho Bill chút gì đó để ăn nhưng anh ta không cần gì cả. Hẳn là anh ta không đói. (Tôi chắc chắn là anh ta không đói, nếu không thì anh ta đã ăn chút gì rồi).

Can't (I can't swim, etc.) `Unit 25A, B`   **Must (I must go, etc.)** `Unit 30D, E`

Exercises

27.1 Put in *must* or *must not*.

1. You've been traveling all day. You _must_ be very tired.
2. That restaurant _____ be very good. It's always full of people.
3. That restaurant _____ be very good. It's always empty.
4. You _____ be looking forward to going on vacation next week.
5. It rained every day during their vacation, so they _____ have had a very good time.
6. You got here very quickly. You _____ have walked very fast.

27.2 Complete the sentences with a verb in the correct form.

1. I've lost one of my gloves. I must _have dropped_ it somewhere.
2. They haven't lived here very long. They must not _know_ many people.
3. Ted isn't at work today. He must _____ sick.
4. Ted wasn't at work last week. He must _____ sick.
5. Sarah knows a lot about movies. She must _____ to the movies a lot.
6. Look – James is putting on his coat. He must _____ out.
7. I left my bike outside last night, and this morning it isn't there anymore. Somebody must _____ it.
8. Megan was in a very difficult situation. It must not _____ easy for her.
9. There is a man walking behind us. He has been walking behind us for the last 20 minutes. He must _____ us.

27.3 Read the situations and use the words in parentheses to write sentences with *must have* and *must not have*.

1. The phone rang but I didn't hear it. (I / asleep) _I must have been asleep._
2. Julie walked past me without speaking. (she / see / me) _She must not have seen me._
3. The jacket you bought is very good quality. (it / very expensive) _____
4. I can't find my umbrella. (I / leave / it in the restaurant last night) _____
5. Dave passed the exam without studying for it. (the exam / very difficult) _____
6. She knew everything about our plans. (she / listen / to our conversation) _____
7. Rachel did the opposite of what I asked her to do. (she / understand / what I said) _____
8. When I woke up this morning, the light was on. (I / forget / to turn it off) _____
9. The light was red, but the car didn't stop. (the driver / see / the red light) _____

27.4 Complete the sentences with *must not* or *can't*.

1. How can you say such a thing? You _can't_ be serious.
2. Their car isn't outside their house. They _must not_ be home.
3. I just bought a box of cereal yesterday. It _____ be empty already.
4. The Smiths always go on vacation this time of year, but they are still home. They _____ be taking a vacation this year.
5. You just started filling out your tax forms 10 minutes ago. You _____ be finished with them already!
6. Eric is a good friend of Ann's, but he hasn't visited her in the hospital. He _____ know she's in the hospital.

May and *might* (1)
May và might (1)

Xét tình huống sau:

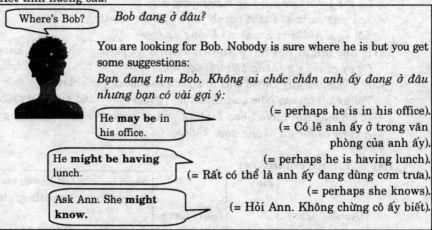

Where's Bob?   *Bob đang ở đâu?*

You are looking for Bob. Nobody is sure where he is but you get some suggestions:
Bạn đang tìm Bob. Không ai chắc chắn anh ấy đang ở đâu nhưng bạn có vài gợi ý:

He **may be** in his office.
(= perhaps he is in his office).
(= Có lẽ anh ấy ở trong văn phòng của anh ấy).

He **might be having** lunch.
(= perhaps he is having lunch).
(= Rất có thể là anh ấy đang dùng cơm trưa).

Ask Ann. She **might know.**
(= perhaps she knows).
(= Hỏi Ann. Không chừng cô ấy biết).

Chúng ta dùng **may** hay **might** để nói một điều gì đó có khả năng xảy ra. Dùng **may** hay **might** đều được. Bạn có thể nói:

- It **may be** true, *or* It **might be** true. (= perhaps it is true).
  Điều đó có thể đúng.
- She **might know**, *or* She **may know**.
  Có thể cô ấy biết.

Hình thức phủ định là **may not** hay **might not**:

- It **might not be** true. (= perhaps it isn't true).
  Điều đó có thể không đúng.
- I'm not sure whether I can lend you any money. I **may not have** enough.
  (= perhaps I don't have enough).
  Tôi không chắc là có thể cho anh mượn tiền được hay không. Có thể tôi không có đủ tiền.

Hãy nghiên cứu cấu trúc sau:

I/you/he, etc.	**may**	(not)	**be** (wrong/in his office, etc.)
			be (**doing / working / having**, etc.)
	might		**do / know / have / want**, etc.

Để nói về quá khứ chúng ta có thể dùng **may have** (**done**) hay **might have** (**done**):

- A: I wonder why Amy didn't answer the phone.
  Tôi không hiểu tại sao Amy lại không trả lời điện thoại.

B: She **may have been** asleep. (= perhaps she was asleep)
Có lẽ lúc đó cô ấy đang ngủ.

- A: I can't find my bag anywhere.
  Tôi không thể tìm thấy cái túi của tôi ở đâu cả.
  B: You **might have left** it in the store. (= perhaps you left it in the store)
  Có thể chị đã để quên nó ở cửa hàng rồi.

- A: I was surprised that Sarah wasn't at the meeting.
  Tôi ngạc nhiên vì Sarah đã không dự họp.
  B: She **might not have known** about it. (= perhaps she didn't know)
  Cô ấy có thể đã không biết về cuộc họp.

- A: I wonder why David was in such a bad mood yesterday.
  Tôi tự hỏi tại sao hôm qua David lại có một tâm trạng buồn như vậy.
  B: He **may not have been feeling** well. (= perhaps he wasn't feeling well).
  Anh ấy có thể đã không được khỏe.

Hãy nghiên cứu cấu trúc sau:

	may		been (asleep / at home, etc.)
			been (doing / waiting, etc.)
I/you/he, (etc.)		(not) have	
	might		done / known/ had / seen, etc.

C Đôi khi **could** có nghĩa tương tự như **may** và **might**.
- The phone's ringing. It **could be** Matt. (= It **may/might** be Matt)
  Điện thoại reo kìa. Có thể là Matt gọi đó.
- You **could have left** your bag in the store. (= you **may/might** have left it there).
  Có lẽ anh đã để quên túi xách ở cửa hàng.

Nhưng ở thể phủ định *(negative)* **couldn't** lại có nghĩa khác với **may not** và **might not**. So sánh:
- He was too far away, so he **couldn't have seen** you. (= it is not possible that he saw you).
  Lúc đó anh ấy ở cách quá xa, vì vậy anh ấy đã không thể nhìn thấy anh.
- A: I wonder why she didn't say hello.
  Tôi không hiểu tại sao cô ấy lại không chào tôi.
  B: She **might not have seen** you. (= perhaps she didn't see you; perhaps she did)
  Cô ấy có thể đã không nhìn thấy anh. (= Có thể cô ấy nhìn thấy và có thể không nhìn thấy anh)

Could Unit 26   *May and might (2)* Unit 29   *May I . . . ?* Unit 34

8.1 Write these sentences in a different way using *may* or *might*.

1. Perhaps Elizabeth is in her office. *She might be in her office.* OR *She may be . . .*
2. Perhaps Elizabeth is busy. _____
3. Perhaps she is working. _____
4. Perhaps she wants to be alone. _____
5. Perhaps she was sick yesterday. _____
6. Perhaps she went home early. _____
7. Perhaps she had to go home early. _____
8. Perhaps she was working yesterday. _____

In sentences 9–11, use *may not* or *might not*.

9. Perhaps she doesn't want to see me. _____
10. Perhaps she isn't working today. _____
11. Perhaps she wasn't feeling well yesterday. _____

8.2 Complete the sentences with a verb in the correct form.

1. *A:* Where's Bob? *B:* I'm not sure. He might _be having_____ lunch.
2. *A:* Who is that man with Anna?
   B: I'm not sure. It might _____ her brother.
3. *A:* Who was the man we saw with Anna yesterday?
   B: I'm not sure. It might _____ her brother.
4. *A:* What are those people doing on the sidewalk?
   B: They might _____ for a bus.
5. *A:* Should I buy this book for Sam?
   B: You'd better not. He might already _____ it.

8.3 Read the situations and make sentences from the words in parentheses. Use *may* or *might*.

1. I can't find Jeff anywhere. I wonder where he is.
   a) (he / go / shopping) *He may have gone shopping.*_____
   b) (he / play / tennis) *He might be playing tennis.*_____
2. I'm looking for Tiffany. Do you know where she is?
   a) (she / watch / TV / in her room) _____
   b) (she / go / out) _____
3. I can't find my umbrella. Have you seen it?
   a) (it / be / in the car) _____
   b) (you / leave / in the·restaurant last night) _____
4. Why didn't Dave answer the doorbell? I'm sure he was home at the time.
   a) (he / be / in the shower) _____
   b) (he / not / hear / the bell) _____

8.4 Complete the sentences using *might not* or *couldn't*.

1. *A:* Do you think she saw you?
   B: No, she was too far away. *She couldn't have seen me.*_____
2. *A:* I wonder why Ann didn't come to the party. Perhaps she wasn't invited.
   B: Yes, it's possible. She _____.
3. *A:* Tom loves parties. I'm sure he would have come to the party if he'd been invited.
   B: I agree. He _____.
4. *A:* I wonder how the fire started. Maybe it was an accident.
   B: No, the police say it _____.
5. *A:* How did the fire start? Do you think it was an accident?
   B: Well, the police aren't sure. They say it _____.

May and *might* (2)
May và might (2)

Chúng ta dùng **may** và **might** để nói về những hành động hay sự việc có th
xảy ra ở tương lai:

- I haven't decided what I'm doing for spring break. I **may go** to Mexic
(= perhaps I will go to Mexico).

  Tôi vẫn chưa quyết định làm gì trong kỳ nghỉ mùa xuân. Có thể tôi ở
  Mexico. (= có lẽ tôi sẽ đi Mexico).

- Take an umbrella with you when you go out. It **might rain** late
(= perhaps it will rain.)

  Nhớ mang theo dù khi bạn đi ra ngoài. Trời có thể mưa đó. (= có lẽ trời s
  mưa).

- The bus doesn't always come on time. We **might have** to wait a fe
minutes.

  Xe buýt không phải lúc nào cũng đúng giờ. Chúng ta có thể phải chờ
  phút.

Dạng phủ định của **may** và **might** là **may not** và **might not**:

- Ann **may not go** out tonight. She isn't well. (= perhaps she will not g
out).

  Có thể Ann không đi chơi tối nay. Cô ấy không khỏe. (= có lẽ cô ấy s
  không đi chơi).

- There **might not be** a meeting on Friday because the director is sick.
  Có lẽ sẽ không có họp vào thứ sáu bởi vì ông giám đốc bị ốm.

Thường chúng ta có thể dùng **may** hay **might** đều được cả. Bạn có thể nói:

- I **may go** to Mexico. *or* I **might go** to Mexico.
  Tôi có thể sẽ đi Mexico.

- Lisa **might be** able to help you. *or* Lisa **may be** able to help you.
  Lisa có thể sẽ có khả năng giúp anh.

Nhưng chúng ta chỉ dùng **might** (không dùng **may**) khi tình huống là khôn
thực.

- If I knew them better, I **might invite** them to dinner.
  Phải như tôi biết họ rõ hơn, tôi có thể mời họ dùng bữa tối.

(Đây là tình huống không thực bởi vì tôi đã không quen biết họ nhiều, vì vậ
*tôi sẽ không mời họ. "**May**" không dùng được trong ví dụ này).*

Ta cũng có dạng tiếp diễn (*continuous*): **may/might be - ing**. Hãy so sánh vớ
will be - ing:

- Don't phone me at 8:30. I'**ll be watching** the baseball game on TV.
  Đừng gọi điện lúc 8 giờ 30. Lúc đó tôi đang xem bóng chày trên truyền hình.

- Don't phone me at 8.30. I **might be watching** (or I **may be watching**) the baseball game on TV. (= *perhaps I'll be watching it*).
  Đừng gọi điện lúc 8 giờ 30. Lúc đó có thể tôi đang xem bóng chày trên truyền hình. Xem **UNIT** 23 *để biết thêm về cách dùng* **will be - ing**.

D Ta có thể dùng **may / might be - ing** cho những kế hoạch có thể được thực hiện:
- I'm **going** to Mexico in July (*for sure*).
  Tôi sẽ đi Mexico vào tháng bảy (chắc chắn đi).
- I **may be going** (or I **might be going**) to Mexico in July (*possible*).
  Tôi có thể sẽ đi Mexico vào tháng bảy (chưa chắc đi).

Nhưng bạn cũng có thể nói "**I may go** (or **I might go**) to Mexico..." mà nghĩa thay đổi không đáng kể.

Might as well / may as well.

Hãy xem ví dụ sau:

Rosa and Maria have just missed the bus. The buses run every hour.
Rosa và Maria vừa nhỡ một chuyến xe buýt. Xe buýt chạy mỗi giờ.

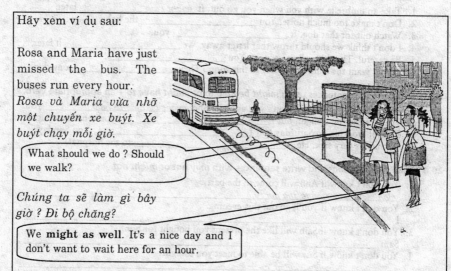

What should we do ? Should we walk?

Chúng ta sẽ làm gì bây giờ ? Đi bộ chăng?

We **might as well**. It's a nice day and I don't want to wait here for an hour.

Chúng ta có lẽ phải làm như vậy thôi. Thật là một ngày đẹp trời và tôi không muốn phải chờ ở đây một giờ nữa.
"(We) **might as well do** something" = (Chúng ta) nên làm một việc gì đó bởi vì không có giải pháp nào tốt hơn và không có lý do gì để không làm việc đó. Bạn cũng có thể nói: "**may as well**".

- A: What time are you going ?
  Mấy giờ bạn sẽ đi?

  B: Well, I'm ready, so I **might as well go** now. (or ... I **may as well go** now.)
  À, tôi đã sẵn sàng rồi, cho nên tôi cũng có thể đi ngay bây giờ đây.
- Rents are so high these days, you **may as well buy** a house.
  Giá thuê nhà bây giờ đắt lắm, bạn mua một căn nhà cũng vậy thôi.

Exercises

29.1 Write sentences with *may* or *might*.

1. Where are you going for spring break? (to Mexico???)
   I haven't decided yet. *I may go to Mexico*
2. What kind of car are you going to buy? (a Toyota???)
   I'm not sure yet. I _____.
3. Where are you going to hang that picture? (in the dining room???)
   I haven't made up my mind yet. _____
4. When is Jim coming to see us? (on Saturday???)
   I don't know yet. _____
5. What is Julia going to do when she graduates from high school? (go to college???)
   She hasn't decided yet. _____

29.2 Complete the sentences using *might* + one of these verbs:

   bite   break   need   ~~rain~~   slip   wake

1. Take an umbrella with you when you go out. It *might rain* later.
2. Don't make too much noise. You _____ the baby.
3. Watch out for that dog. It _____ you.
4. I don't think we should throw that letter away. We _____ it later.
5. Be careful. The sidewalk is very icy. You _____.
6. I don't want the children to play in this room. They _____ something.

29.3 Complete the sentences using *might be able to* or *might have to* + an appropriate verb.

1. I can't help you, but why don't you ask Liz? She *might be able to help* you.
2. I can't meet you tonight, but I _____ you tomorrow night.
3. I'm not working on Saturday, but I _____ on Sunday.
4. Michael is very sick. He _____ to the hospital.

29.4 Read the situations and write sentences with *may not* or *might not*.

1. You don't know if Ann will come to the party.
   Ann may not come to the party.
2. You don't know if you'll go out this evening.
   I _____.
3. You don't know if Sam will like the present you bought for him.
   Sam _____.
4. You don't know if Sue will be able to meet you tonight.
   _____

29.5 Read the situations and make sentences with *may/might as well*.

1. You and a friend have just missed the bus. The buses run every hour. You say:
   We'll have to wait an hour for the next bus. *We might as well walk*
2. You have a free ticket for a concert. You're not very excited about the concert but you
   decide to go. You say: I _____ to the concert. It's a
   shame to waste a free ticket.
3. You and a friend were thinking of eating in a restaurant, but you have a lot of food in
   the refrigerator. You say: We _____ at home. There's a
   lot of food in the fridge.
4. You and a friend are at home. You are bored. There's a movie on TV starting in a few
   minutes. You say: _____. There's nothing else to do.

Have to and *must*
Have to và must

A

Ta dùng **have to do** để nói về một điều gì cần phải làm.

- I **have to get up** early tomorrow. My flight leaves at 7:30.
  Sáng mai tôi phải dậy sớm. Chuyến bay của tôi bay lúc 7g30.
- This street ends at the next block, so you **have to turn**.
  Con đường này đến cuối dãy nhà kia là hết, vì vậy anh phải quay xe lại.
- Jason can't meet us this evening. He **has to work** late.
  Chiều nay Jason không thể gặp chúng ta được. Anh ta phải làm việc trễ.
- Last week Nicole broke her arm and **had to go** to the hospital.
  Tuần rồi Nicole bị gãy tay và phải đi bệnh viện.
- Have you ever **had to go** to the hospital?
  Bạn có bao giờ đi bệnh viện chưa?
- I might **have to leave** the meeting early.
  Có thể tôi sẽ phải rời cuộc họp sớm.

B

Ở thì *simple present* và *simple past*, ta dùng **do / does / did** trong câu hỏi:

- What **do** I **have to do** to get a driver's licence? (*not* What have I to do?)
  Tôi phải làm gì để có giấy phép lái xe? (không dùng "What have I to do?")
- **Does** Kimberly **have to work** tomorrow?
  Kimberly có phải làm việc ngày mai không?
- Why **did** you **have to go** to the hospital?
  Tại sao bạn phải đi bệnh viện?

Trong câu phủ định, ta dùng **don't / doesn't / didn't**:

- I **don't have to get up** early tomorrow. (*not* I haven't to get up)
  Ngày mai tôi không phải dậy sớm (không dùng "I haven't to get up")
- Kimberly **doesn't have to work** on Saturdays.
  Kimberly không phải làm việc vào ngày thứ bảy.
- We **didn't have to pay** to park the car.
  Chúng tôi không phải trả tiền đậu xe.

C

Ta có thể dùng **have got to** thay vì **have to** đối với thì hiện tại. Vì vậy ta có thể nói:

- **I've got to** work now.   *or*   • I **have to** work now.
  Bây giờ tôi phải làm việc.
- **He's got to** visit his aunt   *or*   • He **has to** visit his aunt
  in the hospital tonight.   in the hospital tonight.
  Tối nay anh ta phải đi thăm dì (cô) của anh ta ở bệnh viện.

Ta có thể dùng **must** để chỉ điều cần phải làm:

- I **must** get to the store before it closes.

  Tôi phải ra cửa hàng trước khi nó đóng cửa.

- When you go to San Francisco next week, you really **must** visit Golden Gate Park.

  Tuần tới khi bạn đến San Francisco, bạn nhất định phải đến thăm công viên Golden Gate.

Must thường được dùng trong những văn bản chỉ dẫn và quy tắc:

- You **must** apply by April 15. (= your application won't be accepted after that date.)

  Đến ngày 15 tháng 4 bạn phải nộp đơn. (Đơn của bạn sẽ không được chấp nhận sau ngày đó.)

- This medicine **must** be taken with food. (or your stomach will be upset.)

  Loại thuốc này phải được dùng kèm với thức ăn. (nếu không sẽ làm cho dạ dày bạn khó chịu.)

Ta có thể dùng **have to** trong những tình huống này.

Dùng **must** để nói về hiện tại hoặc tương lai, không dùng cho quá khứ:

- I **had to** get up early yesterday. (*not* I must)

  Ngày hôm qua tôi phải thức dậy sớm. (không dùng "I must")

Mustn't (must not) và **don't / doesn't have** to hoàn toàn khác nhau về nghĩa.

You **musn't do** something có nghĩa là bạn không được làm; do đó đừng làm.	You **don't have to** do something có nghĩa là bạn không cần phải làm một điều gì (nhưng bạn có thể làm nếu thích)
<ul><li>You must keep it secret. You **mustn't** tell anyone. (= don't tell anyone). *Bạn phải giữ bí mật điều này. Bạn không được nói với ai.*</li><li>I promised I would be on time. I **mustn't** be late. (I must be on time) *Tôi đã hứa là tôi sẽ đến đúng giờ. Tôi không được phép trễ. (Tôi phải đúng giờ)*</li></ul>	<ul><li>You **don't have to** tell him, but you can if you want to. *Bạn không cần nói cho anh ta biết, nhưng nếu thích bạn có thể nói.*</li><li>Sue isn't working tomorrow, so she **doesn't have to** get up early. *Ngày mai Sue không làm việc, vì vậy cô ta không cần phải dậy sớm.*</li></ul>

Must (You must be tired, etc.) **Unit 27**

0.1 Complete the sentences with *have to / has to / had to*.

1. Jason can't meet us this evening. He *has to* _____ work late.
2. Beth left before the end of the meeting. She _____ go home early.
3. I don't have much time. I _____ go soon.
4. Kathy may _____ go away next week.
5. Eric is usually free on weekends, but sometimes he _____ work.
6. There was nobody to help me. I _____ do everything by myself.
7. Julie has _____ wear glasses since she was a small child.
8. Jeff has money problems. He's going to _____ sell his car.

0.2 Complete the questions using the words in parentheses.

1. "I broke my arm last week." "*Did you have to go* (you / have / go) to the hospital?"
2. "I'm afraid I can't stay very long." "What time _____ (you / have / go)?"
3. _____ (you / have / wait) long for the bus last night?
4. How old _____ (you / have / be) to drive in your country?
5. How does Chris like his new job? _____ (he / have / travel) a lot?

0.3 Complete these sentences using *have to* + one of the verbs in the list. Some sentences are positive (*I have to . . .*) and some are negative (*I don't have to . . .*).

ask   do   ~~get up~~   go   make   make   shave   ~~show~~

1. I'm not working tomorrow, so I *don't have to get up* early.
2. Steve didn't know how to use the computer, so I *had to show* him.
3. Excuse me for a minute – I _____ a phone call. I won't be long.
4. I couldn't find the street I was looking for. I _____ somebody for directions.
5. Jack has a beard, so he _____ .
6. A man was injured in the accident, but he _____ to the hospital because it wasn't serious.
7. Sue is a vice-president in the company. She _____ important decisions.
8. I'm not very busy. I've got a few things to do, but I _____ them now.

0.4 Match the two halves of the sentences.

1. You really must
2. This letter must
3. Eric says he has
4. My wife and I both have
5. I can't talk to you now. I have
6. All the students must

a) be mailed by tomorrow.
b) to get our eyes tested.
c) finish their exams in one hour.
d) visit the museum while you're here.
e) to take his aunt to the hospital.
f) to make an important phone call right away.

0.5 Complete these sentences with *mustn't* or *don't/doesn't have to*.

1. I don't want anyone to know. You *mustn't* _____ tell anyone.
2. He *doesn't have to* _____ wear a suit to work, but he usually does.
3. I can sleep late tomorrow morning because I _____ go to work.
4. Whatever you do, you _____ touch that switch. It's very dangerous.
5. There's an elevator in the building, so we _____ climb the stairs.
6. You _____ forget what I told you. It's very important.
7. Lauren _____ get up early. She gets up early because she wants to.
8. Don't make so much noise. We _____ wake the baby.
9. You _____ be a good player to enjoy a game of tennis.

UNIT

31

A

Should

You **should do** something = đó là một việc nên làm. Bạn có thể dùng **shou**
để cho lời khuyên hay đưa ra ý kiến:

- You look tired. You **should go** to bed.
  Anh mệt rồi, anh nên đi ngủ đi.
- The government **should do** more to help homeless people.
  Chính phủ nên làm nhiều hơn để giúp đỡ những người không có nhà ở.
- "**Should** we **invite** Susan to the party ?" "Yes, I think we **should**".
  "Chúng ta có nên mời Susan đến dự tiệc không?" "Có, tôi nghĩ là chúng
  nên mời".

Ta thường dùng should với **I think / I don't think / Do you think** ... ?:

- **I think** the government **should do** more to help homeless people.
  Tôi nghĩ chính phủ nên làm nhiều hơn để giúp đỡ những người không
  nhà ở.
- **I don't think** you **should work** so hard.
  Tôi không nghĩ là anh cần phải làm việc vất vả như vậy.
- "**Do** you **think** I **should apply** for this job ?" "Yes, **I think** you **shoul**
  "Bạn nghĩ là tôi có nên xin việc này không ?" "Có, tôi nghĩ là anh nên".

"You **shouldn't do** something" = Đó không phải là điều nên làm.

- You **shouldn't believe** everything you read in the newspapers.
  Bạn không nên tin vào mọi điều bạn đọc trên báo chí.

Should không mạnh bằng **must**:

- You **should apologize**. (= it would be a good thing to do.)
  Bạn nên xin lỗi. (= đó là một việc bạn nên làm.)
- You **must apologize**. (= you have no alternative).
  Bạn phải xin lỗi. (= bạn không có sự lựa chọn nào khác).

B

Chúng ta cũng có thể dùng **should** khi có việc gì đó không hợp lý hoặc khô
diễn ra theo ý chúng ta. Ví dụ như:

- I wonder where Liz is. She **should be** here by now. (= she isn't here ye
  and this is not normal).
  Tôi không biết Liz ở đâu. Cô ấy lẽ ra đã phải có mặt ở đây vào lúc n
  (= cô ấy chưa có ở đây và việc đó là không bình thường).
- The price on this packet is wrong. It **should be** $1.29, not $1.59.
  Giá để trên gói hàng này sai rồi. Nó lẽ ra là 1,29 đô la, chứ không p
  1,59 đô la.

- Those boys **shouldn't be** playing football at this time. They **should be** in school.

  Những đứa trẻ kia không nên chơi bóng đá vào lúc này. Chúng lẽ ra phải ở trường.

Ta dùng **should** để nói rằng ta chờ đợi hay nghĩ rằng một việc gì đó sẽ xảy ra:

- She's been studying hard for this exam, so she **should pass**. (= I expect her to pass).

  Kỳ thi này cô ấy đã học rất chăm, vì vậy cô ấy sẽ thi đậu. (= Tôi mong cô ấy thi đậu).

- There are plenty of hotels in this city. It **shouldn't be** difficult to find somewhere to stay. (= I don't expect that it will be difficult).

  Thành phố này có rất nhiều khách sạn. Sẽ không mấy khó khăn trong việc tìm chỗ ở đâu. (= Tôi không nghĩ rằng việc tìm chỗ lại khó khăn).

C "You **should have done** something" = Bạn đã không làm điều đó, nhưng đó đã là một việc nên làm:

- It was a great party last night. You **should have come**. Why didn't you? (= you didn't come but it would have been good to come)

  Bữa tiệc tối qua thật là tuyệt. Lẽ ra bạn nên đến. Tại sao bạn không đến? (= bạn đã không đến nhưng thật là tốt nếu bạn đến).

- I'm feeling sick. I **shouldn't have eaten** so much chocolate. (= I ate too much chocolate).

  Tôi cảm thấy khó chịu. Lẽ ra tôi đã không nên ăn nhiều sô cô la như vậy. (= Tôi đã ăn quá nhiều sô cô la).

- I wonder why they're so late. They **should have been here** an hour ago.

  Tôi không biết tại sao họ lại trễ vậy. Họ lẽ ra đã phải có mặt ở đây cách đây một giờ rồi.

- She **shouldn't have been listening** to our conversation. It was private.

  Lẽ ra cô ấy đã không nên lắng nghe câu chuyện của chúng ta. Đó là chuyện riêng mà.

So sánh **should** (**do**) và **should have** (**done**):

- You look tired. You **should go** to bed now.

  Bạn trông có vẻ mệt, bạn nên đi ngủ ngay đi.

- You went to bed very late last night. You **should have gone** to bed earlier.

  Tối qua bạn đi ngủ trễ quá. Lẽ ra bạn nên đi ngủ sớm hơn.

D **Ought to**...

Bạn có thể dùng **ought to** thay vì **should** trong các ví dụ ở bài này.

- Do you think I **ought to apply** for this job ? (= Do you think I **should apply** ...?)

  Bạn có nghĩ là tôi nên nộp đơn xin làm việc này không?

- She's been studying hard for this exam, so she **ought to pass**.

  Cô ấy đã học rất chăm cho kỳ thi, vì vậy cô ấy phải đậu.

Should and *had better* **Unit 33B**

Exercises

31.1 For each situation, write a sentence with *should* or *shouldn't* + one of the following:

~~go away for a few days~~   go to bed so late   look for another job
take a photograph   use her car so much

1. Liz needs a change. She _should go away for a few days_ .
2. Your salary is too low. You _____ .
3. Eric always has trouble getting up. He _____ .
4. What a beautiful view! You _____ .
5. Sue drives everywhere. She never walks. She _____ .

31.2 Read the situations and write sentences with *I think / I don't think . . . should . . .*

1. Chris and Amy are planning to get married. You think it's a bad idea.
   (get married) _I don't think they should get married._
2. I have a very bad cold, but I plan to go out this evening. You don't think this is a good idea. You say to me: (go out) _____
3. You don't like smoking, especially in restaurants.
   (be banned) I think _____ .
4. The government wants to raise taxes, but you don't think this is a good idea.
   (raise) _____

31.3 Complete the sentences with *should* or *should have* + the verb in parentheses.

1. Tracy _should pass_ the exam. She's been studying very hard. (pass)
2. You missed a great party last night. You _should have come_ . (come)
3. We don't see you enough. You _____ and see us more often. (come)
4. I'm in a difficult position. What do you think I _____ ? (do)
5. I'm sorry that I didn't follow your advice. I _____ what you said. (do)
6. We lost the game, but we _____ . Our team was better than theirs. (win)
7. "Is John here yet?" "Not yet, but he _____ here soon." (be)
8. I mailed the letter three days ago, so it _____ by now. (arrive)

31.4 Read the situations and write sentences with *should/shouldn't*. Some of the sentences are past, and some are present.

1. I'm feeling sick. I ate too much. _I shouldn't have eaten so much._
2. That man on the motorcycle isn't wearing a helmet. That's dangerous.
   He _should be wearing a helmet_ .
3. When we got to the restaurant, there were no free tables. We hadn't reserved one.
   We _____ .
4. The sign says that the store opens every day at 8:30. It's 9:00 now, but the store isn't open yet. _____
5. The speed limit is 30 miles an hour, but Catherine is driving 50 miles an hour.
   She _____
6. I went to Dallas. A friend of mine lives in Dallas, but I didn't go to see him while I was there. When I saw him later, he said:
   You _____
7. I was driving right behind another car. Suddenly the driver in front of me stopped and I drove into the back of his car. It was my fault.
   _____
8. I walked into a wall. I wasn't looking where I was going.
   _____

Subjunctive *(I suggest you do)*

Xét ví dụ sau:

> Why don't you buy some new clothes?

Lisa said to Mary, "Why don't you buy some new clothes?"
Lisa hỏi Mary, "Tại sao bạn không mua vài bộ đồ mới?"
Lisa suggested (that) Mary **buy** some new clothes.
Lisa đề nghị Mary nên mua vài bộ đồ mới.
The *subjunctive* is always the same as the *base form* (**I buy, he buy, she buy,** etc.).

I/he/she/it We/you/they	**do/buy/be**, etc.

Ta dùng *subjunctive* sau những động từ:

Suggest   propose   recommend   insist   demand

- I **suggest** (that) **you take** a vacation.
  Tôi đề nghị anh nên đi nghỉ hè.
- The doctor **recommended** (that) **I rest** for a few days.
  Bác sĩ khuyến cáo rằng tôi nên nghỉ ngơi vài ngày.
- They **insisted** (that) **we have** dinner with them.
  Họ nài nỉ chúng tôi dùng bữa tối với họ.
- I **insisted** (that) **he have** dinner with us.
  Tôi nài nỉ anh ta dùng bữa tối với chúng tôi.
- He **demanded** (that) **she apologize** to him.
  Anh ta yêu cầu cô ấy phải xin lỗi anh ta.

Thể phủ định là **not** + the base form (**I not be, you not leave, she not go,** etc.):
- The doctor recommended that **I not go** to work for two days.
  Bác sĩ khuyến cáo rằng tôi không nên làm việc trong 2 ngày.
- They insisted that **he not bring** them a present.
  Họ đề nghị anh ta đừng mang quà cho họ.

Ta có thể dùng *subjunctive* cho hiện tại, quá khứ hoặc tương lai:
- I **insist** (that) **you come** with us.
  Tôi đề nghị anh đi với chúng tôi.
- They **insisted** (that) **I go** with them.
  Họ đã đề nghị tôi đi với họ.

Note the subjunctive **be** (often *passive*):

Lưu ý dạng subjunctive **be** (thường ở bị động):

- I insisted (that) something **be done** about the problem.

  Tôi đề nghị một biện pháp nào đó phải được thực hiện để giải quyết vấn đề.
- The chairperson proposed (that) the plans **be changed**.

  Ông chủ tịch đề nghị kế hoạch phải được thay đổi.
- The airline recommends that passengers **be** two hours early.

  Hãng hàng không đề nghị hành khách đến sớm hai giờ.

Insist and **suggest**: có thể dùng các cấu trúc khác

- They **insisted on my having** dinner with them. (See Unit 59A.)

  Họ đề nghị tôi đến ăn tối với họ. (Xem Unit 59A)
- It was a beautiful evening, so **I suggested going** for a walk. (See Unit 50.)

  Đó là một ngày đẹp trời, vì vậy tôi đề nghị đi dạo. (Xem Unit 50)

Sau **suggest** không được dùng nguyên mẫu:

- She **suggested that he buy** some new clothes. (*not* suggested him to buy)

  Cô ta đề nghị anh ấy mua một số quần áo mới (không nói "suggested him to buy")
- What do you **suggest I do**? (*not* suggest me to do)

  Anh đề nghị tôi làm gì bây giờ? (không dùng "suggest me to do")

Exercises

32.1 Write a sentence that means the same as the first sentence. Begin in the way shown. Some sentences are negative.

1. "Why don't you buy some new clothes?" said Lisa to Mary.
Lisa suggested that *Mary buy some new clothes* .
2. "You really must stay a little longer," she said to me.
She insisted that _____ .
3. "Why don't you visit the museum after lunch?" I said to her.
I suggested that _____ .
4. "I think it would be a good idea to see a specialist," the doctor said to me.
The doctor recommended that _____ .
5. "It would be a good idea for you not to lift anything heavy," the specialist said to me.
The specialist recommended that _____ .
6. "You have to pay the rent by Friday at the latest," the landlord said to the tenant.
The landlord demanded that _____ .
7. "Why don't you go away for a few days?" Josh said to me.
Josh suggested that _____ .
8. "You shouldn't give your children snacks right before mealtime," the doctor told me.
The doctor suggested that _____ .
9. "Let's have dinner early," Sarah said to us.
Sarah proposed that _____ .

32.2 Complete these sentences with an appropriate verb.

1. I suggest that you _take_ a vacation.
2. I insisted that something _be_ done about the problem.
3. Our friends recommended that we _____ our vacation in the mountains.
4. Since Dave hurt Tracy's feelings, I strongly recommended that he _____ to her.
5. The workers at the factory are demanding that their wages _____ raised.
6. She doesn't use her car very often, so I suggested that she _____ it and use the money for something else.
7. Lisa wanted to walk home alone, but we insisted that she _____ for us.
8. The city council has proposed that a new shopping center _____ built.
9. What do you suggest I _____ to the party? A dress?
10. I didn't want her to come to the party, but Sam insisted that she _____ invited.

32.3 Tom is out of shape, and his friends made some suggestions:

Why don't you try jogging?	How about walking to work in the morning?	Eat more fruit and vegetables.	Why don't you take vitamins?

LINDA	SANDRA	BILL	ANNA

Write sentences telling what Tom's friends suggested.

1. Linda suggested that he _try jogging_ .
2. Sandra suggested that he _____ .
3. Bill suggested _____ .
4. Anna _____ .

97

A

Had better / It's time ...

Had better (I'd better / you'd better ...)

I'd better do something = Tôi nên làm điều gì đó. Nếu tôi không làm thì c
thể sẽ gặp rắc rối hay nguy hiểm.

- I have to meet Amy in ten minutes. **I'd better** go now or I'll be late.

  *Tôi phải gặp Amy sau mười phút nữa. Tốt hơn là tôi nên đi ngay, nế
  không tôi sẽ bị trễ.*

- "Do you think I should take an umbrella ?" "Yes, you**'d better.** It might rain".

  "Anh nghĩ là tôi có nên mang theo dù không ?" "Nên chứ. Trời có thể mưa đó".

- We**'d better stop** for gas soon. The tank is almost empty.

  Chúng ta nên dừng lại đổ xăng sớm đi. Bình xăng gần như cạn hết rồi.

Hình thức phủ định là **I'd better not** (= I had better not)

- A: Are you going out tonight ?

  - *Tối nay bạn có đi chơi không?*

  B: **I'd better not.** I've got a lot of work to do.

  Tốt hơn là tôi không đi. Tôi có nhiều việc phải làm.

- You don't look very well. You**'d better not** go to work today.

  Bạn trông không được khỏe lắm. Tốt hơn là hôm nay bạn đừng đi làm.

Bạn cũng có thể dùng **had better** khi bạn muốn cảnh cáo hay nhắc nhở ai đ
rằng họ phải làm điều gì đó:

- You**'d better** be on time. / You**'d better not** be late. (*or* I'll be ver)
  angry).

  Anh nên có mặt đúng giờ./Anh chẳng nên đến trễ. (nếu không tôi sẽ rất giận).

Hãy ghi nhớ:

> Dạng "**had better**" thường được lược thành "**I'd better / you'd better**".
> trong văn nói:
>
> - **I'd better** go now = I had better go now.
>
>   *Tôi nên đi ngay*
>
> **Had** là dạng quá khứ (*past form*), nhưng trong cụm từ này nó mang nghĩ
> hiện tại hay *tương lai*, không phải quá khứ. (*present or future, not past*):
>
> - **I'd better go** to the bank **now / tomorrow**.
>
>   *Tốt hơn là tôi đến ngân hàng ngay bây giờ / vào ngày mai.*
>
> Ta nói "**I'd better do**..." (*không nói "to do"*):
>
> - It might rain. We**'d better take** an umbrella. (*not* We'd better to take).
>
>   *Trời có thể mưa. Tốt hơn là chúng ta nên mang theo dù.*

B

Had better và should.

Had better có nghĩa tương tự như **should** (xem **UNIT** 31A), nhưng chún
không hoàn toàn giống nhau.

Ta chỉ dùng **had better** cho những tình huống cụ thể (không dùng tron)
những trường hợp tổng quát). Còn **should** được dùng cho tất cả các trường

98

hợp khi đưa ra ý kiến hay cho ai lời khuyên:

- It's cold today. You'**d better** wear a coat when you go out. (a specific occasion).

  Hôm nay trời lạnh. Tốt hơn là bạn nên mặc áo khoác khi ra ngoài. (một tình huống cụ thể)

- I think all drivers **should** wear seat belts. (in general) – (*not* had better wear).

  Tôi nghĩ là tất cả các tài xế nên đeo dây lưng an toàn. (nói chung). (không nói "had better wear").

Cũng vậy, đối với **had better**, luôn luôn có một mối nguy hiểm hay chuyện không hay nếu bạn không làm theo lời khuyên. Còn **should** chỉ mang ý nghĩa "đó là một việc nên làm". Hãy so sánh:

- It's a great film. You **should** go and see it. (but no problem if you don't.)

  Đó là một cuốn phim rất hay. Bạn nên đi xem nó. (bạn không xem cũng không có vấn đề gì).

- The movie starts at 8:30. You'**d better** go now or you'll be late.

  Cuốn phim bắt đầu lúc 8 giờ 30. Bạn nên đi ngay bây giờ kẻo trễ.

It's time...

Bạn có thể nói: "**It's time** (for somebody) **to do** something" (*đã đến lúc ai đó (cần phải) làm việc gì đó*):

- It's time to go home. / It's time for us to go home.

  Đến lúc chúng ta đi về nhà rồi.

Bạn cũng có thể nói:

- It's late. It's time we **went** home.

  Trễ rồi. Đã đến lúc chúng ta đi về nhà.

Trong câu này chúng ta dùng **went** - dạng quá khứ (past), nhưng nó mang nghĩa hiện tại hay tương lai (không mang ý nghĩa quá khứ).

- It's 10 o'clock and he's still in bed. It's time he **got** up. (*not* It's time he gets up)

  Đã 10 giờ rồi mà anh ấy còn ở trên giường. Đã đến lúc anh ấy dậy rồi. (không dùng "It's time he gets up")

It's time you did something = Lẽ ra bạn đã nên làm hay khởi sự làm công việc đó rồi. Chúng ta dùng cấu trúc này để phê phán hay phàn nàn ai đó:

- **It's time** the children **were** in bed. It's long after their bedtime.

  Đã đến lúc bọn trẻ phải đi ngủ rồi. Đã quá giờ đi ngủ của chúng lâu rồi.

- The windows are very dirty. I think **it's time** somebody **washed** them.

  Các cửa sổ bẩn quá. Tôi nghĩ là đã đến lúc phải có ai đó lau chùi chúng rồi.

Bạn cũng có thể nói: **It's about time** ... để làm mạnh hơn tính chất phê phán:

- Jack is a great talker. But **it's about time** he **did** something instead of just talking.

  Jack là một tên khoác lác. Nhưng đã đến lúc hắn ta phải làm một việc gì đó thay vì chỉ nói suông.

99

Exercises

33.1 Read the situations and write sentences with *had better*. Use the words in parentheses.

1. You're going out for a walk with Tom. It might rain. You say to Tom:
   (an umbrella) *We'd better take an umbrella.*
2. Alex has just cut himself. It's a bad cut. You say to him:
   (a bandage) _____
3. You and Kate plan to go to a restaurant this evening. It's a very popular restaurant. You say to Kate: (make a reservation) We _____ .
4. Jill doesn't look very well – not well enough to go to work. You say to her:
   (work) _____
5. You received your phone bill four weeks ago, but you haven't paid it yet. If you don't pay very soon, you could be in trouble. You say to yourself:
   (pay) _____
6. You want to go out, but you're expecting an important phone call. You say to your friend:
   (go out) I _____ .
7. You and Jeff are going to the theater. You've missed the bus, and you don't want to be late. You say to Jeff: (a taxi) _____

33.2 Put in *had better* or *should*. Sometimes either is possible.

1. I have an appointment in ten minutes. I *'d better* go now or I'll be late.
2. It's a great movie. You *should* go and see it. You'll really like it.
3. I _____ get up early tomorrow. I've got a lot to do.
4. When people are driving, they _____ keep their eyes on the road.
5. Thank you for coming to see us. You _____ come more often.
6. She'll be upset if we don't invite her to the wedding, so we _____ invite her.
7. These cookies are delicious. You _____ try one.
8. I think everybody _____ learn a foreign language.

33.3 Complete the sentences. Sometimes you need only one word, sometimes two.

1. a) I need some money. I'd better *go* to the bank.
   b) John is expecting you to call him. You _____ better do it now.
   c) "Should I leave the window open?" "No, you'd better _____ it."
2. a) It's time the government _____ something about the problem.
   b) It's time something _____ about the problem.
   c) I think it's about time you _____ about me instead of thinking only about yourself.

33.4 Read the situations and write sentences with *It's time . . . .*

1. You think the children should be in bed. It's already 11:00.
   It's time the children were in bed.
2. You haven't taken a vacation for a very long time. You need one now.
   It's time I _____ .
3. You're sitting on a train waiting for it to leave the station. It's already five minutes late.
   _____
4. You enjoy having parties. You haven't had one for a long time.
   _____
5. The company you work for is badly managed. You think there should be some changes.
   _____

Can / Could / Would you ... ?,etc.
(Requests, offers, permission and invitations)
Lời yêu cầu, đề nghị, cho phép và lời mời

Asking people to do things (requests). **Yêu cầu ai đó làm việc gì (lời yêu cầu):**
Ta thường dùng **can** hay **could** để yêu cầu ai đó làm việc gì:

- **Can you** wait a minute, please ? *or*
  Could you wait a minute, please?
  Xin ông vui lòng chờ một chút.

- Liz, **can you** do me a favor?
  Liz, bạn có thể giúp tôi được không?

> Could you open the door, please?

- Excuse me, **could you** tell me how to get to the airport?
  Xin lỗi, anh có thể chỉ đường cho tôi đến phi trường được không?

- I wonder if **you could** help me.
  Tôi tự hỏi không biết anh có thể giúp tôi được không.

Ghi nhớ rằng ta nói "Do you think (you) **could**... ? (thường không dùng "can").

- Do you think you could lend me some money until next week?
  Anh thấy là có thể cho tôi mượn ít tiền cho đến tuần sau được không?

Ta cũng có thể dùng **will** và **would** để yêu cầu ai làm việc gì đó (nhưng **can** và **could** vẫn được dùng nhiều hơn):

- Liz, **will you** do me a favor?
  Liz, bạn có thể giúp tôi được không?

- **Would you** please be quiet ? I'm trying to concentrate.
  Bạn vui lòng giữ yên lặng nhé. Tôi đang cố gắng tập trung.

B

Asking for things. **Yêu cầu điều gì với ai đó:**
Để yêu cầu ai một điều gì bạn có thể có thể nói **Can I have ...?** hoặc **Could I have ...?**

- *(in a shop)* **Can I have** these postcards, please?
  (trong cửa hàng) Bán cho tôi mấy tấm bưu ảnh này?

- *(during a meal)* **Could I have** the salt, please?
  (trong bữa ăn) Làm ơn cho tôi xin ít muối?

May I have ... ? cũng có thể được dùng (**tuy ít thông dụng** hơn):

- **May I have** the salt, please?
  Cho tôi xin ít muối.

Asking for and giving permission. **Xin phép và cho phép:**
Để xin phép làm điều gì đó chúng ta thường dùng **can, could** hay **may:**

- *(on the phone)* Hello, **can I** speak to Tom, please?
  (qua điện thoại) Alô, xin vui lòng cho tôi nói chuyện với Tom.
- "**Could I** use your phone ?" "Yes, of course."
  "Tôi có thể dùng điện thoại của anh được không?" "Dĩ nhiên là được"
- Do you think **I could** borrow your bike?
  Bạn có thể cho tôi mượn xe đạp của bạn được không?
- "**May I** come in ?" "Yes, please do."
  "Tôi có thể vào được không ?" "Được, xin mời vào".

May khách sáo hơn và ít được dùng hơn **can** và **could.**

Offering to do things. **Đề nghị làm một việc gì:**
Ta dùng **Can I ... ?** hoặc **May I ... ?** khi đề nghị làm một việc gì (**May** có ý
nghĩa khách sáo hơn).

- "**Can I** get you a cup of coffee ?" "Yes, that would be very nice."
  "Tôi gọi cho bạn một tách cà phê nhé ?" "Vâng, quá tốt".
- *(In a store)* "**May I** help you ?" "No, thanks. I'm being helped".
  *(Trong cửa hàng) Tôi có thể giúp cô được không ?" "Dạ thôi, cảm ơn. Tô
  có thể tự làm được."*

Offering and inviting. **Lời đề nghị và lời mời:**
Để đưa ra lời đề nghị hay lời mời chúng ta có thể dùng **Would you like ...**
(không dùng "Do you like...?").

- "**Would you like** a cup of coffee ?" "Yes, please."
  "Bạn dùng một tách cà phê nhé ?" "Vâng, cho tôi xin một tách."
- "**Would you like** to go to the movies with us on Saturday night ?" "Yes
  I'd love to."
  *"Bạn vui lòng đi xem phim với chúng tôi vào tối thứ bảy nhé ?" "Vâng, tô
  rất vui được đi."*

I'd like... là một cách nói lịch sự để diễn đạt những điều bạn muốn:

- *(at a tourist information office)* **I'd like** some information about hotels
  please.
  *(tại một văn phòng hướng dẫn du lịch) Tôi muốn biết một số thông tin v
  các khách sạn.*
- *(in a store)* **I'd like** to try on this jacket, please.
  (tại một cửa hàng) Cho tôi thử cái áo vét này nhé.

xercises

4.1 Read the situations and write questions beginning with *Can* or *Could*.

1. You're carrying a lot of things. You can't open the door yourself. There's a man standing near the door. You say to him:
   Can you open the door, please? OR *Could you open the door, please?*
2. You phone Ann, but somebody else answers. Ann isn't there. You want to leave a message for her. You say: _____
3. You are a tourist. You want to go to the post office, but you don't know where it is. You ask at your hotel. You say: _____
4. You are in a department store. You see some pants you like, and you want to try them on. You say to the salesperson: _____
5. You need a ride home from a party. John drove to the party and lives near you. You say to John: _____

4.2 Read the situations and write questions beginning with *Do you think*.

1. You want to borrow your friend's camera. What do you say to him?
   Do you think *I could borrow your camera* ?
2. You are at a friend's house and you want to use her phone. What do you say?
   _____
3. You are a tourist in New York. You ask at your hotel for directions to Wall Street. What do you say? _____
4. You want to leave work early because you have something important to do. What do you ask your boss? _____
5. The woman in the next room is playing music. It's very loud. You want her to turn it down. What do you say to her?
   _____
6. You are phoning the owner of an apartment that was advertised in the newspaper. You are interested in the apartment and want to see it today. What do you say to the owner?
   _____

4.3 What would you say in these situations?

1. John has come to see you. You offer him something to eat.
   You: *Would you like something to eat?*
   John: No, thank you. I've just eaten.
2. You need help to change the film in your camera. You ask Ann.
   You: Ann, I don't know how to change the film. _____
   Ann: Sure. It's easy. All you have to do is this.
3. You're on a plane. The woman next to you has finished reading her newspaper. You want to have a look at it. You ask her.
   You: Excuse me, _____ ?
   Woman: Yes, of course. I'm finished with it.
4. You're on a bus. You have a seat, but an elderly man is standing. You offer him your seat.
   You: _____
   Man: Oh, that's very nice of you. Thank you very much.
5. You're the passenger in a car. Your friend is driving very fast. You ask her to slow down.
   You: You're making me very nervous. _____
   Driver: Oh, I'm sorry. I didn't realize I was going so fast.
6. A friend of yours is interested in one of your books. You invite him to borrow it.
   Friend: This book looks very interesting.
   You: Yes, it's very good. _____

If I do ... and If I did ...
If I do ... và If I did ...

A

So sánh các ví dụ sau:

(1) Sue has lost her watch. She thinks it may be at Ann's house.

Sue đã làm mất chiếc đồng hồ của cô ấy. Cô ấy nghĩ nó có thể ở nhà Ann.

Sue: I think I left my watch at your house. Have you seen it?

Tôi nghĩ là tôi để quên cái đồng hồ của tôi ở nhà bạn. Bạn có nhìn thấy n̶ không?

Ann: No, but I'll look when I get home. **If I find** it, I'll tell you.

Không, nhưng tôi sẽ xem lại khi tôi về nhà. Nếu tìm thấy nó, tôi sẽ nói ch̶ bạn biết.

Trong ví dụ này, Ann cảm thấy có một khả năng thực tế rằng cô ấy sẽ tì̶ thấy chiếc đồng hồ của Sue để quên ở nhà mình. Vì vậy cô ấy nói:

If I find ... I'll ... (nếu tôi tìm thấy ... tôi sẽ ...)

(2) Carol says: **If I found** a wallet in the street, I'd take it to the police.

Carol nói: Nếu tôi nhặt được một cái ví trên đường tôi sẽ mang nó đến đồ̶ cảnh sát.

Đây là một dạng tình huống khác. Ở ví dụ này, Carol không nghĩ tới m̶ khả năng có thực; cô ấy đang giả định một tình huống và không mong ch̶ tìm thấy một cái ví ở trên đường. Vì vậy cô ấy nói:

If I found ... I'd (= I would) ... (không dùng "**If I find ... I'll**")

Khi bạn giả định một điều gì tương tự như vậy, bạn dùng cấu trúc **if** + thì quá khứ (**if I found / if you were / if we didn't** ...), nhưng nó không mang nghĩa quá khứ (*past*):
If I won a million dollars...

If I won a million dollars . . .

- What would you do **if you won** a million dollars?

  (we don't really expect this to happen).

  Bạn sẽ làm gì nếu bạn trúng được một triệu đô la?

  (chúng ta không thực sự mong chờ hay nghĩ điều này sẽ xảy ra).

- I don't really want to go to their party, but I probably will go. They'd be hurt **if I didn't** go.

  Tôi không thực sự muốn đến dự buổi tiệc của họ, nhưng chắc là tôi sẽ đ̶ Họ sẽ giận nếu như tôi không tới.

104

- Sarah has decided not to apply for the job. She isn't really qualified for it, so she probably wouldn't get it **if** she **applied**.

  Sarah đã quyết định không nộp đơn xin việc nữa. Cô ấy không thực sự có đủ năng lực cho công việc đó, vì vậy cô ấy chắc chắn là không được nhận nếu như cô ấy nộp đơn.

B Thông thường ta không dùng **would** ở mệnh đề **if** của câu:

- I'd be very frightened **if** somebody **pointed** a gun at me. (*not* if somebody would point)

  Tôi sẽ rất sợ nếu như có ai đó chĩa súng vào người tôi. (không nói "if somebody would point")

- **If I didn't** go to their party, they'd be hurt. (*not* If I wouldn't go)

  Nếu như tôi không tới dự buổi tiệc của họ, họ sẽ giận. (không nói "If I wouldn't go")

C Trong các phần khác của câu (ngoại trừ mệnh đề **if**) chúng ta dùng **would ('d)** / **wouldn't**:

- If you took more exercise, you'**d** (= you **would**) probably **feel** better.

  Nếu như bạn vận động nhiều hơn, chắc là bạn sẽ cảm thấy mạnh khỏe hơn.

- **Would** you **mind** if I use your phone?

  (nếu) Tôi sử dụng điện thoại của bạn (thì) có gì phiền cho bạn không?

- I'm not tired enough to go to bed yet. I **wouldn't sleep** (if I went to bed now).

  Tôi chưa mệt nhiều làm sao ngủ được. Tôi sẽ không ngủ được đâu (nếu tôi đi ngủ bây giờ).

Could và **might** có thể thay thế lẫn nhau:

- If you took more exercise, you **might feel** better. (= it is possible that you would feel better)·

  Nếu như bạn vận động nhiều hơn, bạn có thể cảm thấy khỏe mạnh hơn (= có thể là bạn sẽ cảm thấy mạnh khỏe hơn).

- If it stopped raining, we **could go** out. (= we would be able to go out).

  Nếu trời tạnh mưa, chúng ta có thể đi chơi. (= chúng ta sẽ có thể đi chơi).

D Không dùng **when** trong những câu tương tự như các câu ở bài này:

- They would be hurt **if** we didn't accept their invitation. (*not* when we didn't).

  Họ sẽ giận nếu chúng ta không nhận lời mời của họ. (không nói "when we didn't")

- What would you do **if** you were bitten by a snake ? (*not* when you were bitten)

  Bạn sẽ làm gì nếu bạn bị rắn cắn? (không nói "when you were bitten")

Muốn biết về **if** và **when**, xem UNIT 24C.

Exercises

35.1 **Put the verb into the correct form.**

1. They would be hurt if I _didn't go_ to see them. (not / go)
2. If you got more exercise, you _would feel_ better. (feel)
3. If they offered me the job, I think I _____ it. (take)
4. I'm sure Amy will lend you the money. I'd be very surprised if she _____ .
   (refuse)
5. If I sold my car, I _____ much money for it. (not / get)
6. A lot of people would be out of work if the factory _____ .
   (close down)
7. *(in an elevator)* What would happen if I _____ that red button?
   (press)
8. Liz gave me this ring. She _____ very upset if I lost it. (be)
9. Dave and Kate are expecting us. They would be disappointed if we
   _____ . (not / come)
10. Would Bob mind if I _____ his book without asking him? (borrow)
11. If somebody _____ in here with a gun, I'd be very scared. (walk)
12. I'm sure Sue _____ if you explained the situation to her.
    (understand)

35.2 **You ask a friend questions. Use *What would you do if . . . ?***

1. (Maybe one day your friend will win a lot of money.)
   What would you do if you won a lot of money?
2. (Maybe one day someone will offer your friend a job in Rio de Janeiro.)
   What _____ ?
3. (Perhaps one day your friend will lose his / her passport.)
   _____
4. (There has never been a fire in the building. Ask your friend "What . . . if . . . ?")
   _____

35.3 **Answer the questions in the way shown.**

1. *A:* Should we take the 10:30 train?
   B: No. (arrive / too early) _If we took the 10:30 train, we'd arrive too early._
2. *A:* Is Ken going to take the driver's test?
   B: No. (fail) If he _____ .
3. *A:* Why don't we stay in a hotel?
   B: No. (cost too much money) _____
4. *A:* Is Sally going to apply for the job?
   B: No. (not / get it) _____
5. *A:* Let's tell them the truth.
   B: No. (not / believe us) _____
6. *A:* Why don't we invite Bill to the party?
   B: No. (have to invite his friends, too) _____

35.4 **Use your own ideas to complete these sentences.**

1. If you got more exercise, _you'd feel better_ .
2. I'd feel very angry if _____ .
3. If I didn't go to work tomorrow, _____ .
4. Would you go to the party if _____ ?
5. If you bought a car, _____ .
6. Would you mind if _____ ?

106

If I knew ... I wish I knew ...

Hãy xem xét ví dụ sau:

Sue wants to phone Paul but she can't do this because she doesn't know his phone number. She says:

Sue muốn gọi điện thoại cho Paul nhưng cô ấy không thể gọi được bởi vì cô ấy không biết số điện thoại của anh ấy. Cô ấy nói:

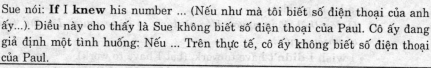

If I knew his number...

If I **knew** his number. I **would call** him.

Nếu như mà tôi biết số điện thoại của anh ấy, tôi sẽ gọi cho anh ấy.

Sue nói: **If** I **knew** his number ... (Nếu như mà tôi biết số điện thoại của anh ấy...). Điều này cho thấy là Sue không biết số điện thoại của Paul. Cô ấy đang giả định một tình huống: Nếu ... Trên thực tế, cô ấy không biết số điện thoại của Paul.

Khi bạn giả định ra một tình huống như vậy, bạn dùng cấu trúc **if** + thì quá khứ (**If** I **knew** / **if** you **were** / **if** we **didn't** ...). Nhưng nghĩa của câu là hiện tại, không phải quá khứ:

• Tom would read more **if** he **had** more time. (but he doesn't have much time.)

Tom sẽ đọc sách nhiều hơn nếu anh ấy có nhiều thời gian hơn. (nhưng anh ấy không có nhiều thời gian).

• **If** I **didn't** want to go to the party, I wouldn't go. (but I want to go.)

Nếu tôi không muốn đi dự tiệc, tôi sẽ không đi. (nhưng thực sự là tôi muốn đi).

• We wouldn't have any money **if** we **didn't** work. (but we work).

Chúng ta sẽ không có tiền nếu chúng ta không làm việc. (nhưng chúng ta có làm việc).

• **If** you **were** in my position, what would you do?

Nếu anh ở địa vị của tôi, anh sẽ làm gì?

• It's a shame you can't drive. It would be helpful **if** you **could**.

Rất dở là bạn không biết lái xe. Nếu bạn biết lái xe thì thật có lợi.

B

Sau từ **wish** (**I wish** I **knew** / **I wish** you **were**, etc.) chúng ta cũng dùng thì quá khứ để diễn đạt một tình huống nào đó ở hiện tại.

Chúng ta dùng **wish** để nói rằng chúng ta lấy làm tiếc vì một điều gì đó không xảy ra theo ý chúng ta mong muốn:

107

- I **wish** I **knew** Paul's phone number.
  (= I don't know it and I regret this).
  Ước gì tôi biết được số điện thoại của Paul.
  (= *tôi không biết và tôi lấy làm tiếc*).
- Do you ever **wish** you **could** fly?
  (you can't fly)
  Có bao giờ bạn ước bạn biết bay không? (bạn không thể bay được).

  I wish I had an umbrella.

- It rains a lot here. I **wish** it **didn't** rain so often.
  Ở đây trời mưa nhiều quá. Ước gì trời đừng mưa thường như vậy.
- It's very crowded here. I **wish** there **weren't** so many people. (but there are a lot of people).
  Ở đây thật đông người. Ước gì đừng có đông người đến thế. (nhưng thực có nhiều người).
- I **wish** I **didn't** have to work. (but I have to work).
  Ước gì tôi không phải làm việc. (nhưng tôi phải làm việc).

C Sau **if** và **wish**, bạn có thể dùng **were** với **I/he/she/it**. Cũng có thể dùng **wa**
Bạn có thể nói:
- **If I were** you, I wouldn't buy that coat. *or* **If I was** you ...
  Nếu tôi là anh, tôi sẽ không mua cái áo khoác đó.
- I'd go out **if it weren't** raining. *or* ... **if it wasn't** raining.
  Tôi sẽ ra ngoài nếu như trời không mưa.
- I **wish Carol were** here. *or* I **wish Carol was** here.
  Ước gì Carol có ở đây.

D Ta thường không dùng **would** trong mệnh đề **if** hay sau **wish**:
- **If I were** rich, I would have a yacht. (*not* If I would be rich)
  Nếu tôi giàu có, tôi sẽ có một chiếc du thuyền. (không nói "If I would be rich")
- I **wish** I **had** something to read. (*not* I wish I would have)
  Ước chi tôi có cái gì đó để đọc nhỉ. (không nói "I wish I would have")

Đôi khi ta cũng có thể dùng **wish... would**: "I wish you would listen." (Xe
UNIT 38C).

E Để ý rằng **could** đôi khi có nghĩa "would be able to" và đôi khi có nghĩa "was / were able to":
- You **could** get a job more easily (you **could get** = you would be able to ge
  if you **could use** a computer (you **could** use = you were able to use).
  Bạn có thể tìm được việc dễ dàng hơn nếu bạn có thể sử dụng máy tính.

If I do and If I did . . . **Unit 35** *If I had known and I wish I had known . . .* **Unit 37** *I wish . . . would* **Unit 38**

108

6.1 Put the verb into the correct form.

1. If I _knew_ his phone number, I would call him. (know)
2. I _wouldn't buy_ that coat if I were you. (not / buy)
3. I _____ you if I could, but I'm afraid I can't. (help)
4. We would need less money if we _____ in the country. (live)
5. If we had the choice, we _____ in the country. (live)
6. This soup isn't very good. It _____ better if it weren't so salty. (taste)
7. I wouldn't mind living in Maine if the weather _____ better. (be)
8. If I were you, I _____ . (not / wait) I _____ now. (go)
9. You're always tired. If you _____ to bed so late every night, you wouldn't be tired all the time. (not / go)
10. I think there are too many cars. If there _____ so many cars (not / be), there _____ so much pollution. (not / be)

6.2 Write a sentence with If . . . for each situation.

1. We don't visit you very often because you live so far away.
   If you didn't live so far away, we'd visit you more often.
2. That book is too expensive, so I'm not going to buy it.
   If the book _____ , I _____ .
3. We don't go out very often because we can't afford it.

4. It's raining, so we can't have lunch on the patio.

5. I have to work late tomorrow, so I can't meet you for dinner.

6.3 Write sentences beginning I wish.

1. I don't know many people (and I'm lonely). _I wish I knew more people._
2. I don't have a key (and I need one). I wish _____ .
3. Amanda isn't here (and I need to see her). _____
4. It's cold (and I hate cold weather). _____
5. I live in a big city (and I don't like it). _____
6. I can't go to the party (and I'd like to). _____
7. I have to work tomorrow (but I'd like to stay in bed).

8. I don't know anything about cars (and my car has just broken down).

9. I'm not lying on a beautiful sunny beach (and that's a shame).

6.4 Write your own sentences beginning I wish.

1. (somewhere you'd like to be now – on the beach, in New York, in bed, etc.)
   I wish I _____ .
2. (something you'd like to have – a computer, a job, lots of money, etc.)

3. (something you'd like to be able to do – sing, speak a language, fly, etc.)

4. (something you'd like to be – beautiful, strong, rich, etc.)

UNIT 37

A

If I had known ... I wish I had known ...

Hãy nghiên cứu ví dụ sau:

> Last month Brian was in hospital for an operation. Liz didn't know this, s
> she didn't go to see him. They met a few days ago. Liz said:
> *Tháng trước Brian đã phải nằm viện để mổ. Liz đã không biết chuyện này.*
> *vậy cô ấy không đi thăm anh ấy. Cách đây vài ngày họ gặp nhau. Liz nói:*
> **If** I **had known** you were in hospital, I **would have gone** to see you.
> *Nếu tôi đã biết là anh nằm viện, thì tôi đã đi thăm anh.*
> Liz nói: **If I had known** you were in hospital ... Thực tế ở đây là cô ấy đ
> không biết rằng anh ấy đã nằm viện.

Khi nói về quá khứ chúng ta dùng cấu trúc **If + had** ('d) ... (**If I had known**
been / done ...):

- I didn't see you when you passed me in the street. **If I'd seen** you, of
  course I would have said hello. (but I didn't see you).
  Tôi đã không nhìn thấy anh đi qua trước mặt tôi trên đường. Nếu tôi nhì
  thấy anh, tất nhiên tôi đã chào anh rồi. (nhưng thực tế là tôi không nh
  thấy anh)

- I didn't go out last night. I would have gone out **if** I **hadn't been** so tired.
  (but I was tired).
  Tối qua tôi đã quyết định ở nhà. Tôi đã đi chơi nếu như mà tôi đã khôn
  mệt mỏi như vậy. (nhưng thực tế là tôi đã mệt).

- **If** he **had been looking** where he was going, he wouldn't have walked
  into the wall. (but he wasn't looking)
  Nếu anh ấy đã nhìn trước nhìn sau thì anh ấy đã không đâm đầu v
  tường. (nhưng anh ấy đã không nhìn cẩn thận).

- The view was wonderful. **If I'd had** a camera, I would have taken some
  pictures. (but I didn't have a camera.)
  Khung cảnh thật tuyệt vời. Nếu lúc ấy tôi có máy ảnh, thì tôi đã chụp v
  tấm. (nhưng tôi đã không có máy ảnh).

Hãy so sánh:

- I'm not hungry. **If I were** hungry. I would eat something. (now)
  Tôi không đói. Nếu tôi đói, tôi sẽ ăn một chút gì đó. (hiện tại)

- I wasn't hungry. **If I had been** hungry I would have eaten something. (past
  Tôi đã không đói. Nếu lúc ấy tôi đói, thì chắc là tôi đã ăn một chút gì đ
  (quá khứ).

B

Không dùng **would** trong mệnh đề if. **Would** được dùng ở các phần kh
trong câu:

- **If** I **had seen you**, I **would have said** hello. (*not* If I would have seen you)
  Nếu tôi nhìn thấy anh, tôi đã chào anh. (không nói "If I would have seen yo

110

Lưu ý là phần viết tắt **'d** có thể là **would** hay **had**:

- If I**'d seen** you,   (= I **had** seen)
  I**'d have said** hello   (= I **would** have said)

Tương tự, ta dùng **had done** sau **wish**. I **wish** something **had happened** = I am sorry that it didn't happen. (Tôi ước một điều gì đó đã xảy ra = Tôi lấy làm tiếc vì điều đó đã không xảy ra):

- I wish I**'d known** that Brian was sick. I would have gone to see him. (but I didn't know.)
  Phải như tôi đã biết được là Brian bị ốm thì tôi đã đến thăm anh ấy rồi. (nhưng tôi đã không biết).
- I feel sick. I **wish I hadn't eaten** so much cake. (I ate too much cake.)
  Tôi cảm thấy khó chịu. Phải như mà tôi đã không ăn quá nhiều bánh như vậy. (tôi đã ăn quá nhiều bánh).
- Do you **wish** you **had studied** science instead of languages ? (you didn't study science.)
  Bạn có ước là đã học khoa học thay vì học ngôn ngữ không ? (bạn đã không học khoa học).
- The weather was cold on our vacation. I **wish** it **had been** warmer.
  Khi chúng tôi đi nghỉ trời rất lạnh. Phải như mà lúc ấy thời tiết ấm áp hơn.

Không dùng **would have** ... sau **wish** trong những câu sau:

- I **wish** it **had been** warmer. (*not* I wish it would have been)
  Tôi ước gì trời đã ấm hơn. (không nói "I wish it would have been")

So sánh **would** (do) và **would have** (done):

- If I had gone to the party last night, I **would be** tired now. (I am not tired now - *present*)
  Nếu tối qua tôi đã đi dự tiệc, có lẽ bây giờ tôi bị mệt. (Bây giờ tôi không mệt - thì hiện tại)
- If I had gone to the party last night, I **would have met** lots of people. (I didn't meet lots of people - *past*)
  Nếu tối qua tôi đi dự tiệc, có lẽ tôi đã gặp được nhiều người. (Tôi đã không gặp nhiều người - thì quá khứ)

Hãy so sánh **would have / could have** và **might have**:

- If the weather hadn't been so bad, {
  we **would have gone** out.
  we **could have gone** out.
  (= we would have been able to go out.)
  we **might have gone** out.
  (= perhaps we would have gone out.)

Nếu thời tiết đã không xấu như vậy, chúng tôi có lẽ đã đi chơi.

Exercises

37.1 Put the verb into the correct form.

1. I didn't know you were in the hospital. If _I'd known_ _____ (I / know),
   I would have gone . (I / go) to see you.
2. John got to the station in time to catch his train. If _____
   (he / miss) it, _____ (he / be) late for his interview.
3. I'm glad that you reminded me about Rachel's birthday. _____
   (I / forget) if _____ (you / not / remind) me.
4. Unfortunately, I didn't have my address book with me when I was on vacation. If
   _____ (I / have) your address, _____
   (I / send) you a postcard.
5. A: How was your trip? Did you have a nice time?
   B: It was OK, but _____ (it / be) better if
   _____ (the weather / be) nicer.
6. I'm not tired. If _____ (I / be) tired, I'd go home now.
7. I wasn't tired last night. If _____ (I / be) tired, I would
   have gone home earlier.

37.2 Write a sentence with _if_ for each situation.

1. I wasn't hungry, so I didn't eat anything.
   If I'd been hungry, I would have eaten something.
2. The accident happened because the driver in front stopped so suddenly.
   If the driver in front _____ .
3. I didn't know that Matt had to get up early, so I didn't wake him up.
   If I _____ .
4. I was able to buy the car only because Jim lent me the money.
   _____
5. Michelle wasn't injured in the accident because she was wearing a seat belt.
   _____
6. You didn't have any breakfast – that's why you're hungry now.
   _____

37.3 Imagine that you are in these situations. For each situation, write a sentence with _I wish_.

1. You've eaten too much and now you feel sick. You say:
   I wish I hadn't eaten so much.
2. There was a job advertised in the newspaper. You decided not to apply for it. Now you
   think that your decision was wrong. You say:
   I wish I _____ .
3. When you were younger, you didn't learn to play a musical instrument. Now you regret
   this. You say:
   _____
4. You've painted the door red. Now you think that it doesn't look very good. You say:
   _____
5. You are walking in the country. You would like to take some pictures, but you didn't
   bring your camera. You say:
   _____
6. You have some unexpected guests. They didn't tell you they were coming. You are very
   busy and you are not prepared for them. You say (to yourself):
   _____

Would   I wish ... would

Ta dùng **would ('d)** khi chúng ta giả định ra một tình huống hay một hành động:

- It **would be** nice to have a holiday but we can't afford it.

  Thật là tốt nếu có được một kỳ đi nghỉ nhưng chúng tôi không có đủ khả năng (tài chính).

- I'm not going to invite them to the party. They **wouldn't come** anyway.

  Tôi không mời họ đến dự tiệc. Họ cũng không đến đâu.

Để diễn tả điều tương tự nhưng trong quá khứ, ta dùng **would have done**:

- They helped me a lot. I don't know what I **would have done** without their help.

  Họ đã giúp đỡ tôi rất nhiều. Tôi không biết tôi đã làm được gì nếu không có sự giúp đỡ của họ.

- I didn't invite them to the party. They **wouldn't have come** anyway.

  Tôi đã không mời họ đến dự tiệc. Có mời thì họ cũng không đến đâu.

Để biết rõ hơn cách dùng **would** trong câu có **if**, xem **UNIT 35 - 37**.

B

So sánh **will** và **would ('d)**:

- **I'll stay** a bit longer. I've got plenty of time.

  Tôi sẽ ở lại lâu hơn một chút. Tôi có nhiều thời gian.

- **I'd stay** a bit longer but I really have to go now. (so I can't stay longer.)

  Tôi muốn ở lại lâu hơn một chút nhưng tôi thực sự phải đi ngay bây giờ. (vì vậy tôi không thể ở lại lâu hơn được)

Đôi khi **would / wouldn't** là thể quá khứ của **will / won't**. Hãy so sánh:

present   *past*

- Tom: **I'll call** you on Sunday → • Tom said he**'d call** me on Sunday.

Tôi sẽ gọi điện cho anh vào chủ nhật → *Tom nói là anh ấy sẽ gọi điện cho tôi vào chủ nhật.*

- Ann: I promise I **won't be** late. → • Ann promised that she **wouldn't be** late.

Tôi hứa sẽ không đến trễ.   *Ann hứa là cô ấy sẽ không đến trễ.*

- Liz: Darn! The car **won't start**.   → • Liz was upset because the car

  wouldn't start.

Chán quá! Chiếc xe không nổ máy. • *Liz đã bực mình vì chiếc xe không nổ máy được.*

C

I wish ... would ...

It is raining. Jill wants to go out, but not in the rain. She says:

Trời đang mưa. Jill muốn đi chơi, nhưng không phải dưới mưa. Cô ấy nói:

> I wish it would stop raining.

I wish it **would stop** raining.

Ước gì trời tạnh mưa.

Câu trên nói rằng Jill đang phàn nàn về trời mưa và muốn trời tạnh mưa. Chúng ta dùng **I wish** ... **would** ... khi chúng ta muốn một điều gì đó xảy hay muốn ai làm một việc gì. Người nói đang không bằng lòng với hoàn cả hiện tại.

- The phone has been ringing for five minutes. I **wish** somebody **would answer** it.

  Điện thoại đã reo được năm phút rồi. Ai đó trả lời điện thoại đi chứ.

- I **wish** you **would do** something instead of just sitting and doing nothi

  Tôi mong là anh sẽ làm một việc gì đó thay vì chỉ ngồi một chỗ và chắ làm gì cả.

Bạn có thể dùng *I wish* ... *wouldn't* ... để phàn nàn về một việc mà ai đó làm đi làm lại.

- I wish you **wouldn't keep** interrupting me.

  Tôi mong là anh đừng có ngắt lời tôi mãi như vậy.

Ta dùng **I wish** ... **would** ... cho những *hành động* hay *sự thay đổi*, khô phải những *tình huống* hay *hoàn cảnh*. Hãy so sánh:

- I **wish** Sarah **would come**. (= I want her to come).

  Ước gì Sarah sẽ đến. (= tôi mong cô ấy đến).

nhưng • I **wish** Sarah **were** here now. (*not* I wish Sarah would be...)

  Ước gì Sarah hiện đang ở đây. (không nói "I wish Sarah would be...")

- I **wish** somebody **would buy** me a car.

  Ước gì ai đó mua cho tôi một chiếc xe hơi.

nhưng • I **wish** I **had** a car. (*not* I wish I would have...)

  Ước gì tôi có một chiếc xe hơi. (không nói "I wish I would have...")

Để hiểu rõ hơn về "**I wish** ... **were/had** ..." xem **UNIT** 36B và 37C.

Bạn cũng có thể dùng **would** khi bạn nói về những việc xảy ra một cá thường xuyên trong quá khứ:

- When we were children, we lived by the sea. In summer, if the weather was nice, we **would** all **get up** early and **go for** a swim. (= we did this regularly.)

  Khi chúng tôi còn nhỏ, chúng tôi đã sống cạnh biển. Vào mùa hè, nếu th tiết tốt, tất cả chúng tôi thường dậy sớm và đi bơi. (= Chúng tôi làm vi này thường xuyên).

- Whenever Arthur was angry, he **would walk** out of the room.

  Mỗi khi Arthur tức giận, anh ta thường đi ra khỏi phòng.

Trong các câu trên, **would** cũng mang ý nghĩa tương tự như **used to** (xe **UNIT** 17).

- Whenever Arthur was angry, he **used to walk** out of the room.

Would you (like)? Unit 34 **Wish** Units 36-37 **Would like/love/prefer/rather** Units 55-56

114

1 Complete the sentences using *would* + one of the following verbs in the correct form:

> be   call   ~~do~~   enjoy   enjoy   stop

1. They helped me a lot. I don't know what I _would have done_ without their help.
2. You should go and see the movie. You _____ it.
3. It's too bad you couldn't come to the party last night. You _____ it.
4. I _____ you last night, but I didn't have your phone number.
5. Why don't you go and visit Maria? She _____ very happy to see you.
6. I was in a hurry when I saw you. Otherwise I _____ to talk.

2 What do you say in these situations? Write sentences with *I wish . . . would . . . .*

1. It's raining. You want to go out, but not in the rain. You say:
   I wish it would stop raining.
2. You're waiting for John to come. He's late and you're getting impatient. You say (to yourself): I wish _____ .
3. You can hear a baby crying, and you're trying to study. You say:
   _____
4. You're looking for a job – so far without success. Nobody will give you a job. You say:
   I wish somebody _____ .
5. Brian has been wearing the same clothes for years. You think he needs some new clothes.
   You say (to Brian): _____

For the following situations, write sentences with *I wish . . . wouldn't . . . .*

6. Your friend drives very fast. You don't like it. You say (to your friend):
   I wish you _____ .
7. Jack always leaves the door open. This bothers you. You say (to Jack):
   _____
8. A lot of people drop their litter in the street. You don't like it. You say:
   I wish people _____

3 Are these sentences right or wrong? Correct the ones that are wrong.

1. I wish Sarah would be here now.   _I wish Sarah were here now._
2. I wish you would listen to me.   _____
3. I wish I would have more money.   _____
4. I wish it wouldn't be so cold today. _____
5. I wish the weather would change.   _____
6. I wish you wouldn't complain all the time. _____
7. I wish everything wouldn't be so expensive. _____

4 These sentences are about things that often happened in the past. Complete the sentences using *would* + one of these verbs:

> forget   shake   share   ~~walk~~

1. Whenever Arthur got angry, he _would walk_ out of the room.
2. I used to live next to the railroad tracks. Whenever a train went by, the house
   _____ .
3. You could never rely on Joe. It didn't matter how many times you reminded him to do something, he _____ always _____ .
4. Brandi was always very generous. She didn't have much, but she _____ what she had with everyone else.

Passive (1) *(is done / was done)*
Thể bị động (1)

A

Xem ví dụ sau:

> This house **was built** in 1930.
>
> **"Was built"** là thể bị động *(passive)*. Hãy so sánh dạng chủ động *(active)*
> bị động *(passive)*.

Somebody **built** this house in 1930. *(acti*
subject · object

This house **was built** in 1930. *(passive)*
subject

Ai đó đã xây ngôi nhà này vào năm 1930. (chủ động)
Ngôi nhà này đã được xây dựng vào năm 1930. (bị động)

Ở *thể chủ động* (**active**), chủ thể hành động *(động từ)* là chủ ngữ:

- My grandfather was a builder. He **built** this house in 1930.
  Ông tôi là một nhà xây dựng. Ông cụ đã xây ngôi nhà này vào năm 193
- It's a big company. It **employs** two hundred people.
  Đó là một công ty lớn. Nó có hai trăm công nhân.

Khi ta dùng *thể bị động* (**passive**), chủ ngữ là đối tượng của hành động *(động từ*

- This house is quite old. It **was built** in 1930.
  Ngôi nhà này đã khá lâu đời. Nó đã được xây dựng vào năm 1930.
- Two hundred people **are employed** by the company.
  Hai trăm nhân công được thuê bởi công ty.

B

Khi chúng ta dùng *thể bị động (passive)* chủ thể hay tác nhân gây ra hà
động thường không quan trọng hoặc không được biết tới:

- A lot of money **was stolen** in the robbery. (somebody stole it but we do
  know *who*.)
  Rất nhiều tiền đã bị mất trong vụ cướp. (ai đó đã lấy tiền nhưng chúng
  không biết là ai).

Nếu chúng ta muốn nói thêm ai hay cái gì đã tạo nên hành động, chúng
dùng *by* ...:

- This house was built **by my grandfather**.
  Ngôi nhà này đã được xây dựng bởi ông tôi.
- Two hundred people are employed **by the company**.
  Hai trăm người đã được thuê bởi công ty.

Thể bị động (**passive**) được tạo bởi động từ **be** (**is/was/have been ...**) + quá khứ phân từ (**done/cleaned/seen ...**):

(**be**) **done** (**be**) **cleaned** (**be**) **seen** (**be**) **damaged** (**be**) **built**...

Các động từ có quá khứ phân từ bất qui tắc (**done/known/seen...**) được liệt kê ở Phụ lục 1.

Hãy so sánh thể chủ động (*active*) và bị động (*passive*) của thì *simple present* và *simple past*:

Simple present

active: ***clean(s) / see(s)***, etc.   Somebody **cleans** this room every day.

Ai đó đã dọn dẹp căn | phòng này mỗi ngày.

passive: ***am/is/are cleaned/seen***, etc.   This room **is cleaned** every day.
Căn phòng này được dọn dẹp mỗi ngày.

- Many accidents **are caused** by careless driving.
  Nhiều tai nạn bị gây ra do sự lái xe bất cẩn.
- **I'm not** often **invited** to parties.
  Tôi không thường hay được mời dự các buổi tiệc.
- How **is** this word **pronounced**?
  Từ này được phát âm như thế nào?

Simple past

active: ***cleaned/saw***, etc.   Somebody **cleaned** this room yesterday.
Ai đó đã dọn dẹp căn phòng |này ngày hôm qua.

passive: ***was/were/cleaned/seen***, etc. This room was cleaned yesterday.

Căn phòng này đã được dọn dẹp ngày hôm qua.

- We **were woken** up by a loud noise during the night.
  Trong đêm chúng tôi đã bị thức giấc bởi một tiếng động lớn.
- "Did you go to the party?" "No, I **wasn't invited**".
  "Bạn có đi dự tiệc không?" "Không, tôi đã không được mời."
- How much money **was stolen**?
  Bao nhiêu tiền đã bị đánh cắp?

Exercises

39.1 Complete the sentences using one of these verbs in the correct form, present or past:

~~cause~~ damage find hold include invite make show translate write

1. Many accidents _are caused_ by dangerous driving.
2. Cheese _____ from milk.
3. The roof of the building _____ in a storm a few days ago.
4. You don't have to leave a tip. Service _____ in the bill.
5. You _____ to the wedding. Why didn't you go?
6. A movie theater is a place where movies _____ .
7. In the United States, elections for President _____ every four years.
8. Originally the book _____ in Spanish, and a few years ago it
   _____ into English.
9. My keys _____ in the parking lot at the mall.

39.2 Write questions using the passive. Some are present, and some are past.

1. Ask about the telephone. (when / invent?) _When was the telephone invented?_
2. Ask about glass. (how / make?) How _____ ?
3. Ask about the planet Pluto. (when / discover?) _____
4. Ask about silver. (what / use for?) _____
5. Ask about television. (when / invent?) _____

39.3 Put the verb into the correct form, simple present or simple past, active or passive.

1. It's a big factory. Five hundred people _are employed_ (employ) there.
2. Water _____ (cover) most of the Earth's surface.
3. Most of the Earth's surface _____ (cover) by water.
4. The park gates _____ (lock) at 6:30 every evening.
5. The letter _____ (mail) a week ago, and it _____
   (arrive) yesterday.
6. Ron's parents _____ (die) when he was very young. He and his
   sister _____ (bring up) by their grandparents.
7. I was born in Chicago, but I _____ (grow up) in Houston.
8. While I was on vacation, my camera _____ (steal) from my hotel room.
9. While I was on vacation, my camera _____ (disappear) from my hotel room.
10. Why _____ (Sue / resign) from her job? Didn't she like it?
11. Why _____ (Bill / fire) from his job? What did he do wrong?
12. The business is not independent. It _____ (own) by a much larger
    company.
13. I saw an accident last night. Somebody _____ (call) an
    ambulance, but nobody _____ (injure), so the ambulance
    _____ (not / need).
14. Where _____ (these pictures / take)? In Hong Kong?
    _____ (you / take) them?

39.4 Rewrite these sentences. Instead of using *somebody/they/people*, etc., write a passive
sentence.

1. Somebody cleans the room every day. _The room is cleaned every day._
2. They canceled all flights because of fog. All _____ .
3. People don't use this road very often. _____
4. Somebody accused me of stealing money. I _____ .
5. How do people learn languages? How _____ ?
6. People warned us not to go out alone. _____

Passive (2) *(be/been/being done)*
Thể bị động (2)

Hãy nghiên cứu các dạng chủ động *(active)* và bị động *(passive)* dưới đây:

 A

Sau **will/can/must/going to/want to**, etc.

active: **do/clean/see**, etc.   Somebody **will clean** the room later.
(chủ động)   *Sẽ có người dọn dẹp căn phòng sau đó.*

passive: **be done/cleaned/seen**, etc. The room **will be cleaned** later.
(bị động)   *Căn phòng này sẽ được dọn dẹp sau đó.*

- The situation is serious. Something must **be done** before it's too late.
  Tình thế đang nghiêm trọng. Phải làm một cái gì đó trước khi quá trễ.
- A mystery is something that can't **be explained**.
  Bí ẩn là một cái gì đó mà không thể giải thích được.
- The music was very loud and could **be heard** from a long way away.
  Tiếng nhạc rất to và có thể nghe được từ xa.
- A new supermarket is going to **be built** next year.
  Một siêu thị mới sẽ được xây dựng vào năm tới.
- Please go away. I want to **be left** alone.
  Làm ơn đi đi. Tôi muốn ở một mình.

B

After **should have / might have / would have / seem to have,** etc.

active: **done/cleaned/seen**, etc.   Somebody **should have cleaned** the room.
                                          Ai đó đã nên dọn dẹp căn phòng.

passive: **been/done/cleaned/seen**, etc. The room **should have been cleaned**.
                                          Lẽ ra căn phòng đã được dọn dẹp.

- I haven't received the letter yet. It might have **been sent** to the wrong address.
Tôi chưa nhận được lá thư. Hẳn là nó đã bị gửi sai địa chỉ.
- If you hadn't left the car unlocked, it wouldn't have **been stolen**.
Nếu bạn đã không để xe không khóa, hẳn là nó đã không bị đánh cắp.
- There were some problems at first, but they seem to have **been solved**.
Lúc đầu có một vài trở ngại, nhưng dường như đã được giải quyết.

C

Present perfect (Hiện tại hoàn thành)

active: **have/has (done)**   The room looks nice. Somebody **has cleaned** it.
                                          Căn phòng trông đẹp. Có ai đó đã dọn dẹp nó.

passive: **have/has been (done)**   The room looks nice. It **has been cleaned**.

- **Have** you ever **been bitten** by a dog?

  Bạn đã bao giờ bị chó cắn chưa?

- "Are you going to the party?" "No, I **haven't been invited**."

  "Bạn có đi dự tiệc không?" *"Không, tôi không được mời."*

Căn phòng trông đẹp. Nó đã được dọn dẹp

Past perfect (Quá khứ hoàn thành)	
active: **had done**	The room looked nice. Somebody **had cleaned** it.
	Căn phòng trông rất đẹp. Trước đó có ai đã dọn dẹp nó.
passive: **had been done**	The room looked nice. **It had been cleaned.**
	Căn phòng trông rất đẹp. Trước đó nó đã được dọn dẹp.

- The vegetables didn't taste very good. They **had been cooked** too long.

  Món rau không ngon lắm. Nó đã bị nấu quá lâu.

- The car was three years old but **hadn't been used** very much.

  Chiếc xe đã chạy ba năm rồi nhưng nó không được dùng nhiều lắm.

D

Present continuous (Hiện tại tiếp diễn)	
active: **am/is/are (do)ing**	Somebody **is cleaning** the room right now.
	Lúc này đang có người dọn dẹp căn phòng.
passive: **am/is/are being (done)**	The room **is being cleaned** right now.
	Căn phòng lúc này đang được dọn dẹp.

- There's somebody walking behind us. I think we **are being followed**.

  Có ai đó đang đi phía sau chúng ta. Tôi nghĩ là chúng ta đang bị theo dõi.

- *(in the shop)* "Can I help you, madam?" "No, thank you. I'm **being helped**.

  (trong cửa hàng) "Thưa, bà cần gì ạ?" "Dạ không, cám ơn anh. Đang có người giúp tôi rồi".

Past continuous (Quá khứ tiếp diễn)	
active: **was/were (do)ing**	Somebody **was cleaning** the room when I arrived.
	Lúc tôi đến có ai đó đang dọn dẹp căn phòng.
passive: **was/were being (done)**	The room **was being cleaned** when I arrived.
	Căn phòng đang được dọn dẹp lúc tôi đến.

- There was somebody walking behind us. **We were being followed**.

  Lúc đó có người đang đi phía sau chúng tôi. Chúng tôi lúc đó đang bị theo dõi.

0.1 What do these words mean? Use *it can* or *it can't*. Use a dictionary if necessary.

If something is:
1. washable, *it can be washed* . 4. unusable, _____ .
2. unbreakable, it _____ . 5. invisible, _____ .
3. edible, it _____ . 6. portable, _____ .

0.2 Complete these sentences with one of the following verbs (in the correct form):

carry cause ~~do~~ make repair ~~send~~ spend wake up

Sometimes you need *have* (*might have, could have*, etc.).

1. The situation is serious. Something must *be done* _____ before it's too late.
2. I haven't received the letter. It might *have been sent* _____ to the wrong address.
3. A decision will not _____ until the next meeting.
4. I told the hotel desk clerk that I wanted to _____ at 6:30 the next morning.
5. Do you think that less money should _____ on the military?
6. This road is in very bad condition. It should _____ a long time ago.
7. The injured man couldn't walk and had to _____ .
8. It's not certain how the fire started, but it might _____ by an electrical short circuit.

0.3 Rewrite these sentences. Instead of using *somebody* or *they*, write a passive sentence.

1. Somebody has cleaned the room. *The room has been cleaned.*
2. Somebody is using the computer at the moment.
   The computer _____ .
3. I didn't realize that somebody was recording our conversation.
   I didn't realize that _____ .
4. When we got to the stadium, we found that they had canceled the game.
   When we got to the stadium, we found that _____ .
5. They are building a new highway around the city.
   _____
6. They have built a new hospital near the airport.
   _____

0.4 Make sentences from the words in parentheses. Sometimes the verb is active, sometimes passive. (This exercise also includes the simple past – see Unit 39C.)

1. There's somebody behind us. (I think / we / follow) *I think we're being followed.*
2. This room looks different. (you / paint?) *Have you painted it?*
3. Tom gets a higher salary now. (he / promote) _____
4. My umbrella has disappeared. (somebody / take) _____
5. Ann can't use her office right now. (it / redecorate) _____
6. Our car wasn't where we had left it. (it / steal) _____
7. The photocopier broke down yesterday, but now it's OK. (it / work / again; it / repair)
   _____
8. The police have found the people they were looking for. (two people / arrest / last night)
   _____
9. The man next door disappeared six months ago. (nobody / see / since then)
   _____
10. I was mugged on my way home a few nights ago. (you / ever / mug?)
    _____

Passive (3)
Thể bị động (3)

I was born...

Ta nói: **I was born** ... *(không nói "I am born...")*

• I **was born** in Chicago.
  Tôi sinh ra ở Chicago.

• Where **were** you **born**? (*not* Where are you born?)
  Bạn sinh ra ở đâu? (không nói "Where are you born?")

⎫
⎬ Simple past
⎭

nhưng • How many babies **are born** every day?   Simple present
  Mỗi ngày có bao nhiêu em bé được sinh ra?

Một số động từ có hai *object* (túc từ). Chẳng hạn như động từ **give**.

• We gave **the police** **the information**. (= We gave the information to the
   police.
   ⎿object 1⏌ ⎿object 2⏌

   Chúng tôi đã cung cấp cho cảnh sát các thông tin. (= Chúng tôi đã cun
   cấp các thông tin cho cảnh sát.)

Vì vậy có thể có hai câu bị động.

   The police were given the information. *or* **The information** was giv
   to the police.

   Cảnh sát đã được cung cấp các thông tin. hay Thông tin đã được cung cc
   cho cảnh sát.

Một số động từ khác cũng có hai túc từ, **ask offer pay show teach tell**.

• I **was offered** the job but I refused it. (= they offered me the job.)
   Tôi đã được nhận làm việc nhưng tôi đã từ chối. (= họ đã nhận tôi là
   việc).

• **You will be given** plenty of time to decide. (= we will give you plenty
   time).
   Bạn sẽ có nhiều thời gian để quyết định. (= chúng tôi sẽ cho bạn nhiê
   thời gian.)

• **Have you been shown** the new machine ? (= has anybody shown you...
   Bạn đã được xem chiếc máy mới chưa ? (= đã có ai cho bạn xem ...?)

• **The men were paid** $200 to do the work. (= somebody paid the me
   $200.)
   Những người đàn ông đã được trả 200 đô la để làm việc đó. (= ai đó đã t
   cho những người đàn ông 200 đô la).

I don't like being ....

Thể bị động của **doing/seeing**, etc. là **being done/being seen**, etc. So sánh

122

active: I don't like people **telling me** what to do.

    Tôi không thích người ta sai bảo tôi phải làm gì.

passive: I don't like **being told** what to do.

    Tôi không thích bị sai bảo.

- I remember **being given** a toy drum on my fifth birthday. (= I remember somebody giving me a toy drum...)

  Tôi nhớ mình đã được tặng một cái trống đồ chơi vào dịp sinh nhật lần thứ năm. (= Tôi nhớ ai đó đã tặng tôi một cái trống đồ chơi...)

- Mr Miller hates **being kept** waiting. (= he hates people keeping him waiting.)

  Ông Miller ghét phải chờ đợi. (= ông ấy không thích người ta bắt ông phải chờ đợi).

- We managed to climb over the wall without **being seen**. (= ... without anybody seeing us).

  Chúng tôi đã tìm cách trèo qua bức tường mà không bị nhìn thấy. (= ... không ai nhìn thấy chúng tôi).

Get

Đôi khi bạn có thể dùng **get** thay cho **be** ở thể bị động (**passive**):

- There was a fight at the party but nobody **got hurt**. (= nobody was hurt.)

  Đã có một trận ẩu đả tại buổi tiệc nhưng không ai bị thương cả.

- I don't often **get invited** to parties. (= I'm not often invited)

  Tôi ít khi được mời đi dự tiệc.

- I'm surprised Ann **didn't get offered** the job. (... Ann wasn't offered the job.)

  Tôi ngạc nhiên là Ann đã không được nhận việc.

Bạn có thể dùng **get** để nói rằng có việc gì đó xảy ra với ai đó hay với sự vật nào đó, đặc biệt nếu điều đó không được dự định hay là bất ngờ.

- Our dog **got run** over by a car.

  Con chó của chúng tôi đã bị xe cán.

Bạn có thể dùng **get** chỉ khi sự việc xảy ra hay đổi thay. Ví dụ, bạn không thể dùng **get** trong các câu sau:

- Jill **is liked** by everybody. (*không nói* "gets liked" *đây không phải là một sự việc xảy ra* - a "happening")

  Jim được mọi người yêu mến.

- He was a mystery man. Nothing **was known** about him. (*not* got known)

  Ông ấy là một người bí hiểm. Không ai biết gì về ông ấy cả.

Chúng ta dùng **get** chủ yếu trong tiếng Anh giao tiếp thông thường (informal spoken English). Bạn có thể dùng **be** trong tất cả các tình huống.

Exercises

41.1 When were they born? Choose five of these people and write a sentence for each.

Beethoven	Galileo	Elvis Presley	1452	1869	1935
Diana, Princess of Wales	Mahatma Gandhi	Leonardo da Vinci	1564	~~1901~~	1961
~~Walt Disney~~	Martin Luther King, Jr.		1770	1929	

1. _Walt Disney was born in 1901._ _____
2. _____
3. _____
4. _____
5. _____
6. And you? I _____ .

41.2 Write these sentences using the passive, beginning in the way shown.

1. They didn't give me the money. I _wasn't given the money_ .
2. They asked me some difficult questions at the interview.
   I _____ .
3. Jessica's colleagues gave her a present when she retired.
   Jessica _____ .
4. Nobody told me that Michael was sick.
   I wasn't _____ .
5. How much will they pay you?
   How much will you _____ ?
6. I think they should have offered John the job.
   I think John _____ .
7. Has anybody shown you what to do?
   Have you _____ ?

41.3 Complete the sentences using *being* + one of these verbs:

ask   attack   give   invite   ~~keep~~   pay

1. Mr. Miller doesn't like _being kept_ waiting.
2. They went to the party without _____ .
3. Most people like _____ presents.
4. It's a dangerous city. People won't go out after dark because they are afraid of
   _____ .
5. I don't like _____ stupid questions.
6. Few people are prepared to work without _____ .

41.4 Complete the sentences using *get/got* + one of these verbs (in the correct form):

ask   break   damage   ~~hurt~~   pay   steal   sting   stop   use

1. There was a fight at the party, but nobody _got hurt_ .
2. Ted _____ by a bee while he was sitting in the yard.
3. How did that window _____ ?
4. These tennis courts don't _____ very often. Not many people want to play.
5. I used to have a bicycle, but it _____ .
6. Last night I _____ by the police while I was driving home.
7. How much did you _____ last month?
8. Please pack these things very carefully. I don't want them to _____ .
9. People always want to know what my job is. I often _____ that question.

It is said that ... He is said to ... (be) supposed to ...

Xem ví dụ sau:

Henry is very old. Nobody knows exactly how old he is, but:

Cụ Henry rất già. Không ai biết cụ ấy bao nhiêu tuổi.

nhưng:

> **It is said that** he is 108 years old.

or He **is said to be** 108 years old.

Cả hai câu này đều có nghĩa: "People said that he is 108 years old".

Người ta nói rằng cụ ấy 108 tuổi.

Bạn có thể dùng cấu trúc này với một số động từ khác, đặc biệt là với:

thought   believed   considered   reported   known   expected   alleged
nghĩ   tin rằng   xem xét, cho là   báo cáo   biết   mong chờ   buộc tội

understood
hiểu

So sánh hai cấu trúc sau:

• Cathy works very hard.

Cathy làm việc rất chăm.

It is said that she works 16 hours a day. *or* **She is said to** work 16 hours a day.

Người ta nói rằng cô ấy làm việc 16 giờ một ngày.

• The police are looking for a missing boy.

Cảnh sát đang tìm kiếm một đứa bé mất tích.

It is believed that the boy is wearing   *or* **The boy is believed to be** wearing
a white sweater and blue jeans.   a white sweater and blue jeans.

Người ta tin là đứa bé mặc một cái áo len màu trắng và quần jean xanh.

• The strike started three weeks ago.

Cuộc bãi công đã bắt đầu ba tuần trước.

It is expected that it will end soon. *or* **The strike is expected to** end soon.

Người ta mong đợi cuộc bãi công sẽ sớm chấm dứt.

• A friend of mine has been arrested.

Một người bạn của tôi đã bị bắt.

It is alleged that he kicked a policeman. *or* **He is alleged to have kicked**
a policeman.

Người ta buộc tội anh ấy là đã đá một người cảnh sát.

• Those two houses belong to the same family.

Hai ngôi nhà đó thuộc về cùng một gia đình.

It is said that there is a secret tunnel *or* **There is said to be** a secret
between them.   tunnel between them.

Người ta nói rằng giữa hai ngôi nhà có một đường hầm bí mật.

Những cấu trúc này thường được dùng trong các bản tường thuật tin tức. Ví dụ trong bản tin về một tai nạn:

- **It is reported that** two people were   *or*   • Two people **are reported to** have injured in the explosion.   been injured in the explosion.

Người ta đưa tin rằng có hai người đã bị thương trong vụ nổ.

(Be) supposed to ...

Đôi khi **it is supposed to** ... = it is said to ...:

- Let's go and see that film. It**'s supposed to be** very good. (= it is said to be very good).

  Hãy đi xem phim đó đi. Nghe nói là phim hay lắm.

- "Mark**'s supposed to** have kicked a police officer." (= he is said to have kicked).

  "Người ta nói là Mark đã đá một người cảnh sát.

Nhưng đôi khi **supposed to** có một nghĩa khác. "Something **is supposed to** happen" = Một việc gì đó đã được sắp xếp, dự định hay mong chờ xảy ra. Thường thì điều này khác với những gì thực sự xảy ra:

- I'd better hurry. It's nearly 8 o'clock and I**'m supposed to** meet Ann at 8:15. (= I have arranged to meet Ann, I said I would meet her).

  Tốt hơn là tôi phải khẩn trương. Đã gần 8 giờ rồi và tôi dự định sẽ gặp Ann vào lúc 8 giờ 15. (= Tôi đã sắp xếp để gặp Ann, tôi đã nói là tôi sẽ gặp cô ấy).

- The train **was supposed to** arrive at 11:30 but it was an hour late. (= the train was expected to arrive at 11:30 according to the schedule.)

  Đoàn tàu đã được dự tính sẽ đến vào lúc 11 giờ 30 nhưng nó đã trễ mất một giờ. (= theo lịch trình, đoàn tàu đã phải đến lúc 11 giờ 30).

"You**'re not supposed to** do something" = bạn không được phép hay không nên làm điều đó.

- You**'re not supposed to** park here

  Ông không được phép đậu xe ở đây.

- Mr Bruno is much better after his illness but he**'s** still **not supposed to** do any heavy work. (= his doctors have advised him not to...)

  Sau khi khỏi bệnh, sức khỏe ông Bruno đã khá hơn nhiều nhưng ông ấy vẫn chưa nên làm việc nặng. (= bác sĩ của ông ấy khuyên ông ấy).

xercises

2.1 Write these sentences in another way, beginning as shown. Use the underlined word in your sentence.

1. It is <u>expected</u> that the strike will end soon.
   The strike _is expected to end soon_____.
2. It is <u>thought</u> that the prisoner escaped by climbing over a wall.
   The prisoner _is thought to have escaped by climbing over a wall_____.
3. It is <u>reported</u> that many people are homeless after the floods.
   Many people _____.
4. It is <u>alleged</u> that the man robbed the store of $3,000 in cash.
   The man is _____.
5. It is <u>reported</u> that the building was badly damaged by the fire.
   The building _____.
6. a) It is <u>said</u> that the company is losing a lot of money.
      The company _____.
   b) It is <u>believed</u> that the company lost a lot of money last year.
      The company _____.
   c) It is <u>expected</u> that the company will lose money this year.
      The company _____.

2.2 People say a lot of things about Michael. For example:

1. Michael eats spiders.

4. He knows a lot of famous people.

2. He is very rich.

5. He robbed a bank a long time ago.

3. He has 12 children.

MICHAEL

Nobody knows for sure whether these things are true or not. Write sentences about Michael using *supposed to.*

1. _Michael is supposed to eat spiders_____.
2. He _____.
3. _____.
4. _____.
5. _____.

2.3 Now use *supposed to* with its other meaning. In each example what happens is different from what is supposed to happen. Use *(be) supposed to* + one of these verbs:

~~arrive~~   be   block   call   come   ~~park~~   start

Some of the sentences are negative (like the first example).

1. You _'re not supposed to park_____ here. It's for private parking only.
2. The train _was supposed to arrive_____ at 11:30, but it was an hour late.
3. What are the children doing at home? They _____ at school now.
4. We _____ work at 8:15, but we rarely do anything before 8:30.
5. This door is a fire exit. You _____ it.
6. Oh no! I _____ Ann, but I completely forgot.
7. They came very early – at 2:00. They _____ until 3:30.

Have something done

Hãy khảo sát ví dụ sau:

The roof of Lisa's house was damaged in a storm, so she arranged for somebody to repair it. Yesterday a worker came and did the job.

Mái nhà của Lisa đã bị hư hỏng trong một cơn bão, vì thế cô ấy đã thu xếp cho người sửa chữa. Hôm qua một người thợ đã đến và tiến hành công việc.

Lisa **had the roof repaired** yesterday.

Lisa đã cho sửa mái nhà ngày hôm qua.

Câu trên có nghĩa: Lisa đã sắp đặt cho một người khác sửa chữa mái nhà. Cô ấy không tự sửa lấy.

Chúng ta dùng **have something done** để nói rằng ta đã sắp đặt để người khác làm một việc gì đó cho chúng ta. Hãy so sánh:

- Lisa **repaired** the roof. (= she repaired it herself.)

  Lisa đã sửa mái nhà (= cô ấy đã tự sửa lấy.)

- Lisa **had** the roof **repaired.** (= she arranged for somebody else to repair it.)

  Lisa đã nhờ người sửa mái nhà (= cô ấy sắp đặt cho ai đó sửa mái nhà.)

Xét các câu sau:

- Did Ann make the dress herself or **did** she **have** it **made?**

  Ann đã tự may cái áo đầm hay cô ấy đặt may?

- "Are you going to repair the car yourself?" "No, I'm going to **have it repaired**".

  "Bạn sẽ tự sửa xe phải không?" "Không, tôi sẽ nhờ người ta sửa".

Cẩn thận với trật tự của từ trong các loại câu này. Quá khứ phân từ (*past participle*) **(repaired/cut...)** được đặt sau túc từ (*object*):

have +		object +	past participle	
Lisa	**had**	the roof	**repaired**	yesterday

Lisa đã nhờ người sửa mái nhà hôm qua.

Where	**did** you **have**	your hair	**cut?**	

Bạn đã cắt tóc ở đâu?

Our neighbors	**have** just **had**	air conditioning	**installed**	in their house.

Hàng xóm của chúng tôi mới nhờ người lắp đặt hệ thống điều hòa nhiệt độ trong nhà họ.

We	**are having**	the house	**painted**	at the moment

Chúng tôi đang cho người sơn lại ngôi nhà vào lúc này.

How often	**do** you **have**	your car	**serviced?**
Bao lâu thì anh lại đem xe đi tu sửa một lần?			
Why	**don't** you **have**	that coat ·	**cleaned?**
Sao anh không mang cái áo khoác đó đi cho người ta giặt đi?			
I don't like	**having**	picture	**taken.**
Tôi không thích người khác chụp hình tôi.			

B

Bạn cũng có thể nói "**get** something done" thay cho "**have** something done" (đặc biệt trong tiếng Anh giao tiếp thông thường):

• When are you going to **get the roof repaired**? (= have the roof repaired).

Khi nào bạn sẽ cho người sửa lại mái nhà?

• I think you should **get your hair cut**.

Tôi nghĩ là anh nên đi cắt tóc.

C

Đôi khi **have something done** có một nghĩa khác, ví dụ:

• Lisa and Eric **had all their money stolen** while they were on holiday.

Lisa và Eric đã bị lấy mất hết tiền trong khi đi nghỉ.

Dĩ nhiên ở đây không có nghĩa là họ đã sắp xếp cho ai đó lấy trộm tiền của họ.

"They **had their money stolen**" chỉ có nghĩa là: "All their money was stolen from them." (*Tất cả tiền bạc của họ đã bị lấy trộm.*)

Với ý nghĩa này, chúng ta dùng **have something done** để diễn tả điều gì đó đã xảy ra với ai hay với đồ sở hữu của họ (*something happens to somebody or their belongings*). Thường điều xảy ra đó là không hay:

• George **had his nose broken** in a fight.

George đã bị dập mũi trong một trận đánh nhau.

• Have you ever **had your passport stolen**?

Đã bao giờ bạn bị mất hộ chiếu chưa?

Exercises

43.1 Check (✓) the correct sentence, (a) or (b), for each picture.

1.	2.	3.	4.
SARAH	BILL	JOHN	SUE
a) Sarah is cutting her hair.	a) Bill is cutting his hair.	a) John is shining his shoes.	a) Sue is taking a picture.
b) Sarah is having her hair cut.	b) Bill is having his hair cut.	b) John is having his shoes shined.	b) Sue is having her picture taken.

43.2 Answer the questions using the structure *have something done*. Use one of these verbs:

clean   cut   repair   ~~service~~

1. Why did you take your car to the garage? *To have it serviced.*
2. Why did you take your jacket to the cleaner's? To _____
3. Why did you take your watch to the jeweler's? _____
4. Why did you go to the hair salon? _____

43.3 Write sentences in the way shown.

1. Lisa didn't repair the roof herself. She *had it repaired* _____ .
2. I didn't cut my hair myself. I _____ .
3. They didn't paint the house themselves. They _____ .
4. Sue didn't make the curtains herself. _____

43.4 Use the words in parentheses to complete the sentences. Use the structure *have something done*.

1. We *are having the house painted* _____ (the house / paint) at the moment.
2. I lost my key. I'll have to _____ (another key / make).
3. When was the last time you _____ (your hair / cut)?
4. _____ (you / a newspaper / deliver) to your home, or do you buy one on your way to work?
5. A: What are those workers doing at your house?
   B: Oh, we _____ (air conditioning / install).
6. A: Can I see the pictures you took when you were on vacation?
   B: I'm afraid I _____ (not / the film / develop) yet.
7. This coat is dirty. I should _____ (it / clean).

43.5 Now use *have something done* with its second meaning (see Section C).

1. Bill's nose was broken in a fight.
   What happened to Bill? *He had his nose broken in a fight.*
2. Sarah's bag was stolen on a train.
   What happened to Sarah? She _____ .
3. John's electricity was turned off because he didn't pay the bill.
   What happened to John? _____
4. Diane's passport was taken away by the police.
   What happened to Diane? _____

130

Reported speech (1) *(He said that...)*
Lối thường thuật (1)

Hãy xét tình huống sau:

I'm feeling sick

Bạn muốn kể cho ai đó điều Tom đã nói.
Có hai cách để diễn tả điều này:
Bạn có thể lặp lại lời Tom nói *(direct speech* – lời nói trực tiếp):
Tom said, "I'm feeling sick."
Tom đã nói, "Tôi đang bị bệnh."
Hoặc bạn có thể dùng lối tường thuật gián tiếp *(reported speech)*:

Tom said that he was feeling sick.
Tom đã nói rằng anh ấy đang bị bệnh.
Hãy so sánh:

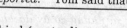

Direct:	Tom said	" I am feeling sick"
Reported:	Tom said that	he was feeling sick.

Trong văn viết chúng ta dùng dấu này để diễn tả lối tường thuật trực tiếp (direct speech)

Khi chúng ta dùng *reported speech*, động từ chính của câu thường ở quá khứ (Tom **said** that / I **told** her that, etc.). Phần câu còn lại cũng thường ở thời quá khứ:

- Tom **said** that he **was feeling** sick.
  Tom đã nói rằng anh ấy đang bị bệnh.
- I **told** her that I **didn't have** any money.
  Tôi đã nói với cô ấy là tôi không có tiền.

Bạn cũng có thể bỏ **that**:

- Tom said (that) he was feeling sick.

Thường dạng thức hiện tại ở câu trực tiếp *(direct speech)* được đổi sang quá khứ trong câu gián tiếp *(reported speech)*:

am/is → **was** do/does → **did** will → **would**

are → **were** have /has → **had** can → **could**

want/know/go, etc. → **wanted/knew/went**, etc.

So sánh các câu trực tiếp và gián tiếp sau:

direct speech:	*reported speech:*
Bạn đã gặp Jenny. Đây là một số câu cô ấy đã nói với bạn trực tiếp:	Sau đó bạn kể lại cho ai đó những gì Jenny nói. Bạn dùng cách nói gián tiếp:

• "My parents **are** very well."	• Jenny said that her parents **were** very well.
"Cha mẹ tôi rất mạnh khỏe".	Jenny đã nói là bố mẹ cô ấy rất mạnh khỏe.
• "**I'm** going to learn to drive".	• She said that she **was** going to learn to drive.
"Tôi sẽ học lái xe."	Cô ấy đã nói là cô ấy sẽ học lái xe.
• "John **has** quit up his job."	• She said that John **had** quit up his job.
"John đã bỏ việc rồi."	Cô ấy đã nói là John đã bỏ việc rồi.
• "I **can't** come to the party on Friday."	• She said that she **couldn't** come to the party on Friday.
"Tôi không thể đi dự tiệc vào thứ sáu."	Cô ấy đã nói là cô ấy không thể đi dự tiệc vào thứ sáu.
• "I **want** to go away for a holiday but I **don't** know where to go."	• She said that she **wanted** to go away for a holiday but (she) **didn't** know where to go.
"Tôi muốn đi nghỉ xa nhưng tôi không biết đi đâu cả".	Cô ấy đã nói là cô ấy muốn đi nghỉ xa nhưng cô ấy đã không biết đi đâu.
• "**I'm** going away for a few days. **I'll** call you when I **get** back".	• She said that she **was** going away for a few days and **would** call me when she **got** back.
"Tôi sắp sửa đi xa ít ngày. Tôi sẽ gọi điện cho anh khi tôi về".	Cô ấy đã nói là cô ấy sắp sửa đi xa ít ngày và cô ấy sẽ gọi điện cho tôi khi cô ấy về.

Thì quá khứ đơn *past simple* (**did/saw/knew**...) có thể được giữ nguyên trong câu gián tiếp *reported speech*, hoặc bạn cũng có thể đổi sang *past perfect* (**had done/had seen/had known**...):

    direct   Tom said, "I **woke** up feeling sick, so I stayed in bed."

               Tom đã nói, "Tôi·đã thức dậy và cảm thấy không khỏe, nên tôi nằm lại trên giường".

    reported Tom said (that) he **woke** up feeling sick, so he stayed in bed. *or*

              Tom said (that) he **had woken** up feeling sick, so he stayed in bed.

              Tom đã nói là anh ấy đã thức dậy và cảm thấy không khỏe, nên anh ấy nằm lại trên giường.

1.1 Yesterday you met a friend of yours, Robert. Here are some of the things Robert said to you:

1. I'm living in my own apartment now.
2. My father isn't every well.
3. Amanda and Paul are getting married next month.
4. Michelle has had a baby.
5. I don't know what Eric is doing.
6. I saw Nicole at a party in June, and she seemed fine.
7. I haven't seen Diane recently.
8. I'm not enjoying my job very much.
9. You can come and stay at my place if you are ever in Chicago
10. My car was stolen a few weeks ago.
11. I want to take a vacation, but I can't afford it.
12. I'll tell Amy I saw you.

ROBERT

Later that day you tell another friend what Robert said. Use reported speech.

1. *Robert said that he was living in his own apartment now.*
2. He said that _____ .
3. He _____ .
4. _____
5. _____
6. _____
7. _____
8. _____
9. _____
10. _____
11. _____
12. _____

1.2 Somebody says something to you that is the opposite of what they said before. Write an appropriate answer beginning with *I thought you said . . . .*

1. *A:* That restaurant is expensive.
   B: It is? *I thought you said it was cheap.*
2. *A:* Ann is coming to the party tonight.
   B: She is? I thought you said she _____ .
3. *A:* Ann likes Paul.
   B: She does? I thought you said _____ .
4. *A:* I know lots of people.
   B: You do? I thought you said you _____ .
5. *A:* Pat will be here next week.
   B: She will? _____
6. *A:* I'm going out this evening.
   B: You are? _____
7. *A:* I can speak a little French.
   B: You can? _____
8. *A:* I haven't been to the movies in a long time.
   B: You haven't? _____

Reported speech (2)
Lối tường thuật (2)

Không phải lúc nào cũng cần phải đổi thời của động từ khi bạn dùng lối n
gián tiếp *(reported speech)*. Nếu bạn đang kể lại một sự việc và nó vẫn cơ
đúng vào lúc nói thì bạn không cần phải đổi thời của động từ:

- *direct*   Tom said, "New York **is** more exciting than London".
              Tom đã nói, "New York thì sống động hơn là London".

  reported   Tom said that New York **is** more exciting than London.
              (New York is still more exciting. The situation hasn't changed)
              Tom đã nói là New York thì sống động hơn là London.
              (New York bây giờ vẫn còn sống động hơn. Tình huống khôn
              hề thay đổi).

- *direct*   Ann said, "I **want** to go to New York next year."
              Ann đã nói, "Tôi muốn đi New York vào năm tới".

  reported   Ann said that she **wants** to go to New York next year.
              (Ann still wants to go to New York next year).
              Ann đã nói là cô ấy muốn đi New York vào năm tới. (Bây g
              Ann vẫn còn muốn đi New York vào năm tới).

Các câu trên vẫn đúng khi bạn đổi động từ sang quá khứ:

- Tom said that New York **was** more exciting than London.
- Ann said that she **wanted** to go to New York next year.

Nhưng bạn phải dùng thì quá khứ khi có sự khác nhau giữa những gì đã đư
nói và những gì thực sự đúng trong hiện tại. Khảo sát ví dụ sau:

You met Kelly a few days ago.
She said, "**Jim is sick**". *(direct speech)*
Bạn đã gặp Kelly cách đây vài ngày.
*Cô ấy nói, "**Jim bị bệnh**". (trực tiếp)*
Later that day you see Jim. He is looking well and
carrying a tennis racquet.
Cùng ngày hôm đó bạn lại gặp Jim. Anh ấy trông khỏe mạnh và đang ma
theo một cái vợt tennis.
You say:
"I didn't expect to see you, Jim.
Kelly said you **were sick**".
Bạn nói: "Tôi không nghĩ là tôi gặp anh, Jim à."
Kelly đã nói là anh đã bị bệnh.
(Không nói "Kelly said you are sick",
bởi vì rõ ràng là anh ấy hiện đang mạnh khỏe)

Jim is sick

YOU   KELLY

Kelly said you were sick

YOU   JI

134

Say và tell

Nếu bạn đề cập đến người mà bạn đang nói chuyện, hãy dùng **tell**:

TELL SOMEBODY

- Kelly **told me** that you were sick. (*not* Kelly said me...)

  Kelly đã nói với tôi là anh bị bệnh. (không nói "Kelly said me...")
- What did you **tell the police**? (*not* say the police)

  Bạn đã nói gì với cảnh sát? (không nói "say the police")

Những trường hợp khác dùng **say**: SAY ~~SOMEBODY~~

- Kelly **said** that you were sick. (*not* Kelly told that...)

  Kelly đã nói là anh đã bị bệnh. (không nói "Kelly told that...")
- What did you **say**?

  Bạn đã nói gì vậy?

Nhưng bạn có thể nói "**say** something **to** somebody" (nói điều gì với ai đó, dùng **say**):

- Ann **said** goodbye **to** me and left. (*not* Ann said me goodbye)

  Ann đã chào tạm biệt tôi và ra đi. (không nói "Ann said me goodbye")
- What did you **say to** the police?

  Bạn đã nói gì với cảnh sát?

Tell/ask somebody to do something. Bảo /yêu cầu ai làm điều gì.

Chúng ta cũng dùng thể nguyên mẫu *infinitive* (to do/to stay, etc.) trong câu tường thuật gián tiếp *reported speech*, đặc biệt với **tell** và **ask** (đối với các mệnh lệnh hay yêu cầu):

- *direct* "**Stay** in bed for a few days", the doctor said to me.

  Bác sĩ đã bảo tôi, "Hãy nằm dưỡng bệnh vài ngày".

  reported The doctor **told** me **to stay** in bed for a few days.

  Bác sĩ đã bảo tôi nằm dưỡng bệnh vài ngày.
- *direct* "**Don't shout**", I said to Jim.

  "Đừng có la", tôi đã nói với Jim.

  reported I **told** Jim **not to shout**.

  Tôi đã bảo Jim không được la.
- *direct* "Please **don't tell** anybody what happened", Ann said to me.

  Ann đã dặn tôi, "Xin anh đừng kể cho bất cứ ai về chuyện đã xảy ra".

  reported Ann **asked** me **not to** tell anybody what (had) happened.

  Ann đã yêu cầu tôi không nói cho bất cứ ai về chuyện đã xảy ra.

 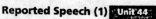

Exercises

45.1 Here are some things that Ann said to you:

I've never been to South America.   I don't have any brothers or sisters.

I can't drive.   Rosa is a friend of mine.

I don't like fish.   Dave is lazy.

ANN

I'm working tomorrow night.   Rosa has a very well-paid job.

But later Ann says something different to you. What do you say?   YOU

1. Dave works very hard.	*But you said he was lazy*
2. Let's have fish for dinner.	
3. I'm going to buy a car.	
4. Rosa is always short of money.	
5. My sister lives in Tokyo.	
6. I think Buenos Aires is a great place.	
7. Let's go out for dinner tomorrow night.	
8. I've never spoken to Rosa.	

45.2 Complete the sentences with *say* or *tell* in the correct form. Use only one word each time.

1. Ann _said_ good-bye to me and left.
2. _____ us about your vacation. Did you have a good time?
3. Don't just stand there! _____ something!
4. I wonder where Sue is. She _____ she would be here at 8:00.
5. Jack _____ me that he was fed up with his job.
6. The doctor _____ that I should rest for at least a week.
7. Don't _____ anybody what I _____. It's a secret just between us.
8. "Did she _____ you what happened?" "No, she didn't _____ anything to me."
9. Jason couldn't help me. He _____ me to ask Kate.

45.3 The following sentences are direct speech:

Don't wait for me if I'm late.   Will you marry me?   Hurry up!

Can you open your bag, please?   Mind your own business.

Please slow down!   Don't worry, Sue.   Could you give me a hand, Tom?

Now choose one of these to complete each sentence below. Use reported speech (see Section C).

1. Bill was taking a long time to get ready, so I _told him to hurry up_ .
2. Sarah was driving too fast, so I asked _____ .
3. Sue was very nervous about the situation. I told _____ .
4. I couldn't move the piano alone, so I _____ .
5. The customs officer looked at me suspiciously and _____ .
6. I didn't want to delay Ann, so I _____ .
7. John was in love with Maria, so he _____ .
8. He started asking me personal questions, so _____ .

Questions (1)
Các dạng câu hỏi (1)

Chúng ta thường thay đổi trật tự của từ trong câu để tạo thành câu hỏi: Đặt *trợ động từ đầu tiên* (first *auxiliary verb* – AV) lên trước *chủ từ* (subject – S):

S + AV → AV + S

Tom will	→ will Tom?
you have	→ have you?
I can	→ can I?
the house was	→ was the house?

- **Will Tom** be here tomorrow?
  Ngày mai Tom có ở đây không?
- **Have you** been working hard?
  Bạn đã làm việc nhiều phải không?
- What **can I** do? (*not* What I can do?)
  Tôi có thể làm được gì? (không nói "What I can do?")
- When **was the house** built?

(not When was built the house?)
Ngôi nhà đã được xây dựng khi nào vậy? (không nói "When was built the house?")

Trong câu hỏi ở thì *simple present*, chúng ta dùng **do /does**:

you live	→ do you live?
the movie begins	→ does the movie begin?

- **Do** you **live** near here?
  Bạn có ở gần đây không?
- What time **does** the movie **begin**? (*not* What time begins...?)
  Mấy giờ thì phim bắt đầu chiếu? (không nói "What time begins...?")

Trong câu hỏi ở thì *simple past*, chúng ta dùng **did**:

you sold	→ did you sell?
the accident happened	→ did the accident happen?

- **Did** you **sell** your car?
  Anh đã bán xe hơi rồi à?
- How **did** the accident **happen**?
  Tai nạn đã xảy ra như thế nào?

Nhưng không được dùng **do/does/did** trong câu hỏi nếu chủ từ trong câu là **who/what/which**.
Hãy so sánh:

who object (túc từ)
Emma phoned [somebody]
└─────── object ────┘
[Who] **did** Emma **phone**?
Emma đã gọi điện cho một người nào đó. Emma đã gọi điện cho ai vậy?

who subject (chủ từ)
[Somebody] phoned Emma.
└─ subject ─┘
[Who] **phoned** Emma?
Một người nào đó đã gọi điện cho Emma.
Ai đã gọi điện cho Emma vậy?

137

Trong ví dụ sau, **who/what/which** là **chủ từ** (*subject*):

- **Who wants** something to eat? (*not* Who does want...?)
  Có ai muốn ăn một chút gì không? (không nói "Who does want...?")
- **What happened** to you last night? (*not* What did happen...?)
  Điều gì đã xảy ra với bạn tối qua vậy? (không nói "What did happen...?
- **Which bus goes** downtown? (*not* Which bus does go...?)
  Xe buýt nào đi đến trung tâm thành phố? (không nói "Which bus does go...

Chú ý vị trí của giới từ (*preposition*) trong câu hỏi bắt đầu bằng
Who/What/Which/Where...?:

- **Who** do you want to speak **to**?
  Bạn muốn nói chuyện với ai?
- **Which** job has Jane applied **for**?
  Jane đã nộp đơn xin việc gì vậy?
- **What** was the weather **like** yester
  Thời tiết ngày hôm qua thế nào?
- **Where** are you **from**?
  Bạn từ đâu đến?

Negative questions (dạng câu hỏi phủ định) **isn't it...? /didn't you...?**
Chúng ta dùng câu hỏi phủ định đặc biệt khi biểu lộ sự ngạc nhiên:

- **Didn't you hear** the bell? I rang it four times.
  Bạn đã không nghe thấy tiếng chuông sao? Tôi đã bấm chuông bốn lần

hay khi chúng ta mong muốn người nghe đồng tình với chúng ta:

- **"Haven't we met** somewhere before?" "Yes, I think we have".
  "Chúng ta trước đây đã gặp nhau ở đâu rồi phải không?" "Vâng, tôi
  là chúng ta đã gặp nhau rồi".
- **Isn't it** a beatiful day! (= It's a beautiful day, isn't it?)
  Thật là một ngày đẹp trời! (= Thật là một ngày đẹp trời, phải không?)

Chú ý tới nghĩa của **yes / no** trong câu trả lời của các câu hỏi phủ định:

- **Don't you** want to go to the party? **Yes.** (= Yes, I want to go.)
  No. (= No, I don't want to go.)
  Bạn không muốn đi dự tiệc sao? *Có.* (= Có, tôi muốn đi.)
  Không. (= Không, tôi không muốn đi*

Nên để ý trật tự của từ trong câu hỏi phủ định bắt đầu bằng **Why**...?:

- **Why don't we go** out for dinner tonight? (*not* Why we don't...)
  Tại sao chúng ta lại không đi ăn tiệm tối nay nhỉ? (không nói "Wh
  don't...?")
- **Why wasn't Mary** at work yesterday? (*not* Why Mary wasn't...?)
  Tại sao hôm qua Mary lại không đi làm nhỉ? (không nói "Why M
  wasn't..?.)

1 Ask Joe questions. (Look at his answers before you write the questions.)

JOE

1. (where / from?) _Where are you from?_
2. (where / live / now?) Where _____ ?
3. (married?) _____
4. (how long / married?) _____
5. (children?) _____
6. (how old / they?) _____
7. (what / wife / do?) _____
8. (she / like her job?) _____

From Toronto originally.
In Vancouver.
Yes.
Twelve years.
Yes, three boys.
They're 4, 7 and 9.
She's a policeofficer.
Yes, very much.

2 Make questions with *who* or *what*.

1. Somebody hit me.
2. I hit somebody.
3. Somebody gave me the key.
4. Something happened.
5. Diane told me something.
6. This book belongs to somebody.
7. Somebody lives in that house.
8. I fell over something.
9. Something fell on the floor.
10. This word means something.
11. I borrowed the money from somebody.
12. I'm worried about something.

Who hit you?
Who did you hit?
Who _____ ?
What _____ ?
_____
_____
_____
_____
_____
_____
_____
_____

3 Put the words in parentheses in the correct order. All the sentences are questions.

1. (when / was / built / this house) _When was this house built?_
2. (how / cheese / is / made) _____
3. (when / invented / the computer / was) _____
4. (why / Sue / working / isn't / today) _____
5. (what time / coming / your friends / are) _____
6. (why / was / canceled / the concert) _____
7. (where / your mother / was / born) _____
8. (why / you / to the party / didn't / come) _____
9. (how / the accident / did / happen) _____
10. (why / this machine / doesn't / work) _____

4 Write negative questions from the words in parentheses. In each situation you are surprised.

1. *A:* We're not going to see Ann tonight.
   B: Why not? (she / not / come to the party?) _Isn't she coming to the party?_
2. *A:* I hope we don't see Brian tonight.
   B: Why not? (you / not / like / him?) _____
3. *A:* Don't go and see that movie.
   B: Why not? (it / not / good) _____
4. *A:* I'll have to borrow some money.
   B: Why? (you / not / have / any?) _____

Questions (2) *(Do you know where...?/ She aske me where...)*

Các dạng câu hỏi (2)

Hãy so sánh:

- Where **has Tom** gone? (câu hỏi đơn – *simple question*)
  Tom đã đi đâu?

- Do you know where **Tom has** gone? *(not Do you know where has Tom gone*
  Anh có biết Tom đã đi đâu không? (không nói "Do you know where
  Tom gone?")

Khi câu hỏi (**Where has Tom gone?**) là thành phần của một câu dài hơn (
you know...?/ I don't know.../ Can you tell me...? , etc.), nó sẽ mất đi t
tự thông thường của một câu hỏi.

Hãy so sánh:

- What time **is it**?   nhưng   • Do you know what time **it is**?
  Mấy giờ rồi?   *Anh có biết mấy giờ rồi không?*

- *Who **is** that woman?*   • I don't know who **that woman is.**
  Người đàn bà kia là ai vậy?   *Tôi không biết người đàn bà kia là ai.*

- *Where **can I find** Linda?*   • Can you tell me where **I can find** Linda?
  Tôi có thể tìm gặp Linda ở đâu?   *Anh có thể cho tôi biết nên tìm Linda ở đâu khôn*

- How much **will it cost**?   • Have you any idea how much **it will cost**
  Cái đó giá bao nhiêu?   *Bạn có biết cái đó giá bao nhiêu không?*

Hãy thận trọng với những câu hỏi có **do/does/did**:

- What time **does the movie** begin? *nhưng*   • Do you know what time **th movie begins?**

  Phim bắt đầu lúc mấy giờ?   *Bạn có biết phim bắt đầu lú mấy giờ không?*
                                                  (Không nói "Do you know w time does...?")

- **What do you mean**?   • Please explain what **you mean.**

  Ý bạn là như thế nào?   *Xin hãy giải thích ý của bạn như thế nào.*

- Why **did Ann leave** early?   • I wonder why **Ann left** earl
  Sao Ann bỏ đi sớm vậy?   *Tôi tự hỏi sao Ann bỏ đi sớm t*

Hãy dùng **if** hoặc **whether** khi không có mặt một từ để hỏi nào khác (**what, why**, etc.)

- Did anybody see you? *nhưng* Do you know **if** (or **whether**) anybody saw you?

  Có ai nhìn thấy bạn không? Bạn có biết liệu có ai đó nhìn thấy bạn không?

Sự thay đổi trật tự câu như vậy cũng xảy ra đối với câu hỏi lối tường thuật (*reported questions*):

- *direct* The police officer said to us, "Where **are you going?**"
- *(Trực tiếp)* Viên sĩ quan cảnh sát hỏi chúng tôi, "Các anh đang đi đâu vậy"?
- *reported* The police officer asked us where **we were going**.
- *(Tường thuật)* Viên sĩ quan cảnh sát hỏi chúng tôi đang đi đâu.

- *direct* Clare said, "What time **do the banks close?**"
- *(Trực tiếp)* Clare hỏi, "Nhà băng đóng cửa lúc mấy giờ?"
- *reported* Clare wanted to know what time **the banks closed**.
- *(Tường thuật)* Clare đã muốn biết các nhà băng đóng cửa lúc mấy giờ.

Hãy xét tình huống: bạn đã được phỏng vấn khi xin việc làm, và dưới đây là một số câu hỏi người ta đã hỏi bạn:

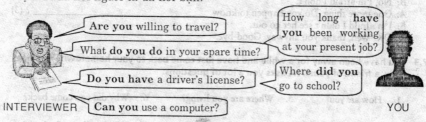

Are you willing to travel?

What **do you do** in your spare time?

Do you have a driver's license?

Can you use a computer?

INTERVIEWER

How long **have you** been working at your present job?

Where **did you** go to school?

YOU

Sau đó bạn kể với người khác những gì bạn đã được phỏng vấn, bạn dùng lối tường thuật:

- She asked (me) if **I was** willing to travel.

  Cô ấy hỏi (tôi) có sẵn lòng đi công tác không.
- She wanted to know what **I did** in my spare time.

  Cô ấy muốn biết tôi làm gì trong thời gian rỗi.
- She asked (me) how long **I had** been working at my present job.

  Cô ấy hỏi (tôi) tôi đã làm công việc hiện nay của tôi được bao lâu rồi.
- She asked (me) if **I could** use a computer.

  Cô ấy hỏi (tôi) có biết sử dụng máy tính không.
- She wanted to know where **I had** gone to school.

  Cô ấy muốn biết tôi học ở trường nào.
- She asked whether (or if) **I had** a driver's licence. (or... **I had got**...)

  Cô ấy hỏi phải chăng tôi đã có bằng lái xe.

141

Exercises

47.1 Make a new sentence from the question in parentheses.

1. (Where has Tom gone?) _Do you know where Tom has gone?_
2. (Where is the post office?) Could you tell me where _____?
3. (What does this word mean?) I'd like to know _____.
4. (Is Sue going out tonight?) I don't know _____.
5. (Where does Carol live?) Do you have any idea _____?
6. (Where did I park the car?) I can't remember _____.
7. (Is there a bank near here?) Can you tell me _____?
8. (What do you want?) Tell me _____.
9. (Why didn't Liz come to the party?) I wonder _____.
10. (Who is that woman?) I have no idea _____.
11. (Did Ann get my letter?) Do you know _____?
12. (How far is it to the airport?) Can you tell me _____?

47.2 You are making a phone call. You want to speak to Amy, but she isn't there. Somebody else answers the phone. You want to know three things:
(1) *Where is Amy?* (2) *When will she be back?* and (3) *Did she go out alone?*
Complete the conversation:

A: Do you know where _____? (1)
B: Sorry, I have no idea.
A: That's all right. I don't suppose you know _____. (2)
B: No, I'm afraid I don't.
A: One more thing. Do you happen to know _____? (3)
B: I'm afraid I didn't see her go out.
A: OK. Well, thank you anyway. Good-bye.

47.3 You have been away for a while and have just come back to your hometown. You meet Tony, a friend of yours. He asks you a lot of questions:

1. How are you?   5. Where are you living?   6. Why did you come back?

2. Where have you been?

3. How long have you been back?

7. Are you glad to be back?

8. Do you plan to stay for a while?

TONY

4. What are you doing now?

9. Can you lend me some money?

Now tell another friend what Tony asked you. Use reported speech.

1. _He asked me how I was._
2. He asked me _____.
3. He _____.
4. _____
5. _____
6. _____
7. _____
8. _____
9. _____

Auxiliary verbs *(have/do/can, etc.)*
I think so/ I hope so, etc.
Trợ động từ

Có hai động từ trong mỗi câu sau đây:

I	**have**	**lost**	my keys.
Tôi	*đã làm mất*		*chùm chìa khóa.*
She	**can't**	**come**	to the party.
Cô ấy	*không thể đi*		*dự tiệc được.*
The hotel	**was**	**built**	ten years ago.
Khách sạn này	*đã được xây dựng*		*mười năm rồi*
Where	**do** you	**live**?	
	Bạn sống ở đâu?		

Trong những ví dụ này **have/can't/was/do** là những trợ động từ (*auxiliary verbs*)

- "Have you locked the door?" "Yes, I **have**." (=I have locked the door.)
  "Bạn đã khóa cửa chưa?" *"Rồi, tôi đã khóa cửa rồi."*
- George wasn't working but Jenny **was**. (= Jenny was working.)
  Lúc ấy George đã không đang làm việc nhưng Jenny thì đang làm.
- She could lend me the money but she **won't**. (=she won't lend me the money).
  Cô ấy có thể cho tôi mượn tiền nhưng cô ấy sẽ không làm điều đó.
  (= *cô ấy sẽ không cho tôi mượn tiền*).
- "Are you angry with me?" "Of course, I'm not." (=I'm not angry.)
  "Bạn giận tôi đấy à?" *"Dĩ nhiên là không." (= Tôi không giận đâu.)*

Hãy dùng **do/does/did** trong các câu trả lời ngắn ở thì *simple present* và *simple past*:

- "Do you like onions?" "Yes, I **do**." (= I like onions.)
  "Bạn có thích (ăn) hành không?" "Có, tôi thích" (= tôi thích hành.)
- "Does Mark play soccer?" "He did but he **doesn't** any more".
  "Mark có chơi bóng đá không?" "Trước kia thì có nhưng bây giờ thì anh ấy không chơi nữa".

Chúng ta dùng **you have? / she isn't ?/ they do?** , etc. để biểu hiện sự quan tâm một cách lịch sự đến những gì người khác đã nói:

- "I've just seen David". "**You have**? How is he?"
  "Tôi vừa mới gặp David" *"Thật ư? Anh ấy thế nào?"*
- "Liz isn't feeling very well today". "**She isn't**? What's wrong with her?"
  "Liz hôm nay không được khỏe" *"Thật vậy sao? Cô ấy bị làm sao vậy?"*

- "It rained every day during our holiday". "**It did**? What a shame!"
  "Suốt kỳ nghỉ của chúng tôi ngày nào trời cũng mưa". "Thế à? Thật là đáng buồn!"

Đôi khi chúng ta đảo ngược trật tự từ để diễn tả sự ngạc nhiên:
- Toshi and Keiko are getting married". "**Are they**? That's great!"
  "Toshi và Keiko sắp cưới nhau đấy". "Cưới à? Tuyệt quá!"

Ta dùng trợ động từ với **so** và **neither**:
- "I'm feeling tired". "**So am I.**" (= I'm feeling tired too.)
"Tôi thấy mệt". "Tôi cũng vậy." (= tôi cũng thấy mệt.)
- "I never read newspapers". "**Neither do I.**" (= I never read newspapers either.)
"Tôi chẳng bao giờ đọc báo cả." "Tôi cũng không." (=Tôi cũng chẳng bao giờ đọc báo cả.)
- Sue hasn't got a car and **neither does Mark**.
  Sue không có xe hơi và Mark cũng không có.

Chú ý trật tự của câu sau **so** và **neither** (động từ đứng trước chủ từ):
- I passed the exam and **so did Tom**. (*not* so Tom did)
  Tôi đã thi đậu và Tom cũng vậy. (không nói "so Tom did")

Bạn cũng có thể dùng "...not...either":
- I don't have any money". "**Neither do I**" or "I **don't either!**"
  "Tôi không có tiền". "Tôi cũng không có".

I think so/I guess so, etc.

Sau một số động từ bạn có thể dùng **so** khi bạn không muốn lặp lại điều gì đó:
- "Are those people Australian?" "**I think so**" (= I think they are Australian.)
  "Những người đó là người Úc à?" "Tôi nghĩ vậy". (= Tôi nghĩ họ là người Úc.)
- "Will you be home tomorrow morning?" "**I guess so**" (= I guess I'll be at home...)
  "Sáng mai anh có ở nhà không?" "Tôi nghĩ là có" (= Tôi nghĩ rằng tôi sẽ ở nhà...)
- "Do you think Kate has been invited to the party?" "**I suppose so.**"
  "Bạn có nghĩ là Kate đã được mời dự tiệc không?" "Tôi cho là có đấy".

Bạn cũng có thể nói **I hope so, I expect so** và **I'm afraid so**.
Hình thức phủ định là:

I think so/I expect so → **I don't think so/I don't expect so**

I hope so/ I'm afraid so / I guess so → **I hope not/I'm afraid not / I guess not**

I suppose so → **I don't suppose so** *hoặc* **I suppose not**

- "Is that woman American?" "**I think so/I don't think so.**"
  "Người phụ nữ kia là người Mỹ phải không?" "Tôi nghĩ là như vậy/Tôi không nghĩ như vậy."
- "Do you think it's going to rain?" "**I hope so/ I hope not.**" (*not* I don't hope so.)
  "Bạn có nghĩ là trời sắp mưa không?" "Tôi hy vọng là có./ Tôi hy vọng là không."

xercises

8.1 Complete the sentences with an auxiliary verb (*do/was/could/should*, etc.). Sometimes the verb must be negative (*don't/wasn't*, etc.).

1. I wasn't tired, but my friends _were_ .
2. I like hot weather, but Ann _____ .
3. "Is Eric here?" "He _____ five minutes ago, but I think he's gone home."
4. She might call later on tonight, but I don't think she _____ .
5. "Are you and Chris coming to the party?" "I _____ , but Chris _____ ."
6. I don't know whether to apply for the job or not. Do you think I _____ ?
7. "Please don't tell anybody what I said." "Don't worry. I _____ ."
8. "You never listen to me." "Yes, I _____ !"
9. "Can you play a musical instrument?" "No, but I wish I _____ ."
10. "Please help me." "I'm sorry. I _____ if I _____ , but I _____ ."

8.2 You never agree with Alex. Answer in the way shown.

1. I'm hungry. *You are? I'm not.*
2. I'm not tired. *You aren't? I am.*
3. I like baseball. _____
4. ALEX   I didn't like the movie. _____
5. I've never been to South America. _____
6. I thought the exam was easy. _____

YOU

8.3 You are talking to Lisa. Write true sentences about yourself. Reply with *So . . .* or *Neither . . .* if appropriate. Study the two examples carefully.

1. I feel really tired. *So do I.*
2. I'm working hard. *You are? I'm not.*
3. I watched TV last week. _____
4. I won't be in class next week. _____
5. LISA   I live in a small town. _____
6. I'd like to go to the moon. _____
7. I can't play the trumpet. _____

YOU

8.4 In these conversations, you are B. Read the information in parentheses and then answer with *I think so, I hope not*, etc.

1. (You don't like rain.) *A:* Is it going to rain? *B:* (hope) _I hope not._
2. (Sarah has applied for a job. You want her to get it.)
   A: I wonder if Sarah will get the job. *B:* (hope) _____
3. (You're not sure whether Amy is married – probably not.)
   A: Is Amy married? *B:* (think) _____
4. (You are the desk clerk at a hotel. The hotel is full.)
   A: Do you have a room for tonight? *B:* (afraid) _____
5. (You're at a party. You have to leave early.)
   A: Do you have to leave already? *B:* (afraid) _____
6. (Ann usually works every day, Monday to Friday. Tomorrow is Wednesday.)
   A: Is Ann working tomorrow? *B:* (guess) _____
7. (You are going to a party. You can't stand John.)
   A: Do you think John will be at the party? *B:* (hope) _____
8. (You're not sure what time the concert is – probably 7:30.)
   A: Is the concert at 7:30? *B:* (think) _____

Tag questions *(do you? isn't it?, etc.)*
Câu hỏi đuôi

A

Hãy khảo sát ví dụ sau:

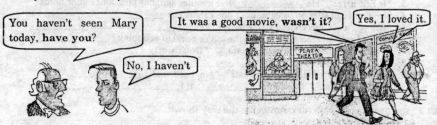

You haven't seen Mary today, **have you?**

No, I haven't

It was a good movie, **wasn't it?**

Yes, I loved it.

Have you? và **wasn't it?** là những *tag questions* (= câu hỏi đuôi − là loại câu hỏi ngắn mà trong tiếng Anh đàm thoại ta thường đặt ở cuối câu). Trong câu hỏi đuôi, ta dùng một trợ động từ (*auxiliary verb*: **have/was/will**, etc.). Đối với thì *simple present* và *simple past* chúng ta dùng **do/does/did** (xem thêm **UNIT** 48).

- "Lauren plays the piano, **doesn't she?**" "Well, yes, but not very well."
  "Lauren biết chơi đàn piano, phải vậy không?" *"Ồ phải rồi, nhưng không giỏi lắm."*
- "You didn't lock the door, **did you?**" "No, I forgot."
  "Bạn đã không khóa cửa, có đúng không?" *"Vâng, tôi đã quên."*

B

Thông thường chúng ta dùng câu hỏi đuôi dạng phủ định (*negative question tags*) sau một câu khẳng định (*positive sentence*):

positive sentence +	negative tag
Mary **will** be here soon,	**won't she?**
There **was** a lot of traffic,	**wasn't there?**
Jim **should** take his medicine,	**shouldn't he?**

và dùng câu hỏi đuôi dạng khẳng định (*positive question tags*) sau một câu phủ định (*negative sentence*):

negative sentence +	positive tag
Mary **won't** be late,	**will she?**
They **don't** like us,	**do they?**
You **haven't** paid the gas bill,	**have you?**

Hãy chú ý tới nghĩa của **yes** và **no** trong câu trả lời đối với câu hỏi phủ định:

146

- You're not going out today, **are you?** { Yes.(= Yes, I am going out.) / No.(= No, I am not going out.) }

Hôm nay bạn không đi chơi phải không? { *Có chứ (=Có, tôi có đi chơi.)* / *Không.(= Không, tôi không đi chơi.)* }

Ý nghĩa của câu hỏi đuôi phụ thuộc vào ngữ điệu diễn đạt đó. Nếu bạn hạ giọng thì có nghĩa bạn không thực sự đặt câu hỏi cho người đối thoại, mà bạn chỉ có "nhã ý" muốn người nghe đồng tình với bạn:

- "It's a nice day, isn't it?" "Yes, beautiful."

  "Thật là một ngày đẹp trời, anh có thấy như vậy không?" "Vâng, rất tuyệt."

- "Eric doesn't look too good today, does he?" "No, he looks very tired".

  "Eric hôm nay trông không được khỏe, phải không anh?" "Vâng, anh ấy trông rất mệt mỏi".

- She's very funny. She has a wonderful sense of humor, doesn't she?

  Cô ấy rất khôi hài. Cô ấy có óc hài hước tuyệt vời, có phải vậy không?

Nhưng khi bạn lên giọng ở câu hỏi đuôi, thì đó thực sự là bạn muốn hỏi người nghe:

- "You haven't seen Lisa today, **have you?**" "No, I haven't".

  (= Have you seen Lisa today by any chance?)

  "Hôm nay bạn không gặp Lisa phải không?" "Vâng, tôi không gặp."

  (= *Hôm nay có lúc nào bạn gặp Lisa không?*)

Chúng ta thường sử dụng câu phủ định đi với câu hỏi đuôi xác định (*negative sentence + posivite tag*) để hỏi về điều gì đó hoặc yêu cầu ai làm điều gì đó. Câu hỏi được lên giọng ở phần cuối như sau:

- "You wouldn't have a pen, **have you?**" "No, I haven't".

  "Bạn có bút không nhỉ?" "Không, tôi không có."

- "You couldn't lend me some money, **could you?**" "It depends how much."

  "Bạn cho tôi mượn ít tiền được không?" "Còn phải xem bao nhiêu đã chứ."

- "You don't know where Lauren is, **do you?**" "Sorry, I have no idea."

  "Bạn có biết Lauren đang ở đâu không?" "Rất tiếc, tôi không biết."

Sau **Let's...** câu hỏi đuôi là... **shall we?**

- Let's go for a walk, shall we?

  Ta đi dạo nhá?

Sau câu mệnh lệnh cách (**Do.../listen.../Give**..., etc.) câu hỏi đuôi thường là ...**will you?**

- **Open** the door, **will you?**

  Bạn mở giúp cái cửa nhá.

Lưu ý rằng ta nói... **aren't I ?** (= am I not?):

- I'm late, **aren't I?**

  Tôi đến trễ, phải không?

Exercises

49.1 Put a tag question at the end of these sentences.

1.	Tom won't be late, _will he_ ?	No, he's never late.
2.	You're tired, _aren't you_ ?	Yes, a little.
3.	Tracy has lived here a long time, ?	Yes, 20 years.
4.	You weren't listening, ?	Yes, I was!
5.	Sue doesn't know Ann, ?	No, they've never met.
6.	Jack's on vacation, ?	Yes, he's in Puerto Rico.
7.	Mike hasn't phoned today, ?	No, I don't think so.
8.	You can speak Spanish, ?	Yes, but not fluently.
9.	He won't mind if I use his phone, ?	No, of course he won't.
10.	There are a lot of people here, ?	Yes, more than I expected.
11.	Let's go out tonight, ?	Yes, that would be great.
12.	This isn't very interesting, ?	No, not very.
13.	I'm too impatient, ?	Yes, you are sometimes.
14.	You wouldn't tell anyone, ?	No, of course not.
15.	Listen, ?	OK, I'm listening.
16.	I shouldn't have lost my temper, ?	No, but that's all right.
17.	He'd never met her before, ?	No, that was the first time.

49.2 Read the situation and write a sentence with a tag question. In each situation you are asking your friend to agree with you.

1. You look out of the window. The sky is blue and the sun is shining. What do you say to your friend? (beautiful day) _It's a beautiful day, isn't it?_

2. You're with a friend outside a restaurant. You're looking at the prices, which are very high. What do you say? (expensive) It _____ ?

3. You've just come out of a movie theater with a friend. You really enjoyed the movie. What do you say to your friend? (great) The movie _____ ?

4. You and a friend are listening to a woman singing. You like her voice very much. What do you say to your friend? (a beautiful voice)
She _____ ?

5. You are trying on a jacket. You look in the mirror and you don't like what you see. What do you say to your friend? (not / look / very good)
It _____ ?

6. Your friend's hair is much shorter than when you last met. What do you say? (have / your hair / cut) You _____ ?

7. You and a friend are walking over a wooden bridge. It is very old, and some parts are broken. What do you say? (not / very safe)
This bridge _____ ?

49.3 In these situations you are asking for information and asking people to do things.

1. You need a pen. Perhaps Kelly has one. Ask her. _Kelly, you don't have a pen, do you?_

2. The cashier is putting your groceries in a plastic bag, but perhaps he could give you a paper bag. Ask him. _____

3. You're looking for Ann. Perhaps Kate knows where she is. Ask her.
Kate, you _____ ?

4. You need a bicycle pump. Perhaps Nicole has one. Ask her.
Nicole, _____ ?

5. You're looking for your keys. Perhaps Robert has seen them. Ask him.
_____

148

Verb + - ing *(enjoy doing / stop doing,* etc.)
Động từ + -ing

Hãy xem các ví dụ sau:

- I **enjoy dancing**. (*not* I enjoy to dance.)
  Tôi thích khiêu vũ. (không nói "I enjoy to dance.")
- Would you **mind closing** the door? (*not* mind to close)
  Bạn vui lòng đóng giúp cánh cửa được không? (không nói "mind to close")
- Ian **suggested going** to the movies. (*not* suggested to go)
  Ian đã đề nghị đi xem phim. (không nói "suggested to go")

Sau các động từ **enjoy, mind** và **suggest**, ta dùng **–ing** (không có **to**...)
Sau đây là một số động từ khác cũng theo quy luật trên (theo sau bởi **–ing**)

stop	delay	quit	consider	admit		miss	involve
ngưng, trì hoãn	*từ bỏ*		*xem xét,*	*thừa nhận,*		*mong nhớ,*	*liên quan*
dừng			*cân nhắc*			*xém*	
finish	**postpone**		**imagine**	**avoid**	**deny**	**risk**	**practice**
hoàn thành	*hoãn*		*tưởng tượng*	*tránh*	*chối*	*liều lĩnh*	*thực hành*

- Suddenly everybody **stopped talking**. There was silence.
  Bỗng nhiên mọi người đều ngưng nói chuyện. Tất cả đều im lặng.
- I'll do the shopping when I've **finished cleaning** the apartment.
  Tôi sẽ đi mua sắm khi tôi hoàn tất việc dọn dẹp căn hộ.
- He tried to **avoid answering** my question.
  Anh ấy cố gắng né tránh trả lời câu hỏi của tôi.
- Have you ever **considered going** to live in another country?
  Đã bao giờ bạn nghĩ đến việc đi sống ở một quốc gia khác chưa?

Dạng phủ định là **not-ing**:

- When I'm on holiday, I **enjoy not having** to get up early.
  Trong thời gian đi nghỉ, tôi rất thích việc không phải dậy sớm.

B

Ta cũng dùng **–ing** sau:

give up (= stop) *từ bỏ*
put off (= postpone) *hoãn lại*
go on = (continue) *tiếp tục*
keep or **keep on** (= do something continuously or repeatedly) *tiếp tục*

- Paula has **given up trying** to lose weight.
  Paula đã bỏ việc cố gắng giảm cân.

149

- We have to do something. We can't **go on living** like this!
  Chúng ta phải làm điều gì đó thôi. Chúng ta không thể tiếp tục sống nh
  thế này mãi được!
- Don't **keep interrupting** me while I'm talking.
  (or Don't **keep on interrupting**...)
  Đừng cứ ngắt lời tôi mãi khi tôi đang nói.

Đối với một số động từ ta có thể dùng cấu trúc: *verb* + somebody + **-ing**:
- I can't **imagine George riding** a motorbike.
  Tôi không thể tưởng tượng được chuyện George đi xe máy.
- "Sorry to **keep you waiting** so long". "That's all right".
  "Rất tiếc là đã để anh chờ quá lâu như vậy". "Không sao đâu"

Lưu ý dạng thụ động (**being done/seen/kept**, etc.):
- I don't mind **being kept** waiting. (= I don't mind people keeping me...)
  Tôi không lấy làm phiền khi phải chờ đợi.

Khi bạn nói về những hành động đã hoàn tất, bạn có thể dùng **havin** **done/stolen/said**...
- She admitted **having stolen** the money.
  Cô ấy thú nhận đã lấy cắp tiền.

Nhưng không nhất thiết phải dùng **having** (done). Bạn cũng có thể dùn dạng thức **–ing** đơn giản cho những hành động đã hoàn tất:
- She admitted **stealing** the money.
  Cô ấy đã thú nhận việc lấy cắp tiền.
- I now regret **saying** (or **having said**) it.
  Giờ đây tôi ân hận vì đã nói điều đó.

Để biết thêm về **regret**, xem **UNIT 53B**.

Sau một số động từ trong bài này (đặc biệt là **admit/deny/suggest**) bạn c thể dùng **that**...:
- She **denied that** she had stolen the money. (or She **denied stealing**..)
  Cô ấy đã chối việc lấy cắp tiền.
- Sam **suggested that** we went to the movies. (or Sam **suggested going**...).
  Sam đã đề nghị chúng tôi đi xem phim.

Để hiểu thêm về **suggest**, xem **UNIT 32**.

Verb + *to* ... Unit 51   Verb + *to* ... and *-ing* Units 52C 53-55   Regret / go on + *ing* Unit 53B

1 Complete each sentence with one of these verbs:

~~answer~~ apply be get listen make splash try use wash work write

1. He tried to avoid _answering_ my question.
2. Could you please stop _____ so much noise?
3. I enjoy _____ to music.
4. I considered _____ for the job, but in the end I decided against it.
5. Have you finished _____ your hair yet?
6. If you walk out into the street without looking, you risk _____ run over.
7. Jim is 65, but he isn't going to retire yet. He wants to go on _____
8. I don't mind you _____ the phone as long as you pay for all your calls.
9. If you use the shower, try and avoid _____ water on the floor.
10. I've put off _____ the letter several times. I really have to do it today.
11. What a mean thing to do! Can you imagine anybody _____ so mean?
12. Sarah gave up _____ to find a job in this country and decided to go abroad.

2 Complete the sentences for each situation using -ing.

1. What should we do? / We could go to the movies. / She suggested _going to the movies_.
2. You were driving too fast. / Yes, I was. Sorry! / She admitted _____
3. Let's go swimming. / Good idea! / She suggested _____
4. You broke my CD player. / No, I didn't! / He denied _____
5. Can you wait a few minutes? / Sure, no problem. / They didn't mind _____

3 Complete the sentences so that they mean the same as the first sentence. Use -ing.

1. We can't live like this anymore. We can't go on _living like this_
2. It's not a good idea to travel during rush hour.
   It's best to avoid _____
3. Should we leave tomorrow instead of today?
   Should we postpone _____ until _____?
4. The driver of the car said it was true that he didn't have a license.
   The driver of the car admitted _____
5. Could you turn the radio down, please?
   Would you mind _____?
6. Please don't interrupt me all the time.
   Would you mind _____?

4 Use your own ideas to complete these sentences. Use -ing.

1. She's a very interesting person. I always enjoy _talking to her_
2. I'm afraid there aren't any chairs. I hope you don't mind _____
3. It was a beautiful day, so I suggested _____
4. It was very funny. I couldn't stop _____
5. My car isn't very reliable. It keeps _____

151

Verb + to ... *(decide to do /forget to do,* ect).
Động từ + to...

offer	decide	hope	deserve	attempt	promise	inte
tặng, đề nghị	*quyết định*	*hy vọng*	*xứng đáng*	*toan tính*	*hứa hẹn*	*dự đị*
agree	**plan**	**aim**	**afford**	**manage**	**threaten**	**forg**
đồng ý	*dự định*	*nhằm mục đích*	*cố gắng*	*xoay sở*	*đe dọa*	*quên*
refuse	**arrange**	**learn**	**need**	**fail**	**mean**	
từ chối	*sắp đặt*	*học tập*	*cần*	*thất bại*	*có nghĩa là*	

Nếu các động từ này được theo sau bởi một động từ khác thì cấu trúc thườ
là: *verb + to... (infinitive)* (động từ nguyên mẫu):

- It was late, so we **decided to take** a taxi home.
  Lúc đó đã trễ rồi, nên chúng tôi quyết định đi taxi về nhà.
- David was in a difficult situation, so I **agreed to lend** him some money
  David đã ở trong một tình huống khó khăn, nên tôi đồng ý cho anh mượn tiề
- How old were you when you **learned to drive**? (*or* learned how to drive)
  Bạn đã học lái xe khi bạn bao nhiêu tuổi?
- Karen **failed to make** a good impression at the interview.
  Karen không gây được ấn tượng tốt trong buổi phỏng vấn.

Lưu ý những ví dụ này với thể phủ định *(negative)* – **not to**...:

- We **decided not to go** out because of the weather.
  Chúng tôi đã quyết định không đi chơi bởi thời tiết xấu.
- I **promised not to be** late.
  Tôi đã hứa sẽ không trễ.

Với nhiều động từ, bình thường chúng ta không thể dùng nguyên mẫu
to...), ví dụ như **enjoy/think/suggest**:

- I **enjoy dancing.** (*not* enjoy to dance)
  Tôi thích khiêu vũ. (không nói "enjoy to dance")
- Sam **suggest going** to the movies. (*not* suggested to go)
  Sam đã đề nghị đi xem phim. (không nói "suggested to go")
- Are you **thinking of buying** a car? (*not* thinking to buy)
  Bạn đang nghĩ đến chuyện mua một chiếc xe hơi phải không? (không
  "thinking to buy")

Cũng có thể dùng **to** sau các động từ: **seem** (dường như) **appear** (có vẻ) te
(có khuynh hướng) **pretend** (giả vờ) **claim** (phàn nàn), ví dụ:

- They **seem to have** plenty of money.
  Dường như họ có khá nhiều tiền.
- I like Dan but I think he **tends to talk** too much.
  Tôi mến Dan nhưng tôi nghĩ là anh ấy hay nói quá nhiều.

Ngoài ra, còn có các dạng: *continuous infinitive* (**to be doing**) và *perfect infinitive* (**to have done**).

- I **pretended to be reading** the newspaper. (= I pretended that I was reading the newspaper).

  Tôi đã giả vờ là đang đọc báo.

- You **seem to have lost** weight. (= it seems that you have lost weight).

  Bạn dường như đã giảm cân.

Ta nói "**decide to do** something", "**promise to do** something", etc. Tương tự, ta nói:

"**A decision to do** (something)", "**a promise to do** (something)", etc. (**noun + to**...):

- I think his **decision to quit** his job was foolish.

  Tôi cho rằng quyết định bỏ việc của anh ấy là ngu xuẩn.

- John has **a tendency to talk** too much.

  John có khuynh hướng nói quá nhiều.

Sau **dare** bạn có thể dùng *infinitive* có hay không có **to** cũng được:

- I wouldn't **dare to tell** him. or I wouldn't **dare tell** him.

  Tôi chẳng dám nói với anh ấy đâu.

Sau các động từ dưới đây, bạn có thể dùng một từ để hỏi (**what/whether/how**, etc.) **+ to**...:

ask (*hỏi, yêu cầu*)   **decide** (*quyết định*)   **know** (*biết*)   **remember** (*nhớ*)

forget (*quên*)   **explain** (*giải thích*)   **learn** (*biết được, học*)

understand (*hiểu*)   **wonder** (*thắc mắc, tự hỏi*)

We **asked**   how   **to get**   to the station.
Chúng tôi đã hỏi đường đi đến nhà ga.

Have you **decided**   where   **to go**   for your vacation?
Bạn đã quyết định đi nghỉ ở đâu chưa?

I don't **know**   whether **to apply**   for the job or not.
Tôi không biết có nên nộp đơn xin việc hay không.

Do you **understand** what   **to do**?
Bạn có hiểu phải làm gì không?

Tương tự: **show/ tell/ ask/ advise / teach** somebody **what/ how / where** to do something:

- Can somebody **show me how to change** the film in this camera?

  Có ai có thể chỉ cho tôi cách thay phim cho chiếc máy ảnh này?

- Ask Jeff. He'll **tell you what to do**.

  Hãy hỏi Jeff. Anh ấy sẽ nói cho bạn biết phải làm gì.

+ -ing Unit 50 Verb + (Object) + to ... (*want,* etc.) Unit 52 Verb + -ing and Verb + to ... Units 52C, 53-55

153

Exercises

51.1 Complete the sentence for each situation.

1. Shall we get married? Yes.
   They decided *to get married* .

2. Please help me. OK.
   She agreed _____ _____ .

3. Can I carry your bags for you? No, thanks. I can manage.
   He offered _____ _____ .

4. Let's meet at 8:00. OK, fine.
   They arranged _____ _____ .

5. What's your name? I'm not going to tell you.
   She refused _____ _____ .

6. Please don't tell anyone. I won't. I promise.
   She promised _____ _____ .

51.2 Put the verb into the correct form, *to . . .* or *-ing*. (See Unit 50 for verb + *-ing*.)

1. When I'm tired, I enjoy *watching* TV. It's relaxing. (watch)
2. It was a nice day, so we decided _____ for a walk. (go)
3. There was a lot of traffic, but we managed _____ to the airport in time. (get)
4. I'm not in a hurry. I don't mind _____ . (wait)
5. They don't have much money. They can't afford _____ out very often. (go)
6. We've got a new computer in our office. I haven't learned how _____ it yet. (use)
7. I wish that dog would stop _____ . It's driving me crazy. (bark)
8. Our neighbor threatened _____ the police if we didn't stop the noise. (call)
9. We were hungry, so I suggested _____ dinner early. (have)
10. We were all afraid to speak. Nobody dared _____ anything. (say)
11. Hurry up! I don't want to risk _____ the train. (miss)
12. I'm still looking for a job, but I hope _____ something soon. (find)

51.3 Make a new sentence using the verb in parentheses.

1. He has lost weight.   (seem)   *He seems to have lost weight.*
2. Tom is worried about something. (appear) Tom appears _____ .
3. You know a lot of people.   (seem)   You _____ .
4. My English is getting better. (seem)   _____
5. That car has broken down.   (appear) _____
6. David forgets things.   (tend)   _____
7. They have solved the problem. (claim)   _____

51.4 Complete each sentence using *what/how/whether* + one of these verbs:

do   get   go   ride   say   use

1. Do you know *how to get* to John's house?
2. Can you show me _____ this washing machine?
3. Would you know _____ if there was a fire in the building?
4. You'll never forget _____ a bicycle once you have learned.
5. I was really astonished. I didn't know _____ .
6. I've been invited to the party, but I don't know _____ or not.

154

Verb + (object) + to... *(I want (you) to do, etc.)*
Động từ + (túc từ) + to...

want	**ask**	**help**	**would like**
muốn	*yêu cầu*	*giúp đỡ*	*muốn*
expect	**beg**	**would prefer**	
nghĩ là	*van nài*	*muốn hơn*	
chắc là	*nài nỉ*		

Những động từ này có **to...** *(infinitive)* theo sau. Cấu trúc có thể được dùng là:

verb + to   hoặc   verb + object + to...

- We **expected to be** late.
  Chúng tôi nghĩ là chúng tôi sẽ trễ.
- **Would** you **like to** go now?
  Bạn có muốn đi bây giờ không?
- He doesn't **want to know.**
  Anh ấy không muốn biết.

- We expected **Tom to be** late.
  Chúng tôi nghĩ là Tom sẽ trễ.
- Would you like **me to go** now?
  Bạn có muốn tôi đi bây giờ không?
- He doesn't want **anybody to know**.
  Anh ấy không muốn một ai biết hết.

Cẩn thận với **want**. Không nói "want that...":

- Do you **want me to come** with you? (*not* Do you want that I come?)
  Anh có muốn em đến với anh không? (không nói "Do you want that I come?")

Sau **help** bạn có thể dùng *infinitive* có hay không có **to** cũng được. Vì vậy bạn có thể nói:

- Can you help me **to move** this table? *or* Can you help me **move** this table?
  Bạn có thể giúp tôi dời cái bàn này không?

B

tell	**remind**	**force**	**enable**	**teach**
nói, kể	*nhắc nhở*	*ép buộc*	*tạo khả năng*	*dạy*
order	**warn**	**invite**	**persuade**	**get** (= persuade,
ra lệnh	*nhắc, cảnh cáo*	*mời*	*thuyết phục*	arrange for) *nhờ*

Những động từ này được dùng với cấu trúc *verb + object + to...*:

- Can you **remind me to call** Ann tomorrow?
  Bạn có thể nhắc tôi gọi điện cho Ann vào ngày mai được không?
- Who **taught you to drive**?
  Ai đã dạy anh lái xe?
- I didn't move the piano by myself. I **got somebody to help** me.
  Tôi đã không tự dời được chiếc đàn piano. Tôi đã nhờ người giúp tôi.
- Jim said the electrical outlet was dangerous and **warned me not to touch** it.
  Jim đã nói cái ổ điện là không an toàn và nhắc tôi đừng chạm vào nó.

Trong ví dụ sau đây, động từ ở thể thụ động *(was warned)*:

- I **was warned not to touch** the electrical outlet.
  Tôi đã được lưu ý là đừng chạm vào ổ điện.

Chú ý là bạn không được dùng **suggest** với cấu trúc *verb + object +* **to**...

- Jane **suggested that I should buy** a car. *(not* Jane suggested me to buy a c̄̄
  Jane đã đề nghị tôi nên mua một cái xe hơi. (không nói "Jane suggest̄
  me to buy a car")

Muốn biết thêm về **suggest**, xem **UNIT 32 và 50.**

advise	encourage	allow	permit	forbid
khuyến	*khuyến khích*	*cho phép*	*cho phép*	*cấm*

Sau các động từ này có thể dùng hai cấu trúc. Hãy so sánh:

verb + -ing (without an object)	*verb + object +* **to**....
• I wouldn't **advise staying** in that hotel.	• I wouldn't **advise anybody stay** in that hotel.
Tôi chẳng khuyên (ai) ở lại khách sạn đó.	*Tôi chẳng khuyên ai đến ở khá̄ sạn đó.*
• She doesn't **allow smoking** in the house.	• She doesn't **allow anyone smoke** in the house.
Cô ấy không cho phép hút thuốc trong nhà.	*Cô ấy không cho phép ai hút thu̇ trong nhà.*

So sánh những ví dụ này với cấu trúc thụ động **(be) allowed**:

• Smoking **isn't allowed** in the house.	• We **aren't allowed to smoke** in t̄ house.
Không được hút thuốc ở trong nhà.	*Chúng tôi không được phép hút thuố̄ ở trong nh̄*

Make và **let**

Hai động từ này đi với cấu trúc *verb + object + infinitive* (**do/open/feel** ...)

- The customs officer **made Sally open** her case. *(not* to open)
  Người nhân viên hải quan đã buộc Sally mở va ly của cô ấy. (không n̄
  "to open")

- Hot weather **makes me feel** tired. (= cause me to feel tired)
  Thời tiết nóng làm tôi cảm thấy mệt mỏi.

- Her parents wouldn't **let her go** out alone. (= wouldn't allow her to go c̄
  alone)
  Cha mẹ cô ấy không cho phép cô ấy ra khỏi nhà một mình.

- **Let me carry** your bag for you.
  Hãy để tôi mang giúp túi xách của anh.

Chúng ta nói "**make somebody do**..." (không nói "to do"), nhưng dạng t̄
động là "**(be) made to do**..." (infinitive có **to**):

- I only did it because I **was made to do it.**
  Tôi làm điều đó chỉ vì tôi bị bắt buộc phải làm.

**.1 Complete the questions. Use *do you want me to . . . ?* or *would you like me to . . . ?*
with one of these verbs (and any other necessary words):**

~~come~~ lend repeat show shut

1. Do you want to go alone, or *do you want me to come with you* ?
2. Do you have enough money, or do you want _____ ?
3. Should I leave the window open, or would you _____ ?
4. Do you know how to use the machine, or would _____ ? .
5. Did you hear what I said, or do _____ ?

.2 Complete the sentence for each situation.

1. Lock the door. OK. She told *him to lock* *the door* .

2. Why don't you stay with us for a few days? Yes, I'd like to. They invited him _____ _____ .

3. Can I use your phone? No! She wouldn't let _____ _____ .

4. Be careful. Don't worry. I will. She warned _____ _____ .

5. Can you give me a hand? Sure. He asked _____ _____ .

.3 Complete these sentences so that the meaning is similar to the first sentence.

1. My father said I could use his car. My father allowed *me to use his car* .
2. I was surprised that it rained. I didn't expect it _____ .
3. Don't stop him from doing what he wants. Let _____ .
4. He looks older when he wears glasses. Glasses make _____ .
5. I think you should know the truth. I want you _____ .
6. Don't let me forget to call my sister. Remind _____ .
7. At first I didn't want to apply for the job, but Sarah persuaded me.
   Sarah persuaded _____ .
8. My lawyer said I shouldn't say anything to the police.
   My lawyer advised _____ .
9. I was told that I shouldn't believe everything he says.
   I was warned _____ .
10. If you have a car, you are able to go places more easily.
    Having a car enables _____

**2.4 Put the verb in the right form: *-ing*, infinitive (*to do / to read*, etc.), or base form
(*do/read*, etc.).**

1. She doesn't allow *smoking* in the house. (smoke)
2. I've never been to Hong Kong, but I'd like _____ there. (go)
3. I'm in a difficult position. What do you advise me _____ ? (do)
4. She said the letter was personal and wouldn't let me _____ it. (read)
5. We were kept at the police station for an hour, and then we were allowed
   _____ . (go)
6. I wouldn't advise _____ in that restaurant. The food is awful. (eat)
7. The movie was very sad. It made me _____ . (cry)
8. Lauren's parents always encouraged her _____ hard at school. (study)

Verb + -ing or to... (1) *(remember/regret,* etc.)
Động từ + -ing hay to... (1)

Khi một động từ theo sau một động từ khác, cấu trúc được dùng thường *verb* + **-ing** hoặc verb + **to**... Hãy so sánh:

verb + -ing	verb + to...
• They **denied stealing** the money.	• They **decided to steal** the money
Họ đã chối là không lấy tiền.	*Họ đã quyết định lấy cắp tiền.*
• I **enjoy going** out.	• I **want to go** out.
Tôi thích đi chơi.	*Tôi muốn đi chơi.*
Chúng ta thường dùng verb + **-*ing*** để diễn tả một hành động xảy ra trước hay cùng lúc với hành động của động từ đứng trước.	Chúng ta dùng verb + **to**... để diễn một hành động xảy ra tiếp theo hà động của động từ đứng trước.

Điểm khác nhau này thường rất hữu ích (xem phần **B**) nhưng không phải giải thích được tất cả các cách dùng của **–ing** và **to**...

Một số động từ khi được theo sau bởi **–ing** hay **to**... sẽ mang ý nghĩa kh nhau:

remember

I **remember doing** something = *Tôi đã làm việc đó và bây giờ tôi nhớ lại.*	I **remembered to do** something. *Tôi nhớ là phải làm việc đó, và vì t tôi đã làm việc đó.*
You **remember doing** (something sau khi bạn đã làm).	You **remember to do** (somethi trước khi bạn làm).
• I'm absolutely sure I locked the door. I distinctly **remember locking** it. (= I locked it, and now I remember this.)	• I **remembered to lock** the d when I left but I forgot to shut t windows. (= I remembered that I h to lock the door and so I locked it.)
Tôi đoán chắc là tôi đã khóa cửa rồi mà. Tôi nhớ rõ là đã khóa nó rồi. (= Tôi đã khóa cửa, và bây giờ tôi nhớ lại điều đó.)	*Tôi đã nhớ khóa cửa khi ra nhưng tôi lại quên đóng cửa sổ. Tôi đã nhớ là phải khóa cửa và đã khóa nó).*
• He could **remember driving** along the road just before the accident happened, but he couldn't remember the accident itself.	• Please **remember to mail** t letter. (= don't forget to mail it.)
Anh ấy có thể nhớ lại là đã lái xe trên đường trước khi tai nạn đã xảy ra. Nhưng anh ấy không thể nhớ là tai nạn đã xảy ra như thế nào.	*Làm ơn nhớ gửi lá thư nhé. (= đừ quên bỏ thư).*

regret

I **regret doing** something = *Tôi đã làm việc đó và bây giờ tôi lấy làm tiếc vì điều đó:*	I **regret to say/ to tell you/ to inform** you = *Tôi lấy làm tiếc là tôi phải nói / kể cho bạn / thông báo cho bạn.*
• I now **regret saying** what I said. I shouldn't have said it. *Giờ thì tôi hối tiếc về những gì đã nói ra. Lẽ ra tôi đã không nên nói như vậy.*	• (from a formal letter) We **regret to inform** you that we are unable to offer you the job. *(trong một lá thư giao dịch) Chúng tôi lấy làm tiếc phải báo cho ông biết rằng chúng tôi không thể nhận ông vào làm việc.*

go on

Go on doing something = *tiếp tục làm cùng một việc đó:*	**Go on to do** something = *làm hay nói điều gì mới:*
• The president **went on talking** for two hours. *Ngài tổng thống đã liên tục nói hai giờ liền.*	• After discussing the economy, the president then **went on to talk** about foreign policy. *Sau khi thảo luận về kinh tế, ngài tổng thống đã tiếp tục nói về chính sách đối ngoại.*
• We must change our ways. We can't **go on living** like this. *Chúng ta phải thay đổi thôi. Chúng ta không thể tiếp tục sống mãi như thế này được.*	

C

(bắt đầu)	(bắt đầu)	(tiếp tục)	(bận tâm)
begin	**start**	**continue**	**bother**

Những động từ này có thể được theo sau bởi –ing hay to... với ý nghĩa như nhau hoặc là khác biệt không đáng kể. Vì vậy bạn có thể nói:

- It has **started raining**.   *or*   • It has **started to rain**.
  Trời đã bắt đầu mưa.
- Don't **bother locking** the door. *or*   • Don't **bother to lock**...
  Hơi đâu mà khóa cửa.

Nhưng thường ta không dùng –ing theo sau – **ing**:

- It's starting **to rain**. (*not* It's starting raining.)
  Trời đang bắt đầu mưa. (không nói "It's starting raining.")

Exercises

53.1 Put the verb into the correct form, *-ing* or *to . . .* Sometimes either form is possible.

1. They denied *stealing* _____ the money. (steal)
2. I don't enjoy _____ very much. (drive)
3. I don't want _____ out tonight. I'm too tired. (go)
4. I can't afford _____ out tonight. I don't have enough money. (go)
5. Has it stopped _____ yet? (rain)
6. Can you remind me _____ some coffee when we go out? (buy)
7. Why do you keep _____ me questions? Can't you leave me alone? (ask)
8. Please stop _____ me questions! (ask)
9. I refuse _____ any more questions. (answer)
10. One of the boys admitted _____ the window. (break)
11. The boy's father promised _____ for the window to be repaired. (pay)
12. "How did the thief get into the house?" "I forgot _____ the window." (lock)
13. I enjoyed _____ you. (meet) I hope _____ you again soon. (see)
14. The baby began _____ in the middle of the night. (cry)
15. Julie has been sick, but now she's beginning _____ better. (get)

53.2 Here is some information about Tom when he was a child.

1. He was in the hospital when he was four.
2. He went to Miami when he was eight.
3. Once he fell into a river.
4. He cried on his first day at school.
5. He said he wanted to be a doctor.
6. Once he was bitten by a dog.

He can still remember 1, 2, and 4. But he can't remember 3, 5, and 6. Write sentences beginning *He can remember . . .* or *He can't remember . . .*

1. *He can remember being in the hospital when he was four.*
2. _____
3. _____
4. _____
5. _____
6. _____

53.3 Complete these sentences with an appropriate verb in the correct form, *-ing* or *to . . .*

1. a) Please remember *to lock* _____ the door when you go out.
   b) *A:* You lent me some money a few months ago.
      B: I did? Are you sure? I don't remember _____ you any money.
   c) *A:* Did you remember _____ your sister?
      B: Oh no, I completely forgot. I'll phone her tomorrow.
   d) When you see Amanda, remember _____ hello for me, OK?
   e) Someone must have taken my bag. I distinctly remember _____ it by the window, and now it's gone.
2. a) I believe that what I said was fair. I don't regret _____ it.
   b) (after a driving test) I regret _____ that you have failed the test.
3. a) Ben joined the company nine years ago. He became assistant manager after two years. A few years later he went on _____ manager of the company.
   b) I can't go on _____ here anymore. I want a different job.
   c) When I came into the room, Liz was reading a newspaper. She looked up and said hello to me and then went on _____ her newspaper.

Verb + -ing or to.... (2) *(try/need/help)*
Động từ + -ing hay to... (2)

Try to do... và try doing

Try to do = attempt to do, make an effort to do (cố gắng làm, nỗ lực làm):

- I was very tired. I **tried to keep** my eyes open but I couldn't.

  Tôi đã rất mệt. Tôi đã cố gắng để mở mắt nhưng tôi đã không thể.
- Please **try to be** quiet when you come home. Everyone will be asleep.

  Xin cố gắng giữ yên lặng khi bạn về nhà. Mọi người lúc đó đang ngủ.

Try còn có nghĩa "làm điều gì đó như một sự thử nghiệm hay kiểm tra". Ví dụ:

- These cookies are delicious. You should **try** one. (= you should have one to see if you like it.)

Những cái bánh này ngon lắm. Bạn nên thử một cái. (= bạn nên ăn một cái để thử xem bạn có thích nó không.)

- We couldn't find anywhere to stay. We **tried** every hotel in town but they were all full. (= we went to every hotel to see if they had a room.)

  Chúng tôi đã không thể tìm được một chỗ nào để trọ. Chúng tôi đã thử đi tất cả các khách sạn trong thị trấn nhưng chúng đều không còn chỗ. (= chúng tôi đã đi từng khách sạn để thử xem có còn một phòng nào trống hay không.)

Nếu **try** mang ý nghĩa này mà theo sau bởi một động từ thì chúng ta dùng **try – ing**:

- **A:** The photocopier doesn't seem to be working.

  Hình như máy photcopy không làm việc.

  B: Try pressing the green button. (= press the green button – maybe this will help to solve the problem.)

  Hãy thử nhấn cái nút màu xanh lá cây. (= nhấn nút màu xanh lá cây – có thể điều đó sẽ giúp giải quyết được vấn đề).

Hãy so sánh:

- I **tried to move** the table but it was too heavy. (so I couldn't move it.)

  Tôi đã cố gắng dời cái bàn nhưng nó quá nặng. (vì vậy tôi không thể dời nó được).
- I didn't like the way the furniture was arranged, so I **tried moving** the table to the other side of the room. But it still didn't look right, so I moved it back again.

  Tôi đã không thích cách sắp đặt bàn ghế trong căn phòng này, vì vậy tôi thử dời cái bàn sang phía đối diện của căn phòng. Nhưng như vậy trông cũng không ổn lắm, nên tôi lại dời nó về chỗ cũ.

161

Need to do / need to be done / need doing.

- I **need to get** more exercise.

  Tôi cần phải tập thể dục nhiều hơn.

- He **needs to work** harder if he wants to make progress.

  Anh ấy cần phải làm việc chăm chỉ hơn nếu anh ấy muốn tiến bộ.

Something **needs to be done** = điều gì đó cần phải được làm.

- The batteries in the radio **need to be changed**.

  Những viên pin trong máy thu thanh cần được thay.

- Do you think my jacket **needs to be washed?**

  Anh có nghĩ là cái áo vét của tôi cần phải giặt không?

Có đôi khi ta dùng **need doing** thay cho **need to be done**:

- The batteries in the radio **need changing**.

  Những viên pin trong máy thu thanh cần được thay.

- The tire **needs changing**.(*or* The tire **needs to be changed**.)

  Vỏ xe cần được thay.

Help và can't help

Bạn có thể nói "**help to do**" hoặc "**help do**" (*infinitive* có hay không có *to*):

- Everybody **helped to clean** up after party. *or* Everybody **helped clea** up...

  Mọi người đã giúp thu dọn sau buổi tiệc.

- Can you **help** me **to move** this table? *or* Can you **help** me **move**...

  Bạn có thể giúp tôi dời cái bàn này được không?

Một thành ngữ thường hay được dùng là "**can't/couldn't help** doi something".

"I **can't help doing** something" = I can't stop myself from doing it (tôi khôn thể không làm điều đó):

- I don't like him but he has a lot of problems. I **can't help feeling** sor for him.

  Tôi không thích anh ấy nhưng anh ấy đang gặp khó khăn. Tôi không t. không lấy làm tiếc cho anh ấy.

- She tried to be serious but she **couldn't help laughing**. (= she couldn stop herself from laughing.)

  Cô ấy đã cố làm nghiêm nhưng đã không thể nín được cười.

- I'm sorry I'm so nervous. I **can't help it**. (= I can't help being nervous.)

  Tôi xin lỗi là nóng tính như vậy. Tôi chả làm sao khác hơn được.

Verb + -ing `Unit 50`   **Verb + to . . .** `Units 51-52`   **Verb + -ing or to . . .** `Units 53-55`

4.1 Make suggestions. Write sentences using *try* + one of the following suggestions:

> call him at work   ~~change the batteries~~   take an aspirin   turn it the other way

1.	The radio isn't working . I wonder what's wrong with it.	*Have you tried changing the batteries?*
2.	I can't open the door. The key won't turn.	Try _____.
3.	I have the terrible headache. I wish I could get rid of it.	Have you _____?
4.	I can't reach Fred. He's not at home. What should I do?	Why don't you _____?

4.2 For each picture write a sentence with *need(s)* + one of the following verbs:

> cut   empty   ~~wash~~   redecorate   tighten

1. This jacket is dirty. *It needs to be washed.* OR *It needs washing.*
2. The grass is very long. It _____.
3. This room doesn't look very nice. _____
4. The screws are loose. _____
5. The garbage can is full. _____

4.3 Put the verbs into the correct form.

1. a) I was very tired. I tried *to keep* _____ (keep) my eyes open, but I couldn't.
   b) I rang the doorbell, but there was no answer. Then I tried _____ (knock) on the door, but there was still no answer.
   c) We tried _____ (put) the fire out, but we were unsuccessful. We had to call the fire department.
   d) Sue needed to borrow some money. She tried _____ (ask) Jerry, but he was short of money, too.
   e) I tried _____ (reach) the shelf, but I wasn't tall enough.
   f) Please leave me alone. I'm trying _____ (concentrate).
2. a) I need a change. I need _____ (go) away for a while.
   b) She isn't able to take care of herself. She needs _____ (take) care of.
   c) The windows are dirty. They need _____ (wash).
   d) You don't need _____ (iron) that shirt. It doesn't need _____ (iron).
3. a) They were talking very loudly. I couldn't help _____ (overhear) them.
   b) Can you help me _____ (get) dinner ready?
   c) He looks so funny. Whenever I see him, I can't help _____ (laugh).
   d) The nice weather helped _____ (make) it a very pleasant vacation.

Verb + -ing or to ... (3) *(like/would like, etc.)*

like	love	hate	can't	bear	can't	stand

Sau các động từ này ta dùng **to** ... *(infinitive)* or **–ing**.

Chúng ta thường dùng **–ing** *(not* **to** *...)* cho một tình huống đã hoặc đang tồ
tại. Ví dụ:

- I live in Vancouver now. I **like living** there. (*not* I like to live there.)

  *Hiện giờ tôi đang sống ở Vancouver. Tôi thích sống ở đó. (không nói "I lik
  to live there.")*

- Do you **like being** a student? (You are a student now.)

  Bạn có thích là sinh viên không? (Hiện giờ bạn đang là sinh viên.)

- That office was horrible. I **hated working** there. (I worked there an
  hated it).

  *Văn phòng đó thật là kinh khủng. Tôi ghét làm việc ở đó. (Tôi đã làm việ
  ở đó và tôi ghét nó).*

Trong những tình huống khác có thể dùng **to** ... or **–ing**. **To** ... thường đượ
dùng hơn:

- I **like to get** up early.   *or*   I **like getting** up early.

  Tôi thích dậy sớm.

- Ann **hates to fly**.   *or*   Ann **hates flying**.

  Ann ghét đi máy bay.

- I **love to meet** people.   *or*   I **love meeting** people.

  Tôi thích gặp gỡ mọi người.

- I don't **like** friends **to call** me at work.   *or* I don't **like** friends **calling**
  me at work.

  Tôi không thích bạn bè gọi tôi ở nơi làm việc.

- She **can't bear to be** alone.   *or*   She **can't bear** being alone.

  Cô ta không chịu nổi việc sống một mình

B Sau **enjoy** và **mind**, ta dùng **–ing** *(not* **to** *...)*:

- I **enjoy meeting** people. (*not* I enjoy to meet people.)

  Tôi thích gặp gỡ mọi người. (không nói "I enjoy to meet people.")

- Tom doesn't **mind working** at night. (*not* mind to work)

  Tom không ngại việc làm đêm. (không nói "mind to work")

So sánh:

- I **enjoy cooking**.

  Tôi thích nấu ăn.

- I don't **mind cooking**.

  Tôi không ngại việc nấu ăn.

- **I like to cook.** *or* **I like cooking.**
  Tôi thích nấu ăn.

C

Would like/ would love/ would hate / would prefer thường được theo sau bởi **to...** (*infitive*):

- **I would like to be** rich.
  Tôi muốn trở nên giàu có.
- **Would** you **like to come** to dinner on Friday?
  Mời bạn đến dùng cơm tối vào thứ sáu nhá.
- **I'd love** (= would love) **to be** able to travel round the world.
  Tôi muốn có thể đi du lịch vòng quanh thế giới.
- **Would** you **prefer to have** dinner now or later?
  Bạn muốn dùng bữa tối bây giờ hay lát nữa?

So sánh **I like** và **I would like**:

- **I like playing / to play** tennis. (= I enjoy it in general.)
  Tôi thích chơi quần vợt. (= nói chung là tôi thích.)
- **I would like to play** tennis today. (= I want to play tennis today.)
  Hôm nay tôi muốn chơi quần vợt.

Lưu ý rằng **would mind** được theo sau bởi **–ing** (không có **to...**)

- **Would** you **mind closing** the door, please?
  Bạn có thể đóng cửa lại được không?

D

Bạn có thể nói "I would like **to have done** something" với nghĩa là: Bây giờ tôi tiếc là tôi đã không làm hay không thể làm được điều đó. (= I regret now that I didn't or couldn't do something):

- It's too bad we didn't see Johny when we were in Montreal. I would like **to have seen** him again.
  Thật đáng buồn là chúng ta đã không gặp được Johny khi chúng ta ở Montreal. Tôi muốn phải chi đã gặp lại anh ấy.
- We'd like **to have gone** on vacation but we didn't have enough money.
  Nghĩ lại phải chi chúng tôi đã đi nghỉ mát nhưng lúc ấy chúng tôi đã không có đủ tiền.

Bạn có thể dùng cấu trúc tương tự sau **would love/ would hate/ would prefer**:

- Poor Tom! I **would hate to have been** in his position.
  Thật tội nghiệp cho ông bạn Tom! Tôi chẳng muốn phải rơi vào tính thế của ông ấy.
- I'd love **to have gone** to the party but it was impossible.
  Tôi thích phải chi đã đến dự buổi tiệc nhưng hôm ấy tôi đã không thể đến được.

Would like **Units 34E, 52A** **Prefer** **Unit 56**

Exercises

55.1 Write sentences with like + -ing.

1. I'm a student. I like it. _I like being a student._
2. Ellen and Joel live in Atlanta. They like it. They _____.
3. I used to work in a supermarket. I didn't like it very much.
   I _____.
4. Ryan teaches biology. He likes it. He _____.
5. Rachel is studying medicine. She likes it. She _____.
6. Dan is famous. He doesn't like this. He _____.

55.2 Write sentences about yourself. Say whether you like or don't like these activities.
Choose one of these verbs for each sentence:

like / don't like   don't mind   enjoy   hate   love

1. (fly)   _I don't like to fly._ OR _I don't like flying._
2. (play cards)   _____
3. (do the ironing)   _____
4. (go to museums)   _____
5. (lie on the beach all day) _____

55.3 How would you feel about doing these jobs? Use one of these in your sentences:

I'd like / I wouldn't like   I'd love   I'd hate   I wouldn't mind

1. (a teacher)   _I wouldn't like to be a teacher._
2. (a dentist)   _____
3. (a hair stylist)   _____
4. (an airline pilot) _____
5. (a tour guide)   _____

55.4 Write an appropriate verb in the correct form, -ing or to . . . Sometimes either form is
possible.

1. It's nice to be with other people, but sometimes I enjoy _being_ alone.
2. I'm not quite ready yet. Do you mind _____ a little longer?
3. When I was a child, I hated _____ to bed early.
4. I don't like _____ letters. I can never think what to write.
5. I need a new job. I can't stand _____ here anymore.
6. I would love _____ to your wedding, but I'm afraid I can't.
7. Caroline never wears a hat. She doesn't like _____ hats.
8. "Would you like _____ down?" "No, thanks. I'll stand."
9. I don't like _____ in this part of town. I want to live somewhere else.
10. Do you have a minute? I'd like _____ to you about something.
11. Robert misses his car when it's at the mechanic's. He can't stand _____
    without his car for even one day.

55.5 Write sentences like those in Section D. Use the verb in parentheses.

1. It's too bad I couldn't go to the wedding. (like) _I would like to have gone to the wedding._
2. It's too bad I didn't see the program. (like) _____
3. I'm glad I didn't lose my watch. (hate) _____
4. It's too bad I didn't meet Ann. (love) _____
5. I'm glad I wasn't alone. (not / like) _____
6. It's a shame I couldn't travel by train. (prefer) _____

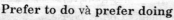

Prefer and *would rather*
Prefer và would rather

Prefer to do và prefer doing

Bạn có thể dùng "**prefer to** (do)" hoặc "**prefer –ing**" để diễn tả bạn thích điều gì đó hơn nói chung:

- I don't like cities. I **prefer to live** in the country. *or* I **prefer living** in the country.

  Tôi không thích thành phố. Tôi thích sống ở nông thôn hơn.

Hãy xem sự khác biệt trong cấu trúc theo sau **prefer**. Ta nói:

I prefer	something	**to**	something else.
I prefer	**doing** something	**to**	**doing** something else.
Nhưng I prefer	**to do** something	**rather than**	(**do**) something else.

- I **prefer** this coat **to** the coat you were wearing yesterday.

  Anh thích chiếc áo khoác này hơn chiếc áo em đã mặc ngày hôm qua.
- I **prefer driving to travelling** by train.

  Tôi thích đi xe hơi hơn là đi bằng xe lửa.

Nhưng • I **prefer to drive rather than travel** by train.

Ann **prefers to** live in the country **rather than** (live) in a city.

Ann thích sống ở thôn quê hơn thành thị.

Would prefer (I'd prefer...)

Chúng ta dùng **Would prefer** để nói tới điều ta muốn làm trong một tình huống cụ thể nào đó (không phải chung chung):

- "**Would** you **prefer** tea or coffee?" "Coffee, please"

  "Anh muốn dùng trà hay cà phê hơn?" "Cà phê."

Ta nói: "Would prefer **to do**" (không phải "doing")

- "Should we take the train?" "Well, I'**d prefer to drive**." (*not* driving)

  "Ta đi xe lửa nhé?" "Ồ, tôi thích đi xe hơi hơn."
- I'**d prefer to stay** home tonight rather than go to the movies.

  Tối nay tôi thích ở nhà hơn là đi xem phim.

Would rather (I'd rather...)

Sau would rather chúng ta dùng động từ nguyên mẫu không có **to** (**do/have/stay**). Hãy so sánh:

167

- "Should we take the train"?   - "I'd **prefer to drive.**"

   "*Ta đi xe lửa nhé?*   *Tôi thích đi xe hơi hơn.*"

                          - "Well, I'd **rather drive.**"

                            (*not* to drive)

- "**Would** you **rather** have tea or coffee?" "*Coffee, please*"

   "*Anh dùng trà hay cà phê?*" "*Cho tôi cà phê*".

Câu phủ định là "I'd **rather not** (do something)":

- I'm tired. I'd **rather not** go out this evening, if you don't mind.

   Tôi cảm thấy mệt. Tôi không muốn đi chơi tối nay, nếu anh không giận

- "Do you want to go out this evening?" "**I'd rather not.**"

   "*Bạn muốn đi chơi tối nay không?*" "*Tôi không muốn.*"

Chú ý mẫu câu với **would rather**:

    I'd rather   **do** something   **than**   **do** something else.

- **I'd rather stay** home than go to the movies.

   Tối nay tôi thích ở nhà hơn là đi xem phim.

I'd rather you **did** something

Ta nói "**I'd rather** you **did** something" (không nói "I'd rather you do"). Ví (

- I'll fix the car tomorrow, OK? **I'd rather** you **did** it today. (= I'd pr
this.)

   Ngày mai tôi sửa xe nhé? Tôi muốn anh làm ngay hôm nay. (= Tôi tł
điều đó).

- Is it OK if Ben stays here? **I'd rather** he **came** with us. (*not* he comes)

   Ben ở đây có tiện không? Tôi thích anh ấy đi với chúng tôi hơn. (không
"*he comes*")

- Should I tell them the news, or would you rather they didn't know? (
don't know)

   Tôi có nên cho họ biết tin không hay bạn muốn họ không biết? (không
"*don't know*")

Trong cấu trúc này ta dùng dạng quá khứ nhưng ý nghĩa không phải quá k

Hãy so sánh:

- I'd rather **make** dinner now.

   Tôi muốn nấu bữa tối ngay bây giờ.

nhưng • I'd rather **you made** dinner now. (*not* I'd rather you make).

       Anh muốn em nấu bữa tối ngay lúc này. (không nói "I'd rather
make")

Dạng phủ định là: "I'd rather you **didn't**..."

- I'd rather you didn't tell anyone what I said.

   Tôi muốn anh không nói với ai những gì tôi đã nói.

- "Should I tell Stephanie?" "**I'd rather you didn't**"

   "*Tôi nói với Stephanie được chứ?*" "*Anh đừng nói thì hơn*".

1 Which do you prefer? Write sentences using *I prefer* (something) *to* (something else). Put the verb into the correct form where necessary.

1. (drive / travel by train) *I prefer driving to traveling by train.*
2. (tennis / soccer) I prefer _____.
3. (call people / write letters) I _____ to _____.
4. (go to the movies / watch videos at home) _____

Now rewrite sentences 3 and 4 using the structure *I prefer* (to do something) *rather than* (something else).

5. (1) *I prefer to drive rather than travel by train.*
6. (3) I prefer to _____.
7. (4) _____

2 Write sentences using *I'd prefer . . .* or *I'd rather . . .* + one of the following:

eat at home   ~~take a taxi~~   go alone   go for a swim   listen to some music   stand think about it for a while   ~~wait till later~~

1.	Shall we walk home?	(prefer) *I'd prefer to take a taxi.*
2.	Do you want to eat now?	(rather) *I'd rather wait till later.*
3.	Would you like to watch TV?	(prefer) _____
4.	What about a game of tennis?	(rather) _____
5.	Do you want to go to a restaurant?	(prefer) _____
6.	I think we should decide now.	(rather) _____
7.	Would you like to sit down?	(rather) _____
8.	Do you want me to come with	(prefer) _____

Now write sentences using *than* or *rather than.*

9. (take a taxi / walk home)
   I'd prefer *to take a taxi rather than walk home*.
10. (go for a swim / play tennis)
    I'd rather _____.
11. (eat at home / go to a restaurant)
    I'd prefer _____.
12. (think about it for a while / decide now)
    I'd rather _____.

3 Complete the sentences using *would you rather I . . . ?*

1. Are you going to make dinner, or *would you rather I made it* ?
2. Are you going to tell Ann what happened, or would you rather _____ ?
3. Are you going to do the shopping, or _____ ?
4. Are you going to answer the phone, or _____ ?

4 Use your own ideas to complete these sentences.

1. "Should I tell Ann the news?" "No, I'd rather she *didn't* _____ know."
2. Do you want me to go now, or would you rather I _____ here?
3. Do you want to go out tonight, or would you rather _____ home?
4. This is a private letter addressed to me. I'd rather you _____ read it.
5. I don't really like these shoes. I'd rather they _____ a different color.
6. "Do you mind if I turn on the radio?" "I'd rather you _____ . I'm trying to study."

Preposition (in/for/about, etc.) +- ing
Giới từ + -ing

Nếu giới từ (**in/for/about, etc.**) có động từ theo sau, động từ phải có dạng **ing**. Ví dụ:

	preposition	verb (-ing)	
Are you interested	**in**	**working**	for us?
I'm not very good	**at**	**learning**	languages.
She must be fed up	**with**	**studying**.	
What are the advantages	**of**	**having**	a car?
This knife is only	**for**	**cutting**	bread.
How	**about**	**playing**	tennis tomorrow
I bought a new bicycle	**instead of**	**taking**	a vacation.
Carol went to work	**in spite of**	**feeling**	sick.

Chú ý cách dùng với + **-ing** của những giới từ sau:

---

before –ing và **after –ing:**
- **Before going** out, I called Sarah. (*not* Before to go out)

  Trước khi ra ngoài tôi đã gọi điện thoại cho Sarah. (không nói "Before go out")
- What did you do **after finishing** school?

  Bạn đã làm gì sau khi ra trường?

Bạn cũng có thể nói: "**Before I went** out..." và "**...after you finished** scho

by –ing (để nói một việc nào đó đã xảy ra như thế nào):
- The burglars got into the house **by breaking** a window and **climbing** i

  Bọn trộm đã đột nhập vào nhà bằng cách đập vỡ một cái cửa sổ và t vào.
- You can improve your English **by reading** more.

  Bạn có thể trau dồi vốn Anh ngữ của bạn bằng cách đọc nhiều hơn nữa.

without –ing:
- I ran ten miles **without stopping**.

  Tôi đã chạy mười dặm không nghỉ.
- They climbed through the window **without** anybody **seeing** them. (c
without being seen)

  Chúng đã trèo qua cửa sổ mà không ai nhìn thấy. (hoặc... mà không phát hiện)

- She needs to work **without** people **disturbing her.** (or... **without being** disturbed).

  Cô ấy cần làm việc mà không bị ai quấy rầy. (hoặc... mà không bị quấy rầy.)

- It's nice to go on holiday **without having** to worry about money.

  Thật là tuyệt vời khi đi nghỉ mát mà không phải lo lắng về chuyện tiền bạc.

To –ing

To thường là thành phần của động từ nguyên mẫu (**to** do/**to** see, etc.):

- We decided **to go** out.

  Chúng tôi đã quyết định đi chơi.

- Would you like **to play** tennis?

  Bạn muốn chơi quần vợt không?

Nhưng **to** cũng còn là một giới từ (giống như **in/for/about/from,** etc.) ví dụ:

- We drove from Houston **to Chicago.**

  Chúng tôi đã lái xe từ Houston tới Chicago.

- I prefer tea **to coffee.**

  Tôi thích trà hơn cà phê.

- Are you looking forward **to the weekend**?

  Bạn có đang mong cho tới kỳ nghỉ cuối tuần không?

Nếu một giới từ được theo sau bởi một động từ, động từ đó tận cùng bằng –ing (in **doing**/about **going** v.v... xem mục A). Bởi vậy, khi **to** là giới từ và theo sau nó là động từ, bạn phải nói **to –ing**:

- I prefer driving **to traveling** by train. (*not* to travel)

  Tôi thích đi ôtô hơn là đi tàu hỏa. (không nói "to travel")

- Are you looking forward **to seeing** Ann again? (*not* looking forward to see)

  Bạn có đang mong gặp lại Ann không? (không nói "looking forward to see")

Về **be/get used to –ing**. Hãy xem **UNIT 58.**

Exercises

57.1 Complete the sentences so that they mean the same as the sentences in parentheses.

1. (Why is it useful to have a car?)
   What are the advantages of *having a car* _____?
2. (I don't intend to lend you any money.)
   I have no intention of _____.
3. (Karen has a good memory for names.)
   Karen is good at _____.
4. (Mark won't pass the exam. He has no chance.)
   Mark has no chance of _____.
5. (Did you get into trouble because you were late?)
   Did you get into trouble for _____?
6. (We didn't eat at home. We went to a restaurant instead.)
   Instead of _____.
7. (Tom thinks that working is better than doing nothing.)
   Tom prefers working to _____.
8. (Our team played well, but we lost the game.)
   Our team lost the game in spite of _____.

57.2 Complete the sentences using *by -ing*. Use one of the following (with the verb in the correct form):

borrow too much money ~~break a window~~ drive too fast stand on a chair turn the key

1. The burglars got into the house *by breaking a window* _____.
2. I was able to reach the top shelf _____.
3. You start the engine of a car _____.
4. Kevin got himself into financial trouble _____.
5. You can put people's lives in danger _____.

57.3 Complete the sentences with an appropriate word. Use only one word each time.

1. I ran ten miles without *stopping* _____.
2. He left the hotel without _____ his bill.
3. It's a nice morning. How about _____ for a walk?
4. I was surprised that she left without _____ good-bye to anyone.
5. Before _____ to bed, I like to have some hot cocoa.
6. We were able to translate the letter into English without _____ a dictionary.
7. It was a very long trip. I was very tired after _____ on a train for 36 hours.
8. I was annoyed because the decision was made without anybody _____ me.
9. After _____ the same job for ten years, I felt I needed a change.

57.4 For each situation, write a sentence with *I'm (not) looking forward to.*

1. You are going on vacation next week. How do you feel about this?
   I'm looking forward to going on vacation. _____
2. Diane is a good friend of yours, and she is coming to visit you. So you will see her again soon. How do you feel about this? I'm _____.
3. You are going to the dentist tomorrow. You don't like to go to the dentist. How do you feel about this? I'm not _____.
4. Carol hates school, but she is graduating next summer. How does she feel about this?
   _____
5. You like tennis. You've arranged to play tennis tomorrow. How do you feel about this?
   _____

BE/GET USED TO SOMETHING (*I'm used to...*)

Xét tình huống sau:

LISA

Lisa là người Mỹ sống ở Tokyo. Khi lần đầu tiên lái xe ở Nhật, cô cảm thấy rất bối rối vì phải chạy xe bên trái thay vì bên phải. Chạy xe bên trái đối với cô thật lạ lùng và khó khăn bởi vì:

She **wasn't used to it.**
Cô ấy không quen với việc đó.

She **wasn't used to driving** on the left.
Cô ấy không quen với việc chạy xe bên trái.

Nhưng sau nhiều lần luyện tập, việc chạy xe bên trái đã bớt khó khăn, do đó:

She **got used to driving** on the left.
Cô ấy đã quen dần với việc chạy xe bên trái.

Và giờ đây, việc đó đã không còn là vấn đề đối với Lisa:

She **is used to driving** on the left.
Cô ấy bây giờ đã quen chạy xe bên trái.

- **I'm used to** something = Điều đó không mới lạ đối với tôi.
- Frank lives alone. He doesn't mind this because he has lived alone for 15 years. It is not strange for him. He **is used to it**. He **is used to living** alone.
  Frank sống một mình. Anh không bận tâm về điều này bởi anh đã sống một mình 15 năm nay. Điều đó không lạ đối với anh. Anh ấy quen với điều đó. Anh ấy quen sống một mình.
- I bought some new shoes. They felt a bit strange at first because I **wasn't used to them**.
  Tôi đã mua mấy đôi giầy mới. Lúc đầu chúng hơi lạ chân vì tôi mang chưa quen.
- Our new apartment is on a very busy street. I suppose we'll **get used to the noise**, but for now it's very annoying.
  Căn hộ mới của chúng tôi nằm trên một đường phố rất nhộn nhịp. Tôi nghĩ rằng rồi chúng tôi sẽ quen với sự náo nhiệt, nhưng hiện giờ thì rất là khó chịu.

- Diane has a new job. She has to get up much earlier now than before –
6:30. She finds this difficult because she **isn't used to getting up**
early.

  *Diane có công việc mới. Cô phải dậy sớm hơn nhiều so với trước đây –
  6g30. Cô thấy việc này rất khó khăn vì cô không quen dậy sớm như vậy.*

- Brenda's husband is often away from home. She doesn't mind this. She
used to him being away.

  *Chồng của Brenda thường phải xa nhà. Cô không phiền lòng về điều n[...]
  Cô đã quen với việc chồng cô vắng nhà.*

Sau **be/get used** bạn không thể dùng nguyên mẫu (**to do/to drive**, etc.).
nói:

- She is used **to driving** on the left. (*not* She is used to drive)

  Cô ấy quen với việc chạy xe bên trái. (không nói "She is used to drive")

Khi ta nói "**I am used to...**", "**to**" là giới từ, chứ không phải là thành ph[...]
của nguyên mẫu (xem UNIT 57c). Ta nói:

- Frank **is used to living** alone. (*not* Frank is used to live alone.)

  Frank quen với việc sống một mình. (không nói "Frank is used to live")

- Lisa had to **get used to driving** on the left. (*not* get used to drive)

  Lisa đã phải quen với việc lái xe bên trái. (không nói "get used to drive")

Đừng nhầm lẫn giữa **I am used to doing** (be/get used to) và **I used to [...]**
Chúng khác nhau về cấu trúc và ý nghĩa:

I am used to (doing) something = điều đó không là mới lạ đối với tôi:

- I **am used to the weather** in this country.

  Tôi đã quen với thời tiết nơi miền quê này.

- I **am used to driving** on the left because I've lived in Japan for a lo[...]
time.

  Tôi quen với việc chạy xe bên trái vì tôi đã sống ở Nhật lâu rồi.

I used to do something = tôi thường làm điều gì đó trong quá khứ nhu[...]
nay không còn làm nữa (xem UNIT 17). Bạn chỉ có thể dùng cấu trúc này [...]
những việc trong quá khứ, không dùng cho những việc hiện tại. Cấu trúc
đang bàn tới đó là "**I used to do**" (không phải "I am used to doing"):

- I **used to drive** to work every day, but these days I usually ride my bike[...]

  *Tôi (trước đây) vẫn thường lái xe đi làm, nhưng lúc này tôi thường đi xe
  đạp.*

- We **used to live** in a small village, but now we live in Los Angeles.

  *Chúng tôi (trước đây) sống ở một làng nhỏ, nhưng hiện nay chúng tôi số[...]
  ở Los Angeles.*

Used to (do) | Unit 17 | *To -ing* | Unit 57C

Exercises

58.1 Look again at the situation in Section A on the opposite page ("Lisa is an American . . ."). The following situations are similar. Complete the sentences using *used to*.

1. Juan is Spanish and went to live in Canada. In Spain he always had dinner late in the evening, but in Canada dinner was at 6:00. This was very early for him. When Juan first went to Canada, he _wasn't used to having_____ dinner so early, but after a while he _____ it. Now he thinks it's normal. He _____ at 6:00.

2. Julia is a nurse. A year ago she started working nights. At first she found it hard and didn't like it. She _____ nights, and it took her a few months to _____ it. Now, after a year, she's quite happy. She _____ nights.

58.2 What do you say in these situations? Use *I'm (not) used to*.

1. You live alone. You don't mind this. You have always lived alone.
   Friend: Do you get a little lonely sometimes? *You:* No, _I'm used to living alone_____ .

2. You sleep on the floor. You don't mind this. You have always slept on the floor.
   Friend: Wouldn't you prefer to sleep in a bed?
   You: No, I _____ .

3. You have to work hard. This is not a problem for you. You have always worked hard.
   Friend: You have to work very hard in your job, don't you?
   You: Yes, but I don't mind that. I _____ .

4. You usually go to bed early. Last night you went to bed very late (for you), and as a result you are very tired this morning.
   Friend: You look tired this morning.
   You: Yes, _____ .

58.3 Read the situation and complete the sentences using *used to*.

1. Some friends of yours have just moved into an apartment on a busy street. It is very noisy. They'll have to _get used to the noise_____ .

2. Jack once went to the Middle East. It was very hard for him at first because of the heat. He wasn't _____ .

3. Sue moved from a big house to a much smaller one. She found it strange at first. She had to _____ in a much smaller house.

4. The children at school got a new teacher. She was different from the teacher before her, but this wasn't a problem for the children. The children soon _____ .

5. Some people from the United States are thinking of going to live in your city or country. What will they have to get used to? They will have to _____ .

58.4 Complete the sentences using only one word each time (see Section C).

1. Lisa had to get used to _driving_____ on the left.
2. Tom used to _____ a lot of coffee. Now he prefers tea.
3. I feel very full after that meal. I'm not used to _____ so much.
4. I wouldn't like to share an office. I'm used to _____ my own office.
5. I used to _____ a car, but I sold it a few months ago.
6. When we were children, we used to _____ swimming every day.
7. There used to _____ a movie theater here, but it was torn down a few years ago.
8. I'm the boss here! I'm not used to _____ told what to do.

Verb + preposition + -ing *(succeed in-ing/accuse somebody of –ing, etc.)*
Động từ + giới từ + -ing

Nhiều động từ có cấu trúc verb + *preposition* (**in/for/about**, etc.) + *object*. Ví dụ

Verb *(động từ +)*	preposition *(giới từ +)*	object *(túc từ)*
We **talked**	**about**	the problem.
Chúng ta đã nói	*về*	*vấn đề đó.*
You should **apologize**	**for**	what you said.
Anh nên xin lỗi	*về*	*những gì đã nói.*

Nếu túc từ lại là một động từ, động từ đó sẽ tận cùng bằng **–ing**.

động từ +	*giới từ +*	*túc từ*
We **talked**	**about**	**going** to South America
Chúng ta đã nói	*về*	*chuyện đi Nam Mỹ.*
She apologized(*)	**for**	**not telling** the truth.
Cô ta xin lỗi	*vì đã*	*không n´i sự thật.*

Ta nói: "**apologize to** somebody **for**..."

- She **apologized** to me for not telling the truth. (*not* she apologized me...)
  Cô ta xin lỗi tôi vì đã không nói sự thật. (không nói "she apologized me..."

Dưới đây là một số động từ khác được dùng với cấu trúc này:

succeed (in)	Have you **succeeded**	**in**	**finding** a job yet
	Bạn đã tìm được việc làm chưa?		
insist (on)	They **insisted**	**on**	**paying** for
	Họ khăng khăng đòi trả		dinner.
	tiền bữa ăn.		
think (of)	I'm **thinking**	**of**	**buying** a house.
	Tôi đang nghĩ tới việc mua nhà.		
dream (of)	I wouldn't **dream**	**of**	**asking** them for
	Tôi chẳng mơ tới việc hỏi		money.
	xin họ tiền.		
approve (of)	She doesn't **approve**	**of**	**gambling**.
	Cô ấy không tán thành chuyện bài bạc.		
decide (against)	We have **decided**	**against**	**moving** to
	Chúng tôi quyết định phản		Chicago.
	đối việc chuyển tới Chicago.		
feel (like)	Do you **feel**	**like**	**going** out tonight
	Bạn có cảm thấy muốn đi chơi tối nay không?		
look forward (to)	I'm **looking forward**	**to**	**meeting** her.
	Tôi đang mong gặp cô ấy.		

Với một số động từ ở mục **A**, bạn có thể sử dụng cấu trúc *verb + preposition + somebody + -ing*.

động từ +	giới từ +	somebody	+ -ing
She doesn't **approve**	of	me (or **my**)	gambling.
Cô ấy không tán thành việc tôi đánh bạc.			
We are all **looking forward**	to	Bob (or Bob's)	coming home.
Tất cả chúng tôi đang mong Bob về nhà.			
They **insisted**	on	me (or my)	staying with them.
Họ nài nỉ tôi ở lại với họ			

Những động từ dưới đây có thể có cấu trúc **verb + object + preposition + *ing***:

	động từ +	túc từ +	giới từ	+ -ing
congratulate (on)	I **congratulated** *Tôi chúc mừng Ann về việc cô ấy đã xin được việc làm.*	Ann	on	getting a new job.
accuse (of)	They **accused** *Họ buộc tội tôi nói dối.*	me	of	telling lies.
suspect (of)	Nobody **suspected** *Không một ai nghi ngờ người đàn ông ấy là gián điệp.*	the man	of	being a spy.
prevent (from)	What **prevented** *Điều gì đã ngăn cản anh ấy tới gặp chúng ta?*	him	from	coming to see us?
keep (from)	The noise **keeps** *Tiếng ồn làm tôi không ngủ được.*	me	from	falling asleep.
stop (from*)	The police **stopped** *Cảnh sát ngăn không cho ai rời khỏi tòa nhà.*	everyone	from	leaving the building.
thank (for)	I forgot to **thank** *Tôi đã quên cám ơn họ về sự giúp đỡ.*	them	for	helping me.
excuse (for)	**Excuse** *Tha lỗi cho tôi đã không gọi lại cho anh.*	me	for	not returning your call.

Một số động từ trên thường được dùng ở dạng bị động. Ví dụ:

- They **were accused** of telling lies.
  Họ bị buộc tội nói dối.
- The man **was suspected** of being a spy.
  Người đàn ông đó đã bị nghi ngờ là gián điệp.
- We **were kept** from seeing Frank in the hospital.
  Chúng tôi bị ngăn không được gặp Frank ở bệnh viện.

Verb + to . . . **Units 51-52**   Preposition + -*ing* **Unit 57**   Verb + Preposition **Units 128-132**

59.1 Complete each sentence using only one word.

1. Our neighbors apologized for *making* so much noise.
2. I feel lazy. I don't feel like _____ any work.
3. I wanted to go out alone, but Joe insisted on _____ with me.
4. I'm fed up with my job. I'm thinking of _____ something else.
5. We have decided against _____ a new car because we really can't afford it.
6. I hope you write to me soon. I'm looking forward to _____ from you.
7. The weather was extremely bad, and this kept us from _____ out.
8. The man who was arrested is suspected of _____ a false passport.
9. I think you should apologize to Sue for _____ so rude to her.
10. Some parents don't approve of their children _____ a lot of television.
11. I'm sorry I can't come to your party, but thank you for _____ me.

59.2 Complete the sentences using a preposition + one of the following verbs (in the correct form):

cause   escape   ~~go~~   help   interrupt   live   play   solve   spend   walk

1. Do you feel *like going* _____ out tonight?
2. It took us a long time, but we finally succeeded _____ the problem.
3. I've always dreamed _____ in a small house by the sea.
4. The driver of the other car accused me _____ the accident.
5. There was a fence around the lawn to stop people _____ on the grass.
6. Excuse me _____ you, but may I ask you something?
7. Where are you thinking _____ your vacation this year?
8. The guards weren't able to prevent the prisoner _____ .
9. I wanted to cook the meal by myself, but Dave insisted _____ me.
10. I'm sorry we've had to cancel our tennis game tomorrow. I was really looking forward _____ .

59.3 Complete the sentences on the right.

1. It was nice of you to help me. Thanks very much.   Kevin thanked *me for helping him* _____ .
   YOU   KEVIN

2. I'll take you to the station. I insist.   Tom insisted _____ .
   ANN   TOM

3. I hear you got married. Congratulations!   Jim congratulated me _____ .
   YOU   JIM

4. It was nice of you to come to see me. Thank you.   Mrs. Bond thanked _____ .
   SUE   MRS. BOND

5. I'm sorry I didn't phone you earlier.   Amy apologized _____ .
   YOU   AMY

6. You're selfish.   Tracy accused _____ .
   YOU   TRACY

Expressions + -ing
Các thành ngữ + -ing

Khi những thành ngữ dưới đây được theo sau bởi một động từ, động từ đó phải tận cùng bằng – ing:

There's no point in ...: Không có ý nghĩa gì
- **There's no point in having** a car if you never use it.
  Có xe hơi cũng không có ý nghĩa gì nếu anh không bao giờ dùng tới nó.
- **There was no point in waiting** any longer, so we left.
  Chờ đợi lâu hơn nữa cũng không có ý nghĩa gì, vì vậy chúng tôi ra đi.

There's no use .../ **It's no use ...**: Không có ích lợi gì
- There's nothing you can do about the situation, so **there's no use worrying** about it. *or* ... it's no use worrying about it.
  Anh chẳng thể làm gì được về việc này, cho nên có lo lắng cũng không có ích gì.

It's no good ...: Chẳng ích lợi gì
- **It's no good trying** to persuade me. You won't succeed.
  Cô thuyết phục tôi cũng chẳng ích lợi gì. Cô sẽ không thành công đâu.

It's (not) worth ...: Không đáng
- I live only a short walk from here, so **it's not worth taking** a taxi.
  Tôi sống rất gần đây, cho nên không đáng đi taxi.
- It was so late when we got home, **it wasn't worth going** to bed.
  Khi chúng tôi về nhà đã quá trễ rồi, không đáng đi ngủ nữa.

Bạn có thể nói "a movie is **worth seeing**," (một bộ phim đáng xem) "a book is **worth reading**," (một cuốn sách đáng đọc), etc.
- What was the movie like? Was it **worth seeing**?
  Bộ phim thế nào? Có đáng xem không?
- I don't think newspapers are **worth reading**.
  Tôi không nghĩ rằng những tờ báo này đáng đọc.

Have trouble/difficulty –ing: gặp khó khăn trong việc làm gì.
Ta nói "**have trouble/difficulty doing** something" (*không nói* "to do"):
- Did you **have** any **trouble getting** a visa?
  Bạn có gặp khó khăn gì trong việc xin visa không?
- People often **have** great **trouble reading** my writing.
  Mọi người thường gặp khó khăn trong việc đọc chữ viết của tôi.
- I **had difficulty finding** a place to live. (*not* I had difficulty to find)
  Tôi đã gặp khó khăn trong việc tìm chỗ ở. (không dùng "I had difficulty to find")

C Ta dùng **–ing** sau:

a waste of money .../ **a waste of time... (to...):** phí tiền / thời gian

- That book was trash. It was a **waste of time reading** it (*or*... **to read** it.)
  Đọc cuốn sách đó thật phí thời giờ. Nó chỉ là đồ nhảm nhí.
- It's a **waste of money buying things** you don't need. (*or*..**to buy** things you don't need.)
  Mua sắm những thứ bạn không cần thì thật là phí tiền.

spend/ **waste** (time)... : bỏ ra / phí (thời gian)

- He **spent hours trying** to repair the clock.
  Anh ấy đã bỏ ra hằng mấy giờ liền để sửa cái đồng hồ đó.
- I **waste** a lot of **time daydreaming.**
  Tôi lăng phí nhiều thời gian mơ mộng.

(be) busy...: bận rộn với công việc gì

- She said she couldn't see me. She was too **busy doing** other things.
  Cô ấy đã nói là không thể gặp tôi. Cô ấy quá bận rộn làm nhiều việc khác.

D **Go swimming / go fishing, etc.**

Ta dùng **go –ing** với nhiều hành động (đặc biệt là trong thể thao). Chẳng hạn, bạn có thể nói:

go swimming/go sailing/go skiing / go jogging, etc.
Tương tự **go shopping / go sightseeing.**

- I'd like to **go skiing.**
  Tôi muốn đi trượt tuyết.
- When was the last time you **went shopping**?
  Bạn đi cửa hàng lần cuối cùng vào khi nào?
- I've never **gone sailing.**
  Tôi chưa đi thuyền buồm bao giờ.

xercises

0.1 Complete the sentences on the right.

1.	Should we take a taxi home?	No, it isn't far. It's not worth *taking a taxi* .
2.	If you need help, why don't you ask Tom?	There's _____ . He won't be able to help us.
3.	I don't really want to go out night.	Well, stay at home! There's no point _____ if you don't want to.
4.	Should I call Ann now?	No, don't waste your time _____ . She won't be at home.
5.	Are you going to complain about what happened?	No, it's not worth _____ . Nobody will do anything about it.
6.	Do you ever read newspapers	No. I think it's a waste _____ .

0.2 Make sentences with *worth -ing* or *not worth -ing*. Choose one of these verbs:

consider   keep   read   fix   ~~see~~   visit

1. The movie isn't very good. *It's not worth seeing.* _____
2. It would cost too much to fix this watch. It's not worth _____ .
3. If you have time, you should go to the museum. It's worth _____ .
4. That's quite an interesting suggestion. _____
5. There's an interesting article in the paper today. _____
6. We can throw these old clothes away. They _____ .

60.3 Write sentences using *trouble* or *difficulty*.

1. I managed to get a visa, but it was difficult. *I had difficulty getting a visa.* _____
2. I can't remember people's names. I have _____ .
3. Sarah managed to get a job without trouble.
   She had no _____ .
4. Do you think it's difficult to understand him?
   Do you have _____ ?
5. It won't be difficult to get a ticket for the concert.
   You won't have any _____ .

60.4 Complete the sentences. Use only one word each time.

1. It's a waste of money *buying* _____ things you don't need.
2. Every morning I spend about an hour _____ the newspaper.
3. There's no point in _____ for the job. I know I wouldn't get it.
4. "What's Karen doing?" "She's busy _____ letters."
5. I think you waste too much time _____ television.
6. Just stay calm. There's no point in _____ angry.
7. There's a beautiful view from that hill. It is worth _____ to the top.

60.5 Complete these sentences with one of the following (with the verb in the correct form):

go skiing   go shopping   go swimming   ~~go sailing~~   go riding

1. Robert lives by the ocean and he's got a boat, so he often *goes sailing* .
2. There's plenty of snow in the mountains, so we'll be able to _____ .
3. It was a very hot day, so we _____ in the river.
4. Michelle has two horses. She often _____ .
5. The stores are closed now. It's too late to _____ .

To..., for....and *so that...* (purpose)
To..., for... và so that... (mục đích)

Chúng ta dùng **to...** để nói vì sao một người làm một việc gì đó (= mục đích c hành động):

- "Why did you go out?" **"To mail** a letter".
  "Anh đi ra ngoài làm gì vậy?" "Để bỏ thư."
- A friend of mine called **to invite** me to a party.
  Một người bạn của tôi đã gọi điện thoại để mời tôi đến dự tiệc.
- We shouted **to warn** everybody of the danger.
  Chúng tôi la to để báo cho mọi người biết sự nguy hiểm.

Chúng ta dùng **to...** để nói tại sao một vật nào đó tồn tại hay tại sao m người nào đó có/muốn/cần thiết (has/wants/needs) một vật nào đó:

- This fence is **to keep** people out of the yard.
  Hàng rào này để ngăn người ngoài vào vườn.
- The President has a team of bodyguards **to protect** him.
  Tổng thống có một đội vệ sĩ bảo vệ ông ta.
- I need a bottle opener **to open** this bottle.
  Tôi cần một cái đồ khui để mở cái chai này.

Chúng ta dùng **to...** để nói về việc có thể làm hay cần phải làm với một cái gì đó:

- It's hard to find a place **to park** downtown. (= a place where you can park.)
  Khó tìm được một chỗ để đậu xe ở trung tâm thành phố. (= một chỗ n bạn có thể đậu xe).
- Would you like something **to eat**?
  Ông muốn dùng thứ gì đó không?
- Do you have much work **to do**? (= work that you must do.)
  Anh có nhiều việc phải làm không? (= công việc mà bạn phải làm.)
- I get lonely if there's nobody **to talk to**.
  Tôi cảm thấy cô đơn nếu không có ai để nói chuyện.

Tương tự: **money/time/chance/opportunity/energy/courage... to do** (something

- They gave us some **money to buy** some food.
  Họ đưa cho chúng tôi ít tiền để mua đồ ăn.
- Do you have much **opportunity to practice** your English?
  Anh có nhiều dịp để thực hành tiếng Anh không?
- I need **a few days to think** about you proposal.
  Tôi cần ít ngày để suy nghĩ về đề nghị của anh.

For... và to...

Chúng ta dùng **for** + danh từ (**for a holiday**) nhưng **to** + động từ (**to learn**). Hãy so sánh:

- I'm going to Spain **for a vacation**.
  Tôi sẽ đi nghỉ ở Tây Ban Nha.

nhưng • I'm going to Spain **to learn** Spanish. (*not* for learn Spanish, *not* for learning Spanish.)

> *Tôi sẽ sang Tây Ban Nha để học tiếng Tây Ban Nha. (không dùng "for learn Spanish" hay "for learning Spanish")*

- What would you like **for dinner?**
  Bạn muốn gì cho bữa chiều?

nhưng • What **would** you like **to eat?** (*not* for eat)
  Ông muốn dùng gì? (không dùng "for eat")

- Let's go to the cafe **for coffee.**
  Chúng ta hãy đi ra quán uống cà phê.

nhưng • Let's go to the cafe to have coffee.

Lưu ý rằng bạn có thể nói... **for** (somebody) **to** (do something):

- There weren't any chairs **for us to sit on**, so we had to sit on the floor.
  Chẳng có cái ghế nào cho chúng tôi ngồi cả, vì thế chúng tôi đã phải ngồi lên sàn nhà.

Bạn có thể dùng **for –ing** để nói về công dụng, mục đích chung của một vật. **To...** cũng có thể được dùng:

- This knife is only **for cutting** bread. (or... **to cut** bread).
  *Con dao này chỉ dùng để cắt bánh mì. (hoặc... **to cut** bread)*

Bạn có thể dùng **What... for?** để hỏi về mục đích, công dụng:

- **What** is this switch **for?**   **What** did you do that **for?**
  Cái công tắc này để làm gì vậy?   Anh làm cái đó để làm gì vậy?

So that

Đôi khi bạn phải dùng **so that** để chỉ mục đích. Chúng ta dùng **so that** (không dùng **to...**):

---

i) Khi mục đích là phủ định (**so that... won't/ wouldn't**):

- I hurried **so that I wouldn't** be late. (= because I didn't want to be late.)
  Tôi đã vội để khỏi bị trễ.
- Leave early **so that** you **won't** (or **don't**) miss the bus.
  Hãy đi sớm để khỏi trễ xe buýt.

ii) Dùng với **can** và **could** (**so that... can/could**):

- She's learning English **so that** she **can** study in Canada.
  Cô ấy đang học tiếng Anh để có thể theo học ở Canada.
- We moved to the city **so that** we **could** visit our friends more often.
  Chúng tôi chuyển đến thành phố để có thể thăm bạn bè của chúng tôi thường xuyên hơn.

iii) Khi một người làm điều gì đó để một người khác làm việc khác nữa:

- I gave her my address **so that she** could contact me.
  Tôi đưa cho cô ấy địa chỉ của tôi để cô ấy có thể liên lạc với tôi.
- **He** wore glasses and a fake beard **so that nobody** would recognize him.
  Ông ta mang kính và râu giả để không ai nhận ra ông ta.

Exercises

61.1 Use a sentence from Box A and a sentence from Box B to make a new sentence.

A
1. ~~I shouted.~~
2. I had to go to the bank.
3. I'm saving money.
4. I went into the hospital.
5. I'm wearing two sweaters.
6. I called the police.

B
I want to keep warm.
I wanted to report that my car had been stolen.
I want to go to Canada.
I had to have an operation.
I needed to get some money.
~~I wanted to warn people of the danger.~~

1. *I shouted to warn people of the danger.*
2. I had to go to the bank _____.
3. I _____.
4. _____
5. _____
6. _____

61.2 Complete these sentences using an appropriate verb.

1. The president has a team of bodyguards *to protect* _____ him.
2. I didn't have enough time _____ the newspaper today.
3. I came home by taxi. I didn't have the energy _____.
4. "Would you like something _____?" "Yes, please. A cup of coffee."
5. We need a bag _____ these things in.
6. There will be a meeting next week _____ the problem.
7. I wish we had enough money _____ a new car.
8. I saw Kelly at the party, but we didn't have a chance _____ to each other.
9. I need some new clothes. I don't have anything nice _____.
10. I can't do all this work alone. I need somebody _____ me.

61.3 Put in *to* or *for*.

1. I'm going to Mexico *for* _____ a vacation.
2. You need a lot of experience _____ this job.
3. You need a lot of experience _____ do this job.
4. We'll need more time _____ make a decision.
5. I went to the dentist _____ a checkup.
6. I had to put on my glasses _____ read the letter.
7. Do you wear glasses _____ reading?
8. I wish we had a yard _____ the children _____ play in.

61.4 Write sentences with *so that*.

1. I hurried. I didn't want to be late. *I hurried so that I wouldn't be late.*
2. We wore warm clothes. We didn't want to get cold.
   We wore _____.
3. The man spoke very slowly. He wanted me to understand what he said.
   The man _____.
4. Please arrive early. We want to be able to start the meeting on time.
   Please _____.
5. She locked the door. She didn't want to be disturbed.
   _____
6. I slowed down. I wanted the car behind me to be able to pass.
   _____

184

Adjective + to...
Tính từ + to...

A

Hard to understand: (khó hiểu ....)

Hãy so sánh các câu a và b:

It is hard to understand him (a)
Khó mà hiểu được anh ấy.

- Jim doesn't speak very clearly.
  Jim nói không rõ ràng lắm.

He is **hard to understand**. (b)
Anh ấy thật khó hiểu.

Các câu **a** và **b** có cùng một nghĩa. Nhưng lưu ý rằng chúng ta nói:
- He is hard **to understand**. (*not* He is hard to understand him.)

Ta dùng các cấu trúc trên với:

difficult easy hard impossible dangerous safe expensive cheap nice interesting và một số tính từ khác.

- Do you think it is **safe to drink** this water?
  Do you think this water is **safe to drink**? (*not* to drink it)
  Anh có nghĩ là nước này uống được không? (không nói "to drink it")

- Your writing is awful. It is **impossible to read it**. (= to read your writing.)
  You writing is **impossible to read**.
  Chữ viết của anh thực khó đọc.

- I like spending time with Jill. It's very **interesting to talk to her**.
  Tôi thích ở bên Jill. Thật thú vị khi nói chuyện với cô ấy.
  Jill is very **interesting to talk to**. (*not* to talk to her)
  Thật thú vị khi nói chuyện với Jill. (không nói "to talk to her")

Bạn có thể dùng cấu trúc này với *tính từ + danh từ*:

- This is a **difficult question** (for me) **to answer.** (*not* to answer it)
  Đây là một câu hỏi khó trả lời (đối với tôi). (không dùng "to answer it")

B

It's nice of you to...

Bạn có thể dùng cấu trúc này để nói bạn nghĩ gì về việc mà ai đó làm:

- It was **nice of you to take** me to the airport. Thank you very much.
  Bạn thật tử tế khi đưa tôi đến phi trường. Cảm ơn bạn nhiều.

Bạn có thể dùng nhiều tính từ khác theo cách này, ví dụ:

careless	**kind**	**clever**	**mean**	**silly**	**stupid**	**unfair**	**considerate**
cẩu thả	tử tế	thông minh	keo kiệt	ngớ ngẩn	ngu ngốc	bất công	chu đáo

- It's **silly of Mary to quit** her job when she needs the money.
  Marry thật là dại dột đã bỏ việc làm khi mà cô ấy đang cần tiền.
- I think it was very **unfair of him to criticize** me.
  Tôi nghĩ ông ta thật bất công khi phê bình tôi.

I'm sorry to...

Bạn có thể dùng cấu trúc này để nói về phản ứng của một người nào đó đối v
một sự việc:

- I was **sorry to hear** that your father is sick.
  Tôi lấy làm tiếc khi nghe rằng cha của anh bị ốm.

Bạn có thể dùng nhiều tính từ khác theo cách này. Ví dụ:

**happy   glad   pleased   delighted   sad   disappointe
surprised   amazed   astonished   relieved**

- Was Tom **surprised to see** you when you went to see him?
  Tom có ngạc nhiên khi thấy anh đến thăm anh ấy không?
- We were **glad to get** your letter last week.
  Chúng tôi đã vui sướng khi nhận được lá thư của anh tuần trước.

The **first** (person) **to know**, the **next** train **to arrive**.

Chúng ta dùng **to...** sau **the first/ second/ third** .v.v... cũng như là sau th
next, the last, the only:

- If I have **any more news**, you will be **the first** (person) **to know**.
  Nếu tôi có tin gì mới, anh sẽ là người đầu tiên được biết.
- **The next** plane **to arrive** at gate 4 will be Flight 268 from Bogota.
  Chuyến bay tiếp theo tới ở cổng số 4 sẽ là chuyến 268 từ Bogota.
- Everybody was late except me. I was **the only** one **to arrive** on time.
  Mọi người đều bị trễ trừ tôi. Tôi là người duy nhất tới đúng giờ.

62.1 Write these sentences in another way (see Section A).

1. It's hard to understand him. _He is hard to understand._
2. It's easy to use this machine. This machine is _____.
3. It was very difficult to open the window. The window _____.
4. It's impossible to translate some words. Some words _____.
5. It's not safe to stand on that chair. That chair _____.
6. It's expensive to maintain a car. A _____

62.2 Complete the second sentence using the adjective in parentheses. Use a/an + adjective + noun + to . . . , as in the example (see Section A).

1. I couldn't answer the question. (difficult) It was _a difficult question to answer_ .
2. Everybody makes that mistake. (easy) It's an _____.
3. I like living in this place. (nice) It's a _____.
4. We enjoyed watching the game. (good) It was _____.

62.3 Make a new sentence beginning It . . . (see Section B). Use one of these adjectives each time:

careless   considerate   ~~kind~~   nice

1. Sue offered to help me.
   It was kind of Sue to offer to help me.
2. You make the same mistake again and again.
   It _____.
3. Don and Jenny invited me to stay with them.
   _____
4. John made a lot of noise when I was trying to sleep.
   It wasn't very _____.

62.4 Use the following words to complete these sentences (see Section C):

glad/hear   ~~pleased/get~~   sorry/hear   surprised/see

1. We _were pleased to get_ your letter last week.
2. Thank you for your letter. I _____ that you're doing well.
3. We _____ Jennifer at the party. We didn't expect her to come.
4. I _____ that your mother is sick. I hope she gets well soon.

62.5 Complete the second sentence using the words in parentheses + to . . . (see Section D).

1. Nobody left before me. (the first)
   I was _the first person to leave_ .
2. Everybody else arrived before Paul. (the last)
   Paul was the _____.
3. Jenny passed the exam. All the other students failed. (the only)
   Jenny was _____.
4. I complained to the restaurant manager about the service. Another customer had already complained before me. (the second)
   I was _____.
5. Neil Armstrong walked on the moon in 1969. Nobody had done this before him. (the first)
   Neil Armstrong was _____.

To... (afraid to do) and preposition + -ing (afraid of –ing)

To... (afraid to do) và giới từ + ing (afraid of –ing)

Afraid to do và afraid of doing

I am **afraid to do** something (tôi ngại (sợ) làm điều gì đó) = Tôi không muốn làm điều đó bởi vì điều đó nguy hiểm, hoặc kết quả có thể không tốt. Chúng ta dùng **afraid to do** với những việc chúng ta làm có chủ tâm (intentionally):

- A lot of people are **afraid to go** out at night. (= they don't want to go out because it is dangerous – so they don't go out).

Nhiều người ngại đi ra ngoài ban đêm. (= họ không muốn đi ra ngoài bởi điều đó nguy hiểm vì vậy họ không đi ra ngoài).

- He was **afraid to tell** his parents about the broken window. (= he didn't want to tell them because he knew they would be angry).

Cậu ta sợ nói với cha mẹ mình về cái cửa sổ bị vỡ. (= Cậu ta không muốn nói với họ vì cậu ta biết rằng họ có thể nổi giận).

I am **afraid of something happening** = có khả năng một điều gì xấu sẽ xảy ra (ví dụ tai nạn). Chúng ta không dùng **afraid of – ing** cho những việc chúng ta làm có chủ tâm:

- The path was icy, so we walked very carefully. We were **afraid of falling**. (= it was possible that we would fall).

Con đường đã bị đóng băng, vì thế chúng tôi đi rất thận trọng. Chúng tôi sợ ngã. (= có khả năng chúng tôi sẽ ngã – không nói "we were afraid to fall").

- I don't like dogs. I'm always **afraid of being** bitten. (*not* afraid to be bitten).

Tôi không thích chó. Tôi luôn luôn sợ bị cắn. (không nói "afraid to be bitten").

Tức là, bạn ngại phải làm điều gì đó (**afraid to do**) vì bạn sợ sẽ xảy ra một điều gì đó (**afraid of something happening**) như là hậu quả tất yếu:

- I was **afraid to go** near the dog because I was **afraid of being** bitten.

Tôi sợ đi gần con chó vì tôi sợ bị cắn.

Interested in doing và interested to do

I'm **interested in doing** something = tôi thích làm điều gì đó, tôi đang nghĩ về việc thực hiện điều đó:

- I'm trying to sell my car but nobody is **interested in buying** it. (*not* to buy).

Tôi đang cố gắng bán cái xe của tôi nhưng không có ai muốn mua nó (không nói "to buy").

Chúng ta dùng **interested to** đặc biệt với các động từ **hear/ see/know/read/learn**. I was **interested to hear** it = Tôi thích nghe điều đó – tôi đã nghe được điều đó và nó làm tôi thích thú:

- I was **interested to hear** that Diane got a new job.

  Tôi đã rất vui khi nghe rằng Diane có công việc mới.

- Ask George for his opinion. I would be **interested to know** what he thinks.

  Hãy hỏi George về quan điểm của anh ấy. Tôi thích được biết anh ấy nghĩ gì.

Cấu trúc này giống như **surprised to/ delighted to** v.v. (xem **UNIT 62C**):

- I was **surprised to hear** that Diane got a new job.

  Tôi ngạc nhiên khi nghe nói là Diane đã có việc làm mới.

C

Sorry to do và **sorry for doing**

Chúng ta thường nói **sorry to...** để xin lỗi khi (hay là ngay trước khi) chúng ta làm gì đó:

- I'm **sorry to bother** you, but I need to talk to you.

  Tôi xin lỗi phải quấy rầy anh, nhưng tôi cần phải nói chuyện với anh.

Chúng ta dùng **sorry to hear/ read** v.v... để diễn tả sự thông cảm với người nào đó (xem **UNIT 62C**):

- I was **sorry to hear** that Jessica lost her job. (= I was sorry when I heard).

  Tôi lấy làm tiếc khi nghe rằng Jessica bị mất việc làm. (= Tôi lấy làm tiếc khi tôi nghe).

Bạn có thể dùng **sorry for** (doing something) để xin lỗi về việc bạn đã làm trước đó:

- I'm **sorry for shouting** at you yesterday. (*not* sorry to shout...)

Tôi xin lỗi về việc đã lớn tiếng với bạn ngày hôm qua. (không nói "Sorry to shout...")

Bạn cũng có thể nói:

- (I'm) **sorry I shouted** at you yesterday.

D

Lưu ý rằng chúng ta nói:

I want to (do)/ **I'd like to** (do) *nhưng* I'm **thinking** of (do)ing / I **dream of** (do)ing

I fraid to (do)   *nhưng* I **succeeded** in (do)ing

I allowed them **to** (do) *nhưng* I **prevented** them **from** (do)ing

Exercises

63.1 Read the situation and use the words in parentheses to make sentences.
Use *afraid to . . .* or *afraid of -ing*.

1. The streets aren't safe at night.
   (a lot of people / afraid / go / out) *A lot of people are afraid to go out.*
2. I don't usually carry my passport with me.
   (I / afraid / lose / it) _____
3. The ocean was very rough.
   (we / afraid / go / swimming) _____
4. We rushed to the station.
   (we / afraid / miss / our train) _____
5. In the middle of the movie there was a particularly scary scene.
   (we / afraid / look) _____
6. The glasses were very full, so Rosa carried them very carefully.
   (she / afraid / spill / the drinks) _____
7. I didn't like the look of the food on my plate.
   a) (I / afraid / eat / it) _____
   b) (I / afraid / get / sick) _____

63.2 Complete the sentences using one of these verbs:

~~buy~~ get go hear read start

1. I'm trying to sell my car, but nobody is interested *in buying* _____ it.
2. Julia is interested _____ her own business.
3. I was interested _____ your letter in the newspaper last week.
4. Bill wants to stay single. He's not interested _____ married.
5. Please tell me what you think. I'm always interested _____ your
   opinion.
6. There's a party tonight, but I'm not interested _____ .

63.3 Complete the sentences using the verb in parentheses.

1. I'm sorry *for shouting* _____ at you yesterday. (shout)
2. Sorry _____ you, but do you have a pen I could borrow? (bother)
3. Sorry _____ late last night. I didn't realize what time it was. (be)
4. I'm sorry _____ what I said yesterday. I didn't really mean it. (say)
5. "I just got my exam results. I failed." "Oh? I'm sorry _____ that." (hear)

63.4 Complete the sentences using the verb in parentheses.

1. a) We wanted *to leave* _____ the building. (leave)
   b) We weren't allowed _____ the building. (leave)
   c) We were prevented _____ the building. (leave)
2. a) Eric failed _____ the problem. (solve)
   b) Amy succeeded _____ the problem. (solve)
3. a) I'm thinking _____ away next week. (go)
   b) I'm hoping _____ away next week. (go)
   c) I'm looking forward _____ away next week. (go)
   d) I'd like _____ away next week. (go)
4. a) Lisa wanted _____ me lunch. (buy)
   b) Lisa promised _____ me lunch. (buy)
   c) Lisa insisted _____ me lunch. (buy)
   d) Lisa wouldn't dream _____ me lunch. (buy)

See somebody do and *see somebody doing*

Hãy xét tình huống sau:

Tom lên xe của mình và lái đi. Bạn đã nhìn
thấy điều này. Bạn có thể nói:

- I saw Tom **get** into his car and **drive**
  away.

  *Tôi đã nhìn thấy Tom lên xe của mình
  và lái đi.*

Trong cấu trúc này chúng ta dùng
get/drive/do v.v...
(nguyên mẫu không có "to")

YOU

Somebody **did** something *Người nào đó đã làm gì đó*	+	I saw this *Tôi đã nhìn thấy điều đó*

I saw somebody **do** something *Tôi đã nhìn thấy ai làm gì đó*

Lưu ý rằng chúng ta dùng nguyên mẫu không có **to**:

- We saw them **go** out. (*not* to go)
  *Chúng tôi thấy họ đi ra ngoài. (không
  dùng "to go")*

Hãy xét tình huống sau:
Ngày hôm qua bạn đã nhìn thấy Ann.
Cô ấy đang chờ xe buýt. Bạn có thể nói:

- I saw Ann **waiting** for a bus. – *Tôi
  đã nhìn thấy Ann đang chờ xe buýt.*

Trong cấu trúc này chúng ta dùng **–ing** (wait**ing**):

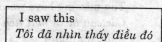

Somebody **was doing** something *Người nào đó đã đang làm gì đó*	+	I saw this *Tôi đã nhìn thấy điều đó*

I saw somebody **doing** something *Tôi đã nhìn thấy ai đang làm gì đó*

Hãy nghiên cứu sự khác nhau về nghĩa giữa hai cấu trúc này:

"I saw him **do** something" = Tôi đã nhìn thấy anh ấy làm việc đó – anh ấy ̣ làm một việc và tôi nhìn thấy điều này. Tôi đã nhìn thấy toàn bộ sự việc lúc bắt đầu đến khi kết thúc.

- He **fell** off the wall. I saw this → I saw him **fall** off the wall.

  Anh ấy ngã từ trên tường xuống. Tôi đã nhìn thấy điều này. → Tôi ̣
  nhìn thấy anh ấy ngã từ tường xuống.

- The accident **happened**. Did you see this? → Did you see the accide̲
  happen?

  Tai nạn đã xảy ra. Anh có nhìn thấy điều đó không? → Anh có nhìn thẹ
  tai nạn xảy ra không?

"I saw him **doing** something" = Tôi đã nhìn thấy anh ấy đang làm gì đó ̣
Anh ấy đã làm điều gì đó *(quá khứ tiếp diễn)* vào lúc tôi nhìn thấy điều này.
Tôi đã nhìn thấy anh ấy khi anh ấy đang ở giữa chừng công việc. Điều nẹ̀
không có nghĩa là tôi đã nhìn thấy toàn bộ sự việc.

- He was **walking** along the street.

  Anh ấy đang đi dọc theo con phố.

I saw this when I drove past in my car. → I saw him **walking** along the stree̲
Tôi đã nhìn thấy điều này khi tôi   *Tôi nhìn thấy anh ấy đang đi*
đang chạy xe ngang qua   *trên phố*

Đôi khi sự khác nghĩa không quan trọng lắm và bạn có thể dùng cấu trúc nạ̀
cũng được:

- I've never seen her **dance**. *or* I've never seen her **dancing**.

  Tôi chưa bao giờ nhìn thấy cô ấy khiêu vũ.

Chúng ta dùng các cấu trúc này với **see** và **hear**, và một số các động từ khác

- I didn't **hear** you **come** in. (= you came in but I didn't hear this).

  Tôi không nghe thấy anh bước vào. (= anh bước vào nhưng tôi không nghe)

- Liz suddenly **felt** something **touch** her on the shoulder.

  Liz chợt cảm thấy một vật gì đó chạm vào vai.

- Did you **notice** anyone **go** out?

  Anh có thấy ai đi ra không?

- I could **hear** it **raining**. (= it was raining and I could hear it.)

  Tôi có để ý nghe thấy trời đang mưa. (= trời đang mưa và tôi có thể nghe thấy)

- The missing boys were last **seen playing** near the river. (passive)

  Các cậu bé bị mất tích được nhìn thấy lần cuối cùng khi đang chơi gần cọ
  sông. (bị động)

- **Listen** to the birds **singing**!

  Hãy lắng nghe chim hót!

- Can you **smell** something **burning**?

  Anh có ngửi thấy cái gì đó đang cháy không?

- I **found** Sue in my room **reading** my letters.

  Tôi đã bắt gặp Sue đang đọc những bức thư của tôi trong phòng tôi.

192

1 Complete the answers to the questions.

1. Did anybody go out?	I don't think so. I didn't see _anybody go out_.
2. Has Jill arrived yet?	Yes, I think I heard her _____.
3. How do you know I took the money?	I know because I saw you _____.
4. Did the doorbell ring?	I'm not sure. I didn't hear _____.
5. Did I lock the door when I went out?	Yes, you did. I saw _____.
6. How did the woman fall?	I don't know. I didn't see _____.

2 In each of these situations you and a friend saw, heard, or smelled something. Look at the pictures and complete the sentences.

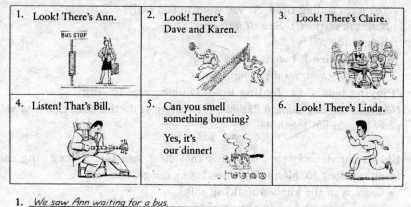

1. Look! There's Ann.
   BUS STOP
2. Look! There's Dave and Karen.
3. Look! There's Claire.
4. Listen! That's Bill.
5. Can you smell something burning?
   Yes, it's our dinner!
6. Look! There's Linda.

1. _We saw Ann waiting for a bus._
2. We saw Dave and Karen _____.
3. We saw _____ in a restaurant.
4. We heard _____.
5. We could _____.
6. _____

4.3 Complete these sentences. Use one of these verbs in the correct form:

climb ~~come~~ crawl cry explode open ride run say ~~sing~~ slam sleep tell

1. Listen to the birds _singing_ .
2. I didn't hear you _come_ in.
3. We listened to the old man _____ his story from beginning to end.
4. Listen! Can you hear a baby _____?
5. I looked out the window and saw Tim _____ his bike along the street.
6. I thought I heard somebody _____ "Hi!" so I turned around.
7. Oh! I can feel something _____ up my leg! It must be an insect.
8. Everybody heard the bomb _____ . It was a tremendous noise.
9. We watched the two men _____ across the garden, _____ a window, and _____ through it into the house.
10. I heard somebody _____ the door in the middle of the night. It woke me up.
11. When we got home, we found a cat _____ on the kitchen table.

-ing Phrases (*Feeling tired, I went to bed early*).
Các cụm từ –ing

Hãy nghiên cứu các tình huống sau:
Jim was playing tennis. He hurt his arm.
Jim đang chơi tennis. Anh ta bị đau tay.

- Jim hurt his arm **playing tennis.**
  Jim bị đau tay khi đang chơi tennis.

{ You were feeling tired. So you went to bed early.
Bạn cảm thấy mệt. Bạn đi ngủ sớm.

Bạn có thể nói:

- **Feeling tired**, I went to bed early.
  Cảm thấy mệt, tôi đã đi ngủ sớm.

"**Playing** tennis" và "**feeling** tired" là những cụm từ –ing.

Nếu cụm từ –ing đứng ở đầu câu (như trong ví dụ thứ hai), chúng ta viết phẩy (,) giữa hai mệnh đề.

Khi hai sự việc xảy ra ở cùng một thời điểm, bạn có thể dùng –ing cho trong các động từ. Mệnh đề chính thường đứng ở đầu câu:

- Carol is in the kitchen **making** coffee.
  Carol đang ở nhà bếp pha cà phê.

- A man ran out of the house **shouting**. (= Một người đàn ông chạy ra nhà, miệng thì la to.)
  Một người đàn ông đã chạy ra khỏi nhà và la to.

- Do something! Don't just stand there **doing** nothing!
  Hãy làm cái gì đi! Đừng có đứng đấy mà không làm gì cả!

Chúng ta cũng dùng –ing khi một hành động xảy ra trong khi đang xả một hành động khác. Chúng ta dùng –ing cho hành động *dài hơn*. Hành c *dài hơn* là phần thứ hai của câu.

- Jim hurt this arm **playing tennis**. (= while he was playing)
  Jim đã bị chấn thương ở tay trong khi đang chơi quần vợt. (= trong anh ta đang chơi)

- Did you cut yourself **shaving**? (= while you were shaving)
  Anh đã bị xước khi cạo râu à? (= trong khi anh ta đang cạo râu)

Bạn có thể dùng –ing sau **while** hoặc **when**:

- Jim hurt his arm **while playing tennis**.
  Jim đã bị đau tay trong lúc đang chơi tennis.

- Be careful **when crossing** the road. (= when you are crossing)
  Hãy cẩn thận khi qua đường. (= khi anh đang băng qua)

Khi một hành động xảy ra trước một hành động khác chúng ta dùng **having done** cho hành động đầu tiên:

- **Having found** a hotel, we looked for someplace to have dinner.
  Sau khi đã tìm được khách sạn, chúng tôi đi tìm nơi nào đó để ăn chiều.
- **Having finished** her work, she went home.
  Sau khi hoàn tất công việc, cô ấy đã đi về nhà.

Bạn cũng có thể dùng **after –ing**:

- **After finishing** her work, she went home.
  Sau khi hoàn tất công việc, cô ấy đi về nhà.

Nếu một hành động ngắn theo sau một hành động ngắn khác, có thể dùng dạng **–ing** đơn giản (**doing** thay vì **having done**) cho hành động đầu:

- **Taking** a key out of his pocket, he opened the door.
  Lấy chìa khóa ra khỏi túi, anh ấy mở cửa.

Các cấu trúc này thường được dùng nhiều trong văn viết hơn là trong văn nói của tiếng Anh.

Bạn có thể dùng mệnh đề **–ing** để giải thích một sự việc hay để nói tại sao ai đó làm một việc nào đó. Mệnh đề **–ing** thường đứng trước:

- **Feeling** tired, I went to bed early. (= because I felt tired)
  Cảm thấy mệt, tôi đã đi ngủ sớm. (= vì tôi thấy mệt)
- **Being** unemployed, he doesn't have much money. (= because he is unemployed)
  Bị thất nghiệp, anh ấy không có nhiều tiền. (= vì anh ta đang thất nghiệp.)
- **Not having** a car, she finds it difficult to get around. (= because she doesn't have a car)
  Không có xe hơi, cô ấy thấy khó khăn để đi đây đó. (= bởi vì cô ấy không có xe hơi)
- **Having** already seen the film twice, I didn't want to go to the cinema. (= because I had already seen it twice)
  Đã xem phim đó hai lần rồi, nên tôi không muốn đi xem nữa. (= vì tôi đã xem phim đó hai lần)

Các cấu trúc này thường được dùng nhiều trong văn viết hơn trong văn nói của tiếng Anh.

Exercises

65.1 Join a sentence from Box A with one from Box B to make one sentence. Use an *-ing* phrase.

A
1. Carol was in the kitchen.
2. Amy was sitting in an armchair.
3. Sarah went out.
4. Linda was in London for two years.
5. Mary walked around the town.

B
She looked at the sights and took photographs.
She said she would be back in an hour.
She was reading a book.
She was making coffee.
She worked as a teacher.

1. *Carol was in the kitchen making coffee.*
2. Amy was sitting _____
3. Sarah _____
4. _____
5. _____

65.2 Make one sentence from two using an *-ing* phrase.

1. Jim was playing tennis. He hurt his arm. *Jim hurt his arm playing tennis.*
2. I was watching TV. I fell asleep. I _____
3. The man slipped. He was getting off a bus. The man _____
4. Margaret was driving to work yesterday. She had an accident.

_____

5. Two kids got lost. They were hiking in the woods.

_____

65.3 Make sentences that begin with *Having*.

1. She finished her work. Then she went home.
Having finished her work, she went home.
2. We bought our tickets. Then we went into the theater.

_____

3. They continued their trip after they'd had dinner.

_____

4. After Lucy had done all her shopping, she stopped for a cup of coffee.

_____

65.4 Make sentences beginning with *-ing* or *Not -ing* (like those in Section D). Sometimes you need to begin with *Having (done something)*.

1. I felt tired. So I went to bed early.
Feeling tired, I went to bed early.
2. I thought they might be hungry. So I offered them something to eat.

_____

3. She is a foreigner. So she needs a visa to stay in this country.

_____

4. I didn't know his address. So I wasn't able to contact him.

_____

5. Sarah has traveled a lot. So she knows a lot about other countries.

_____

6. The man wasn't able to understand English. So he didn't know what I wanted.

_____

7. We had spent nearly all our money. So we couldn't afford to stay in a hotel.

_____

Countable and uncountable nouns (1)
Danh từ đếm được và không đếm được (1)

Một danh từ có thể là *đếm được (countable)* hoặc *không đếm được (uncountable)*.

Hãy so sánh:

Đếm được (*Countable*)	Không đếm được (*Uncountable*)
• I eat a **banana** every day. *Tôi ăn một quả chuối mỗi ngày.*	• I eat **rice** every day. *Tôi ăn cơm mỗi ngày.*
• I like **bananas**. *Tôi thích chuối.*	• I like **rice**. *Tôi thích cơm.*
Banana là danh từ đếm được.	**Rice** là danh từ không đếm được.
Các danh từ đếm được có thể ở số ít (banana) hay số nhiều (bananas).	Các danh từ không đếm được chỉ có 1 dạng (**rice**).
Danh từ đếm được chỉ những vật hay sự việc ta có thể đếm hay tính toán. Có thể nói "one banana", "two bananas".v.v...	Các danh từ không đếm được chỉ những vật hay sự việc chúng ta không thể đếm hay tính toán được. Ta không thể nói "one rice", "two rices" v.v...
Các ví dụ về danh từ đếm được:	Các ví dụ về danh từ không đếm được:
• There's **a beach** near here. *Có một bãi biển ở gần đây.*	• There's **sand** in my shoes. *Trong giày của tôi có cát.*
• Ann is singing **a song**. *Ann đang hát một bài hát.*	• Ann was listening to (some) **music**. *Ann đang nghe nhạc.*
• Do you have **a ten dollar bill**? *Bạn có một tờ 10 đôla không?*	• Do you have any **money**? *Bạn có tiền không?*
• It wasn't your fault. It was **an accident**. *Đó không phải lỗi của anh. Đó là một sự ngẫu nhiên.*	• It wasn't your fault. It was bad **luck**. *Đó không phải là lỗi của anh. Đó là một sự không may.*
• There are no **batteries** in the radio. *Ở trong ra-di-ô không có pin.*	• There is no **electricity** in this house. *Trong ngôi nhà này không có điện.*
• We don't have enough **cups**. *Chúng ta không có đủ tách.*	• We don't have enough **water**. *Chúng ta không có đủ nước.*

197

Bạn có thể dùng **a/an** với các danh từ đếm được số ít:

a beach / a student / an umbrella ...

Bạn không thể dùng các danh từ đếm được mà không có **a/the/my** ... đi kèm:

- I want **a banana**.

  Tôi muốn một quả chuối. (không dùng "I want banana.")

- There's been **an accident**.

  Đã có một tai nạn. (không nói "There's been accident.")

Bạn có thể dùng các danh từ đếm được ở số nhiều đứng một mình:

- I like **bananas**.

  Tôi thích chuối. (= chuối nói chung)

- **Accidents** can be prevented.

  Các tai nạn có thể ngăn ngừa được.

Xem thêm **UNIT** 72.

Bạn không thể dùng **a/an** với các danh từ không đếm được. Chúng ta không nói "a sand" hoặc "a music". Nhưng thường hay dùng **a...of**:

a bowl of rice   **a drop of** water

a piece of music **a game of** tennis

...

Bạn có thể dùng các danh từ không đếm được một mình. (Không kèm **the/my/some**...)

- I eat **rice** every day.

  Tôi ăn cơm mỗi ngày.

- There's **blood** on your shirt.

  Có máu trên áo sơ mi của anh.

- Can you hear **music**?

  Bạn có nghe thấy nhạc không?

Xem thêm **UNIT** 72.

Ta dùng **some** và **any** với các danh từ đếm được ở số nhiều:

- We sang **some songs**.

  Chúng tôi đã hát mấy bài hát.

- Did you buy **any apples**?

  Bạn có mua trái táo nào không?

Ta dùng **many** và **few** với các danh từ đếm được ở số nhiều:

- We didn't take **many photographs**.

  Chúng tôi đã không chụp nhiều ảnh.

- I have a **few jobs** to do.

  Tôi có vài việc phải làm.

Bạn có thể dùng **some** và **any** với các danh từ không đếm được:

- We listened to **some music**.

  Chúng tôi đã nghe nhạc.

- Did you buy **any** apple **juice**?

  Bạn có mua chút nước táo nào không?

Ta dùng **much** và **little** với các danh từ không đếm được:

- We didn't do **much shopping**.

  Chúng tôi đã không mua sắm nhiều.

- I have a **little work** to do.

  Tôi có chút việc phải làm.

6.1 Some of these sentences need *a/an*. Correct the sentences that are wrong.

1. Jim goes everywhere by bike. He doesn't have car.   *a car*
2. Ann was listening to music when I arrived.   *RIGHT*
3. We went to very nice restaurant last weekend. _____
4. I brush my teeth with toothpaste. _____
5. I use toothbrush to brush my teeth. _____
6. Can you tell me if there's bank near here? _____
7. My brother works for insurance company in Detroit. _____
8. I don't like violence. _____
9. Do you smell paint? _____
10. We need gas. I hope we come to gas station soon. _____
11. I wonder if you can help me. I have problem. _____
12. John has interview for job tomorrow. _____
13. Liz doesn't usually wear jewelry, but yesterday she was wearing necklace. _____

6.2 Complete the sentences using one of the following words. Use *a/an* where necessary.

~~accident~~   blood   coat   cookie   decision   electricity   key   letter   moment
~~music~~   question   sugar

1. It wasn't your fault. It was *an accident* .
2. Listen! Can you hear *music* ?
3. I couldn't get into the house because I didn't have _____ .
4. It's very warm today. Why are you wearing _____ ?
5. Do you take _____ in your coffee?
6. Are you hungry? Would you like _____ with your coffee?
7. Our lives would be very difficult without _____ .
8. I didn't call them. I wrote _____ instead.
9. The heart pumps _____ throughout the body.
10. Excuse me, but can I ask you _____ ?
11. I'm not ready yet. Can you wait _____ , please?
12. We can't delay much longer. We have to make _____ soon.

6.3 Complete the sentences using one of the following words. Sometimes the word needs to be plural *(-s)*.

air   country   day   friend   language   letter   line   meat   patience   people
~~picture~~   space

1. I had my camera, but I didn't take many *pictures* .
2. There are seven _____ in a week.
3. A vegetarian is a person who doesn't eat _____ .
4. Outside the movie theater there was _____ of people waiting to see the movie.
5. I'm not very good at writing _____ .
6. Last night I went out with some _____ of mine.
7. There were very few _____ in the stores today. They were almost empty.
8. I'm going out for a walk. I need some fresh _____ .
9. George always wants things quickly. He has no _____ .
10. Do you speak any foreign _____ ?
11. Jane travels a lot. She has been to many _____ .
12. Our apartment is very small. We don't have much _____

Countable and uncountable nouns (2)
Danh từ đếm được và không đếm được (2)

Nhiều danh từ có thể dùng như là danh từ đếm được hay không đếm được, thường là với các nghĩa khác nhau, hãy so sánh:

Đếm được	Không đếm được
• Did you hear **a noise** just now? (= a particular noise) *Anh có vừa nghe thấy tiếng gì không?* (= một tiếng động cụ thể)	• I can't work here. There's too mu **noise**. (*not* too many noises) *Tôi không thể làm việc ở đây. nhiều tiếng ồn quá. (không dù* "*too many noises*")
• I bought **a paper** to read. (= a newspaper) *Tôi đã mua một tờ báo để đọc.* (= một tờ báo)	• I need **some paper** to write (= material for writing on) *Tôi cần ít giấy để viết.*
• There's **a hair** in my soup! (= one single hair) *Có một sợi tóc trong bát súp của tôi!* (= một sợi tóc)	• You've got very long **hair**. (₊ hairs) *Bạn có mái tóc rất dài. (không ɾ* "*hairs*")
• You can stay with us. There is **a** spare **room.** (= a room in the house) *Anh có thể ở lại với chúng tôi. Có một phòng trống. (= một phòng trong nhà)*	• You can't sit here. There is **room**. (= space) *Anh không thể ngồi đây được. đây không có chỗ trống.*
• I had some interesting **experiences** while I was away. (= things that happened to me) *Tôi đã có một vài kinh nghiệm thú vị trong khi tôi đi nghỉ. (= những việc đã xảy ra với tôi)*	• They offered me the job becaus had a lot of **experience**. (ɾ experiences) *Họ cho tôi làm công việc này vì có nhiều kinh nghiệm. (khô dùng "experiences")*
• Enjoy your vacation. Have a good **time**! *Chúc anh một kỳ nghỉ vui vẻ!*	• I can't wait. I haven't got **time**. *Tôi không thể chờ đợi. Tôi không thời gian.*
• I'd like **a coffee**, please. (= a cup of coffee) *Cho tôi cà phê.(= một tách cà phê)*	• I like coffee. (= in general) *Tôi thích cà phê. (= nói chung)*

Có một vài danh từ thường là không đếm được trong tiếng Anh nhưng lại đếm được trong các ngôn ngữ khác. Ví dụ:

advice	bread	furniture	luggage	progress	weath
baggage	chaos	information	news	scenery	work
behaviour	damage	luck	permission	traffic	

Những danh từ này thường là không đếm được, vì vậy:

1) Bạn không thể dùng **a/an** với chúng (Bạn không thể nói "a bread", "an advice" v.v...) và

2) Chúng không có dạng số nhiều (chúng ta không nói "breads", "advices" v.v...)

- I'm going to buy **some bread**, or... **a loaf of bread**. (*not* a bread)

  Tôi sẽ đi mua một ít bánh mì, hay... một ổ bánh mì. (không dùng "a bread")

- Enjoy your holiday! I hope you have good **weather**. (*not* a good eather)

  Đi nghỉ vui vẻ nhá! Tôi hy vọng anh gặp thời tiết tốt. (không dùng "a good weather").

- Where are you going to put all your **furniture**? (*not* furnitures)

  Anh sẽ đặt tất cả đồ đạc của anh ở đâu? (không dùng "furnitures")

News là danh từ không đếm được, không phải số nhiều:

- The **news was** very depressing. (*not* the news were...)

  Tin tức rất đáng buồn. (không dùng "the news were...")

Travel (danh từ) có nghĩa "traveling" (du lịch) nói chung. Bạn không thể nói "a travel" với nghĩa **a journey** hay **a trip** (một chuyến đi):

- We had **a** very good **journey**. (*not* a good travel)

  Chúng tôi đã có một chuyến đi rất thú vị. (không nói "a good travel")

Hãy so sánh các danh từ đếm được và không đếm được dưới đây:

Đếm được (Countable)	Không đếm được (Uncountable)
• I'm looking for **a job**. *Tôi đang tìm việc làm.*	• I'm looking for **work**. (*not* a work) *Tôi đang tìm việc làm. (không dùng "a work")*
• What **a** beautiful **view**! *Thật là một cảnh đẹp!*	• What beautiful **scenery**! *Phong cảnh đẹp làm sao!*
• It's **a** nice **day** today. *Hôm nay thật là một ngày đẹp trời.*	• It's nice **weather** today. *Hôm nay thời tiết thật là đẹp.*
• We had a lot of **bags** and **suitcases**. *Chúng tôi có nhiều túi xách và va li.*	• We had a lot of **luggage**. (*not* luggages) *Chúng tôi có nhiều hành lý. (không nói "luggages")*
• These **chairs** are mine. *Những chiếc ghế này là của tôi.*	• This **furniture** is mine. *Đồ đạc này là của tôi.*
• It was **a** good **suggestion**. *Đó là một đề nghị tốt.*	• It was good **advice**. *Đó là lời khuyên tốt.*

Exercises

67.1 Which of the underlined parts of these sentences is correct?

1. "Did you hear ~~noise~~ / a noise just now?" "No, I didn't hear anything." (*a noise* is correct)
2. a) If you want to know the news, you can read paper / a paper.
   b) I want to write some letters, but I don't have a paper / any paper to write on.
3. a) I thought there was somebody in the house because there was light / a light on inside.
   b) Light / A light comes from the sun.
4. a) I was in a hurry this morning. I didn't have time / a time for breakfast.
   b) "Did you have a good vacation?" "Yes, we had wonderful time / a wonderful time."
5. Sue was very helpful. She gave us some very useful advice / advices.
6. We had very good weather / a very good weather while we were in Toronto.
7. We were very unfortunate. We had bad luck / a bad luck.
8. It's very difficult to find a work / job at the moment.
9. Our travel / trip from London to Istanbul by train was very tiring.
10. When the fire alarm rang, there was total chaos / a total chaos.
11. I had to buy a / some bread because I wanted to make some sandwiches.
12. Bad news don't / doesn't make people happy.
13. Your hair is / Your hairs are too long. You should have it / them cut.
14. The damage / The damages caused by the storm will cost a lot to repair.

67.2 Complete the sentences using these words. Sometimes you need the plural (-s).

chair experience experience furniture hair information job ~~luggage~~
permission progress work

1. I didn't have much *luggage* – just two small bags.
2. They'll tell you all you want to know. They'll give you plenty of _____.
3. There is room for everybody to sit down. There are plenty of _____.
4. We have no _____ – not even a bed or a table.
5. "What does Alan look like?" "He's got a long beard and very short _____."
6. Carla's English is better than it was. She's made _____.
7. George is unemployed. He's looking for a _____.
8. George is unemployed. He's looking for _____.
9. If you want to leave work early, you have to ask for _____.
10. I don't think Ann will get the job. She doesn't have enough _____.
11. Rita has done many interesting things. She should write a book about her _____.

67.3 What do you say in these situations? Complete the sentences using words from Section B.

1. Your friends have just arrived at the station. You can't see any suitcases or bags.
   You ask them: Do *you have any luggage* _____ ?
2. You go into the tourist office. You want to know about places to see in the city.
   You say: I'd like _____ .
3. You are a student at school. You want your teacher to advise you about which courses to take. You say: Can you give me _____ ?
4. You want to watch the news on TV, but you don't know what time it is on.
   You ask your friend: What time _____ ?
5. You are standing on the top of a mountain. You can see a very long way. It's beautiful.
   You say: It _____ , isn't it?
6. You look out of the window. The weather is horrible: cold, wet, and windy.
   You say to your friend: What _____ !

Countable nouns with *a/an* and some
Danh từ đếm được với các mạo từ a/an và some

A

Các danh từ đếm được có thể có dạng số ít (*singular*) hay số nhiều (*plural*):

a dog	a child	the **evening**	this **party**	an **umbrella**
dogs	some **children**	the **evenings**	these **parties**	two **umbrellas**

B

Trước danh từ đếm được số ít bạn có thể dùng **a/an**:

- Goodbye ! Have **a** nice **evening**.
  Chào tạm biệt, chúc một buổi tối vui vẻ.
- Do you need **an umbrella**?
  Bạn có cần dù không?

Bạn không thể dùng danh từ đếm được số ít một mình (không kèm *a/the/my* v.v...):

- She never wears **a hat**. (*not* She never wears hat.)
  Cô ấy không bao giờ đội mũ. (Không nói "She never wears hat.")
- Be careful of **the dog**. (*not* Be careful of dog.)
  Hãy coi chừng con chó. (Không nói "Be careful of dog.")
- I've got **a headache**.
  Tôi bị đau đầu.

C

Ta dùng **a/an** để nói rằng vật gì đó hay ai đó là giống gì, làm gì, loại gì hay như thế nào:

- A dog is **an animal**.
  Chó là một loài động vật.
- I'm **an optimist**.
  Tôi là một người lạc quan.
- Tim's father is **a doctor**.
  Cha của Tim là một bác sĩ.
- Are you **a good driver**?
  Bạn có là một tài xế giỏi không?
- Jill is **a really nice person**.
  Jill thực sự là một người tử tế.
- What **a pretty dress**!
  Cái áo đầm mới dễ thương làm sao?

Ta nói một người nào đó có **a long nose** (một cái mũi dài)/ **a nice face** (một khuôn mặt đẹp)/ **a strong heart** (một trái tim dũng cảm) v.v...

- Jack has got **a long nose**. (*not* the long nose)
  Jack có một cái mũi dài. (Không dùng "the long nose")

Trong những câu như dưới đây, chúng ta dùng các danh từ số nhiều đứng một mình (không dùng với "some"):

- Dogs are **animals**.

  Chó là loài vật.
- Most of my friends are **students**.

  Hầu hết bạn của tôi là sinh viên.
- Jill's parents are **really nice people**.

  Cha mẹ của Jill là những người thực sự tử tế.
- What **awful shoes!**

  Thật là một đôi giày đáng ghét!
- Jack has **blue eyes**. (*not* the blue eyes)

  Jack có đôi mắt xanh. (không nói "the blue eyes")

Nhớ dùng **a/an** khi bạn nói về nghề nghiệp của người nào đó.

- Sandra is **a nurse**. (*not* Sandra is nurse.)

  Sandra là y tá. (không nói "Sandra is nurse.")
- Would you like to be **an English teacher**?

  Bạn có muốn trở thành giáo viên tiếng Anh không?

D Bạn có thể dùng **some** với các danh từ đếm được số nhiều. Chúng ta dù
some theo hai cách:

1) **Some** = một số / một vài / một đôi.
- I've seen **some** good **movies** recently. (*not* I've seen good movies)

  *Thời gian gần đây tôi đã được xem một vài phim hay. (không dùng "I
  seen good movies")*
- **Some friends** of mine are coming to stay this weekend.

  Một vài người bạn của tôi sẽ đến nghỉ cuối tuần.
- I need some new **sunglasses**. (= a new pair of new sunglasses)

  Tôi cần một đôi kính mát mới. (= một đôi kính mát mới)

Không dùng **some** khi bạn nói về sự vật một cách tổng quát (Xem th
UNIT 72):

- I love **bananas**. (*not* some bananas)

  Tôi thích chuối. (không nói "some bananas")
- My aunt is a writer. She writes **books**. (*not* some books)

  Cô tôi là nhà văn. Cô ấy viết sách. (Không dùng "some books").

Đôi khi bạn có thể dùng **some** hay bỏ nó đi cũng được (mà ý nghĩa không đổi)

- There are (**some**) eggs in the refrigerator if you're hungry.

  Có (vài quả) trứng trong tủ lạnh đó nếu bạn cảm thấy đói.

2) **Some** = một số nào đó, nhưng không phải là tất cả.
- **Some children** learn very quickly. (but not all children)

  Một số đứa trẻ học rất nhanh. (nhưng không phải tất cả trẻ con).
- **Some police officers** in Britain carry guns, but most of them don't.

  Một số nhân viên cảnh sát ở Anh có đeo súng, nhưng phần lớn thì khôn

68.1 What are these things? Try and find out if you don't know.

1. an ant? _It's an insect._
2. ants and bees? _They're insects._
3. a cauliflower? _____
4. chess? _____
5. a violin, a trumpet, and a flute?
   _____
6. a skyscraper? _____

7. Earth, Mars, Venus, and Jupiter?
   _____
8. a tulip? _____
9. the Rhine, the Nile, and the
   Mississippi? _____
10. a pigeon, an eagle, and a crow?
    _____

Who were these people?

11. Beethoven? _He was a composer._
12. Shakespeare? _____
13. Albert Einstein? _____
14. George Washington, Abraham Lincoln, and John Kennedy? _____
15. Marilyn Monroe? _____
16. Elvis Presley and John Lennon? _____
17. Van Gogh, Renoir, and Picasso? _____

68.2 Read about what these people do, and then say what their jobs are. Choose one of these jobs:

driving instructor   interpreter   journalist   ~~nurse~~   pilot   plumber
travel agent   waiter

1. Sarah takes care of patients in the hospital. _She's a nurse._
2. Robert works in a restaurant. He brings the food to the tables.
   He _____ .
3. Mary arranges people's trips for them. She _____ .
4. Ron works for an airline. He flies airplanes. _____
5. Linda teaches people how to drive. _____
6. Dave installs and repairs water pipes. _____
7. Jenny writes articles for a newspaper. _____
8. John translates what people are saying from one language into another so that they can understand each other. _____

68.3 Put in a/an or some where necessary. If no word is necessary, leave the space empty (–).

1. I've seen _some_ good movies recently.
2. What's wrong with you? Have you got _a_ headache?
3. I know a lot of people. Most of them are _____ — _____ students.
4. When I was _____ child, I used to be very shy.
5. Would you like to be _____ actor?
6. Do you collect _____ stamps?
7. What _____ beautiful garden!
8. _____ birds, for example the penguin, cannot fly.
9. I've been walking for three hours. I have _____ sore feet.
10. I don't feel very well this morning. I have _____ sore throat.
11. It's too bad we don't have _____ camera. I'd like to take _____ picture of that house.
12. Those are _____ nice shoes. Where did you get them?
13. You need _____ visa to visit _____ countries, but not all of them.
14. Jane is _____ teacher. Her parents were _____ teachers, too.
15. Do you like going to _____ concerts?
16. I don't believe him. He's _____ liar. He's always telling _____ lies.

A/an and *the*
A/an và the

Hãy xét ví dụ sau:

I had **a** sandwich and **an** apple for lunch.
Tôi đã dùng một cái bánh sandwich và một quả táo cho bữa trưa.

The sandwich wasn't very good but **the** apple was delicious.
Chiếc bánh sandwich không ngon lắm - nhưng quả táo thì tuyệt.

John nói "**a** sandwich", "**an** apple" bởi vì đó là lần đầu tiên anh ấy nói tới chúng.

John bây giờ nói "**the** sandwich", "**the** apple" vì Karen biết anh ấy nói tới cái bánh nào và quả táo nào - cái bánh và quả táo mà anh ta đã dùng trong bữa trưa

JOHN

KAREN

Hãy so sánh **a** và **the** trong các ví dụ sau:

• **A** man and **a** woman were sitting across from me. **The** man was American but I think **the** woman was British.
   Một người đàn ông và một phụ nữ lúc ấy đang ngồi đối diện với tôi. Người đàn ông đó là người Mỹ nhưng theo tôi người phụ nữ đó là người Anh.

• When we were on vacation, we stayed at **a** hotel. Sometimes we had ou evening meal at **the** hotel, and sometimes we went to **a** restaurant.
   Khi chúng tôi đi nghỉ, chúng tôi trọ tại một khách sạn. Đôi khi chúng tô ăn tối ở khách sạn và đôi khi chúng tôi đi nhà hàng.

Chúng ta dùng **the** khi chúng ta nghĩ về một vật hay một việc cụ thể. Hãy s sánh **a/an** và **the**.

• Tom sat down on **a** chair. (perhaps one of many chairs in the room)
   Tom ngồi xuống một cái ghế. (có thể là một trong nhiều chiếc ghế ở tron phòng).

nhưng • Tom sat down on **the** chair **nearest the door**. (a particular chair)
   Tom ngồi xuống cái ghế gần cửa nhất. (một cái ghế cụ thể)

• Ann is looking for **a** job. (not a particular job)
   Ann đang tìm việc làm. (không nói tới một công việc cụ thể)

nhưng • Did Ann get **the** job **she applied for**? (a particular job)

Ann có nhận được việc mà cô ta xin chưa ? (một việc cụ thể)

• Do you have **a** car?

Anh có xe hơi không? (không nói tới chiếc xe hơi cụ thể nào).

nhưng • I washed **the** car yesterday. (= my car).

Tôi đã rửa xe ngày hôm qua. (= xe của tôi).

Xem thêm Unit 67 và 70.

Chúng ta dùng **the** khi mà vật hay người mà chúng ta đề cập tới đã được xác định rõ ràng trong một ngữ cảnh. Chẳng hạn như trong một căn phòng, ta nói **the light / the floor / the ceiling / the door / the carpet,** etc.:

• Can you turn off **the** light, please? (= the light in this room)

Làm ơn tắt đèn giùm tôi. (= đèn ở trong phòng này).

• I took a taxi to **the** station. (= the station in that town).

Tôi đã đón một chiếc taxi ra ga. (= ga trong thành phố đó).

• I'd like to speak to **the** manager, please. (= the manager of this store.)

Tôi muốn nói chuyện với ông quản lý. (= ông quản lý của cửa hàng này).

Tương tự chúng ta nói (go to) **the bank, the post office:**

• I must go to **the bank,** and then I'm going to **the post office** to get some stamps.

Tôi phải đi ra nhà băng, và sau đó sẽ đến bưu điện để mua một vài con tem. (Người nói thường nghĩ đến một nhà băng hay bưu điện quen thuộc nào đó).

Ta cũng nói: **the doctor, the dentist, the hospital**.

• Carol isn't feeling very well. She went to **the doctor**. (= her usual doctor).

Carol không được khỏe. Cô ấy đã đến bác sĩ. (= bác sĩ thường chữa bệnh cho cô ấy).

• Two people were taken to **the hospital** after the accident.

Hai người được đưa vào bệnh viện sau tai nạn.

Hãy so sánh với **a**:

• Is there **a bank** near here?

Gần đây có một nhà băng nào không?

• My sister is **a doctor**.

Chị gái tôi là bác sĩ.

Chúng ta nói "once **a week** / three times **a day** / $1.20 **a pound**" .v.v...

• "How often do you go to the movies ?" "About once **a month**."

"Bạn có thường đi xem phim không ?" "Khoảng mỗi tháng một lần".

• "How much are those potatoes ?" "A dollar **a pound**."

"Khoai tây đó giá bao nhiêu ?" "1 đôla một pound".

• She works eight hours **a day**, six days **a week**.

Cô ấy làm việc 8 giờ mỗi ngày, 6 ngày trong một tuần.

Exercises

69.1 Put in *a/an* or *the*.

1. This morning I bought __*a*__ newspaper and _____ magazine.
   _____ newspaper is in my briefcase, but I don't know where I put _____ magazine.
2. I saw _____ accident this morning. _____ car crashed into _____ tree.
   _____ driver of _____ car wasn't hurt, but _____ car was badly damaged.
3. There are two cars parked outside: _____ blue one and _____ gray one.
   _____ blue one belongs to my neighbors; I don't know who _____ owner of _____ gray one is.
4. My friends live in _____ old house in _____ small town. There is _____ beautiful garden behind _____ house. I would like to have _____ garden like that.

69.2 Put in *a/an* or *the*.

1. a) This house is very nice. Does it have __*a*__ yard?
   b) It's a beautiful day. Let's sit in _____ yard.
   c) I like living in this house, but it's too bad that _____ yard is so small.
2. a) Can you recommend _____ good restaurant?
   b) We had dinner in _____ very nice restaurant.
   c) We had dinner in _____ most expensive restaurant in town.
3. a) She has _____ French name, but in fact she's English, not French.
   b) What's _____ name of that man we met yesterday?
   c) We stayed at a very nice hotel. I wish I could remember _____ name!
4. a) There isn't _____ airport near where I live. _____ nearest airport is 70 miles away.
   b) Our plane was delayed. We had to wait at _____ airport for three hours.
   c) Excuse me, please. Can you tell me how to get to _____ airport?
5. a) "Are you going away next week?" "No, _____ week after next."
   b) I'm going away for _____ week in September.
   c) George has a part-time job. He works three mornings _____ week.

69.3 Put in *a/an* or *the* where necessary.

1. Would you like ∧apple? ___*an*_____
2. How often do you go to dentist? _____
3. Could you close door, please? _____
4. I'm sorry. I didn't mean to do that. It was mistake. _____
5. Excuse me, where is bus station, please? _____
6. I have problem. Can you help me? _____
7. I'm just going to post office. I won't be long. _____
8. There were no chairs, so we had to sit on floor. _____
9. Are you finished with book I lent you? _____
10. My sister has just gotten job in bank in Atlanta. _____
11. There's supermarket on corner near my house. _____

69.4 Answer these questions about yourself. Where possible, use the structure in Section D (*once a week / three times a day*, etc.).

1. How often do you go to the movies? *Three or four times a year.*
2. How often do you take a vacation? _____
3. What's the usual speed limit on highways in your country? _____
4. How much does it cost to rent a car in your country? _____
5. How much sleep do you need? _____
6. How often do you go out at night? _____
7. How much television do you watch (on average)? _____

The (1)

A

Chúng ta dùng **the**... khi một vật nào đó là duy nhất:

- What is **the** longest river in **the** world ? (There is only one longest river.)
  Con sông dài nhất thế giới là con sông nào ? (Chỉ có một con sông dài nhất thế giới).
- The earth goes round **the** sun and **the** moon goes round **the** earth.
  Trái đất quay xung quanh mặt trời và mặt trăng quay quanh trái đất.
- I'm going away at **the** end of this month.
  Tôi sẽ đi xa vào cuối tháng này.

Đừng quên **the**:

- Paris is **the** capital of France. (*not* Paris is capital of ...)
  Paris là thủ đô của nước Pháp. (không nói "Paris is capital of ...")

Nhưng chúng ta dùng **a/an** để nói một vật nào đó là thuộc loại gì (xem **UNIT 68C**).

Hãy so sánh **the** và **a**:

- The sun is **a** star. (= one of many stars)
  Mặt trời là một ngôi sao. (= một trong các ngôi sao)
- The hotel we stayed at was **a** very nice hotel.
  Khách sạn mà chúng tôi đã trọ là một khách sạn rất đẹp.

B

Ta nói: **the sky**   **the sea**   **the ocean**   **the ground**
              the country   **the environment**

- We looked up at all the stars in **the sky**. (*not* in sky)
  Chúng tôi ngước nhìn tất cả các vì sao trên trời. (không nói "in sky")
- Would you like to live in **the country**? (= *not* in a city)
  Bạn thích sống ở nông thôn không? (= không phải ở thành phố)
- We must do more to protect **the environment**. (= the natural world around us).
  Chúng ta phải làm nhiều hơn để bảo vệ môi trường. (= thế giới tự nhiên xung quanh ta)

Lưu ý rằng ta nói **space** (không có "the") khi muốn nói đến không gian, vũ trụ:

- There are millions of stars **in space**. (*not* in the space)
  Có hàng triệu vì sao trong không gian vũ trụ. (không dùng "in the space").

nhưng • I tried to park my car but **the space** was too small.
  Tôi cố gắng đậu chiếc xe của tôi nhưng khoảng trống quá nhỏ.

C

Chúng ta dùng **the** trước same (**the same**):

- Your sweater is **the same** colour as mine. (*not*... is same colour)
  Cái áo len của anh có màu giống như (áo) của tôi. (không nói "... is same colour")

- These two pictures are **the same**. (*not* are same).
  Hai bức ảnh này giống nhau. (không nói "are same").

Ta nói: (go to) **the movies, the theatre:**
- I often go to **the movies** but I haven't been to **the theatre** for ages.
  Tôi thường đi xem phim nhưng đã lâu lắm rồi tôi không đi xem hát.

Thường thì ta nói **the radio**, nhưng **television** (không có "the"):

- I often listen to **the radio**.
  Tôi thường nghe đài.
- I often watch **television**.
  Tôi thường xem truyền hình.

- We heard the news on **the radio**.
  Chúng tôi đã nghe tin tức trên đài.
- We watched the news on **television**.
  Chúng tôi đã xem tin tức trên truyền hình.

nhưng • Can you turn off **the television**, please?
Anh có thể làm ơn tắt cái máy truyền hình được không? (= má truyền hình).

Hãy so sánh **a**:
- There isn't **a theatre** in this town.
  Thị trấn này không có nhà hát.
- I'm going to buy **a new radio/television** (set).
  Tôi sẽ mua một cái đài/ti vi mới.

Breakfast   lunch   dinner
Ta thường không dùng **the** với tên các bữa ăn (**breakfast, lunch .v.v...**):
- What did you have for **breakfast**?
  Bạn đã dùng gì trong bữa điểm tâm?
- We had **lunch** at a very nice restaurant.
  Chúng tôi đã dùng bữa trưa tại một nhà hàng rất đẹp.
- What time is **dinner**?
  Bữa ăn tối là vào lúc mấy giờ?

Nhưng ta dùng **a** nếu có tính từ trước **breakfast, lunch** .v.v...:
- We had **a very nice lunch**. (*not* We had very nice lunch.)
  Chúng tôi đã dùng một bữa trưa rất ngon. (Không nói "We had very ni lunch").

Room 126, Gate 10, etc.
Chúng ta không dùng "**the**" trước danh từ + số. Ví dụ, ta nói:
- Our train leaves from **Gate 10**. (*not* the Gate 10).
  Chuyến tàu của chúng tôi xuất phát từ cổng số 10. (không nói "the Gate 10").
- (in a shop) Have you got these shoes in **size 11**? (*not* the size 11).
  (trong cửa hàng) Ông có đôi giày thế này mà cỡ 11 không? (không nói "the size 11"
Tương tự, ta nói: **Room 126** (trong khách sạn) **page 29** (của quyển sác **Section A** .v.v...

Alan and the Unit 69   *The* Units 71–73   *The* with Names Units 74–75

210

.1 Put in *the* or *a/an* where necessary. If no word is necessary, leave the space empty *(–)*.

1. A: Where did you have —— lunch? B: We went to *a* restaurant.
2. A: Where's _____ nearest drugstore? B: There's one on _____ next block.
3. A: Do you often listen to _____ radio? B: No. In fact, I don't have _____ radio.
4. A: Did you have _____ nice vacation?
   B: Yes, it was _____ best vacation I've ever had.
5. A: Would you like to travel in _____ outer space?
   B: Yes, I'd love to go to _____ moon.
6. A: Do you go to _____ movies very often?
   B: No, not very often. But I watch a lot of movies on _____ television.
7. A: It was _____ nice day yesterday, wasn't it?
   B: Yes, it was beautiful. We went for a walk by _____ ocean.
8. A: What did you have for _____ breakfast this morning?
   B: Nothing. I never eat _____ breakfast.
9. A: Can you tell me where _____ Room 225 is, please?
   B: It's on _____ second floor.
10. A: We spent all our money because we stayed at _____ most expensive hotel in town.
    B: Why didn't you stay at _____ cheaper hotel?

.2 Put in *the* where necessary. If you don't need *the*, leave the space empty *(–)*.

1. I haven't been to *the* movies for ages.
2. I lay down on _____ ground and looked up at _____ sky.
3. Sarah spends most of her free time watching _____ TV.
4. _____ TV was on, but nobody was watching it.
5. Have you had _____ dinner yet?
6. Lisa and I arrived at _____ same time.
7. You'll find _____ information you need at _____ top of _____ page 15.

.3 Put in *the* or *a/an* where necessary. (See Unit 69 for *a/an* and *the*.)

1. Sun is star.   *The sun, a star* _____
2. Moon goes around earth every 27 days.   _____
3. What is highest mountain in world?   _____
4. I'm fed up with doing same thing every day.   _____
5. It was very hot day. It was hottest day of year.   _____
6. I don't usually have lunch, but I always eat   _____
   good breakfast.   _____
7. If you live in foreign country, you should try   _____
   and learn language.   _____
8. Next train to San Diego leaves from Platform 8.   _____

.4 Complete the sentences using one of the following. Use *the* if necessary.

~~breakfast~~ dinner gate Gate 21 movies question 8 sea

1. I didn't have time for *breakfast* this morning because I was in a hurry.
2. "I'm going to _____ tonight." "Really? What are you going to see?"
3. There was no wind, so _____ was very calm.
4. "Are you going out this evening?" "Yes, after _____."
5. The test wasn't too hard, but I couldn't answer _____.
6. Oh, _____ is open. I must have forgotten to close it.
7. *(airport announcement)* Flight 123 to Tokyo is now boarding at _____.

The (2) (School / *the* school)

Hãy so sánh **school** và **the school**:

Claudia is ten years old. Every day she goes to **school**. She's at **school** now. **School begins at 9:00 and finishes at 3:00.**

Claudia lên 10 tuổi. Cô bé đi học mỗi ngày. Hiện giờ cô bé đang ở trường. Giờ học bắt đầu lúc 9h và kết thúc lúc 3h.

Chúng ta nói một đứa bé là "goes to **school**" hay "is at **school**" (đi học / ở trường chúng là học sinh). Ta không nói đến một ngôi trường cụ thể. Ta nói đến khái niệm chung "trường học".

Today Claudia's mother wants [to] speak to her daughter's teacher. [So] she has gone to **the school** to [see] her. She's at **the school** now.

Hôm nay mẹ của Claudia muốn [nói] chuyện với cô giáo của con gái. Do [đó] bà tới trường để gặp cô giáo. Hiện [giờ] bà đang ở trường.

Mẹ của Claudia không phải là [học] sinh. Ta không nói "she's at **scho[ol]**" hay "she goes to **school**". Nhưng [nếu] bà ấy muốn gặp cô giáo của Claud[ia] thì bà ấy phải đến trường [của] Claudia. Ta nói: "She goes to **t[he] school**". (= trường của Claudia, m[ột] ngôi trường cụ thể).

B

Tương tự đối với các từ **prison / jail, college**, và **church**. Ta không dùng t[he] khi nghĩ tới những nơi này như nghĩ tới một khái niệm chung, hay khi n[ghĩ] tới công dụng của chúng. Hãy so sánh:

- Ken's brother is in **prison/jail** for robbery.

  Anh của Ken đang ở tù do tội ăn cướp. (Anh ta là tù nhân. Chúng ta không nghĩ tới một nhà tù cụ thể nào.)

- When I finish high school, I want to go to **college**.

  Khi tôi tốt nghiệp phổ thông, tôi muốn vào đại học.

- Mrs Kelly goes to **church** every Sunday.

  Bà Kelly đi lễ nhà thờ mỗi chủ nhật.

- Ken went to **the prison/the j[ail]** to visit his brother.

  Ken tới nhà tù thăm anh trai [của] ấy. (Anh ấy tới nhà tù như [một] người thăm nuôi, không phải [là] tù nhân.)

- Dan is a student at **the colle[ge]** where I used to work.

  Dan là sinh viên ở trường đại [học] mà trước kia tôi làm việc.

- The workers went to **the chu[rch]** to repair the roof.

  Các công nhân tới nhà thờ để [sửa] nóc. (không phải đi lễ)

Đối với đa số các từ chỉ nơi chốn khác, ta cần dùng **"the"**.

Ví dụ: **the hospital, the bank, the station**. Xem thêm **UNIT 69C** và **70D**.

Bed   work   home

Ta nói: **"go to bed / be in bed"** v.v... (không nói "the bed"):

- It's time to go to **bed** now.
  Đã đến giờ đi ngủ rồi.

- This morning I had breakfast in **bed**.
  Sáng nay tôi ăn sáng ở trên giường.

nhưng • I sat down on **the bed**. (= a particular piece of furniture)
  Tôi đã ngồi xuống giường. (một đồ vật cụ thể)

"go to work / be at work / start work / finish work", etc. (không nói "the work"):

- Ann didn't go to **work** yesterday.
  Hôm qua Ann không đi làm.

- What time do you usually finish **work**?
  Anh thường kết thúc công việc vào giờ nào?

"go home / come home / get home / be (at) home", etc.:

- It's late. Let's go **home**.
  Muộn rồi. Mình về nhà thôi.

- Will you be (at) **home** tomorrow afternoon?
  Anh sẽ ở nhà chiều mai chứ?

Ta nói **"go to sea/be at sea"** (không có "the") với nghĩa "go/be on a voyage":

- Keith is **a** seaman. He spends most of his life **at sea**.
  Keith là một thủy thủ. Anh ấy trải qua hầu hết đời mình ở ngoài khơi / trên biển.

nhưng • I'd like to live near **the sea**.
  Tôi thích sống gần biển.

- It can be dangerous to swim in **the sea**.
  Bơi (trên) biển có thể nguy hiểm.

Exercises

UN
7

71.1 Complete the sentences using a preposition (*to/at/in,* etc.) + one of these words. You can use the words more than once.

> bed   college   home   prison   school   work

1. When Julie finishes high school, she wants to study economics _in college_ .
2. In Mexico, children from the age of seven have to go _____ .
3. Mark didn't go out last night. He stayed _____ .
4. I'll have to hurry. I don't want to be late _____ .
5. There is a lot of traffic in the morning when everybody is going _____ .
6. Bill never gets up before 9:00. It's 8:30 now, so he is still _____ .
7. If you commit a serious crime, you could be sent _____ .

71.2 Complete the sentences with the word given (*school,* etc.). Use *the* where necessary.

1. **school**
   a) Every semester parents are invited to _the school_ to meet the teachers.
   b) Why aren't your children in _school_ today? Are they sick?
   c) When he was younger, Ted hated _____ .
   d) What time does _____ usually start in your country?
   e) A: How do your children get home from _____ ? By bus?
      B: No, they walk. _____ isn't very far away.
   f) What kind of work does Jenny want to do when she finishes _____ ?
   g) There were some people waiting outside _____ to meet their children.

2. **college**
   a) In your country, do many people go to _____ ?
   b) The Smiths have four children in _____ at the same time.
   c) This is only a small town, but _____ is one of the best in the country.

3. **church**
   a) John's mother is a regular churchgoer. She goes to _____ every Sunday.
   b) John himself doesn't go to _____ .
   c) John went to _____ to take some pictures of the building.

4. **prison**
   a) In many places people are in _____ because of their political beliefs.
   b) The other day the fire department was called to _____ to put out a fire.
   c) The judge decided to fine the man $500 instead of sending him to _____ .

5. **home/work/bed**
   a) I like to read in _____ before I go to sleep.
   b) It's nice to travel, but there's no place like _____ !
   c) Should we meet after _____ tomorrow?
   d) If I'm feeling tired, I go to _____ early.
   e) What time do you usually start _____ in the morning?
   f) The economic situation is very bad. Many people are out of _____ .

6. **sea**
   a) There's a nice view from the window. You can see _____ .
   b) It was a long voyage. We were at _____ for four weeks.
   c) I love swimming in _____ .

214

The (3) (*Children / the children*)

Khi chúng ta nói về một vật, một sự việc hay con người một cách chung chung, chúng ta không dùng "**the**".

- I'm afraid of **dogs**. (*not* the dogs)

  *Tôi sợ chó. (**dogs** = chó nói chung, không phải con chó cụ thể nào)*

- **Doctors** are paid more than **teachers**.

  Bác sĩ được trả lương cao hơn giáo viên.

- Do you collect **stamps**?

  Anh có sưu tầm tem không?

- **Crime** is a problem in most big cities. (*not* the crime)

  Tội phạm là một vấn đề ở hầu hết các thành phố lớn. (không nói "the crime")

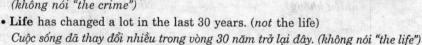

- **Life** has changed a lot in the last 30 years. (*not* the life)

  Cuộc sống đã thay đổi nhiều trong vòng 30 năm trở lại đây. (không nói "the life")

- Do you often listen to **classical music** ? (*not* the classical music)

  Anh có thường nghe nhạc cổ điển không? (không nói "the classical music")

- Do you like **Chinese food / French cheese / Swiss chocolate**?

  Anh có thích món ăn Trung Quốc / phó mát Pháp / sô cô la Thụy Sĩ không?

- My favourite sport is **football / skiing / running**. (*not* the football, the skiing, etc.)

  Môn thể thao ưa thích của tôi là bóng đá / trượt tuyết / chạy bộ. (Không nói "the football, the skiing" .v.v...)

- My favourite subject at school was **history / physics / English**.

  Môn học ưa thích của tôi ở trường là lịch sử / vật lý / tiếng Anh.

Ta nói: "**most people / most books / most cars**" .v.v... (không nói "the most..." xem thêm UNIT 85A).

- **Most people** like George. (*not* the most people)

  Hầu hết mọi người đều thích George. (không nói "the most people")

B Ta dùng **the** khi muốn nói đến những sự việc hay con người cụ thể. Hãy so sánh:

Một cách chung chung (không có "**the**")		Người hay vật cụ thể (có "**the**")
• **Children** learn a lot from playing. (= children in general) *Trẻ con học được nhiều qua vui chơi. (= những đứa trẻ chung chung)*	nhưng	• We took **the children** to the zoo. (= a particular group, perhaps the speaker's own children) *Chúng tôi đã dẫn bọn trẻ đến sở thú. (= một nhóm trẻ cụ thể, có thể là những đứa con của người nói)*
• I often listen to **music**. *Tôi thường nghe nhạc.*	nhưng	• The movie wasn't very good but I liked **the music**. (= the music in the film) *Bộ phim này không hay lắm nhưng tôi thích phần nhạc nền. (= nhạc nền trong phim)*

• All **cars** have wheels.	*nhưng*	• All **the cars** in this car park belong to people who work here.
Tất cả xe hơi đều có bánh.		*Tất cả những chiếc xe hơi trong bãi đậu xe này là của những người làm việc ở đây.*
• **Sugar** isn't very good for you.	*nhưng*	• Can you pass **the sugar**, please? (= the sugar on the table).
Đường không có lợi cho anh.		*Làm ơn đưa cho tôi lọ đường. (= lọ đường ở trên bàn)*
• Do **Americans** drink much tea?	*nhưng*	• Do **the Americans** you know drink tea? (= only the Americans you know, not Americans in general).
Người Mỹ có uống trà nhiều không?		*Những người Mỹ mà anh quen biết có uống trà không? (= chỉ những người Mỹ mà anh quen biết, không phải người Mỹ nói chung)*

C Sự khác nhau giữa *"tổng quát, chung chung"* và *"cụ thể"* không phải lúc nào cũng rõ ràng. Hãy so sánh:

Tổng quát (không có **"the"**)	Người hay vật cụ thể (có **"the"**)
• I like working with **people**. (= people in general) *Tôi thích làm việc với mọi người. (= mọi người nói chung)*	
• I like working with **people who are lively**. (not all people, but "people who are lively" is still a general idea). *Tôi thích làm việc với những người hoạt bát. (không phải tất cả mọi người, nhưng "những người hoạt bát" vẫn là một khái niệm chung chung).*	• I like **the people I work with**. (a particular group of people). *Tôi thích những người cùng làm việc với tôi. (Một nhóm người cụ thể)*
• Do you like **coffee**? (= coffee in general). *Anh có thích cà phê không? (= cà phê nói chung)*	
• Do you like **strong black coffee**? (not all coffee, but "strong black coffee" is still a general idea) *Anh có thích cà phê đen đậm không? (không phải tất cả cà phê nhưng "cà phê đen đậm" vẫn là một khái niệm chung chung)*	• Did you like **the coffee we had after dinner last night**? (= particular coffee) *Anh có thích thứ cà phê mình uống sau bữa ăn tối hôm qua không ? (= một thứ cà phê cụ thể)*

The **The** Units 70-71   *The* + Adjective (*the young / the English*, etc.) Unit 73

216

xercises

2.1 Choose four of these things and write whether you like or dislike them:

| baseball | boxing | cats | fast-food restaurants | ~~hot weather~~ |
| math | opera | rock music | small children | zoos |

Begin your sentences with:

I like . . . / I don't like . . .   I don't mind . . .
I love . . . / I hate . . .   I'm interested in . . . / I'm not interested in . . .

1. _I don't like hot weather very much._
2. _____
3. _____
4. _____
5. _____

2.2 Complete the sentences using one of the following. Use *the* where necessary.

~~(the) basketball~~	(the) grass	(the) history	(the) hotels
~~(the) information~~	(the) lies	(the) meat	(the) patience
(the) people	(the) questions	(the) spiders	(the) water

1. My favorite sport is _basketball_ .
2. _The information_ we were given wasn't correct.
3. Many people are afraid of _____ .
4. A vegetarian is somebody who doesn't eat _____ .
5. The test wasn't very hard. I answered all _____ easily.
6. Do you know _____ who live next door?
7. _____ is the study of the past.
8. Brian always tells the truth. He never tells _____ .
9. We couldn't find anywhere to stay downtown. All _____ were full.
10. _____ in the pool didn't look very clean, so we didn't go swimming.
11. Don't sit on _____ . It's wet from the rain.
12. You need _____ to teach young children.

2.3 Choose the correct form, with or without *the*.

1. I'm afraid of dogs / ~~the dogs~~. (*dogs* is correct)
2. Can you pass ~~salt~~ / the salt, please? (*the salt* is correct)
3. Apples / The apples are good for you.
4. Look at apples / the apples on that tree! They're very big.
5. Women / The women live longer than men / the men.
6. We had a very nice meal. Vegetables / The vegetables were especially good.
7. Life / The life is strange sometimes. Some very odd things happen.
8. I like skiing / the skiing, but I'm not very good at it.
9. Who are people / the people in this photograph?
10. What makes people / the people violent? What causes aggression / the aggression?
11. All books / All the books on the top shelf belong to me.
12. Don't stay in that hotel. It's very noisy, and beds / the beds are very uncomfortable.
13. A pacifist is somebody who is against war / the war.
14. First World War / The First World War lasted from 1914 until 1918.
15. Ron and Brenda got married, but marriage / the marriage didn't last very long.
16. Most people / The most people believe that marriage / the marriage and family life / the family life are the foundation of society / the society.

217

The (4) (*The giraffe / the telephone / the piano,* etc.; **the** + adjective)

Hãy xét các câu sau:

- **The giraffe** is the tallest of all animals.
  Hươu cao cổ cao nhất trong tất cả các loại động vật.
- **The bicycle** is an excellent means of transportation.
  Xe đạp là một phương tiện giao thông tuyệt vời.
- When was **the telephone** invented?
  Điện thoại được phát minh khi nào?
- **The dollar** is the currency (= the money) of the United States.
  Đồng đô la là đơn vị tiền tệ của nước Mỹ.

Trong các ví dụ này, **the**... không có ý chỉ đích xác một vật nào. **The giraffe** = một loại động vật, không phải để chỉ một con hươu cụ thể. Chúng ta dùng **the** + *một danh từ đếm được số ít* theo cách này để nói về một loại động vật, máy móc .v.v...

Tương tự, ta dùng **the** với các loại nhạc cụ:

- Can you play **the guitar**?
  Anh biết chơi ghi ta không?
- **The piano** is my favourite instrument.
  Piano là nhạc cụ ưa thích nhất của tôi.

Hãy so sánh với **a**:

- I'd like to have **a guitar**.

Tôi muốn có một cây ghi ta.

- We saw **a giraffe** at the zoo.

Chúng tôi đã nhìn thấy một con hươu cao cổ ở sở thú.

B

The + *tính từ.*

Chúng ta dùng **the** + *tính từ* (không có danh từ đi kèm) khi nói về những nhóm người, đặc biệt là:

the young	the old	the elderly	
the rich	the poor	the unemployed	the homeless
the sick	the disabled	the injured	the dead

The young = những người trẻ tuổi, thanh niên; **the rich** = những người giàu v.v...

- Do you think **the rich** should pay more taxes to help **the poor**?
  Anh có nghĩ là người giàu phải đóng thuế nhiều hơn để giúp người nghèo không?

- **The homeless** need more help from the government.

  Những người không có nhà ở cần được chính phủ giúp đỡ nhiều hơn.

Các thành ngữ này luôn có nghĩa như các danh từ số nhiều. Bạn không thể nói "a young" hay "an unemployed". Bạn phải nói **"a young man"** (một người nam trẻ tuổi), **"an unemployed woman"** (một phụ nữ thất nghiệp) .v.v... Cũng cần lưu ý rằng chúng ta nói **"the poor"** (không nói "the poors"), **"the young"** (không nói "the youngs") .v.v...

The + *quốc tịch.*

Bạn có thể dùng **the** với một số tính từ chỉ quốc tịch với nghĩa "những người của quốc tịch đó". Ví dụ:

- **The French** are famous for their food. (= the people of France)

  Người Pháp nổi tiếng về các món ăn của họ. (= người dân Pháp)

Tương tự như vậy bạn có thể nói:

the Dutch   the Spanish the British   the English   the Irish

Lưu ý rằng **the French / the English** v.v... mang nghĩa số nhiều. Bạn không thể nói "a French / an English". Bạn phải nói **"a Frenchman / an Englishwoman"** .v.v...

Bạn cũng có thể dùng **the** + các từ chỉ quốc tịch tận cùng bằng –ese (**the Chinese / the Sudanese** .v.v...):

- **The Chinese** invented printing.

  Người Trung Quốc đã phát minh ra nghề in.

Những từ này cũng có thể dùng ở dạng số ít (**a** Japnanese, **a** Sudanese, **a** Vietnamese).

Cũng như vậy: **the Swiss / a Swiss** (số ít hoặc số nhiều).

Đối với các từ chỉ quốc tịch khác, danh từ số nhiều tận cùng bằng -s. Ví dụ:

an Italian   **a** Mexican   **a** Thai
Italians   Mexicans   Thais

Với những từ này (Mexicans ...) ta không dùng **the** để nói về dân tộc đó nói chung. Xem thêm **UNIT 72.**

Exercises

73.1 Answer the questions by choosing the right answer from the box. Don't forget *the*. Use a dictionary if necessary.

1 animals	2 birds	3 inventions	4 currencies
tiger elephant	eagle penguin	telephone wheel	dollar lira
rabbit cheetah	swan owl	telescope cell phone	escudo rupee
~~giraffe~~ kangaroo	parrot robin	helicopter typewriter	peseta yen

1. a) Which of the animals is the tallest?   _the giraffe_
   b) Which animal can run the fastest? _____
   c) Which of these animals is found in Australia? _____
2. a) Which of these birds has a long neck? _____
   b) Which of these birds cannot fly? _____
   c) Which bird flies at night? _____
3. a) Which of these inventions is the oldest? _____
   b) Which one is the most recent? _____
   c) Which one is especially important for astronomy? _____
4. a) What is the currency of India? _____
   b) What is the currency of Portugal? _____
   c) What is the currency of your country? _____

73.2 Put in *the* or *a* where necessary. If the sentence is already complete, leave an empty space (–).

1. When was _the_ telephone invented?
2. Can you play _____ musical instrument?
3. Jill plays _____ violin in an orchestra.
4. There was _____ piano in the corner of the room.
5. Can you play _____ piano?
6. The basic unit of our society is _____ family.
7. Michael comes from _____ large family.
8. When was _____ paper first made?
9. _____ computer has changed the way we live.

73.3 Complete these sentences using *the* + one of these adjectives:

injured   poor   rich   sick   unemployed   ~~young~~

1. _The young_ _____ have the future in their hands.
2. Ambulances arrived at the scene of the accident and took _____ to the hospital.
3. Life is all right if you have a job, but things are not so easy for _____ .
4. Julie has been a nurse all her life. She has spent her life caring for _____ .
5. In England there is an old story about a man called Robin Hood. It is said that he took money from _____ and gave it to _____ .

73.4 What do you call the people of these countries?

	one person (a/an . ...)	the people in general
1. Canada?	_a Canadian_	_Canadians_
2. Germany?	_____	_____
3. France?	_____	_____
4. Russia?	_____	_____
5. China?	_____	_____
6. Brazil?	_____	_____
7. Japan?	_____	_____
8. *and your country?*	_____	_____

Names with and without *the* (1)
Các tên riêng có và không có mạo từ the (1)

A

Chúng ta không dùng "**the**" với các tên riêng của người ("Ann", "Ann Taylor" v.v...). Tương tự như vậy chúng ta thường không dùng "**the**" với các tên chỉ nơi chốn. Ví dụ:

Các châu lục (Continents)	*Africa (không dùng "the Africa"), Asia, South America, ...*
Các quốc gia và tiểu bang (Countries and states)	*France (không dùng "the France"), Japan, Brazil, ...*
Các tiểu bang, các vùng .v.v...	*Texas, ...*
Các hòn đảo (Islands)	*Bermuda, Sicily, Vancouver Island, ...*
Các thành phố, thị trấn (Cities, town, etc.)	*Cairo, New York, Bangkok, ...*
Các tên núi (mountains)	*Everest, Kilimanjaro, Fuji, ...*

Nhưng chúng ta dùng **the** với "Republic" , "Kingdom", "States" (cộng hòa vương quốc, liên bang .v.v...)

the Dominican **Republic**   **the** United **States** of America (**the** USA)
Cộng hòa Dominique   *Hợp chủng quốc Hoa Kỳ*

the Czech **Republic**   **the** United **Kingdom** (**the** UK)
Cộng hòa Séc   *Vương quốc Anh.*

. Hãy so sánh:
- We visited **Canada** and **the United States**.
  Chúng tôi đã đến thăm Canada và Mỹ.

B

Khi nói **Mr / Mrs / Captain / Doctor**, v.v. + *tên riêng*, chúng ta không dùng "**the**". Ta nói:

Mr Johnson / **Doctor** Johnson / **Captain** Johnson / **President** Johnson .v.v... (không dùng "the ...")

Uncle Robert / **Aunt** Jane / **Saint** Catherine / **Princess** Anne, .v.v... (không dùng "the ...")

Hãy so sánh:
- We called **the doctor**.   *nhưng*   • We called **Doctor** Johnson. (*not* the Doctor Johnson)

    Chúng tôi đã gọi bác sĩ.   Chúng tôi đã gọi bác sĩ Johnson.
                                    (*không nói "the Doctor Johnson"*)

Với **mount** (= mountain - núi) và **lake** (hồ) cũng vậy (không có "**the**"):

Mount Everest (không có "the...")   **Mount** McKinley
Lake Superior   **Lake** Titicaca

- They live near **the lake**. *nhưng* • They live near **Lake** Superior. (không
  có "the")

    Họ sống gần hồ.   *Họ sống gần hồ Superior.*

C

Ta dùng **the** với tên riêng của các đại dương, các vùng biển, các con sông và
các kênh đào. (xem thêm **UNIT 77B**).

the Atlantic (Ocean)   **the** Red Sea   **the** Caribbean (Sea)
the Indian Ocean   **the** English Channel (giữa Pháp và Anh) **the** Suez Canal
the (River) Amazon   **the** Nile

D

Chúng ta dùng **the** với dạng số nhiều của các tên riêng chỉ người và nơi chốn:
people (người)   **the** Michells (= gia đình Michells), **the** Johnsons.
countries (các quốc gia) **the** Netherlands, **the** Philippines, **the** United States.
groups of islands (các quần đảo) **the** Canaries / **the** Canary Islands,
                              the Bahamas, **the** Hawaiian Islands
mountain ranges (các dãy núi)   **the** Rocky Mountains / **the** Rockies,
                              the Andes, **the** Alps.

E

North / northern, etc. (miền bắc / phương bắc...)
Ta nói: **the north** (of Mexico).   *nhưng* **northern** Mexico. (không có **"the"**)
    miền bắc (Mexico).
    the southeast (of Canada). *nhưng* **southeastern** Canada.
    miền đông nam Canada.
Hãy so sánh:

- Sweden is in **northern** Europe; Spain is in **the south**.
  Thụy Điển nằm ở Bắc Âu; Tây Ban Nha ở miền nam.

Cũng vậy: **the** Middle East (vùng Trung Đông), **the** Far East (vùng Viễn
Đông).

Bạn cũng có thể dùng **north/south** .v.v... + tên của một địa điểm (không có
"the").

North America   **West Africa**   **Southeast Texas**
Bắc Mỹ   *Tây Phi*   *Đông nam Texas.*

.1 Put in *the* where necessary. Leave a space (–) if the sentence is already complete.

1. Who is ___ — ___ Doctor Johnson?
2. I was sick, so I went to see _____ doctor.
3. _____ president is the most powerful person in _____ United States.
4. _____ President Kennedy was assassinated in 1963.
5. Do you know _____ Wilsons? They're a very nice couple.
6. Do you know _____ Professor Brown's phone number?

.2 Some of these sentences are correct, but some need *the* (perhaps more than once). Correct the sentences where necessary.

1. Everest was first climbed in 1953.   *RIGHT*
2. Jacksonville is in north of Florida.   *the north of Florida*
3. Africa is much larger than Europe.
4. Last year I visited Mexico and United States.
5. South of India is warmer than north.
6. Portugal is in western Europe.
7. Jim has traveled a lot in Middle East.
8. Chicago is on Lake Michigan.
9. Next year we are going skiing in Swiss Alps.
10. The highest mountain in Africa is Kilimanjaro.
11. United Kingdom consists of Great Britain and Northern Ireland.
12. Seychelles are a group of islands in Indian Ocean.
13. Hudson River flows into Atlantic Ocean.

.3 Here are some geography questions. Choose the right answer from one of the boxes and write *the* if necessary. You do not need all the names in the boxes. Use an atlas if necessary.

continents	countries	oceans and seas	mountains	rivers and canals	
Africa	Canada	Atlantic Ocean	Alps	Amazon	Rhine
Asia	Denmark	Indian Ocean	Andes	Nile	Volga
Australia	Indonesia	Pacific Ocean	Himalayas	Thames	
Europe	Sweden	Black Sea	Rockies	Mississippi	
North America	Thailand	Mediterranean Sea	Urals	Suez Canal	
South America	United States	Red Sea		Panama Canal	

1. What do you have to cross to travel from Europe to America? *the Atlantic Ocean*
2. Where is Argentina? _____
3. What is the longest river in Africa? _____
4. Of which country is Stockholm the capital? _____
5. Of which country is Washington, D.C., the capital? _____
6. What is the name of the mountain range in the west of North America? _____
7. What is the name of the sea between Africa and Europe? _____
8. What is the smallest continent in the world? _____
9. What is the name of the ocean between North America and Asia? _____
10. What is the name of the ocean between Africa and Australia? _____
11. What river flows through London? _____
12. What river flows through Memphis and New Orleans? _____
13. Of which country is Bangkok the capital? _____
14. What joins the Atlantic and Pacific Oceans? _____
15. What is the longest river in South America? _____

Names with and without *the* (2)
Các tên riêng có và không có the (2)

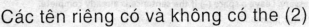

A

Tên riêng không có **"the"**.

Chúng ta không dùng **"the"** với tên của đa số các đường phố / đại lộ / c
quảng trường / các công viên .v.v...: (streets / roads / squares / parks, etc.)

Union **Street** (không có **"the"**)   Fifth **Avenue**   Central **Park**

Wilshire **Boulevard**   **Broadway**   Times **Square**

Nhiều tên (đặc biệt tên của các công trình kiến trúc nổi tiếng hay các viện)
hai từ: **Kennedy Airport** (sân bay Kennedy), **Cambridge University** (Đ
học Tổng hợp Cambridge). Từ đầu tiên thường là tên của một người nào
("Kennedy") hay là của một địa điểm nào đó ("Cambridge"). Chúng ta thườ
không dùng **"the"** với những tên như vậy. Thêm một vài ví dụ:

Penn Station (không có **"the"**)   **Boston University**   **Carnegie Ha**

Lincoln Center   **Buckingham Palace**

Nhưng chúng ta nói **"the White House"** (Nhà trắng), **"the Royal Palac**
(Cung điện Hoàng gia), bởi vì "white" (trắng) và "royal" (hoàng gia) khô
phải là những tên riêng giống như "Kennedy" và 'Cambridge".Đây chỉ là c
tắc tổng quát, và như vậy vẫn có những ngoại lệ.

B

Đa số những tên riêng khác (các địa điểm, các công trình kiến trúc ...) có t
đi theo sau **the**:

the +	*adjective or* *name, etc. +*	*noun*
the	Hilton	**Hotel**
	National	**Theatre**
	Sahara	**Desert**
	Atlantic	**Ocean**

Các địa điểm này thường có **the** đi cùng với tên riêng của chúng:

hotels / reataurants.   **the** Sheraton **Hotel**, **the** Bomb

khách sạn / nhà hàng   **Restaurant**, **the** Holiday Inn (ho

theaters / movies theaters   **the** Shubert **Theatre**, **the** Cinep

các rạp hát / rạp chiếu phim   Odeon, **the** Metropolitan **Museu**

museums / galleries   **the** National **Gallery**

viện bảo tàng / phòng triển lãm

other buildings / bridges   **the** Empire State **Building**,

những công trình kiến trúc khác / cầu   Golden Gate **Bridge**, **the** White Hou

| oceans / seas / canals | the Indian **Ocean**, the |
| *đại dương/biển / kênh đào* | Mediterranean **sea**, the Suez **Canal**. |

Cũng vậy:

newspapers	→ the Washington **Post**, the Financial
Các tờ báo	**Times**.
organizations	the European **Union**, the Red
các tổ chức (xem thêm Mục D)	**Cross**.

Đôi khi chúng ta lược bớt danh từ: **the Hilton** (Hotel), **the Sahara** (Desert)
Đôi khi tên riêng chỉ gồm **the** + *danh từ:* **the Vatican** (ở Rome), **the Pentagon** (Lầu Năm Góc, ở Washington, D.C)
Những tên riêng có ... of ... thường có **the**. Ví dụ:

the Bank **of** Montreal   **the** Tower **of** London   **the** Museum **of** Modern Art
the House **of** Congress   **the** Great Wall **of** China   **the** Tropic **of** Capricorn
the Gulf **of** Mexico   **the** University **of** Michigan

Nhiều cửa hiệu, nhà hàng, khách sạn, ngân hàng v.v... được mang tên người sáng lập ra chúng. Những tên riêng này được tận cùng bằng – 's hay -s. Chúng ta không dùng "**the**" với những tên riêng này.

| **Lloyds Bank** (không nói "the Lloyds Bank") | **McDonalds** |
| **Macy's** (department store) | **Harrah's** (casino) |

Các nhà thờ thường được đặt tên theo các tên thánh:
St John's Church (không dùng "the St John's Church"), **St Patrick's Cathedral**

Tên của các công ty, các hãng hàng không ... thường không có "**the**":

| **Fiat** (không nói "the Fiat") | **Sony** | **Kodak** |
| **United Airlines** | **IBM** | |

Exercises

75.1 Use the map to answer the questions in the way shown. Write the name of the place and the street it is on. On maps we do not normally use *the*. In your sentences, use *the* if necessary.

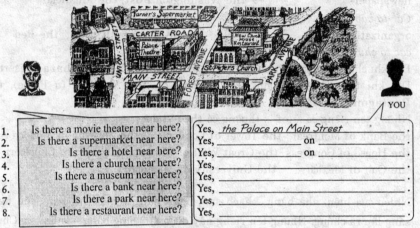

YOU

1.	Is there a movie theater near here?	Yes, *the Palace on Main Street* .
2.	Is there a supermarket near here?	Yes, _____ on _____ .
3.	Is there a hotel near here?	Yes, _____ on _____ .
4.	Is there a church near here?	Yes, _____ .
5.	Is there a museum near here?	Yes, _____ .
6.	Is there a bank near here?	Yes, _____ .
7.	Is there a park near here?	Yes, _____ .
8.	Is there a restaurant near here?	Yes, _____ .

75.2 Where are these streets and buildings? Choose from the box. Use *the* where necessary.

Acropolis	Broadway	Buckingham Palace	Eiffel Tower
Sunset Boulevard	~~Times Square~~	Vatican	White House

1. *Times Square* is in New York.
2. _____ is in Paris.
3. _____ is in Rome.
4. _____ is in London.
5. _____ is in Hollywood.
6. _____ is in Washington, D.C.
7. _____ is in Athens.
8. _____ is in New York.

75.3 Choose the correct form, with or without *the*.

1. Have you been to ~~British Museum~~ / the British Museum? (*the British Museum* is correct)
2. The biggest park in New York is Central Park / the Central Park.
3. My favorite park in London is St. James's Park / the St. James's Park.
4. Ramada Inn / The Ramada Inn is on Main Street / the Main Street.
5. We flew to Mexico City from O'Hare Airport / the O'Hare Airport in Chicago.
6. Frank is a student at McGill University / the McGill University.
7. If you're looking for some new clothes, I would recommend Harrison's Department Store / the Harrison's Department Store.
8. Statue of Liberty / The Statue of Liberty is at the entrance to New York harbor / the New York harbor.
9. You should go to Whitney Museum / the Whitney Museum. There are some wonderful paintings there.
10. John works for IBM / the IBM now. He used to work for General Electric / the General Electric.
11. "Which movie theater are you going to tonight?" "Classic / The Classic."
12. I'd like to go to China and see Great Wall / the Great Wall.
13. Which newspaper should I buy – Independent / the Independent or Herald / the Herald?
14. This book is published by Cambridge University Press / the Cambridge University Press.

Singular and plural noun
Danh từ số ít và danh từ số nhiều

Đôi khi chúng ta dùng danh từ ở số nhiều với những vật có hai thành phần. Ví dụ:

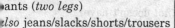

| pants (*two legs*) *also* jeans/slacks/shorts/trousers | pyjama (*top and bottom*) | glasses | binoculars | scissors |

Các từ này ở dạng số nhiều, vì vậy động từ đi với chúng được chia ở số nhiều:

• My pants **are** too long. (*not* is too long)
Cái quần của tôi quá dài. (không nói "is too long")

Bạn cũng có thể dùng **a pair of** + các từ này:

• **Those are** nice **jeans**.   *or*   • That**'s** a nice **pair of** jeans.
                                                                         (*not* a nice jeans)

Đó là một cái quần gin đẹp. (không nói "a nice jeans")

• I need **some** new **glasses**.   *or*   • I need **a** new **pair of** glasses.
Tôi cần một cặp kính mới.

Một vài danh từ tận cùng bằng **-ics** nhưng thường thì không phải số nhiều. Ví dụ:

gymnastics	**mathematics**	**physics**
thể dục dụng cụ	*toán*	*vật lý*
electronics	**economics**	**politics**
điện tử	*kinh tế học*	*chính trị (học)*

• **Gymnastics** is my favourite sport.
Thể dục dụng cụ là môn thể thao ưa thích của tôi.

News không phải là số nhiều (xem UNIT 67B):

• What time **is the news** on television ? (*not* are the news)
Chương trình tin tức trên tivi bắt đầu lúc mấy giờ? (không nói "are the news").

Một vài từ có tận cùng **-s** có thể là số ít hay số nhiều. Ví dụ:

means *phương tiện*   **a means** of transportation
many means of transportation.

| **series** *chương trình nhiều kỳ* | **a** television **series** | **two** television **series** |
| **species** *loài* | **a species** of bird | **200 species** of bird |

227

C Ta luôn luôn chia động từ ở số nhiều với từ **police**:

- The police **have** arrested a friend of mine. (*not* The police has...)

  Cảnh sát đã bắt một người bạn của tôi. (không nói "The police has...").

- Do you think the police **are** well-paid?

  Anh có nghĩ là cảnh sát được trả lương cao không?

Lưu ý ta nói "a policeman / a policewoman / a police officer" khi nói tới m
nhân viên cảnh sát. (không dùng "a police").

D Ta ít dùng dạng số nhiều của từ **person** ("persons"), mà thường dùng **peop**
(là một từ số nhiều).

- He's a nice **person**.
  Anh ta là một người tử tế.   *nhưng*

- They are nice **people**.
  Họ là những người tử tế.

- **Many people** don't have enough to eat. (*not* doesn't have)

  Nhiều người không đủ ăn. (không nói "doesn't have").

E Khi nói tới một khoản tiền, một khoảng thời gian, một khoảng cách... ta ch
động từ ở số ít:

- **Twenty thousand dollars** (= it) **was stolen** in the robbery. (*not* we
  stolen).

  Hai mươi ngàn đô la đã bị mất trong vụ cướp. (không nói "were stolen").

- **Three years** (= it) **is** a long time to be without a job. (không nói "Thr
  years are...").

  Ba năm thất nghiệp là một khoảng thời gian dài.

- **Six miles is** a long way to walk every day.

  Sáu dặm là một quãng đường dài để đi bộ mỗi ngày.

xercises

.1 Complete the sentences using a word from Section A or B. Sometimes you need *a* or *some*.

1. My eyes aren't very good. I need _glasses_ .
2. This plant is _a_ very rare _species_ .
3. Soccer players don't wear pants when they play. They wear _____ .
4. The bicycle is _____ of transportation.
5. The bicycle and the car are _____ of transportation.
6. I want to cut this piece of material. I need _____ .
7. Ann is going to write _____ of articles for her local newspaper.
8. There are a lot of American TV _____ shown throughout the world.
9. While we were out walking, we saw 25 different _____ of birds.

.2 In each example the words on the left are connected with an activity (for example, a sport or an academic subject). Write the name of the activity. The beginning of the word is given.

1. calculate   algebra   equation   m _athematics_
2. government   election   parliament   p_____
3. finance   trade   employment   e_____
4. light   heat   gravity   ph_____
5. handstand   somersault   parallel bars   gy_____
6. computer   silicon chip   video games   el_____

.3 Choose the correct form of the verb, singular or plural.

1. Gymnastics is / ~~are~~ my favorite sport. (*is* is correct)
2. The pants you bought for me doesn't / don't fit me.
3. The police want / wants to interview two men about the robbery last week.
4. Physics was / were my best subject in school.
5. Can I borrow your scissors? Mine isn't / aren't sharp enough.
6. Fortunately, the news wasn't / weren't as bad as we expected.
7. Three days isn't / aren't long enough for a good vacation.
8. I can't find my binoculars. Do you know where it is / they are?
9. Do you think the people is / are happy with the government?
10. Does / Do the police know how the accident happened?
11. I don't like very hot weather. Ninety degrees is / are too hot for me.

.4 Most of these sentences are wrong. Correct them where necessary.

1. Susan was wearing a black jeans.   _wearing black jeans_
2. I like Matt and Jill. They're very nice persons.   _____
3. I need more money than that. Ten dollars are not enough.   _____
4. I'm going to buy a new pajama.   _____
5. Many people has given up smoking.   _____
6. Three days wasn't long enough to see all the sights in Toronto.   _____
7. There was a police standing at the corner of the street.   _____
8. Has the police arrived yet?   _____
9. This scissors is not very sharp.   _____

Noun + noun (a *tennis ball* / a *headache,* etc.)
Danh từ + Danh từ

Ta thường dùng hai danh từ đứng liền nhau *(danh từ + danh từ)* để chỉ m vật / một người / một tư tưởng .v.v... Ví dụ:

a tennis ball   **a bank manager**   **a car accident**
một trái banh tennis   *một ông giám đốc ngân hàng* *một tai nạn xe hơi*
income tax   **the water temperature**
thuế thu nhập   *nhiệt độ nước*

Danh từ đứng trước có vai trò như một tính từ - nó cho chúng ta biết vậ người / tư tưởng .v.v... là thuộc loại nào, để làm gì. Ví dụ:

a tennis ball = một trái banh để chơi tennis.

a car accident = một tai nạn xảy ra khi đang lái xe hơi.

income tax = thuế mà bạn phải trả tùy theo thu nhập của mình.

a Boston doctor = một bác sĩ người Boston.

the water temperature = nhiệt độ của nước (trong các ao hồ, đại dương).

Vì vậy bạn có thể nói:

a television camera   **a television** program   **a television** studio
một máy quay hình tivi *một chương trình tivi*   *một trường quay tiv*
a television producer
một nhà sản xuất tivi

(tất cả những người hay vật có liên quan tới tivi)

language problems   **marriage** problems   **health** problems
các vấn đề về ngôn ngữ *các vấn đề về hôn nhân*   *các vấn đề sức khỏ*
work problems
các vấn đề việc làm

(tất cả các loại vấn đề khác nhau)

Hãy so sánh:

garden vegetables = rau trồng ở vườn.

a vegetable garden = vườn rau

Từ đứng đầu thường có tận cùng là **–ing**, thì đây thường là các đồ vật dùng làm một việc gì đó:

a **frying** pan   **a washing** machine   a **swimming** pool   a **dining** room
chảo rán   *máy giặt quần áo*   *hồ bơi*   *phòng ă*

Đôi khi có nhiều hơn hai danh từ đứng liền nhau:

• I waited at the **hotel reception desk**. (= a desk)
   Tôi đã chờ ở bàn tiếp tân của khách sạn.

• We watched the **World Swimming Championships** on television.
   Chúng tôi đã theo dõi giải vô địch bơi lội thế giới trên tivi.

• Everyone is talking about the **government corruption scandal.**
   Mọi người đang bàn tán về vụ bê bối tham nhũng của chính phủ.

Khi các danh từ đứng liền nhau như vậy, có khi ta viết chúng dính lại thành một từ và có khi tách riêng thành hai từ. Ví dụ:

a headache   **toothpaste**   **a weekend**
cơn đau đầu   *kem đánh răng*   *kỳ nghỉ cuối tuần*

a swimming pool   **pea soup**
hồ bơi   *súp đậu*

Không có quy tắc rõ ràng cho điều này. Nếu bạn không chắc chắn, thì tốt hơn là nên viết thành hai từ.

Lưu ý sự khác nhau giữa:

a wineglass   *và*   **a glass of wine**
một cái ly (để uống) rượu (có thể rỗng)   *một ly rượu (= cái ly có rượu trong đó)*

a toolbox   *và*   **a box of tools**
một hộp đựng dụng cụ (có thể rỗng)   *một cái hộp đầy dụng cụ (hộp có đựng dụng cụ).*

Khi chúng ta dùng *danh từ + danh từ*, danh từ đứng trước giống như là tính từ. Nó thường ở dạng số ít (**singular**) nhưng về nghĩa thì lại là số nhiều. Ví dụ: a **bookstore** (cửa hàng sách) là cửa hàng nơi bạn có thể mua các quyển sách, an **apple tree** là cây mà có những trái táo. Tương tự chúng ta nói:

a three-**hour** trip (không nói "a three - hours trip").
một cuộc hành trình dài ba giờ.

a ten-**dollar** bill (không dùng "dollars")   two 14-**year**-old girls (không nói
                                                      "years")

một tờ 10 đô la.   *hai cô bé gái 14 tuổi*

a four-week English course (không nói "weeks")
một khóa học tiếng Anh 4 tuần.

Vì vậy ta nói:

• It was **a** three-**hour** trip.   *nhưng*   • The trip took three **hours**.
Đó là một cuộc hành trình dài ba giờ.   *Chuyến đi đã mất ba giờ.*

Về cấu trúc "I need eight hours' sleep a night" xem **UNIT 78E.**

Exercises

77.1 What do we call these things and people? Use the structure noun + noun.

1. A ticket for a concert is _a concert ticket_____ .
2. A magazine about computers is _____ .
3. Pictures taken on your vacation are your _____ .
4. Chocolate made with milk is _____ .
5. Somebody whose job is to inspect factories is _____ .
6. A lawyer from Vancouver is _____ .
7. The results of your exams are your _____ .
8. A race for horses is _____ .
9. A horse that runs in races is _____ .
10. The carpet in the dining room is _____ .
11. A scandal involving an oil company is _____ .
12. A question that has two parts is _____ .
13. A girl who is seven years old is _____ .
14. A building with five stories is _____ .

77.2 Answer the questions using two of the following words each time:

~~accident~~	belt	~~car~~	card	credit	editor	forecast
newspaper	number	room	seat	store	**weather**	window

1. This can be caused by bad driving.   a _car accident_____
2. If you're staying at a hotel, you need to   your _____
   remember this.
3. You should wear this when you're in a car.   a _____
4. You can often use this to pay for things   a _____
   instead of cash.
5. If you want to know if it's going to rain, you the _____
   can read or listen to this.
6. This person is a top journalist.   a _____
7. You might stop to look in this when you're   a _____
   walking along a street.

77.3 Complete the sentences using one of the following:

15 minute(s)	60 minute(s)	two hour(s)	five day(s)	**two year(s)**	500 year(s)
six mile(s)	six mile(s)	20 dollar(s)	five course(s)	~~ten page(s)~~	~~450 page(s)~~

Sometimes you need the singular (*day/page*, etc.) and sometimes the plural
(*days/pages*, etc.).

1. It's a very long book. There are _450 pages_____ .
2. A few days ago I received a _ten-page_____ letter from Julia.
3. I didn't have any change. I only had a _____ bill.
4. At work I usually have a _____ coffee break in the morning.
5. There are _____ in an hour.
6. It's only a _____ flight from London to Madrid.
7. It was a big meal. There were _____ .
8. Mary has just started a new job. She has a _____ contract.
9. The oldest building in the city is the _____-old castle.
10. I work _____ a week. I'm off on **Saturday** and Sunday.
11. We went for a _____ walk in the country.
12. We went for a long walk in the country. We walked _____ .

-'s (the girl's name) and of ... (the name of the book)
Dạng sở hữu của danh từ

Ta thường dùng –'s cho người và động vật (the girl's.../the horse's...):

Karen's eyes	**the horse's** tail	**Mr Evan's** daughter
đôi mắt của Karen	cái đuôi của con ngựa	cô con gái của ông Evan

the manager's office
văn phòng của giám đốc

- Where is **the manager's** office ? (*not* the office of the manager)
  Văn phòng giám đốc ở chỗ nào? (không nói "the office of the manager")
- What colour are **Karen's** eyes ? (*not* the eyes of Karen)
  Mắt của Karen màu gì? (không nói "the eyes of Karen")

Lưu ý rằng bạn có thể dùng -'s không cần danh từ theo sau:

- This isn't my book. It's **my brother's**. (= my **brother's** book)
  Đây không phải là quyển sách của tôi. Nó là của em trai tôi.

-'s không phải luôn luôn được dùng cho người. Chẳng hạn, ta dùng **of**... trong câu sau:

- What is the name **of the man who lent us the money?**
  *Tên của người cho chúng ta mượn tiền là gì ? ("**the man** who lent us the money" quá dài để dùng cấu trúc -'s).*

Lưu ý rằng ta nói **a woman's hat** (= mũ phụ nữ), **a boy's name** (= tên con trai), **a bird's egg** (= trứng chim) .v.v...

Đối với các sự vật, tư tưởng .v.v. ta thường dùng ... of ... (... **of the book** / ... **of the cafe**, etc.):

the door **of the garage.** (không nói "the garage's door") = cái cửa ga ra.
the name **of the book** = tựa của quyển sách.
the owner **of the cafe** = chủ nhân của quán cà phê.

Đôi khi bạn có thể dùng cấu trúc *danh từ + danh từ* (xem **UNIT** 79):

the **garage door**   the **cafe owner**

Chúng ta dùng **of** (không dùng *danh từ + danh từ*) với **the beginning / the end / the top / the bottom / the front / the back** .v.v... Vì thế ta nói:

the beginning of the month = đầu tháng.
the back of the car (không dùng "the car back") = phần sau xe.

Bạn có thể dùng -'s hay **of**... đối với các tổ chức (= một nhóm người). Vì vậy bạn có thể nói:

the **government's** decision	*or*	the decision **of the government**
quyết định của chính phủ.		
the **company's** success	*or*	the success **of the company.**

sự thành công của công ty.

Cũng có thể dùng –'s cho các từ chỉ nơi chốn, vì vậy bạn có thể nói:

the city's new theatre   **the world's** population   **Brazil's** largest city
nhà hát mới của thành phố   *dân số thế giới*   *thành phố lớn nhất Braz*

D Sau danh từ số ít, chúng ta dùng -'s:

my **sister's** room (her room – one sister)   **Mr Carter's** house.
Căn phòng của em gái tôi.   *Ngôi nhà của ông Carter.*

Sau các danh từ số nhiều (sisters, friends, etc.) chúng ta đặt dấu nháy đơn (
sau chữ s (s'):

My **sisters'** room. (= **their** room, two or more sisters)
Căn phòng của các chị em gái tôi. (= phòng của họ, có thể là nhiều chị em gá
the **Carters'** house. (Mr and Mrs Carter)
Ngôi nhà của ông bà Carter.

Nếu các danh từ số nhiều không có đuôi là -s (như **men / women / children**

people) chúng ta dùng -'s:

the **men's** changing room   a **children's** book. (= a book for children
phòng thay đồ nam   *một quyển sách thiếu nhi.*

Lưu ý rằng bạn có thể dùng -'s sau một nhóm có hai danh từ hoặc nhiều hơn:

Jack and Jill's wedding   **Mr and Mrs Carter's** house.
đám cưới của Jack và Jill   *Ngôi nhà của ông bà Carter.*

E Bạn cũng có thể dùng -'s với các cụm từ chỉ thời gian (**yesterday / nex**
week, etc.):

• Do you still have **yesterday's** newspaper?
  Anh còn giữ tờ báo ngày hôm qua không?
• **Next week's** meeting has been cancelled.
  Cuộc họp vào tuần tới đã bị hoãn lại.

Tương tự, bạn có thể nói **today's**... / **tomorrow's** ... / **this evening's** ...
Monday's .v.v...

Cũng có thể dùng -'s (hay -'s với danh từ số nhiều) cho những khoảng th
gian:

• I've got **a week's** vacation starting on Monday.
  Tôi được đi nghỉ một tuần bắt đầu từ thứ hai.
• Sally needs eight **hour's** sleep a night.
  Sally cần ngủ tám giờ một đêm.
• Brenda go to work 15 minutes late but lost **an hour's** pay.
  Branda đi trễ 15 phút nhưng bị trừ 1 giờ lương.

78.1 Join the two (or three) nouns. Sometimes you have to use -'s or -s'; sometimes you have to use ... of ...

1. the owner / that car   *the owner of that car*
2. the mother / Ann   *Ann's mother*
3. the jacket / that man
4. the top / the page
5. the daughter / Charles
6. the cause / the problem
7. the newspaper / yesterday
8. the birthday / my father
9. the toys / the children
10. the cost / a new computer
11. the garden / our neighbors
12. the ground floor / the building
13. the children / Don and Mary
14. the economic policy / the government
15. the husband / Catherine
16. the husband / the woman talking to Liz
17. the car / the parents / Mike
18. the wedding / the friend / Amy

78.2 What is another way of saying these things? Use -'s.

1. a hat for a woman *a woman's hat*
2. a name for a boy _____
3. clothes for children _____
_____
4. a school for girls _____
5. a nest for a bird _____
6. a magazine for women _____

78.3 Read each sentence and write a new sentence beginning with the underlined words.

1. The meeting <u>tomorrow</u> has been canceled.
   Tomorrow's meeting has been canceled.
2. The storm <u>last week</u> caused a lot of damage.
   Last _____ .
3. The only movie theater in <u>town</u> has closed down.
   The _____ .
4. Exports from <u>Japan</u> to the United States have fallen recently.
   _____
5. Tourism is the main industry in <u>the region</u>.
   _____

78.4 Read the situation and complete the sentences. Use the word in parentheses.

1. I bought groceries at the supermarket last night. They will last us for a week.
   I bought *a week's groceries* at the supermarket last night. (groceries)
2. Kim got a new car. It cost the same as her salary for a year.
   Kim's new car cost her _____ . (salary)
3. Jim lost his job. His company gave him extra money equal to his pay for four weeks.
   Jim got _____ when he lost his job. (pay)
4. I haven't been able to rest all day. I haven't rested for even a minute.
   I haven't had _____ all day. (rest)
5. I went to bed at midnight and woke up at 5 A.M.
   I only had _____ last night. (sleep)

Myself/yourself/themselves, etc.

Hãy xem ví dụ sau:

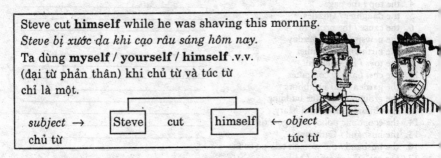

Steve cut **himself** while he was shaving this morning.
Steve bị xước da khi cạo râu sáng hôm nay.
Ta dùng **myself / yourself / himself** .v.v.
(đại từ phản thân) khi chủ từ và túc từ
chỉ là một.

subject → [Steve] cut [himself] ← *object*
chủ từ   túc từ

Đại từ phản thân *(reflexive pronouns)* gồm có:

Số ít:	**myself**	**yourself** (một người)	**himself/herself/itself**
Số nhiều:	**ourselves** (nhiều hơn một người)		**yourselves/themselves**

- I don't want you to pay for me. I'll pay for **myself**. (*not* I'll pay for me.)
  Tôi không muốn anh trả tiền giùm tôi. Tôi sẽ tự trả phần mình. (không nói "I'll pay for me.")
- Julie had a great holiday. **She** enjoyed **herself** very much.
  Julie đã có một kỳ nghỉ tuyệt vời. Cô ấy đã cảm thấy rất hài lòng.
- (talk to a person) Do **you** sometimes talk to **yourself**?
  (nói với một người) Có khi nào anh nói chuyện một mình không?
- (talk to many people) If **you** want more to eat, help **yourselves**.
  (nói với nhiều người) Nếu các anh muốn ăn thêm, xin cứ tự nhiên.

Hãy so sánh:

- It's not our fault. **You** can't blame **us**.
  Đó không phải là lỗi của chúng tôi. Anh không thể trách chúng tôi.
- It's our own fault. **We** should blame **ourselves**.
  Đó là lỗi của chúng tôi. Chúng tôi tự trách mình.

Lưu ý là không dùng **myself/yourself**... sau các từ "**bring/take somethi**
with..."

- It might rain. I'll **take** an umbrella **with me**. (*not* with myself)
  Trời có thể mưa. Tôi sẽ mang theo một cây dù. (không nói "with myself")

B

Không dùng **myself/yourself**... sau **concentrate / feel / relax / meet**:
- You have to try and **concentrate**. (*not* concentrate yourself)
  Anh cần phải cố gắng và tập trung hơn. (không nói "concentrate yourself").

- "Do you **feel** nervous ?" "Yes, I can't **relax**."

  "Anh có cảm thấy căng thẳng không ?" "Vâng, tôi không thể nghỉ ngơi được."

- What time should we **meet** ? (*not* meet ourselves, meet us)

  Chúng ta sẽ gặp nhau khi nào? (không nói "meet ourselves", "meet us").

C Hãy xem xét sự khác nhau giữa **-selves** và **each other**:

- Tom and Ann stood in front of the mirror and looked at **themselves**. THEMSELVES

  Tom và Ann đứng trước gương và tự ngắm mình trong gương.

nhưng • Tom looked at Ann; Ann looked at Tom.

  They looked at **each other**. EACH OTHER

  Tom nhìn Ann; Ann nhìn Tom. Họ nhìn nhau.

Bạn có thể dùng **one another** thay vì **each other**:

- How long have you and Bill known **one another** ? (or ... known **each other**.)

  Anh và Bill biết nhau đã bao lâu rồi?

- Sue and Ann don't like **each other**. (or ... don't like **one another**.)

  Sue và Ann không ưa nhau.

D Ta cũng dùng **myself / yourself**... theo một cách khác. Ví dụ:

- "Who repaired your bicycle for you ?" "Nobody. I repaired it **myself**".

  "Ai đã sửa cái xe đạp giùm anh ?" "Không ai cả, tôi đã tự sửa lấy."

"I repaired it myself" = tôi đã tự sửa nó, không phải là người khác sửa nó. Ở đây **myself** dùng để nhấn mạnh **I**. Các ví dụ khác:

- I'm not going to do it for you. **You** can do it **yourself**.

  Tôi sẽ không làm điều đó cho anh. Anh có thể tự làm lấy.

- **Let's** paint the house **ourselves**. It will be much cheaper.

  Chúng ta hãy tự sơn lấy nhà. Như thế sẽ rẻ hơn rất nhiều.

- **The movie itself** wasn't very good but I liked the music.

  Bản thân bộ phim thì không hay lắm nhưng tôi thích phần nhạc nền.

- I don't think Sue will get the job. **Sue herself** doesn't think she'll get it. (or **Sue** doesn't think she'll get it **herself**.)

  Tôi không nghĩ là Sue sẽ xin được công việc đó. Bản thân Sue cũng không nghĩ rằng cô ấy sẽ xin được.

Get (hurt/invited, etc.) **Unit 41D** *By myself / by yourself, etc.* **Unit 80C**

Exercises

79.1 Complete each sentence using *myself/yourself*, etc., with one of these verbs in the
correct form: blame burn ~~cut~~ enjoy express hurt put

1. Steve _cut himself_____ while he was shaving this morning.
2. Bill fell down some steps, but fortunately he didn't _____ badly.
3. It isn't her fault. She really shouldn't _____ .
4. Please try and understand how I feel. _____ in my position.
5. They had a great time. They really _____ .
6. Be careful! That pan is very hot. Don't _____ .
7. Sometimes I can't say exactly what I mean. I wish I could _____
better.

79.2 Put in *myself/yourself*, etc., or *me/you/us*, etc.

1. Julie had a great vacation. She enjoyed _herself_____ .
2. It's not my fault. You can't blame _____ .
3. What I did was wrong. I'm ashamed of _____ .
4. We've got a problem. I hope you can help _____ .
5. "Can I have another cookie?" "Of course. Help _____ !"
6. Take some money with _____ in case you need it.
7. Don't worry about Tom and me. We can take care of _____ .
8. I gave them a key to our house so that they could let _____ in.
9. When they come to visit us, they always bring their dog with _____ .

79.3 Complete these sentences. Use *myself/yourself*, etc., only where necessary. Use one of
these verbs in the correct form: concentrate defend dry ~~feel~~ meet relax

1. I was sick yesterday, but I _feel_____ much better today.
2. She climbed out of the swimming pool and _____ with a towel.
3. I tried to study, but I just couldn't _____ .
4. If somebody attacks you, you need to be able to _____ .
5. I'm going out with Chris tonight. We're _____ at the movies at 7:30.
6. You're always rushing around. Why don't you sit down and _____ ?

79.4 Complete the sentences with *-selves* or *each other*.

1. How long have you and Bill known _each other_____ ?
2. If people work too hard, they can make _____ sick.
3. I need you and you need me. We need _____ .
4. In the U.S. friends often give _____ presents at Christmas.
5. Some people are very selfish. They think only of _____ .
6. We couldn't get back into the house. We had locked _____ out.
7. They've had an argument. They're not speaking to _____ at the moment.
8. We'd never met before, so we introduced _____ to _____ .

79.5 Complete the answers to the questions using *myself/yourself/itself*, etc.

1.	Who repaired the bicycle for you?	Nobody. I _repaired it myself_____ .
2.	Did Brian have his hair cut by a barber?	No, he cut _____ .
3.	Do you want me to mail that letter for you?	No, I'll _____ .
4.	Who told you that Linda was getting married?	Linda _____ .
5.	Can you call John for me?	Why can't you _____ ?

A friend of mine / My own house / by myself

A friend of mine / a friend of Tom's, etc. (Một người bạn của tôi / một người bạn của Tom ...)

Chúng ta nói "a friend **of mine / yours / his / hers / ours / theirs**" (không nói "a friend of me / you / him" .v.v...):

• I'm going to a wedding on Saturday. **A friend of mine** is getting married. (*not* a friend of me)

Tôi sẽ đi dự một cái đám cưới vào thứ bảy. Một người bạn của tôi sẽ lập gia đình. (không nói "a friend of me").

• We went on a trip with **some friends of ours.** (*not* some friends of us).

Chúng tôi đã đi nghỉ với một vài người bạn của chúng tôi. (không nói "some friends of us").

• Michael had an argument with **a neighbour of his.**

Michael đã cãi nhau với một người hàng xóm của anh ấy.

• It was **a good idea of yours** to go swimming this afternoon.

Ý kiến đi bơi hồi chiều này của bạn thật hay.

Tương tự, ta nói "**a friend of Tom's**", "**a friend of my sister's**" .v.v...:

• It was **a good idea of Tom's** to go swimming.

Ý kiến đi bơi của Tom thật hay.

• That woman over there is **a friend of my sister's.**

Người phụ nữ ở đằng kia là một người bạn của chị gái tôi.

B

My own.../ your own...

Ta dùng **my / your / his / her / its / our / their** trước **own:**

my own house	**your own** car	**her own** room
ngôi nhà của tôi	*xe hơi của anh*	*phòng của cô ấy*

Bạn không thể nói "**an own...**" ("an own house, an own car"...)

My own... / **your own...** (, etc.) = cái gì đó chỉ của riêng tôi, không dùng chung với ai hay mượn của người khác.

• I don't want to share a room with anybody. I want **my own room.**

Tôi không muốn ở chung phòng với bất kỳ ai. Tôi muốn căn phòng của riêng tôi.

• Vicky and George would like to have **their own house.** (không dùng "an own house").

Vicky và George muốn có một căn nhà riêng của họ.

• It's a shame that the flat hasn't got **its own entrance.**

Đáng tiếc là căn hộ này không có lối ra vào riêng.

• It's **my own fault** that I don't have any money. I buy too many things I don't need.

Không có tiền là do lỗi của chính tôi. Tôi đã mua quá nhiều thứ mà tôi không cần đến.

- Why do you want to borrow my car ? Why don't you use **your own**? (= yo~~ur~~ own car).

  Vì sao anh muốn mượn xe của tôi ? Tại sao anh không sử dụng xe riê~~ng~~ của anh?

Bạn cũng có thể dùng ... **own** ... để nói rằng bạn tự làm điều gì đó thay người khác làm điều đó cho bạn. Ví dụ:

- Bill usually cuts **his own hair**. (= he cuts it himself, he doesn't go to the barber's).

  Bill thường tự cắt tóc lấy. (= Anh ấy tự cắt tóc, anh ấy không đi đến hiệu cắt tóc)

- I'd like to have a garden so that I could grow **my own vegetables**. (= grow them myself instead of buying them in stores).

  Tôi muốn có một mảnh vườn để tôi có thể tự trồng rau. (= tôi tự trồng rau thay vì đi mua rau).

By myself / by yourself, etc.

By myself / by yourself / by themselves, etc. = một mình, không có ai khác nữa

- Did you go to Hawaii **by yourself**? No, I went with a friend.

  Anh đi Hawaii một mình à? Không, tôi đi với một người bạn.

- Jack was sitting **by himself** in a corner of the cafe.

  Jack đang ngồi một mình trong góc của quán cà phê.

- Jack was sitting **on his own / by himself** in a corner of the café.

  Jack đã ngồi một mình trong góc của quán cà phê.

- Student drivers are not allowed to drive **by themselves**.

  Các học viên lái xe không được lái một mình.

By myself không tương đương chính xác như **on my own**

- I live **by myself**. (I live alone.)

  Tôi sống một mình.

- He lives **on his own** with a roommate. (= independently, but not alone)

  Anh ta tự kiếm sống một mình chung với một người bạn. (= tự lập, như~~ng~~ không phải một mình)

1 Rewrite these sentences using the structure in Section A (*a friend of mine*, etc.).

1. I am writing to <u>one of my friends</u>. I'm writing to *a friend of mine* _____.
2. We met <u>one of your relatives</u>. We met a _____ .
3. Jason borrowed <u>one of my books</u>. Jason _____ .
4. Ann invited <u>some of her friends</u> to her place. Ann _____ .
5. We had dinner with <u>one of our neighbors</u>. _____ .
6. I took a trip with <u>two of my friends</u>. _____ .
7. Is that man <u>one of your friends</u>? _____ .
8. I met <u>one of Amy's friends</u> at the party. _____ .

2 Complete the sentences using *my own / your own*, etc. + one of the following:

business   government   ideas   money   priyate jet   ~~room~~   TV

1. I don't want to share a room. I want *my own room* _____ .
2. I don't watch TV with the rest of the family. I have _____
in my room.
3. Sue doesn't need to borrow money from me. She has _____ .
4. Julia is fed up with working for other people. She wants to start _____
_____ .
5. Jason is extremely rich. He has _____ .
6. You can give him advice, but he won't listen. He's got _____ .
7. The U.S. Virgin Islands is a group of islands in the Caribbean Sea. It is a United States
territory, but it has _____ .

.3 Complete the sentences using *my own / your own*, etc.

1. Why do you want to borrow my car? Why don't you *use your own car* _____ ?
2. How can you blame me? It's not my fault. It's _____ .
3. He's always using my ideas. Why can't he use _____ ?
4. Please don't worry about my problems. You've got _____ .
5. I can't make her decisions for her. She has to make _____ .

.4 Complete the sentences using *my own / your own*, etc. Choose one of these verbs:

bake   ~~cut~~   make   write

1. Brian never goes to the barber. He usually *cuts his own hair* _____ .
2. Mary doesn't buy many clothes. She usually _____ .
3. Paul is a singer. He sings songs written by other people, but he also
_____ .
4. We don't often buy bread from a bakery. We _____ .

.5 Complete the sentences using *by myself / by himself*, etc.

1. Did you go to Hawaii *by yourself* _____ ?
2. The box was too heavy for me to lift _____ .
3. "Who was Tom with when you saw him?" "Nobody. He was _____ ."
4. Very young children should not go swimming _____ .
5. I don't think she knows many people. When I see her, she is always _____ .
6. Do you like working with other people, or do you prefer working _____ ?
7. We had no help painting the apartment. We did it completely _____ .

There ... and *it* ...

There ... và *it* ...

There's a new restaurant on King Street.

Yes, I know. I went there last night. It's very good.

Có một nhà hàng mới ở phố King.

Vâng, tôi biết. Tôi đã đến đó tối qua. Nó rất tốt.

Ta dùng **there** khi chúng ta nói về một vật nào đó lần đầu tiên, cho biết là n tồn tại:

- **There's** a new restaurant on Main Street. (*not* A new restaurant is o Main Street.)

  Có một nhà hàng mới ở phố Main. (không nói "A new restaurant is o Main Street").

- The trip took a long time. **There was** a lot of traffic. (*not* It was a lot of traffic.

  Chuyến đi mất nhiều thời gian. Có nhiều xe cộ trên đường quá. (không n "It was a lot of traffic").

- Things are more expensive now. **There has been** a big rise in the cost living.

  Hiện giờ mọi thứ đều đắt đỏ hơn nhiều. Đã có sự gia tăng lớn về giá cả sinh hoạt.

It = một vật, địa điểm, hành động, hoàn cảnh cụ thể... (xem thêm mục C)

- We went to the new restaurant. **It's** very good. (**it** = the restaurant)

  Chúng tôi đã tới nhà hàng mới. Nó rất tốt.

- I wasn't expecting them to come. **It** (= that they came) was the comple surprise.

  Tôi đã không mong chờ họ tới. Điều đó (việc họ đã tới) hoàn toàn bất ngờ

Hãy so sánh:

- I don't like this town. **There's** nothing to do here. **It's** a boring place.

  Tôi không thích thị trấn này. Chẳng có việc gì để làm ở đây cả. Thật một nơi chán ngắt.

Lưu ý rằng **there** cũng có nghĩa **"to/at/in** that place":

- The new restaurant is very good. I went **there** (= to the restaurant) last night.

  Nhà hàng mới rất tốt. Tôi đã tới đó tối qua.

- When we got to the party, there were already a lot of people **there.**

  Khi chúng tôi đến bữa tiệc, đã có nhiều người ở đó. (= tại bữa tiệc).

B

Bạn có thể nói **there will be, there must be, there used to be** .v.v...

- **Will there be** many people at the party?

  Sẽ có nhiều người tới dự tiệc chứ?

- "Is there a flight to Miami this evening ?"**There might be.** I'll call the airport."

  "Tối nay có chuyến bay đi Miami chứ ?" "Có thể có. Tôi sẽ gọi điện thoại tới sân bay".

- If people drove more carefully, **there wouldn't be** so many accidents.

  Nếu như mọi người lái xe cẩn thận hơn, có lẽ sẽ không có nhiều tai nạn như vậy.

Cũng vậy: **there must have been, there should have been** .v.v.:

- There was a light on. **There must have been** somebody at home.

  Lúc ấy có ánh đèn. Chắc hẳn đã phải có ai đó ở nhà.

Hãy so sánh **there** và **it**:

- They live on a busy street. **There must be** a lot of noise from the traffic.

  Họ sống ở một đường phố đông đúc. Chắc xe cộ ồn ào lắm.

- They live on a busy main street. **It must be** very noisy.

  Họ sống ở một đường phố chính đông đúc. Nơi đó chắc rất ồn ào.

- **There used to be** a movie theater on Main Street but it closed a few years ago. That building is now a supermarket. **It used to be** a movie theater.

  Trước kia có một rạp chiếu phim ở phố Main nhưng nó đã bị đóng cửa cách đây vài năm. Tòa nhà đó bây giờ là siêu thị. Nơi đó trước kia từng là rạp chiếu phim.

Bạn cũng có thể nói **there is sure / certain / likely to be** something.

- **There is sure to be** a flight to Paris this evening.

  Chắc chắn có một chuyến bay đi Paris tối nay.

Chúng ta dùng **it** trong các câu như sau đây:

- **It's** dangerous **to walk in the street.** (It = to walk in the street)

  Đi bộ dưới lòng đường rất nguy hiểm.

Thường chúng ta không nói "to walk in the street is dangerous", mà bắt đầu bằng **It**...

- **It** didn't take us long **to get here.** (It = to get here)

  Chúng ta đã không mất nhiều thời gian để tới đây.

- **It's** too bad **(that) Sandra can't come to the party.** (It = that Sandra can't come to the party).

  Thật đáng tiếc là Sandra không thể đến dự tiệc được.

- Let's go. **It's** not worth **waiting any longer.** (It = waiting any longer)

  Mình đi thôi. Chờ đợi thêm chẳng ích gì đâu.

Ta dùng **it** để nói về khoảng cách, thời gian và thời tiết:

- **It's** a long way from here to the airport.

  Từ đây đến sân bay khá xa.

- **It's** a long time since I last saw you.

  Đã lâu rồi từ khi tôi gặp anh lần cuối.

- What day is **it** today?

  Hôm nay là thứ mấy?

- **It** was windy. (*but* "There was a cold wind").

  Trời lộng gió. (nhưng "Đã có một cơn gió lạnh").

It's worth / It's no use / There's no point **Unit 60A**   *There is + -ing/-ed* **Unit 94D**

Exercises

81.1 Put in *there is/was* or *it is/was*. Some sentences are questions (*is there . . . ? / is it . . . ?* etc.) and some are negative (*isn't/wasn't*).

1. The trip took a long time. *There was* _____ a lot of traffic.
2. What's the new restaurant like? *Is it* _____ good?
3. "_____ a bookstore near here?" "Yes, _____ one on Hill Street."
4. When we got to the movie theater, _____ a line outside. _____ a very long line, so we decided not to wait.
5. I couldn't see anything. _____ completely dark.
6. _____ trouble at the soccer game last night. They had to call the police.
7. How far _____ from Hong Kong to Taipei?
8. _____ Keith's birthday yesterday. We had a party.
9. _____ too windy to play tennis this morning. Let's play tomorrow instead.
10. I wanted to visit the museum, but _____ enough time.
11. "_____ time to leave?" "Yes, _____ almost midnight."
12. A few days ago _____ a storm. _____ a lot of damage.
13. _____ anything on TV, so I turned it off.
14. _____ an accident on Main Street, but _____ very serious.

81.2 Read the first sentence, and then write a sentence beginning with *There . . .*

1. The roads were busy today. There *was a lot of traffic* _____ .
2. This soup is very salty. There _____ in the soup.
3. The box was empty. _____ in the box.
4. The movie was very violent. _____
5. The shopping mall was very crowded. _____

81.3 Complete the sentences. Use *there will be / there would be*, etc. Choose from:

will   might   ~~would~~   wouldn't   should   used to   (be) going to

1. If people drove more carefully, *there would be* _____ fewer accidents.
2. "Do we have any eggs?" "I'm not sure. _____ some in the fridge."
3. I think everything will be OK. I don't think _____ any problems.
4. Look at the sky. _____ a storm.
5. "Is there a school in this village?" "Not now. _____ one, but it closed."
6. People drive too fast on this road. I think _____ a speed limit.
7. If people weren't aggressive, _____ any wars.

81.4 Are these sentences right or wrong? Change *it* to *there* where necessary.

1. They live on a busy road. It must be a lot of noise.   *There must be* _____
2. Last winter it was very cold, and it was a lot of snow.   _____
3. I wish it was warmer. I hate cold weather.   _____
4. It used to be a church here, but it was torn down.   _____
5. Why was she so unfriendly? It must have been a reason.   _____
6. It's a long way from my house to the nearest store.   _____
7. "Where can we park the car?" "Don't worry. It's sure to be a parking lot somewhere."   _____
8. After the lecture it will be an opportunity to ask questions.   _____
9. I like the place where I live, but it would be nicer to live by the ocean.   _____
10. I was told that it would be somebody to meet me at the airport, but it wasn't anybody.   _____

Some and *any*
Some và any

A Nói chung thì chúng ta dùng **some** (cũng như **somebody / someone / something**) trong các câu khẳng định và **any** (cũng như **anybody** v.v...) trong các câu phủ định (xem thêm mục C và D).

some	any
• We bought **some** flowers. *Chúng tôi đã mua hoa.*	• We **didn't** buy **any** flowers. *Chúng tôi đã không mua một bông hoa nào cả.*
• He's busy. He's got **some** work to do. *Anh ấy bận. Anh ấy có một số việc phải làm.*	• He's lazy. He **never** does **any** work. *Cậu ta lười lắm. Cậu ta chẳng bao giờ làm việc gì cả.*
• There's **somebody** at the door. *Có ai đó ở ngoài cửa.*	• There **isn't anybody** at the door. *Không có ai ngoài cửa.*
• I'm hungry. I want **something** to eat. *Tôi đói. Tôi muốn ăn cái gì đó.*	• I'm not hungry. I **don't want anything** to eat. *Tôi không đói. Tôi không muốn ăn gì cả.*

Ta dùng **any** trong các câu dưới đây vì chúng mang nghĩa phủ định:

- She went out **without any** money. (She didn't take **any** money with her.)
  Cô ấy đi chơi mà chẳng có đồng nào cả. (Cô ấy không mang tiền theo mình.)
- He **refused** to eat **anything**. (He didn't eat **anything**.)
  Anh ta từ chối ăn bất cứ thứ gì. (Anh ta không ăn gì cả).
- **Hardly anybody** passed the examination. (= almost **nobody** passed.)
  Chẳng có mấy người qua được kỳ thi. (= gần như không ai qua được.)

B Trong đa số các câu hỏi chúng ta dùng **any**:
- "Do you have **any** luggage ?"
"Anh có hành lý gì không ?"
- "Has **anybody** seen my bag ?"
"Có ai nhìn thấy cái túi của tôi không?"

Nhưng chúng ta dùng **some** trong các câu hỏi khi chúng ta mong đợi câu trả lời "yes":
- What's wrong ? Do you have **something** in your eye? (It's seems like you have something in your eye, and I expect you to answer "yes").
Sao vậy ? Có cái gì đó trong mắt anh phải không ? (Dường như có cái gì đó trong mắt anh và tôi chờ câu trả lời khẳng định).

some cũng dùng trong các câu hỏi khi chúng ta đề nghị hay yêu cầu gì đó:
- Would you like **something** to eat ? an I have **some** sugar, please?
Anh muốn ăn cái gì đó không?   Làm ơn cho tôi chút đường.

Ta thường dùng **any** sau **if**:

C

- **If** there are **any** letters for me, can you send them on to this address?
  Nếu có thư từ gì của tôi, bạn có thể gửi chúng tới địa chỉ này được không
- Let me know **if** you need **anything**.
  Hãy cho tôi biết nếu như anh cần gì đó.

Những câu sau đây mang ý nghĩa như **if**:

- I'm sorry for **any** trouble I've caused. (= if I have caused any trouble)
  Tôi xin lỗi về tất cả những gì phiền phức mà tôi đã gây nên. (nếu có).
- **Anyone** who wants to do exam must give me their names today. (= there is anyone)
  Bất cứ ai muốn dự thi phải đăng ký tên với tôi trong ngày hôm nay. (= có ai)

D

Chúng ta cũng dùng **any** với nghĩa "**it doesn't matter which**":

- You can catch **any** bus. They all go downtown. (= it doesn't matter wh bus you catch).
  Anh có thể đón bất kỳ chuyến xe buýt nào. Tất cả chúng đều chạy trung tâm thành phố. (anh đón chuyến xe nào không thành vấn đề).
- "Sing a song." "Which song should I sing ?" "**Any** song. I don't care."
  "Hãy hát một bài đi." "Tôi sẽ hát bài nào đây ?" "Bài nào cũng được."
- Come and see me **anytime** you want.
  Hãy đến gặp tôi bất cứ khi nào anh muốn.
- "Let's go out somewhere." "Where shall we go ?" "**Anywhere**. It doesn't matter
  "Mình đi đâu đó đi." "Đi đâu bây giờ?" "Đâu cũng được. Không quan trọng
- We left the door unlocked. **Anybody** could have come in.
  Chúng tôi đã không khóa cửa. Bất kỳ ai cũng đã có thể vào được.

Hãy so sánh **something** và **anything**.

- A : I'm hungry. I want **something** to eat.
  Tôi đói. Tôi muốn có cái gì đó để ăn.
- B : What would you like?
  Anh muốn ăn gì?
  A : I don't care. **Anything**. (= something, but it doesn't matter what.)
  Tôi không bận tâm. Thứ gì cũng được. (= một thứ gì đó, nhưng khở quan trọng là thứ gì.)

E

Somebody / someone / anybody / anyone là những từ số ít:

- **Someone is** here to see you.
  Có ai đang đợi gặp anh đấy.

Nhưng ta lại thường dùng **they / them / their** sau các từ này.

- **Someone** has forgotten **their** umbrella. (= his or her umbrella)
  Có người đã bỏ quên dù. (= của người đó)
- If **anybody** wants to leave early, **they** can. (= he or she can).
  Nếu có ai đó muốn về sớm, thì cứ tự nhiên.

No/none/any **Unit 83** *Some of. . . / any of. . .* **Unit 85** *Hardly any* **Unit 98C**

xercises

2.1 Complete the sentences with *some* or *any*.

1. We didn't buy _any_ flowers.
2. I'm going out tonight with _____ friends of mine.
3. "Have you seen _____ good movies recently?" "No, I haven't been to the movies for ages."
4. I didn't have _____ money, so I had to borrow _____ .
5. Can I have _____ milk in my coffee, please?
6. I was too tired to do _____ work.
7. You can cash these traveler's checks at _____ bank.
8. Can you give me _____ information about places of interest in this area?
9. With the special tourist bus pass, you can travel on _____ bus you like.
10. If there are _____ words you don't understand, use a dictionary.

2.2 Complete the sentences with *some* or *any* + body/one/thing/where.

1. I was too surprised to say _anything_ .
2. There's _____ at the door. Can you go and see who it is?
3. Does _____ mind if I open the window?
4. I wasn't feeling hungry, so I didn't eat _____ .
5. You must be hungry. Would you like _____ to eat?
6. Quick, let's go! There's _____ coming, and I don't want _____ to see us.
7. Sarah was upset about _____ and refused to talk to _____ .
8. This machine is very easy to use. _____ can learn to use it in a very short time.
9. There was hardly _____ on the beach. It was almost deserted.
10. "Do you live _____ near Jim?" "No, he lives in another part of town."
11. "Where do you want to go on vacation?" "Let's go _____ warm and sunny."
12. They stay at home all the time. They never seem to go _____
13. I'm going out. If _____ calls while I'm out, tell them I'll be back at 11:30.
14. Why are you looking under the bed? Have you lost _____ ?
15. _____ who saw the accident should contact the police.
16. Sue is very secretive. She never tells _____ _____ . *(2 words)*

2.3 Complete the sentences. Use *any* + noun or anybody/anyone/anything/anywhere.

1.	Which bus do I have to catch?	_Any bus._ They all go downtown.
2.	Which day should I come?	It doesn't matter. _____
3.	W hat do you want to eat?	_____ I don't care. Whatever you have.
4.	Where should I sit?	It's up to you. You can sit _____ you like.
5.	What kind of job are you looking for?	_____ It doesn't matter.
6.	What time should I call tomorrow?	_____ I'll be home all day.
7.	Who should I invite to the party?	I don't care. _____ you like.
8.	Which newspaper should I buy?	_____ Whatever they have at the store.

No / none / any   Nothing / nobody, etc.

No và none.

Ta dùng **no** + danh từ. (= **not a** hay **not any**):

- We had to walk home because there was **no bus**. (= there wasn't a bus.)
  Chúng tôi đã phải đi bộ về nhà vì không có xe buýt.
- I can't talk to you now. I have **no time**. (= I don't have **any** time).
  Tôi không thể nói chuyện với bạn bây giờ được. Tôi không có thời gian.
- There were **no stores** open. (= there weren't any stores open).
  Lúc ấy không có cửa hàng nào mở cửa.

Ta có thể dùng **no** + **noun** ở đầu câu:

No news is good news.

Không có tin gì là tin tốt.

Ta dùng **none** một mình không có danh từ đi theo.

- "How much money do you have ?" "**None**". (= no money)
  "Bạn có bao nhiêu tiền?" "Chẳng có đồng nào".
- All the tickets have been sold. There are **none** left. (= no tickets left)
  Tất cả vé đã được bán hết. Không còn lại cái nào.

Hoặc dùng **none of** ...:

- This money is all yours. **None of it** is mine.
  Tất cả số tiền này là của bạn. Tôi không có gì hết.

Sau **none of** + một danh từ số nhiều (**"none of the students"**, none them" v.v.) bạn có thể dùng động từ chia ở số ít hoặc số nhiều. Động từ chia số nhiều thường được dùng hơn:

- **None of the stores were** (or **was**) open.
  Chẳng có cửa hàng nào mở cửa.

B

nothing   nobody / no one   nowhere

Bạn có thể dùng các từ phủ định này ở đầu câu hoặc một mình:

- "What happened ?" "**Nothing.**"
  "Có chuyện gì vậy" "Chẳng có gì cả."
- **Nobody** came to visit me while I was in hospital.
  Chẳng có ai đến thăm tôi trong khi tôi nằm viện.
- "Where are you going ?" "**Nowhere.** I'm staying here."
  "Bạn sẽ đi đâu ?" "Chẳng đi đâu cả. Tôi sẽ ở lại đây."

Bạn cũng có thể dùng các từ này sau động từ, đặc biệt sau **be** và **have**:

- The house is empty. There**'s no one** living there.
  Ngôi nhà trống không. Chẳng có ai sống ở đây cả.
- We had **nothing** to eat.
  Chúng tôi không có gì để ăn.

Nothing / Nobody, etc. = not + anything / anybody, etc.:

- I did**n't** say **anything**. (= I said **nothing**.)
  Tôi đã không nói gì cả.
- She did**n't** tell **anybody** about her plans. (= She told **nobody**...)
  Cô ấy đã không nói với bất kỳ ai về những dự tính của cô ấy.
- The station is**n't anywhere** near here. (= ... is **nowhere** near here.)
  Nhà ga không có ở gần đây.

Khi dùng **nothing** / **nobody** v.v... ta không sử dụng động từ ở dạng phủ định (isn't, didn't, can't v.v...):

- I **said nothing**. (*not* I didn't say nothing).
  Tôi đã không nói gì cả. (không nói "I didn't say nothing").
- **Nobody** tells me anything. (*not* Nobody doesn't tell...)
  Không có ai nói với tôi điều gì cả. (không nói "Nobody doesn't tell...")

Chúng ta cũng dùng **any** / **anything** / **anybody** .v.v. (không dùng "not") với nghĩa "It doesn't matter which / what / who" (xem **UNIT 82D**). Hãy so sánh **no-** và **any-**:

- There was **no** bus, so we walked home.
  Không có xe buýt, vì vậy chúng tôi đi bộ về nhà.
- You can catch **any** bus. They all go downtown.
  Anh có thể đón xe nào cũng được. Tất cả đều chạy vào thành phố.
- "What do you want to eat ?" "**Nothing**. I'm not hungry."
  "Bạn muốn ăn gì nào ?" "Không muốn gì cả. Tôi không đói."
- I'm so hungry. I could eat **anything**. (= it doesn't matter what).
  Tôi đói quá. Tôi có thể ăn bất cứ thứ gì. (= thứ gì cũng được).
- The exam was extremely difficult. **Nobody** passed. (= everybody failed).
  Kỳ thi cực kỳ khó. Chẳng có ai đậu cả. (= mọi người đều trượt).
- The exam was very easy. **Anybody** could have passed. (= it doesn't matter who).
  Kỳ thi rất dễ. Ai cũng có thể đậu. (= bất kể là ai).

Sau **Nobody** / **no one** bạn có thể dùng **they** / **them** / **their**:

- **Nobody** called, did **they** ? (= did he or she).
  Không có ai gọi điện thoại đến phải không?
- The party was a disaster. **Nobody** enjoyed **themselves**. (= himself or herself).
  Bữa tiệc thật thảm hại. Không ai thích thú cả.
- **No one** in the class did **their** homework. (= his or her homework).
  Không một ai trong lớp làm bài tập ở nhà cả.

Some and any **Unit 82**   *None of* **Unit 85**   *Any bigger / no better,* etc. **Unit 102B**

Exercises

83.1 Complete these sentences with *no, none,* or *any.*

1. It was a holiday, so there were _no_ stores open.
2. I don't have _any_ money. Can you lend me some?
3. I couldn't make an omelette because there were _____ eggs.
4. I couldn't make an omelette because there weren't _____ eggs.
5. "How many eggs do we have?" "_____ . Should I go and buy some?"
6. We took a few pictures, but _____ of them were very good.
7. What a stupid thing to do! _____ intelligent person would do something like that.
8. I'll try and answer _____ questions you ask me.
9. I couldn't answer _____ of the questions they asked me.
10. We canceled the party because _____ of the people we invited were able to come.

83.2 Answer these questions using *none / nobody / no one / nothing / nowhere.*

1.	What did you do?	_Nothing_
2.	Where are you going?	_____
3.	How much luggage do you have?	_____
4.	How many children do they have?	_____
5.	Who were you talking to?	_____
6.	What do you want?	_____

Now answer the same questions using complete sentences with
any/anybody/anyone/anything/anywhere.

7. (1) _I didn't do anything_
8. (2) I _____ .
9. (3) _____
10. (4) _____
11. (5) _____
12. (6) _____

83.3 Complete these sentences with *no* or *any* + *body/one/thing/where.*

1. I don't want _anything_ to drink. I'm not thirsty.
2. The bus was completely empty. There was _____ on it.
3. "Where did you go for vacation?" "_____ . I stayed at home."
4. I went to the mall, but I didn't buy _____ .
5. "What did you buy?" "_____ . I couldn't find _____ I wanted."
6. The town was still the same when I returned years later. _____ had changed.
7. Have you seen my watch? I've looked all over the house, but I can't find it _____ .
8. There was complete silence in the room. _____ said _____ .

83.4 Choose the right word.

1. She didn't tell ~~nobody~~ / anybody about her plans. (*anybody* is correct)
2. The accident looked serious, but fortunately no one / anyone was injured.
3. I looked out the window, but I couldn't see nobody / anybody.
4. My job is very easy. Nobody / Anybody could do it.
5. "What's in that box?" "Nothing. / Anything. It's empty."
6. The situation is uncertain. Nothing / Anything could happen.
7. I don't know nothing / anything about economics.

Much, many, little, few, a lot, plenty

A Ta dùng **much** và **little** với các danh từ không đếm được:

    much time   **much** luck   **little** energy   **little** money

many và **few** được dùng với các danh từ số nhiều:

    many friends   **many** people   **few** cars   **few** countries

B Ta dùng **a lot of / lots of / plenty of** với các danh từ không đếm được và các danh từ số nhiều. *(uncountable and plural nouns).*

    a lot of luck   **lots of** time   **plenty of** money
    a lot of friends   **lots of** people   **plenty of** ideas

Plenty = nhiều hơn cần thiết:

- There's no need to hurry. We're got **plenty of** time.
  Không cần phải vội. Chúng ta có dư thời gian.

C **Much** thường dùng trong các câu phủ định (đặc biệt trong tiếng Anh đàm thoại). Vì vậy chúng ta nói:

- We did**n't** spend **much** money. (negative).
  Chúng tôi đã không tiêu hết nhiều tiền. (câu phủ định).
- Does he go out **much**? (interrogative).
  Anh ấy có đi chơi nhiều không? (câu hỏi)

nhưng • We spent **a lot of** money. (*not* We spent **much** money).
    *Chúng tôi đã tiêu hết nhiều tiền. (không dùng "We spent **much** money").*

- He goes out **a lot**. (*not* He goes out **much**.)
  *Anh ấy hay đi chơi. (không dùng "He goes out **much**").*

Ta dùng **many, a lot (of)**, và **lots of** trong tất cả các loại câu:

- **Many** people drive too fast. *or*   **A lot of / Lots of** people drive too fast.
  Có nhiều người lái xe quá nhanh.
- Do you know **many** people? *or* Do you know **a lot of / lots of** people?
  Bạn có quen biết nhiều người lắm không?
- He doesn't go out **a lot**.   *or*   He doesn't go out **much**.
  Anh ấy không hay đi chơi.

D **Little** và **few** (không có "**a**") có nghĩa phủ định (= not much / not many):

- We had to make a quick decision. There was **little** time to think. (= not much time; not enough time).
  Chúng tôi phải quyết định thật nhanh. Còn rất ít thời gian để suy nghĩ. (= không đủ thời gian).

251

- Dave has **few** friends at the company now that Jason and Bruce have qu
  (= not many friends, not enough friends).
  Dave có rất ít bạn bè trong công ty nhất là khi Jason và Bruce đã nghỉ vì
  (= không đủ bạn bè)

Bạn có thể nói **very little** và **very few**:
- There was **very little** time to think.
  Còn rất ít thời gian để suy nghĩ. (không đủ thời gian).
- Dave has **very few** friends.
  Anh ấy có rất ít bạn bè.

a little và **a few** có nghĩa khẳng định hơn. **A little** = một ít, một lượng nh
- Let's go and get something to drink. We've got **a little** time before t
  train leaves.
  Chúng ta đi uống cái gì đi. Chúng ta còn một ít thời gian trước khi t
  chạy. (a little time = một ít thời gian, đủ để uống thứ gì đó).
- "Do you speak English ?" "**A little**". (so we can talk a bit.)
  "Bạn nói được tiếng Anh không ?" "Một chút ít". (để chúng ta có thể
  chuyện chút ít).

A few = một ít, một số nhỏ:
- I enjoy my life here. I have **a few** friends and we get together quite ofte
  Tôi hài lòng với cuộc sống của tôi nơi đây. Tôi có vài người bạn và chu
  tôi gặp nhau khá thường xuyên.(a few friends = không nhiều, nhưng đủ
  giao du, vui chơi).
- "When was the last time you saw Clare ?" "**A few** days ago". (= some days a
  "Anh gặp Clare lần cuối khi nào ?" "Mấy hôm trước".

Hãy so sánh:
- He spoke **little** English, so it was hard to communicate with him.
  Anh ta nói tiếng Anh được ít, cho nên nói chuyện với anh ta rất khó khă
- He spoke **a little** English, so we were able to communicate with him.
  Anh ấy nói được chút ít tiếng Anh, vì thế chúng tôi đã có thể nói chu
  với anh ấy.
- She's lucky. She has **few** problems. (= not many problems).
  Cô ấy thật may mắn. Cô ấy ít gặp chuyện phiền phức. (= không nh
  chuyện phiền phức).
- Things are not going so well for her. She has **a few** problems. (= some problem
  Mọi việc không suông sẻ với cô ấy. Cô ấy gặp vài chuyện phiền pł
  (= một số chuyện phiền phức).

Lưu ý rằng "**only a little**" và "**only a few**" có nghĩa phủ định:
- We have to hungry. We **only** have **a little** time.
  Chúng ta cần phải khẩn trương. Chúng ta chỉ có ít thời gian.
- The town was very small. There were **only a few** houses.
  Thị trấn lúc đó rất nhỏ. Ở đó chỉ có vài ngôi nhà.

xercises

.1 In some of these sentences *much* is incorrect or unnatural. Change *much* to *many* or *a lot (of)* where necessary.

1. We didn't spend much money.   _RIGHT_
2. Sue drinks much tea.   _a lot of tea_
3. Jim always puts much salt on his food.   _____
4. We'll have to hurry. We haven't got much time.   _____
5. Did it cost much to fix the car?   _____
6. It cost much to fix the car.   _____
7. I don't know much people in this town.   _____
8. I use the phone much at work.   _____

.2 Complete the sentences using *plenty (of)* + one of the following:

    hotels   money   room   things to wear   ~~time~~   to learn

1. There's no need to hurry. _We've got plenty of time._
2. He doesn't have any financial problems. He has _____ .
3. Come and sit with us. There's _____ .
4. She knows a lot, but she still has _____ .
5. I'm sure we'll find a place to stay. There _____ .
6. She doesn't need to buy a new dress for the party. She has _____ .

.3 Put in *much/many/few/little*.

1. He isn't very popular. He has very _few_ friends.
2. Ann is very busy these days. She has very _____ free time.
3. Did you take _____ pictures when you were on vacation?
4. I'm not very busy today. I don't have _____ to do.
5. Most of the town is modern. There are _____ old buildings.
6. The weather has been very dry recently. We've had very _____ rain.

.4 Put in *a* where necessary.

1. She's lucky. She has <u>few problems</u>.   _RIGHT_
2. Things are not going so well for her. She has <u>few problems</u>.   _a few problems_
3. Can you lend me <u>few dollars</u>?   _____
4. I can't give you a decision yet. I need <u>little time</u> to think.   _____
5. There was <u>little traffic</u>, so the trip didn't take very long.   _____
6. It was a surprise that he won the match. <u>Few people</u> expected him to win.   _____
7. I don't know much Spanish – <u>only few words</u>.   _____

.5 Put in *little / a little / few / a few*.

1. We have to hurry. We have _little_ time.
2. Listen carefully. I'm going to give you _____ advice.
3. Do you mind if I ask you _____ questions?
4. This town is not a very interesting place to visit, so _____ tourists come here.
5. I don't think Jill would be a good teacher. She has _____ patience.
6. "Would you like cream in your coffee?" "Yes, please. _____ "
7. This is a very boring place to live. There's _____ to do.
8. "Have you ever been to Paris?" "Yes, I've been there _____ times."

253

All / all of, most / most of, no / none of, etc.

> all some   any   most   much/many   little/few

A

Bạn có thể dùng những từ kể trên (cũng như **no**) với một danh từ (**some fe** / **few books**, etc.)

- **All cars** have wheels.
  Tất cả xe hơi đều có bánh.
- **Some cars** can go faster than others.
  Một số ô tô có thể chạy nhanh hơn những chiếc khác.
- I don't go out very often. I stay home **most days**.
  Tôi không hay đi chơi. Tôi ở nhà hầu như mọi ngày.
- **Many people** drive too fast.
  Nhiều người lái xe quá nhanh.

Bạn không thể nói "all of cars", "most of people" v.v... (xem thêm mục **B**).

- (on a sign) NO CARS (= no cars allowed).
  (trên một bảng hiệu) CẤM XE HƠI (= xe hơi không được phép vào).
- **Some people** are very unfriendly. (*not* some of people)
  Một số người rất là không thân thiện. (không nói "some of people")

Lưu ý rằng chúng ta nói **most** (không nói "the most")

- **Most tourists** don't visit this part of the town. (*not* the most tourists)
  Đa số khách du lịch không đến thăm vùng này của thị trấn. (không "the most tourists".)

B

Some of ... / most of ... / none of, etc.

Bạn có thể dùng các từ trong khung (cũng như **none** và **half**) với **of**.

Ta dùng **some of / most of / none of + the / this / that / these / those / my** .v

Vài ví dụ:

- **Some of the** people I work with are very friendly.
  Một vài trong số những người cùng làm việc với tôi rất là thân thiện.
- **None of this** money is mine.
  Không có đồng nào trong số tiền này là của tôi.
- Have you read **any of these** books?
  Anh đã đọc quyển nào trong số những quyển sách này chưa?
- I was sick yesterday. I spent **most of the** day in bed.
  Hôm qua tôi không được khỏe. Tôi nằm trên giường hầu như cả ngày.

Không nhất thiết có **of** sau **all** hay **half**. Vì vậy bạn có thể nói:

- **All my friends** live in Los Angeles *or* **All of** my friends...
  Tất cả bạn bè của tôi sống ở Los Angeles.

- **Half this money** is mine. *or* **Half of** this money...

  Phân nửa số tiền này là của tôi.

Hãy so sánh những câu sau:

- **All flowers** are beautiful. (= all flowers in general)

  Tất cả các loài hoa đều đẹp. (= hoa nói chung)

- **All** (of) **the flowers** in this garden are beautiful. (= a particalar group of flowers).

  Tất cả hoa trong vườn này đều đẹp. (= Một nhóm bông hoa cụ thể)

- **Most problems** have a solution. (= most problems in general).

  Hầu hết các vấn đề khó khăn đều có một giải pháp. (= hầu hết các vấn đề nói chung).

- We were able to solve **most of the problems we had**. (= a particular group of problems).

  Chúng tôi có thể giải quyết hầu hết các vấn đề khó khăn chúng tôi gặp. (= một nhóm vấn đề cụ thể).

Bạn có thể dùng **all of / some of / none of**, etc. + **it / us / you / them**:

- "How many of these people do you know ?" "**None of them.**" / "**A few of them.**"

  "Anh biết bao nhiêu người trong số những người này?" "Không ai cả." / "Vài người trong số họ."

- Do **any of you** want to come to a party tonight?

  Có ai trong số các bạn muốn đi dự tiệc tối nay không?

- "Do you like this music ?" "**Some of it.** Not **all of it.**"

  "Anh thích nhạc này không ?" "Một phần thôi. Không thích hết."

Trước **it / us / you / them** bạn cần thêm **of** sau **all** và **half** (all of, half of):

all of us (không nói "all us")   **half of them** (không nói "half them")

tất cả chúng tôi   *một nửa trong số họ.*

D

Bạn có thể dùng các từ trong khung (cũng như **none**) đứng một mình, không có danh từ đi kèm:

- Some cars have four doors and **some** have two.

  Một số xe hơi có bốn cửa và một số có hai cửa.

- A few of the shops were open but **most** (of them) were closed.

  Lúc ấy vài cửa hàng mở cửa nhưng đa số thì đóng cửa.

- Half (of) this money is mine, and **half** (of it) is yours. (*not* the half).

  Một nửa số tiền này là của tôi, và một nửa là của anh. (không nói "the half").

Some and any 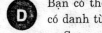 **Unit 82**   *No/none* **Unit 83**   *Much, many, little, few* **Unit 84**

All **Units 86E, 87, 106C**   *All of / most of, etc. + whom/which* **Unit 93B**

Exercises

85.1 Put in *of* where necessary. Leave an empty space (–) if the sentence is already complete.

1. All __–__ cars have wheels.
2. None _of_ this money is mine.
3. Some _____ people get angry very easily.
4. Some _____ the people I met at the party were very interesting.
5. I have lived in Chicago most _____ my life.
6. Many _____ people watch too much TV.
7. Are any _____ those letters for me?
8. Most _____ days I get up before 7:00.
9. Jim thinks that all _____ museums are boring.

85.2 Choose from the list and complete the sentences. Use *of* where necessary.

> accidents   ~~cars~~   her friends   the people I invited   birds   my dinner
> the population   ~~these books~~   the countries in South America   her opinions

1. I haven't read many _of these books_ .
2. All _cars_ have wheels.
3. Many _____ are caused by bad driving.
4. When she got married, she kept it a secret. She didn't tell any _____ .
5. Not many people live in the north of the country. Most _____ lives in the south.
6. Not all _____ can fly. For example, the penguin can't fly.
7. None _____ to the party could come, so I canceled it.
8. Julia and I have very different ideas. I don't agree with many _____ .
9. Sarah travels a lot. She has been to most _____ .
10. I had no appetite. I could only eat half _____ .

85.3 Complete the sentences using the words in parentheses. Sometimes no other words are necessary. Sometimes you need *the* or *of the*.

1. I didn't feel well yesterday. I spent _most of the day_ in bed. (most / day)
2. _Some cars_ can go faster than others. (some / cars)
3. _____ are difficult to answer. (some / questions)
4. _____ you took on vacation were very good. (some / photographs)
5. _____ learn more quickly than others. (some / people)
6. We've eaten _____ we bought. There's very little left. (most / food)
7. Have you spent _____ you borrowed? (all / money)
8. We had a relaxing vacation. We spent _____ on the beach. (most / time)
9. Jason is easy to get along with. _____ like him. (most / people)
10. The exam was difficult. I could answer only _____ . (half / questions)

85.4 Complete the sentences. Use *all of / some of / none of* + *it/them/us* (*all of it / some of them*, etc.).

1. These books are all Jane's. _None of them_ belong to me.
2. "How many of these books have you read?" "_____ . Every one."
3. We all got wet in the rain because _____ had an umbrella.
4. Some of this money is yours, and _____ is mine.
5. I asked some people for directions, but _____ were able to help me.
6. She made up the whole story from beginning to end. _____ was true.
7. Not all the tourists in the group were American. _____ were Japanese.
8. I watched most of the movie, but not _____ .

256

Both / both of, neither / neither of, either / either of

Ta dùng **both / neither / either** với hai vật, sự việc .v.v. Bạn có thể dùng các từ này cùng với danh từ (**both books, neither book**...).

Ví dụ, bạn đang nói về việc đi ăn tiệm chiều nay. Có hai nhà hàng mà bạn có thể tới, bạn nói:

- **Both restaurants** are very good. (*not* the both restaurants)
  Cả hai nhà hàng đều rất ngon. (không nói "the both restaurants").
- **Neither restaurant** is expensive.
  Không nhà hàng nào đắt cả.
- We can go to **either restaurant**. I don't care. (= one or the other; it doesn't matter which one.)
  Chúng ta có thể tới nhà hàng nào cũng được. Tôi thì "thoải mái" thôi. (either = một trong hai, cái nào cũng được.)

B Both of .../ neither of ... / either of ...

Khi bạn dùng **both / neither / either** + **of**, bạn luôn luôn cần thêm **the**... / **these** ... / **my** ... / **Tom's**... (v.v.). Bạn không thể nói "both of restaurants". Bạn phải nói "**both of the** restaurants", "both of **those** restaurants" v.v.:

- **Both of these** restaurants are very good.
  Cả hai nhà hàng này đều rất ngon.
- **Neither of the** restaurants we went to was (or were) expensive.
  Không có cái nào trong số hai nhà hàng mà chúng ta đã tới là đắt cả.
- I haven't been to **either of those** restaurants. (= I haven't been to one or the other).
  Tôi chưa tới nơi nào trong số hai nhà hàng đó.

Bạn không cần thêm **of** sau **both**. Vì thế bạn có thể nói:

- **Both** my parents are from Michigan. *or* **Both of** my parents...
  Cả bố mẹ tôi đều là người Michigan.

Bạn có thể dùng **both of / neither of / either of** + **us / you / them**:

- *(talking to two people)* Can **either of you** speak Spanish?
  (nói với hai người) Một trong hai bạn nói được tiếng Tây Ban Nha chứ?
- I asked two people the way to the station but **neither of them** knew.
  Tôi hỏi hai người đường đến ga nhưng cả hai đều không biết.

Bạn phải nói "**both of**" trước **us / you / them**:

- **Both of us** were very tired. (*not* Both us were...).
  Cả hai chúng tôi đều rất mệt. (không nói "Both us were...").

Sau **neither of** ... động từ có thể chia ở số ít hay số nhiều đều được:

- Neither of the children **wants** (or **want**) to go to bed.
  Không đứa nào trong hai đứa muốn đi ngủ cả.

Bạn cũng có thể dùng **both / neither / either** đứng một mình:

• I couldn't decide which of the two shirts to buy. I like **both**. (or I like **both** them.)

    Tôi đã không thể quyết định mua cái nào trong hai cái áo đó. Tôi thích cả h

• "Is your friend British or American ?" "**Neither**. She's Australian."

    "Bạn của anh là người Anh hay Mỹ ?" "Đều không phải. Cô ấy là người Úc."

• "Do you want tea or coffee ?" "**Either**. I don't care."

    "Anh muốn trà hay cà phê?" "Thứ nào cũng được. Không quan trọng"

Bạn có thể nói:

both...and...:

    • **Both** Ann **and** Tom were late.

    Cả Ann và Tom đều đến muộn.

    • I was **both** tired **and** hungry when I arrived home.

    Tôi vừa mệt vừa đói khi về đến nhà.

neither...nor...:

    • **Neither** Liz **nor** Robin came to the party.

    Cả Liz cả Robin đều không đến dự tiệc.

    • She said she would contact me but she **neither** wrote **nor** called.

    Cô ấy nói sẽ liên hệ với tôi nhưng cô ấy đã không viết thư cũng chẳng g điện thoại.

either...or...:

    • I'm not sure where he's from. He's **either** Spanish **or** Italian.

    Tôi không chắc anh ấy là người nước nào. Có thể anh ấy là người Tây Ba Nha hoặc người Ý.

    • **Either** you apologize **or** I'll never speak to you again.

    Hoặc là anh xin lỗi hoặc là tôi sẽ không bao giờ nói chuyện với anh nữa.

Hãy so sánh **either / neither / both** (hai thứ) và **any / none / all** (nhiều hơ hai thứ):

• There are **two** good hotels in the town. You can stay at **either** of them. *Có hai khách sạn tốt trong thị trấn. Anh ở trọ cái nào cũng được.*	• There are **many** good hotels in the town. You can stay at **any** of them. *Có nhiều khách sạn tốt trong thị trấn. Anh có thể ở trọ bất cứ cái nào trong số chúng.*
• We tried **two** hotels. **Neither** of them had any rooms. **Both** of them were full. *Chúng tôi đã thử tới hai khách sạn. Không cái nào trong hai cái còn phòng cả. Cả hai đều đã kín người.*	• We tried **a lot of** hotels. **None** of them had any rooms. **All** of them were full. *Chúng tôi đã thử tới nhiều khách sạn. Không cái nào trong số chúng còn phòng cả. Tất cả đều đã kín người.*

Neither do I / I don't either Unit 48C   **Both of whom / neither of which** Unit 93B   **Both** Unit 106C

.1 Complete the sentences with *both/neither/either*.

1. "Do you want tea or coffee?" "_Either_____ It really doesn't matter."
2. "What's today's date – the 18th or the 19th?" "_____. It's the 20th."
3. *A:* Where did you go for your vacation – Florida or Puerto Rico?
   B: We went to _____. A week in Florida and a week in Puerto Rico.
4. "When should I call you, morning or afternoon?" "_____. I'll be home all day."
5. "Where's Kate? Is she at work or at home?" "_____. She's out of town."

.2 Complete the sentences with *both/neither/either*. Use *of* where necessary.

1. _Both_____ my parents are from Michigan.
2. To get downtown, you can take the city streets or you can take the freeway. You can go
   _____ way.
3. I tried to call George twice, but _____ times he was out.
4. _____ Tom's parents is American. His father is Polish, and his
   mother is Italian.
5. I saw an accident this morning. One car drove into the back of another. Fortunately
   _____ driver was injured, but _____ cars were badly damaged.
6. I have two sisters and a brother. My brother is working, but _____
   my sisters are still in school.

.3 Complete the sentences with *both/neither/either of + us/them*.

1. I asked two people the way to the airport, but _neither of them_____ could help me.
2. I was invited to two parties last week, but I didn't go to _____.
3. There were two windows in the room. It was very warm, so I opened
   _____.
4. Sarah and I play tennis together regularly, but _____ can play very well.
5. I tried two bookstores for the book I wanted, but _____ had it.

.4 Write sentences with *both ... and ... / neither ... nor ... / either ... or ....*

1. She didn't write, and she didn't call. _She neither wrote nor called._
2. Jim is on vacation, and so is Carol. _____
3. Brian doesn't smoke, and he doesn't drink. _____
4. It was a very boring movie. It was very long, too.
   The movie _____.
5. Is that man's name Richard? Or is it Robert? It's one of the two.
   That man's name _____.
6. I don't have the time to go on vacation. And I don't have the money.
   I have _____.
7. We can leave today, or we can leave tomorrow – whichever you prefer.
   We _____.

5 Complete the sentences with *neither/either/none/any*.

1. We tried a lot of hotels, but _none_____ of them had any rooms.
2. I took two books with me on vacation, but I didn't read _____ of them.
3. I took five books with me on vacation, but I didn't read _____ of them.
4. There are a few stores in the next block, but _____ of them sell newspapers.
5. You can call me at _____ time during the evening. I'm always at home.
6. I can meet you on the 6th or the 7th. Would _____ of those days
   be convenient for you?
7. John and I couldn't get into the house because _____ of us had a key.
8. A few letters came this morning, but _____ of them were for me.

All, every and *whole*
All, every và whole

A

All và everybody / everyone
Ta thường không dùng **all** với nghĩa **everybody / everyone**:
- **Everybody** enjoyed the party. (*not* All enjoyed...).

  Mọi người đều đã hài lòng với bữa tiệc. (không nói "All enjoyed...").

Nhưng lưu ý rằng chúng ta nói **all of us / you / them**, không ~~r~~
"**everybody of...**":
- **All of us** enjoyed the party. (*not* everybody of us...).

  Tất cả chúng tôi đều hài lòng với bữa tiệc. (không nói "everybody of us..."

B

All và everything
Đôi khi bạn có thể dùng **all** và **everything** như nhau:
- I'll do **all** I can to help. *or* I'll do **everything** I can to help.

  Tôi sẽ làm tất cả những gì tôi có thể để giúp (bạn).

Bạn có thể nói "**all I can**" / "**all you need**" .v.v. nhưng **all** thường khô~~ng~~
đứng một mình.
- He thinks he knows **everything**. (*not* he knows all).

  Anh ta nghĩ anh ta biết hết mọi thứ. (không nói "he knows all").
- Our vacation was a disaster. **Everything** went wrong. (*not* All w~~ent~~
  wrong).

  Kỳ nghỉ của chúng tôi thật khủng khiếp. Mọi thứ đều tồi tệ. (không ~~nói~~
  "All went wrong").

Ta dùng **all** trong thành ngữ **all about**:
- They told us **all about** their vacation.

  Họ kể với chúng tôi tất cả về kỳ nghỉ của họ.

Ta cũng dùng **all** (không dùng "everything") với nghĩa **the only thing** (s):
- **All** I've eaten today is a sandwich. (= the only thing I've eaten today...)

  Tất cả những gì tôi đã ăn ngày hôm nay chỉ là một cái bánh sandwich.
  (= thứ duy nhất mà tôi đã ăn hôm nay là một cái bánh sandwich).

C

Every / everybody / everyone / everything là những từ số ít, vì vậy ~~ta~~
chia động từ ở số ít:
- **Every seat** in the theater **was** taken.

  Mọi chỗ ngồi trong rạp hát đều đã có người.
- **Everybody has** arrived. (*not* have arrived).

  Mọi người đều đã tới. (không nói "have arrived").

Nhưng ta thường dùng **they / them / their** sau **everybody / everyone**:
- **Everybody** said **they** enjoyed **themselves**. (= he or she enjoyed hi~~m~~

260

or herself).

Mọi người đều nói là họ đã hài lòng.

All và whole

Whole = hoàn toàn, toàn bộ. Chúng ta rất thường dùng **whole** với các danh từ số ít:

- Did you read **the whole book** ? (= all of the book, not just the part of it)

  Anh đã đọc hết quyển sách chưa ? (= cả quyển sách, không phải chỉ một phần)

- She has lived **her whole life** in Chile.

  Cô ấy đã sống cả cuộc đời mình ở Chi lê.

- Jack was so hungry, he ate **a whole packet** of cookies. (= a complete packet)

  Jack đói quá, cậu ấy đã ăn cả gói bánh bích qui. (= cả một gói bánh).

Ta thường không dùng **whole** với các danh từ không đếm được. Chúng ta nói:

- I've spent **all the money** you gave me. (*not* the whole money)

  Tôi đã tiêu hết toàn bộ số tiền anh đưa cho tôi. (không nói "the whole money").

Every / all / whole dùng với các từ chỉ thời gian:

Ta dùng **every** để chỉ mức độ thường xuyên của sự việc. Vì vậy chúng ta nói **every day** / **every Monday** / **every ten minutes** / **every three weeks.**

- When we were on holiday, we went to the beach **every day**. (*not* all days)

  Trong thời gian đi nghỉ, chúng tôi đã đi ra bãi biển hằng ngày. (không dùng "all days").

- The bus service is very good. There's a bus **every ten minutes**.

  Dịch vụ xe buýt rất tốt. Cứ mười phút lại có một chuyến xe buýt.

- Ann gets paid **every two weeks**.

  Ann lãnh lương hai tuần một lần.

All day / the whole day = suốt cả ngày, trọn một ngày.

- We spent **all day / the whole day** on the beach.

  Chúng tôi đã ở suốt cả ngày trên bãi biển.

- He was very quiet. He didn't say a word **all night / the whole night**.

  Anh ấy rất ít nói. Anh ấy đã không nói lấy một câu suốt cả buổi tối.

Lưu ý rằng ta nói **all day** (không nói "all the day"), **all week** (không nói "all the week") .v.v.

Hãy so sánh **all the time** và **every time**:

- They never go out. They are at home **all the time**. (= always - not every time)

  Họ không bao giờ ra ngoài. Họ luôn luôn ở nhà. (luôn luôn - không nói "every time")

- **Every time** I see you, you look different. (= each time, on every occasion).

  Cứ mỗi lần tôi gặp anh lại thấy anh mỗi khác. (= mỗi lần, mỗi dịp).

Exercises

87.1 Complete these sentences with *all, everything,* or *everybody/everyone.*

1. It was a good party. *Everyone* enjoyed it.
2. *All* I've eaten today is a sandwich.
3. _____ has their faults. Nobody is perfect.
4. Nothing has changed. _____ is the same as it was.
5. Kate told me _____ about her new job. It sounds very interesting.
6. Can _____ write their names on a piece of paper, please?
7. Why are you always thinking about money? Money isn't _____ .
8. I didn't have much money with me. _____ I had was ten dollars.
9. When the fire alarm rang, _____ left the building immediately.
10. We all did well on the exam. _____ in our class passed.
11. We all did well on the exam. _____ of us passed.
12. Why are you so lazy? Why do you expect me to do _____ for you?

87.2 Write sentences with *whole.*

1. I read the book from beginning to end. *I read the whole book.*
2. Everyone on the team played well. The _____ .
3. Paul opened a box of chocolates. When he finished eating, there were no chocolates left in the box. He ate _____ .
4. The police came to the house. They were looking for something. They searched everywhere, in every room. They _____ .
5. Everyone in Dave and Kelly's family plays tennis. Dave and Kelly play, and so do all their children. The _____ .
6. Ann worked from early in the morning until late at night.
   . Ann _____ .
7. Jack and Lisa went on vacation to the beach for a week. It rained from the beginning of the week to the end. It _____ .

Now write sentences 6 and 7 again using *all* instead of *whole.*

8. (6) Ann _____ .
9. (7) _____ .

87.3 Complete these sentences using *every* with one of the following:

five minutes   ~~ten minutes~~   four hours   six months   four years

1. The bus service is very good. There's a bus *every ten minutes* .
2. Tom is sick. He has some medicine. He has to take it _____ .
3. The Olympic Games take place _____ .
4. We live near a busy airport. A plane flies over our house _____ .
5. It's a good idea to have a checkup with the dentist _____ .

87.4 Which is the correct alternative?

1. I spent ~~the whole money~~ / all the money you gave me. (*all the money* is correct)
2. Sue works every day / all days except Sunday.
3. I'm tired. I've been working hard all the day / all day.
4. It was a terrible fire. Whole building / The whole building was destroyed.
5. I've been trying to call her, but every time / all the time I call, the line is busy.
6. I don't like the weather here. It rains every time / all the time.
7. When I was on vacation, all my luggage / my whole luggage was stolen.

Each and *every*
Each và every

Each và **every** giống nhau về nghĩa. Thường thì việc dùng **each** hay **every** như nhau:

• **Each** time (*or* **every** time) I see you, you look different.
Mỗi lần tôi gặp anh, trông anh mỗi khác.

Nhưng **each** và **every** không phải giống nhau một cách tuyệt đối. Hãy xét sự khác nhau:

<table>
<tr>
<td>

Ta dùng **each** *khi chúng ta nghĩ tới các vật, sự việc như những phần tử rời rạc, từng cái một.*

• Study **each sentence** carefully. (= study the sentences one by one)
Hãy nghiên cứu từng câu một cách cẩn thận. (= từng câu một).

each = x + x + x + x

</td>
<td>

Ta dùng **every** *khi chúng ta nghĩ tới các vật, sự việc như một nhóm. Nghĩa tương tự như* **all.**

• **Every sentence** must have a verb. (= all sentences in general).
Mỗi câu đều phải có động từ. (= tất cả các câu nói chung).

every =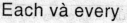

</td>
</tr>
<tr>
<td>

Each thường được dùng hơn với số lượng nhỏ:

• There were four books on the table. **Each book** was a different colour.
Có bốn quyển sách ở trên bàn. Mỗi quyển có một màu khác nhau.

• (*in a card game*) At the beginning of the game, **each** player has three cards.
(trong cuộc chơi bài) Tại lúc bắt đầu cuộc chơi, mỗi người chơi có ba quân bài.

</td>
<td>

Every thường dùng cho số lượng lớn.

• Carol loves reading. She has read **every book** in the library:
Carol thích đọc sách. Cô ấy đã đọc tất cả sách trong thư viện.

• I would like to visit **every country** in the world. (= all the countries).
Tôi muốn đi thăm tất cả các nước trên thế giới.

</td>
</tr>
</table>

Each (không phải **every**) có thể được dùng cho hai vật, sự việc:

• In a football match, **each team** has 11 players. (*not* every team).
Trong một trận đấu bóng đá, mỗi đội gồm 11 cầu thủ. (không nói "every team")

Ta dùng **every** (không dùng **each**) để nói việc nào đó xảy ra thường xuyên như thế nào.

• "How often do you go shopping ?" "**Every day.**" (*not* each day)
"Bạn có thường đi mua hàng không ?" "Hằng ngày". (không nói "each day").

• There's a bus **every ten minutes**. (*not* each ten minutes).
Cứ mười phút lại có một chuyến xe buýt. (không nói "each ten minutes").

B   Hãy so sánh các cấu trúc dùng với **each** và **every**:

Có thể dùng **each** cùng với danh từ:	Có thể dùng **every** với danh từ:
each book **each student**	**every book** **every stude**
Có thể dùng **each** một mình (không kèm danh từ):	Có thể nói **every one** (nhưng khô dùng **every** một mình):
• None of the rooms was the same. **Each** was different. (= each room). *Không có phòng nào giống nhau. Mỗi phòng mỗi khác.*	• "Have you read all these books "Yes, **every one.**" *"Bạn đã đọc tất cả những quy sách này chưa ?" "Rồi, tất cả."*
Hoặc bạn có thể dùng **each one**:	Bạn có thể nói **every one of**...
• **Each one** was different.	(nhưng không nói "every of..."):
Bạn có thể nói **each of** (the.../these... v.v.):	
• Read **each of these** sentences carefully. *Hãy đọc mỗi câu này một cách cẩn thận.*	• I've read **every one of th** books. (*not* every of those books) *Tôi đã đọc tất cả những quyển s đó. (không nói "every of th books")*
• **Each of the** books is a different colour. *Mỗi quyển sách có một màu khác nhau.*	• I've read **every one of** them. *Tôi đã đọc tất cả chúng.*
• **Each of them** is a different colour. *Mỗi cái trong chúng có màu khác nhau.*	

C   Bạn có thể dùng **each** ở giữa hay ở cuối câu. Ví dụ:
- The students were **each** given a book. (= Each student was given a boo *Sinh viên được phát mỗi người một quyển sách.*
- These oranges cost 25 cents **each**. *Những quả cam này giá 25 xu một quả.*

D   **Everyone** và **every one**

Everyone (một từ) chỉ dùng cho người (= "everybody"). **Every one** (hai dùng được cho cả người và vật. Với **each one** cũng vậy (xem mục **B**):
- **Everyone** enjoyed the party . (= **Everybody**...) *Mọi người đều hài lòng với bữa tiệc.*
- He is invited to lots of parties and he goes to **every one**. (= to ev party) *Anh ấy hay được mời dự tiệc và anh ấy dự tất cả.*

Each other **Unit 79C**   *All and every* **Unit 87**

8.1 Look at the pictures and complete the sentences with *each* or *every*.

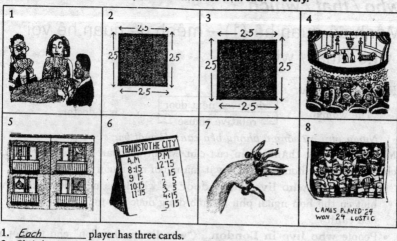

1. *Each* player has three cards.
2. Chris has read *every* book in the library.
3. *each* side of a square is the same length.
4. *every* seat in the theater was taken.
5. *each* apartment has a balcony.
6. There's a train to the city *every* hour.
7. She was wearing five rings – one on *each* finger.
8. Our soccer team has been very successful. We've won *every* game this season. ✓

8.2 Put in *each/every/everyone*.

1. There were four books on the table. *Each* book was a different color.
2. It was a great party. *Everyone* enjoyed it.
3. *every* parent worries about their children.
4. In a game of tennis there are two or four players. *each* player has a racquet.
5. Nicole plays volleyball *every* Thursday evening.
6. As soon as *everyone* had arrived, we began the meeting.
7. I understood most of what they said, but not *every* word.
8. The book is divided into five parts, and *each* of these has three sections.
9. I get paid *every* two weeks.
10. We had a great weekend. I enjoyed *every* minute of it.
11. I tried to call her two or three times, but *each* time there was no reply.
12. She's very popular. *everyone* likes her.
13. Seat belts in cars save lives. *every* driver should wear one.
14. *(from an exam)* Answer all five questions. Write your answer to *every* question on a separate sheet of paper.

.3 Complete the sentences using *each*.

1. The price of one of those oranges is 50 cents. Those *oranges are 50 cents each*.
2. I had ten dollars and so did Sonia. Sonia and I _____.
3. One of those postcards costs 40 cents. Those _____.
4. The hotel was expensive. I paid $195 and so did you. We _____.

UNIT 89

Relative clauses (1) – Clauses with *who / that / which*

Mệnh đề quan hệ (1) – mệnh đề quan hệ với who / that / which

Hãy xem mẫu câu:

The woman | who lives next door | is a doctor.
└── relative clause ──┘

Người phụ nữ sống ở phòng bên cạnh là một bác sĩ.

Mệnh đề là một thành phần của câu. Mệnh đề quan hệ (*relative clause*) chúng ta biết rõ hơn người hay vật mà người nói muốn nói tới:

- The woman **who lives next door**... ("who lives next door" cho chúng biết cụ thể hơn người phụ nữ nào đang được nói tới - người phụ nữ sống bên cạnh.)
- People **who live in London**... ("who live in London" cho ta biết rõ nhóm người nào đang được nói tới - những người sống ở Luân Đôn.)

Ta dùng **who** trong các mệnh đề quan hệ khi nói về người (không phải vật). **Who** khi đó được thay cho **he/she/they**:

→ The woman - she lives next door – is a doctor
↓

*The woman **who lives next door** is a doctor*
Người phụ nữ sống ở phòng bên cạnh là bác sĩ.

→ We know a lot of people - they live in London.
↓

We know a lot of people **who live in London**.
Chúng tôi quen biết nhiều người sống ở Luân Đôn.

- An architect is someone **who designs buildings**.
  Kiến trúc sư là người thiết kế các công trình xây dựng.
- What was the name of the man **who lent you the money**?
  Người đàn ông đã cho bạn mượn tiền tên là gì vậy?
- Anyone **who is interested in the job** must apply before next Friday.
  Ai quan tâm đến công việc này phải nộp đơn trước thứ sáu tới.

Bạn cũng có thể dùng **that** thay vì dùng **who**:

- The man **that lives next door** is very friendly.
  Người đàn ông sống ở phòng bên cạnh rất thân thiện.

Nhưng đôi khi bạn phải dùng **who** (không dùng "that") để chỉ người - x
UNIT 92.

B

Khi chúng ta nói về đồ vật, ta dùng **that** hoặc **which** (không dùng "who") trong mệnh đề quan hệ:

Where is the cheese? — it was in the refrigerator.

Where is the cheese $\left\{ \begin{array}{l} \textbf{that} \\ \textbf{which} \end{array} \right\}$ **was in the refrigerator?**

Miếng phô mát ở đâu ? - nó ở trong tủ lạnh.
Miếng phô mát trong tủ lạnh đâu rồi?

- I don't like stories **that have unhappy endings**. (*or* ... stories **which** have..)
  Tôi không thích những câu chuyện có kết thúc buồn.
- Barbara works for a company **that makes washing machines**. (*or*... a company **which** makes...)
  Barbara làm việc cho một công ty sản xuất máy giặt.
- The machine **that broke down** has now been repaired. (*or* The machine **which** broke down...)
  Cái máy hỏng giờ đây đã được sửa.

That thường được dùng hơn **which**. Nhưng đôi khi bạn phải dùng **which** (không dùng **that**) - xem **UNIT 92**.

C

Bạn không thể dùng **what** trong những câu như dưới đây:

- Everything **that happened** was my fault. (*not* Everything **what** happened...)
  Mọi việc đã xảy ra là do lỗi của tôi. (không dùng "Everything what happened...")

What = "the thing(s) that":

- **What** happened was my fault. (= the thing that happened...)
  Những gì đã xảy ra là do lỗi của tôi.

Exercises

89.1 In this exercise you have to **explain what some words mean**. Choose the right meaning from the box and then write a sentence with *who*. Use a dictionary if necessary.

he/she	steals from a store ~~designs buildings~~ doesn't believe in God is not brave	he/she	buys something from a store pays rent to live in a house or an apartment breaks into a house to steal things

1. (an architect) *An architect is someone who designs buildings.*
2. (a burglar) A burglar is someone _____ .
3. (a customer) _____ .
4. (a shoplifter) _____ .
5. (a coward) _____ .
6. (an atheist) _____ .
7. (a tenant) _____ .

89.2 Make one sentence from two. Use *who/that/which*.

1. A girl was injured in the accident. She is now in the hospital.
   The girl who was injured in the accident is now in the hospital.
2. A man answered the phone. He told me you were away.
   The man _____ .
3. A waitress served us. She was very impolite and impatient.
   The _____ .
4. A building was destroyed in the fire. It has now been rebuilt.
   _____
5. Some people were arrested. They have now been released.
   The _____ .
6. A bus goes to the airport. It runs every half hour.
   _____

89.3 Complete the sentences. Choose the most appropriate ending from the box and make it into a relative clause.

he invented the telephone	~~it makes washing machines~~
she runs away from home	it gives you the meanings of words
they are never on time	it won the race
they stole my car	it can support life
they were on the wall	it cannot be explained

1. Barbara works for a company *that makes washing machines* .
2. The book is about a girl _____ .
3. What was the name of the horse _____ ?
4. The police have caught the men _____ .
5. Alexander Graham Bell was the man _____ .
6. What happened to the pictures _____ ?
7. A mystery is something _____ .
8. A dictionary is a book _____ .
9. I don't like people _____ .
10. It seems that Earth is the only planet _____ .

Relative clauses (2) – clauses with or without *who / that / which*

Mệnh đề quan hệ (2) – Mệnh đề quan hệ có hay không có who / that / which

Hãy xem lại lần nữa các ví dụ của **UNIT 89:**

- The woman who **lives next door** is a doctor. (*or* The woman **that** lives...)

  The woman lives next door. **who** (= the woman) là *chủ ngữ*.

  Người phụ nữ sống ở phòng bên cạnh là bác sĩ.

- Where is the cheese that **was in the refrigerator** ? (*or* ... the cheese **which** was...)

  The cheese was in the refrigerator. **that** (= the cheese) là *chủ ngữ*.

  Miếng phô mát ở trong tủ lạnh đâu rồi?

Bạn phải dùng **who / that / which** khi nó là chủ ngữ (*subject*) của mệnh đề quan hệ. Bạn không thể nói "The woman lives next door is a doctor" hoặc "Where is the cheese was in the fridge?"

Nhiều khi **who / that / which** là túc từ (*object*) của động từ. Ví dụ:

- The woman who **I wanted to see** was away.

  I wanted to see the woman   **who** (= the woman) là *túc từ*
  I là *chủ ngữ*.

  Người phụ nữ mà tôi muốn gặp đã đi vắng rồi.

- Have you found the keys that **you lost?**

  that (= the keys) là *túc từ*
  You lost the keys   **you** là *chủ ngữ*.

  Bạn đã tìm thấy chùm chìa khóa mà bạn đã đánh mất chưa?

Khi **who / that / which** là túc từ, bạn có thể lược bỏ nó. Vì thế bạn có thể nói:

- **The woman I wanted to see** was away. *or* The woman **who** I wanted to see...

  Người phụ nữ mà tôi muốn gặp đã đi vắng.

- Have you found the **keys you lost** ? *or* ... the keys **that** you lost?

  Bạn đã tìm thấy chùm chìa khóa bạn đánh mất chưa?

- **The dress Ann bought** doesn't fit her very well. *or* The dress **that** An
bought...

  Chiếc áo Ann đã mua không vừa với cô ấy lắm.

- Is there anything **I can do** ? *or* ... anything **that** I can do?

  Có việc gì tôi có thể làm được không?

C

Chú ý vị trí của các giới từ (**in / at / with** v.v...) trong các mệnh đề quan hệ:

Do you know the woman ? - Tom is talking ⌐to⌐ her.

→ Do you know the woman **(who/that) Tom is talking** ⌐to⌐ ?

Anh có biết người phụ nữ mà Tom đang cùng nói chuyện không?

The bed - I slept ⌐in⌐ it last night - wasn't very comfortable.

→ The bed **(that/which) I slept** ⌐in⌐ **last night** wasn't very comfortable.

Chiếc giường tôi nằm ngủ tối qua không được thoải mái lắm.

- Are these the keys **(that/which) you were looking for**?

  Đây có phải là chùm chìa khóa mà bạn đã tìm không?

- The woman **(who/that) he fell in love with** left him after a few weeks.

  Người phụ nữ mà anh ta yêu đã bỏ anh ta sau vài tuần.

- The man **(who/that) I was sitting next to on the plane** talked all th
time.

  Người đàn ông mà tôi ngồi kế bên trên máy bay nói chuyện liên tục.

Trong tất cả các ví dụ này, bạn có thể lược bỏ **who/that/which.**

D

Bạn không thể dùng **what** trong các câu giống như sau đây:

- Everything **(that) they said** was true. (*not* Everything **what** they said...

  Mọi điều họ nói đều đúng cả. (không nói "Everything what they said...").

- I gave her all the money **(that) I had**. (*not* ... all the money **what** I had`

  Tôi đã đưa cô ấy tất cả số tiền mà tôi có. (không nói "... all the mone
what I had")

What = the thing(s) that:

- Did you hear **what they said** ? (= the things that they said).

  Bạn có nghe được họ đã nói gì không?

xercises

.1 In some of these sentences you don't need *who* or *that*. If you don't need these words, put them in parentheses like this: *(who) (that)*.

1. The woman who lives next door is a doctor. (*who* is necessary in this sentence)
2. Have you found the keys (that) you lost? (in this sentence you don't need *that*)
3. The people who we met at the party were very friendly.
4. The people who work in the office are very friendly.
5. The people who I talked to were very friendly.
6. What have you done with the money that I gave you?
7. What happened to the money that was on the table? Did you take it?
8. It was an awful movie. It was the worst movie that I've ever seen.
9. It was an awful experience. It was the worst thing that has ever happened to me.

.2 Complete these sentences with a relative clause. Use the sentences in the box to make your relative clauses.

Ann is wearing a dress	you're going to see a movie	we wanted to visit a museum
~~you lost some keys~~	you had to do some work	I invited some people to the party

1. Have you found the keys _you lost_____ ?
2. I like the dress _____ .
3. The museum _____ was closed when we got there.
4. What's the name of the movie _____ ?
5. Some of the people _____ couldn't come.
6. Have you finished the work _____ ?

.3 Complete these sentences using a relative clause with a preposition.

we went to a party last night	you can rely on Brian	we were invited to a wedding
I work with a number of people	I applied for a job	you told me about a hotel
~~you were looking for some keys~~	I saw you with a man	

1. Are these the keys _you were looking for___ ?
2. Unfortunately, we couldn't go to the wedding _____ .
3. I enjoy my job. I like the people _____ .
4. What's the name of that hotel _____?
5. The party _____ wasn't very much fun.
6. I didn't get the job _____ .
7. Brian is a good person to know. He's somebody _____ .
8. Who was that man _____ in the restaurant?

.4 Put in *that* or *what*. If the sentence is complete with or without *that*, write *(that)* in parentheses.

1. I gave her all the money _(that)_____ I had.
2. They give their children everything _____ they want.
3. Tell me _____ you want, and I'll try to get it for you.
4. Why do you blame me for everything _____ goes wrong?
5. I won't be able to do much, but I'll do the best _____ I can.
6. I can only lend you ten dollars. It's all _____ I've got.
7. I don't agree with _____ you've just said.
8. I don't trust him. I don't believe anything _____ he says.

Relative clauses (3) - *whose / whom / where*
Mệnh đề quan hệ (3) - whose / whom / where

A

Whose

Ta dùng **whose** trong mệnh đề quan hệ thay cho **his / her / their**:

> we saw some people - | their | car had broken down.
>
> → We saw some people | whose | car had broken down.
> *Chúng tôi thấy mấy người bị hỏng xe.*

Whose chủ yếu dùng với người:

- A widow is a woman **whose husband is dead**. (**her** husband is dead.)
  Một quả phụ là một người phụ nữ có chồng bị chết.

Hãy so sánh **who** và **whose**:

- I met a man **who** knows you. (**he** knows you.)
  Tôi đã gặp một người đàn ông có biết anh.
- I met a man **whose sister** knows you. (**his sister** knows you.)
  Tôi gặp một người đàn ông có người em gái biết anh.

B

Whom

Whom có thể thay cho **who** khi nó là túc từ của động từ trong mệnh đề quan hệ (giống như các câu trong **UNIT 90B**):

- The woman **whom I wanted to see** was away on vacation. (I wanted to see **her**.)
  Người phụ nữ mà tôi muốn gặp đã đi nghỉ (hè).

Bạn cũng có thể dùng **whom** với một giới từ (**to whom / from whom / with whom**, etc.)

- The woman **with whom he fell in love** left him after a few weeks. (he fell in love **with her**).
  Cô gái mà anh ta yêu đã bỏ anh ta sau vài tuần. (anh ta yêu cô gái).

Nhưng ta không thường dùng **whom**. Trong khẩu ngữ tiếng Anh, ta thường dùng **who** hoặc **that**, hay không dùng cả hai (xem **UNIT 90**). Vì thế chúng thường nói:

- The man **I saw** ... *or* The man **who/that I saw**...
  Người đàn ông tôi đã thấy...

Về **Whom**, hãy xét các **UNIT 92-93**.

Where

Bạn có thể dùng **where** trong các mệnh đề quan hệ để nói tới một địa điểm:

> the hotel - we stayed [there] – wasn't very clean.
>
> → The hotel [where] we stayed wasn't very clean.
> *Khách sạn nơi chúng tôi đã ở không sạch sẽ lắm.*

- I recently went back to the town **where I was born.** (*or* ... the town **I was born in.** *or* ... the town **that** I was born in.)
  Mới đây tôi có trở về thị trấn nơi mà tôi đã sinh ra.
- I would like to live in a country **where there is plenty of sunshine.**
  Tôi thích sống ở một vùng quê có nhiều ánh nắng mặt trời.

Ta nói: **the day / the year / the time**, etc. {something happens / **that** something happens}

- Do you still remember **the day (that) we first met?**
  Bạn còn nhớ ngày chúng mình gặp nhau lần đầu tiên không?
- **The last time (that) I saw her**, she looked fine.
  Lần cuối cùng mà tôi thấy cô ấy, cô ấy trông rất khỏe.
- I haven't seen them since **the year (that) they got married.**
  Tôi chưa gặp lại họ từ năm mà họ cưới nhau.

Ta nói: **the reason** {something happens / **that/why** something happens}

- **The reason I'm calling you** is to invite you to a party.
  (*or* The reason **that** I'm calling... / The reason **why** I'm calling...)
  Lý do tôi gọi điện thoại cho anh là để mời anh đến dự một buổi tiệc.

Relative Clauses Units 89–90, 92–93

Exercises

91.1 You met these people at a party:

1 My mother writes detective stories.	2 My wife is an English teacher.	3 I own a restaurant.
4 My ambition is to climb Mt. Everest.	5 We just got married.	6 My parents used to work in a circus.

Later you tell a friend about these people. Complete the sentences using *who* or *whose*.

1. I met somebody *whose mother writes detective stories* .
2. I met a man _____ .
3. I met a woman _____ .
4. I met somebody _____ .
5. I met a couple _____ .
6. I met somebody _____ .

91.2 Complete the sentences. Use the sentences in the box to make relative clauses with *where*.

I can buy some postcards there	I was born there
Ann bought a dress there	we can have a really good meal there
John is staying there	we had the car repaired there

1. I recently went back to the town *where I was born* .
2. Do you know a restaurant _____ ?
3. Is there someplace near here _____ ?
4. I can't remember the name of the garage _____ .
5. Do you know the name of the hotel _____ ?
6. Ann bought a dress that didn't fit her, so she took it back to the store _____ .

91.3 Complete each sentence using *who/whom/whose/where*.

1. What's the name of the man *whose* car you borrowed?
2. A cemetery is a place _____ people are buried.
3. A pacifist is a person _____ believes that all wars are wrong.
4. An orphan is a child _____ parents are dead.
5. The place _____ we spent our vacation was really beautiful.
6. This school is only for children _____ first language is not English.
7. I don't know the name of the woman to _____ I spoke on the phone.

91.4 Use your own ideas to complete these sentences. They are like the sentences in Sections D and E.

1. I'll always remember the day *I first met you* .
2. I'll never forget the time _____ .
3. The reason _____ was that I didn't know your address.
4. Unfortunately, I wasn't at home the evening _____ .
5. The reason _____ is that they don't need one.

Relative clauses (4) - "extra information" clauses (1)

Mệnh đề quan hệ (4) - mệnh đề "thông tin phụ" (1)

Có hai kiểu mệnh đề quan hệ. Trong các ví dụ sau, các mệnh đề quan hệ được gạch dưới. Hãy so sánh:

Kiểu 1	Kiểu 2
• The woman _who lives next door_ is a doctor.	• My brother Jim, <u>who lives in Houston</u>, is a doctor.
Người phụ nữ sống ở phòng bên cạnh là một bác sĩ.	_Em trai Jim của tôi, người đang sống ở Houston, là một bác sĩ._
• Barbara works for a company <u>that</u> _makes washing machines_.	• Brad told me about his new job, <u>which he's enjoying very much</u>.
Barbara làm việc cho một công ty sản xuất máy giặt.	_Brad nói với tôi về công việc mới của mình mà anh ấy rất thích._
• We stayed at the hotel _(that) Ann recommended to us._	• We stayed at the Grand Hotel, <u>which Ann recommended to us.</u>
Chúng tôi nghỉ ở khách sạn mà Ann đã giới thiệu cho chúng tôi.	_Chúng tôi nghỉ ở khách sạn Grand, nơi mà Ann đã giới thiệu cho chúng tôi._

Ở những ví dụ trên, mệnh đề quan hệ cho ta biết người hay vật nào người nói muốn đề cập tới:

"The woman who lives next door" cho ta biết người phụ nữ <u>nào</u> đang được nói tới.

"a company _that makes washing machines_" cho ta biết nhà máy <u>gì</u>.

"The hotel _(that) Ann recommended_" cho ta biết khách sạn <u>nào</u> đang được nói tới.

Với những mệnh đề loại này ta không dùng dấu phẩy (,).

• people <u>who come from Texas</u> love football.

Người ở Texas thường thích bóng đá.

Ở những ví dụ trên, các mệnh đề quan hệ không cho bạn biết người hay vật nào người nói muốn đề cập tới, bởi chúng ta đã biết người hay vật nào đang được đề cập. Đó là "My brother Jim", "Brad's new job" và "the Grand Hotel".

Mệnh đề quan hệ trong các câu này cung cấp cho chúng ta thêm thông tin (extra information) về người hay vật đang được nói tới.

Ta dùng dấu phẩy (,) với các mệnh đề loại này.

• My English teacher, <u>who comes from Texas</u>, loves computers.

Giáo viên tiếng Anh của tôi, người từ Texas đến, rất thích máy tính.

275

Trong cả hai kiểu mệnh đề quan hệ, chúng ta dùng **who** để chỉ người và dù **which** để chỉ vật. Nhưng:

Kiểu 1	Kiểu 2
Bạn có thể dùng **that**:	Bạn không thể dùng **that**:
• Do you know anyone **who/that** speaks French and Italian? *Bạn có biết người nào nói được tiếng Pháp và tiếng Ý không?*	• John, **who** (*not* "that") speaks French and Italian, works as a tourist guide. *John, người nói được tiếng Pháp và tiếng Ý, hiện đang làm hướng dẫn viên du lịch.*
• Barbara works for a company **which/that** makes washing machines. *Barbara làm việc cho một công ty sản xuất máy giặt.*	• Brad told me about his new job **which** (*not* "that") he's enjoying very much. *Brad nói với tôi về công việc mới của anh mà anh ấy rất thích.*
Bạn có thể lược bỏ **that/who/which** khi nó là túc từ (xem **UNIT** 90):	Bạn không thể lược bỏ **who** hoặc **which**:
• We stayed at the hotel **(that/which)** Ann recommended. *Chúng tôi nghỉ ở khách sạn mà Ann đã giới thiệu.*	• We stayed at the Grand Hotel, **which** Ann recommended to us. *Chúng tôi nghỉ ở khách sạn Grand, nơi mà Ann đã giới thiệu cho chúng tôi.*
• This morning I met somebody **(that/who)** I hadn't seen for ages. *Sáng nay tôi đã gặp một người mà đã lâu lắm rồi tôi không gặp.*	Bạn có thể dùng **whom** (khi nó là túc từ): This morning I met Diane, **whom** (*or* **who**) I hadn't seen for ages. *Sáng nay tôi gặp Diane, người mà đã lâu lắm rồi tôi không gặp.*
Ta thường không dùng **whom** trong các mệnh đề quan hệ loại này.	
• We met some people **whose** car had broken down. *Chúng tôi đã gặp mấy người bị hỏng xe.*	• Amy, **whose** car had broken down, was in a very bad mood. *Amy, mà xe của cô ấy đã bị hỏng, lúc ấy đã ở trong tâm trạng rất xấu.*
• What's the name of the place **where** you spent your holiday? *Nơi anh đã đi nghỉ có tên là gì vậy?*	• Mrs Bond is going to spent a few weeks in Sweden, **where** her daughter lives. *Bà Bond sẽ đi nghỉ vài tuần ở Thụy Điển, nơi con gái bà ấy đang sống.*

Relative Clauses (Type 1) Units 89-91   **Relative Clauses (Type 2)** Unit 93

.1 Make one sentence from two. Use the sentence in parentheses to make a relative clause (Type 2). You will need to use who(m)/whose/which/where.

1. Ann is very friendly. (She lives next door.)
   Ann, who lives next door, is very friendly.

2. We stayed at the Grand Hotel. (Ann recommended it to us.)
   We stayed at the Grand Hotel, which Ann recommended to us.

3. We went to Sandra's party. (We enjoyed it very much.)
   We went to Sandra's party, _____ .

4. I went to see the doctor. (He told me to rest for a few days.)
   _____

5. John is one of my closest friends. (I have known him for a very long time.)
   John, _____ .

6. Sheila is away from home a lot. (Her job involves a lot of traveling.)
   _____

7. The new stadium will be opened next month. (It can hold 90,000 people.)
   The _____

8. Alaska is the largest state in the United States. (My brother lives there.)
   _____

.2 Read the information and complete the sentences. Use a relative clause of Type 1 or Type 2. Use commas (,) where necessary.

1. There's a woman living next door. She's a doctor.
   The woman _who lives next door is a doctor_ .

2. I have a brother named Jim. He lives in Houston. He's a doctor.
   My brother Jim, _who lives in Houston, is a doctor_ .

3. There was a strike at the car factory. It lasted ten days. It is now over.
   The strike at the car factory _____ .

4. I was looking for a book this morning. I've found it now.
   I've found _____ .

5. London was once the largest city in the world, but the population is now decreasing.
   The population of London _____ .

6. A job was advertised. A lot of people applied for it. Few of them had the necessary qualifications. Few of _____

7. Amanda has a son. She showed me a picture of him. He's a police officer.
   Amanda showed me _____ .

.3 In some of these sentences you can use that or which; in others, only which is possible. Cross out that if only which is possible. Also, put commas (,) where necessary.

1. Jane works for a company   that / which makes shoes. (both possible, no commas)

2. Brad told me about his new job, ~~that~~ / which he's enjoying very much. (only *which* is possible; comma necessary)

3. My office   that / which is on the second floor of the building   is very small.

4. The office   that / which I'm using at the moment   is very small.

5. She told me her address   that / which I wrote down on a piece of paper.

6. There are some words   that / which are very difficult to translate.

7. The sun   that / which is one of millions of stars in the universe   provides us with heat and light.

UNIT
93

Relative clauses (5) – "Extra information" clauses (2)
Mệnh đề quan hệ (5) – mệnh đề "thông tin phụ" (2

A

Giới từ + **whom/which**

Trong các mệnh đề "extra information" (xem **UNIT 92** - kiểu 2) bạn có
dùng giới từ trước **whom** (chỉ người) và **which** (chỉ vật). Vậy bạn có thể nói
to whom / with whom / about which / for which v.v.:

- Mr Carter, **to whom** I spoke on the phone last night, is very interested
  our plan.
  Ông Carter, người đã cùng tôi nói chuyện điện thoại tối qua, rất quan tr
  tới kế hoạch của chúng ta.

- Fortunately we had a map, **without which** we would have got lost.
  May mắn là chúng tôi đã có một cái bản đồ, bằng không chắc chúng tôi
  bị lạc.

Trong tiếng Anh đàm thoại chúng ta thường đặt giới từ sau động từ tro
mệnh đề quan hệ. Khi đó ta thường dùng **who** (không dùng "whom"):

- This is Mr Carter, **who** I was telling you **about**.
  Đây là ông Carter, người mà tôi đã nói với anh.

- Yesterday we visited the City Museum, **which** I'd never been to before.
  Hôm qua chúng tôi đã tới thăm Bảo tàng thành phố, nơi trước đó tôi ch
  bao giờ tới.

B

All of / most of ... + whom / which
Xét các ví dụ sau:

Mary has three brothers. All of them are married. *(2 câu)*
→ Mary has three brothers, **all of** whom are married. *(1 câu)*
Mary có ba anh em trai mà tất cả đều đã lấy vợ.

They asked me a lot of questions. I couldn't answer most of them (2 câu
→ They asked me a lot of questions, **most of** which I couldn't answer.
câu)
Họ đã hỏi tôi nhiều câu hỏi mà phần lớn tôi đã không trả lời đượ c.

Tương tự bạn có thể nói:
none of / neither of / any of / either of
some of / many of / much of / (a) few of   { + **whom** (chỉ người)
both of / half of / each of / one of / two of, ect.   { + **which** (chỉ vật)

278

- Tom tried on three jackets, **none of which** fit him.

  Tom đã thử ba cái áo vét, không cái nào trong số đó vừa với anh ấy cả.

- Two men, **neither of whom** I had ever seen before, came into my office.

  Hai người đàn ông, cả hai người trước đây tôi chưa từng thấy, đã bước vào văn phòng của tôi.

- They've got three cars, **two of which** they never use.

  Họ có ba cái xe hơi, hai cái trong số đó họ chẳng bao giờ dùng tới.

- Sue has a lot of friends, **many of whom** she was at school with.

  Sue có đông bè bạn, nhiều người trong số họ đã từng học cùng trường với cô ấy.

Which

Xét ví dụ sau:

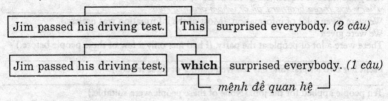

Jim đã đậu kỳ thi lái xe. Điều này đã làm mọi người ngạc nhiên.

Việc Jim đậu kỳ thi lái xe đã làm mọi người ngạc nhiên.

Trong ví dụ này, **which** = "việc anh ấy đã đậu kỳ thi lái xe". Bạn phải dùng **which** (không dùng "**what**") trong các câu giống như vậy:

- Sheila couldn't come to the party, **which** was a pity. (*not* ...what was a pity).

  Sheila đã không thể đến dự tiệc, đó là điều đáng tiếc. (không dùng "...what was a pity").

- The weather was very good, **which** we hadn't expected. (*not*... what we hadn't expected).

  Thời tiết rất đẹp, một điều mà chúng tôi đã không mong đợi. (không dùng "... what we hadn't expected").

Về **what**, xem thêm **UNIT 89C** và **90D**.

All of / none of, etc. **Unit 85**   *Both of, etc.* **Unit 86**   Relative Clauses **Units 89-92**

Exercises

93.1 Make two sentences from one. Use the sentence in parentheses to make the relative clause.

1. Mr. Carter is very interested in our plan. (I spoke to him on the phone last night.)
   Mr. Carter, to whom I spoke on the phone last night, is very interested in our plan.
2. This is a picture of our friends. (We went on vacation with these friends.)
   This is a picture _____.
3. The wedding took place last Friday. (Only members of the family were invited to it.)
   The wedding, _____.
4. Sheila finally arrived. (We had been waiting for her.)
   _____
5. My room has a very large window. (You can see the whole lake.)
   _____

93.2 Write sentences with *all of / most of,* etc. + *whom/which.*

1. Mary has three brothers. (All of her brothers are married.)
   Mary has three brothers, all of whom are married.
2. We were given a lot of information. (Most of the information was useless.)
   We were given _____.
3. There were a lot of people at the party. (I had met only a few of these people before.)
   _____
4. I sent her two letters. (She has received neither of these letters.)
   _____
5. Ten people applied for the job. (None of these people were suitable.)
   _____
6. Kate has two cars. (She hardly ever uses one of them.)
   _____
7. Mike won $50,000. (He gave half of this to his parents.)
   _____
8. Julia has two sisters. (Both of her sisters are teachers.)
   _____

93.3 Join a sentence from Box A with a sentence from Box B to make a new sentence. Use *which.*

A	B
1. ~~Lauren couldn't come to the party.~~	This was very nice of her.
2. Jill doesn't have a phone.	This means we can't take our trip tomorrow.
3. Neil has passed his exams.	This makes it difficult to contact her.
4. Our flight was delayed.	This makes it difficult to sleep.
5. Ann offered to let me stay at her house.	~~This was a shame.~~
6. The street I live on is very noisy at night.	This is good news.
7. Our car has broken down.	This meant we had to wait four hours at the airport.

1. Lauren couldn't come to the party, *which was a shame* _____.
2. Jill doesn't _____.
3. _____
4. _____
5. _____
6. _____
7. _____

-ing and -ed Phrases *(the woman talking to Tom, the boy injured in the accident)*

Cụm từ -ing và -ed (the woman **talking to Tom**, the boy **injured in the accident**)

Xét các ví dụ sau:

TOM

Do you know the woman **talking to Tom**?

mệnh đề **-ing**

Bạn có biết người phụ nữ đang nói chuyện với Tom không?
The boy **injured in the accident** was taken to the hospital.

mệnh đề **-ed**

Cậu bé bị thương trong vụ tai nạn đã được chở đến bệnh viện.

Chúng ta dùng cụm từ **-ing** để nói một người nào đó đang làm (hay đã làm) cái gì tại một thời điểm cụ thể:

- Do you know the woman **talking to Tom**? (the woman **is talking** to Tom)
  Bạn có biết người phụ nữ nói chuyện với Tom không? (người phụ nữ đang nói chuyện với Tom)
- Police **investigating the crime** are looking for three men. (Police **are investigating**).
  Cảnh sát điều tra vụ án đang tìm kiếm ba người đàn ông. (Cảnh sát đang điều tra vụ án).
- Who were those people **waiting outside**? (they **were waiting**).
  Những người đang chờ ở ngoài là ai vậy? (Lúc ấy họ đang chờ).
- I was awakened up by a bell **ringing**. (a bell **was ringing**).
  Tôi bị thức giấc vì một tiếng chuông reo. (Một cái chuông lúc ấy đang reo).

Khi bạn nói về một sự việc (và đôi khi về người) bạn có thể dùng cụm từ **-ing** để chỉ hành động kéo dài, không phải nhất thời của sự việc. Ví dụ:

- The road **connecting the two towns** is very narrow. (The road **connec[ts]**
  the two towns).
  Con đường nối hai thị trấn thì rất hẹp.
- I have a large bedroom **overlooking the garden**. (the bedro[om]
  overlooks the garden).
  Tôi có một phòng ngủ rộng trông ra vườn.
- Can you think of the name of a flower **beginning with "t"** ? (the na[me]
  begins with "t").
  Anh có thể nghĩ ra tên của một loài hoa mà bắt đầu bằng chữ T không?

C Các cụm từ **-ed** có nghĩa bị động *(passive)*:
- The boy **injured in the accident** was taken to the hospital. (The b[oy]
  was injured in the accident).
  Cậu bé bị thương trong vụ tai nạn đã được chở đi bệnh viện.
- Some of the people **invited to the party** can't come. (the people **ha[ve]
  been invited**).
  Một số người được mời dự tiệc không thể đến được.

Injured và **invited** là những quá khứ phân từ *(past participles)*. Nhiều đ[ộng]
từ có quá khứ phân từ không tận cùng bằng **-ed** (made, bought, stolen v.v[.]
- Most of the goods **made in this factory** are·exported. (the goods a[re]
  made...)
  *Phần lớn hàng hóa sản xuất ở nhà máy này được xuất khẩu. (hàng [hóa]
  được sản xuất...).*
- The police never found the money **stolen in the robbery**. (the money w[as]
  stolen).
  *Cảnh sát đã chẳng bao giờ tìm ra số tiền bị mất trong vụ cướp. (tiền bị [ăn]
  cắp).*

Bạn có thể dùng **left** theo cách này, với nghĩa "not used, still there": (c[òn]
dùng, còn đó)
- We've spent almost all our money. We only have a little **left**.
  Chúng tôi đã tiêu gần hết tiền của chúng tôi. Chúng tôi chỉ còn lại một [ít].
Về các quá khứ phân từ bất quy tắc, xem thêm Phụ lục 1.

D Chúng ta thường dùng các cụm từ **-ing** và **-ed** sau **there is / there was** .v[.v]
- **There were** some children **swimming** in the river.
  Có mấy đứa trẻ đã bơi trên sông.
- **Is there** anybody **waiting**?
  Có ai đang đợi không?
- **There was** a big red car **parked outside the house**.
  Có một chiếc xe hơi lớn màu đỏ đậu bên ngoài ngôi nhà.

4.1 Make one sentence from two. Use the information in parentheses to make an *-ing* phrase. The *-ing* phrase sometimes goes in the middle of the new sentence, and sometimes goes at the end.

1. I was awakened by a bell. (The bell was ringing.)
   I was awakened by a bell ringing.
2. I didn't talk much to the man. (The man was sitting next to me on the plane.)
   _____
3. The taxi broke down. (The taxi was taking us to the airport.)
   _____
4. At the end of the street there is a path. (The path leads to the river.)
   _____
5. A new factory has just opened in town. (The factory employs 500 people.)
   _____

.2 Make one sentence from two, beginning as shown. Each time make an *-ed* phrase.

1. A boy was injured in the accident. He was taken to the hospital.
   The boy injured in the accident was taken to the hospital.
2. A number of suggestions were made at the meeting. Most of them were not very practical.
   Most of the suggestions _____.
3. Some paintings were stolen from the museum. They haven't been found yet.
   The _____.
4. A man was arrested by the police. What was his name?
   What was the name _____?

.3 Complete the sentences using one of the following verbs in the correct form:

blow   drive   ~~invite~~   live   name   offer   read   ring   sell   sit

1. I was awakened by a bell _ringing_____ .
2. A lot of the people _invited_____ to the party cannot come.
3. Life must be very unpleasant for people _____ near busy airports.
4. A few days after the interview, I received a letter _____ me the job.
5. Somebody _____ Jack phoned while you were out.
6. There was a tree _____ down in the storm last night.
7. The waiting room was empty except for a young man _____ by the window _____ a magazine.
8. Look! The man _____ the red car almost hit the person _____ newspapers on the street corner.

.4 Use the words in parentheses to make sentences using *there is / there was*, etc.

1. That house is empty. (no one / live / in it) *There's no one living in it.*
2. The accident wasn't serious. (nobody / injure) *There was nobody injured.*
3. I can hear footsteps. (someone / come)
   There _____.
4. The train was full. (a lot of people / travel)
   _____
5. We were the only guests at the hotel. (nobody else / stay there)
   _____
6. The piece of paper was blank. (nothing / write / on it)
   _____
7. The school offers English courses in the evening. (a course / begin / next Monday)
   _____

Adjectives ending in *-ing* and -ed
(boring / bored, etc.)
Các tính từ tận cùng bởi -ing và -ed (boring / bored v.v.)

A

Có nhiều tính từ tận cùng bởi **-ing** và **-ed**. Ví dụ **boring** và **bored**. Hã tình huống sau:

bored

boring

Jane has been doing the same job for a very time. Every day she does exactly the same again and again. She doesn't enjoy it any mor would like to do something different.

Jane đã và đang làm cùng một công việc tron thời gian dài. Mỗi ngày cô ấy cứ làm đi làm l cùng một công việc đó. Cô ấy không thích côn đó nữa và muốn làm một việc gì đó khác hơn.

Jane's job is **boring**.

Công việc của Jane thật nhàm chán.

Jane is **bored**. (with her job).

Jane đang chán nản. (với công việc của mình)

Ta nói ai đó **bored** nếu có điều gì đó (hay ai đó) **boring**. Hoặc khi có đ đó là **boring**, nó làm cho bạn **bored**. Vậy ta nói:

• Jane is **bored** because her job is **boring**.

Jane đang chán vì công việc của cô ấy nhàm chán.

• Jane's job is **boring**, so Jane is **bored**. (*not* Jane is boring).

Công việc của Jane nhàm chán, vì vậy Jane thấy chán nản. (không nói is boring").

Nếu một người là **boring**, thì có nghĩa người đó làm cho người khác **bore**

• George always talks about the same thing. He's really **boring**.

George luôn nói về cùng một việc. Cậu ấy thật là chán.

B Hãy so sánh các tính từ có đuôi **-ing** và **-ed**:

Bạn có thể nói:	Bạn có thể nói:
• My job is { boring interesting tiring satisfying depressing...	• I'm **bored** with my job. *Tôi cảm thấy chán công việc của tôi.* • I'm not **interested** in my job any more. *Tôi không còn hứng thú với công việc nữa.* • I'm always **tired** when I finish work. *Tôi luôn thấy mệt mỏi khi kết thúc công việc.* • I'm not **satisfied** with my job. *Tôi không thỏa mãn với công việc của tôi.* • My job makes me **depressed**. *Công việc của tôi làm cho tôi nản lòng.*
Các tính từ đuôi **-ing** nói với bạn về công việc. Hãy so sánh các ví dụ sau:	Các tính từ có đuôi **-ed** cho bạn biết một người nào đó cảm thấy như thế nào (về công việc).

Interesting

• Julia thinks politics is very **interesting**.

Julia cho rằng chính trị rất thú vị.

• Did you meet anyone **interesting** at the party?

Anh có gặp người nào thú vị ở bữa tiệc không?

Interested

• Julia is very **interested** in politics.
(*not* interesting in politics)

Julia rất quan tâm đến chính trị.
(không nói "interesting in politics")

• Are you **interested** in buying a car? I'm trying to sell mine.

Anh có thích mua xe hơi không? Tôi đang định bán cái xe của tôi.

Surprising

• It was quite **surprising** that he passed the examination.

Thật đáng ngạc nhiên là anh ấy đã thi đậu.

Surprised

• Everybody was **surprised** that he passed the exam.

Mọi người đều ngạc nhiên là anh ấy đã thi đậu.

disappointing

• The movie was **disappointing**. I expected it to be much better.

Bộ phim thật thất vọng. Tôi đã nghĩ rằng nó hay hơn nhiều.

Disappointed

• I was **disappointed** with the movie. I expected it to be much better.

Tôi thất vọng về bộ phim. Tôi đã nghĩ rằng nó hay hơn nhiều.

Shocking

• The news was **shocking**.

Tin tức đã gây chấn động.

Shocked

• We were very **shocked** when we heard the news.

Chúng tôi đã rất sốc khi nghe được tin đó.

Exercises

UNIT
95

95.1 Complete the sentences for each situation. Use the word in parentheses + *-ing* or *-ed*.

1. The movie wasn't as good as we had expected. (disappoint-)
   a) The movie was _disappointing_ .
   b) We were _disappointed_ in the film.
2. Diana teaches young children. It's a very hard job, but she enjoys it. (exhaust-)
   a) She enjoys her job, but it's often _____ .
   b) At the end of a day's work, she is often _____ .
3. It's been raining all day. I hate this weather. (depress-)
   a) This weather is _____ .
   b) This weather makes me _____ .
   c) It's silly to get _____ because of the weather.
4. Claire is going to Mexico next month. She has never been there before. (excit-)
   a) It will be an _____ experience for her.
   b) Going to new places is always _____ .
   c) She is really _____ about going to Mexico.

95.2 Choose the correct word.

1. I was disappointing / disappointed in the movie. I had expected it to be better.
   (*disappointed* is correct)
2. Are you interesting / interested in soccer?
3. The soccer game was quite exciting / excited. I had a great time.
4. It's sometimes embarrassing / embarrassed when you have to ask people for money.
5. Do you get embarrassing / embarrassed easily?
6. I had never expected to get the job. I was really amazing / amazed when it was offered to me.
7. She has learned really fast. She has made astonishing / astonished progress.
8. I didn't find the situation funny. I was not amusing / amused.
9. It was a really terrifying / terrified experience. Everybody was very shocking / shocked.
10. Why do you always look so boring / bored? Is your life really so boring / bored?
11. He's one of the most boring / bored people I've ever met. He never stops talking and he never says anything interesting / interested.

95.3 Complete the sentences by choosing a word from the box.

amusing / amused	confusing / confused	exhausting / exhausted
annoying / annoyed	disgusting / disgusted	interesting / interested
boring / bored	exciting / excited	surprising / surprised

1. He works very hard. It's not _surprising_ that he's always tired.
2. I don't have anything to do. I'm _____ .
3. The teacher's explanation was _____ . Most of the students didn't understand it.
4. The kitchen hadn't been cleaned for ages. It was really _____ .
5. You don't have to get _____ just because I'm a few minutes late.
6. The lecture was _____ . I fell asleep.
7. I asked Emily if she wanted to go out with us, but she wasn't _____ .
8. I've been working very hard all day, and now I'm _____ .
9. I'm starting a new job next week. I'm very _____ about it.
10. Tom is good at telling funny stories. He can be very _____ .
11. Liz is a very _____ person. She knows a lot, she's traveled a lot, and she's done lots of different things.

286

Adjectives: word order (a *nice new* house)
Adjectives after verbs *(you look tired)*
Tính từ: trật tự từ (a **nice new** house)
Tính từ theo sau động từ (you **look tired**)

A

Đôi khi có hai hay nhiều hơn các tính từ đi với nhau:

- My brother lives in a **nice new** house.
  Anh trai tôi sống trong một ngôi nhà mới rất đẹp.
- In the kitchen there was a **beautiful large round wooden** table.
  Trong nhà bếp có một cái bàn gỗ lớn, hình tròn, rất đẹp.

Các tính từ như **new / large / round / wooden** là những tính từ miêu tả, nêu sự kiện (*fact adjectives*). Chúng cho ta biết những thông tin khách quan về tuổi tác, kích thước, màu sắc .v.v... Các tính từ như **nice / beautiful** là những tính từ nêu ý kiến chủ quan (*opinion adjectives*). Chúng cho ta biết cảm nghĩ của ai đó về một vật hay một người nào đó.

Các tính từ nêu ý kiến thường đứng trước các tính từ miêu tả, nêu sự kiện.

	opinion	fact	
a	**nice**	**long**		summer holiday
an	**interesting**	**young**		man
	delicious	**hot**		vegetable soup
a	**beautiful**	**large round wooden**	table

B

Đôi khi ta dùng hai hay nhiều hơn các tính từ miêu tả (*fact adjectives*). Rất nhiều khi (nhưng không phải luôn luôn) ta đặt các tính từ miêu tả theo thứ tự như sau:

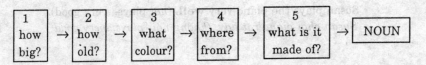

| 1
how big? | → | 2
how old? | → | 3
what colour? | → | 4
where from? | → | 5
what is it made of? | → | NOUN |

a tall young man (1 → 2)   **a large wooden** table (1 → 5)
big blue eyes (1 → 3)   **an old Russian** song (2 → 4)
a small black plastic bag (1 → 3 → 5) **an old white cotton** shirt (2 → 3 → 5)

Các tính từ chỉ kích cỡ và độ dài (**big/small/tall/short/long** .v.v.) thường đứng trước các tính từ chỉ hình dáng và chiều rộng (**round/fat/thin/slim/wide** .v.v.):

a **large round** table   a **tall thin** girl   a **long narrow** street
một cái bàn tròn rộng   *một cô gái cao gầy*   *một con phố dài và hẹp*

Khi hai tính từ chỉ màu sắc đi cùng nhau, chúng ta dùng **and** để n
chúng:

    a **black and white** dress   a red, **white and green** flag

    một bộ quần áo màu đen và trắng   *một lá cờ đỏ, trắng và xanh lá cả*

nhưng **a long black** dress. (*not* a long and black dress).

    một cái áo đầm dài màu đen. (không nói "a long and black dress").

C Ta đặt các tính từ sau **be/get/become/seem**:

- **Be careful !**

    Hãy cẩn thận !

- As the movie went on, it **became** more and more **boring**.

    Bộ phim càng về sau càng trở nên chán hơn.

- Your friend **seems** very **nice**.

    Bạn anh dường như rất tốt bụng.

- I'm tired and I'm **getting hungry**.

    Tôi mệt và tôi thấy đói.

Ta cũng dùng các tính từ để nói một người nào đó / một vật nào đó *look feels, sounds, tastes* hay *smells* như thế nào:

- You **look tired.** / I **feel tired.** / She **sounds tired.**

    Anh trông có vẻ mệt mỏi. / Tôi cảm thấy mệt. / Cô ấy nói chuyện nghe vẻ mệt mỏi.

- The dinner **smells good.**

    Bữa ăn thơm ngon quá.

- This milk **tastes strange.**

    Sữa này vị hơi lạ.

Nhưng để nói cách thức một người làm hay tiến hành một việc gì đó như t nào bạn phải dùng trạng từ (*adverb*) (xem **UNIT** 97-98):

- Drive **carefully**. (*not* Drive careful)

    Hãy lái xe cẩn thận. (không nói "Drive careful")

- Susan plays the piano very **well**. (*not* plays...very good).

    Susan chơi piano rất hay. (không nói "plays...very good").

6.1 Put the adjectives in parentheses in the correct position.

1. a beautiful table (wooden / round)   *a beautiful round wooden table*
2. an unusual ring (gold) _____
3. a new sweater (nice) _____
4. a new sweater (green) _____
5. an old house (beautiful) _____
6. black gloves (leather) _____
7. an American movie (old) _____
8. a long face (thin) _____
9. big clouds (black) _____
10. a sunny day (lovely) _____
11. an ugly dress (yellow) _____
12. a wide avenue (long) _____
13. a red car (old / little) _____
14. a metal box (black / small) _____
15. a big cat (fat / black) _____
16. a little country inn (old / charming) _____
17. long hair (black / beautiful) _____
18. an old painting (interesting / Japanese) _____
19. an enormous umbrella (red / yellow) _____

96.2 Complete each sentence with a verb (in the correct form) from Box A and an adjective from Box B.

A	feel	look	~~seem~~		B	awful	fine	interesting
	smell	sound	taste			nice	~~upset~~	wet

1. Ann *seemed upset* _____ this morning. Do you know what was wrong?
2. I can't eat this. I just tried it, and it _____ .
3. I was sick yesterday, but I _____ today.
4. What beautiful flowers! They _____ too.
5. You _____ . Have you been out in the rain?
6. Jim was telling me about his new job. It _____ very _____ – much better than his old job.

96.3 Choose the correct word.

1. This milk tastes *strange* _____ . (strange / strangely)
2. I always feel _____ when the sun is shining. (happy / happily)
3. The children were playing _____ in the yard. (happy / happily)
4. The man became _____ when the manager of the restaurant asked him to leave. (violent / violently)
5. You look _____ ! Are you all right? (terrible / terribly)
6. There's no point in doing a job if you don't do it _____ . (good / well)
7. This soup tastes _____ . (good / well)
8. Hurry up! You're always so _____ . (slow / slowly)

Adjectives and Adverbs (1) *(quick/quickly)*
Tính từ và trạng từ (1) (**quick/quickly**)

A

Hãy xem các ví dụ sau:
- Our vacation was too short - the time passed very **quickly**.
  Kỳ nghỉ của chúng ta quá ngắn ngủi - thời gian trôi đi thật nhanh.
- The driver of the car was **seriously** injured in the accident.
  Người lái xe bị thương nặng trong vụ tai nạn.

Quickly và **seriously** là những trạng từ (*adverbs*). Nhiều trạng từ được ta thành từ tính từ bằng cách thêm đuôi **-ly**.

Tính từ: quick serious careful quiet heavy bad
Trạng từ: quick**ly** serious**ly** careful**ly** quiet**ly** heavi**ly** bad**l**

Về chính tả, xem thêm phụ lục 6.

Không phải tất cả các từ có đuôi **-ly** đều là trạng từ. Có vài tính từ cũng đuôi **-ly**, ví dụ:

friendly lively elderly lonely silly lovely
thân thiện sống động lớn tuổi cô đơn ngớ ngẩn đáng yêu

B

Tính từ hay trạng từ?

Các tính từ (**quick/careful** v.v...) đi với *danh từ*. Ta đặt tính từ trước các danh từ và sau một vài động từ, nhất là sau **be**:	Các trạng từ (**quickly/careful** v.v...) đi với *động từ*. Một trạng cho biết cách thức ai đó làm m điều gì như thế nào hay một điều đó xảy ra như thế nào:
• Tom is a **careful driver**. (*not* a carefully driver) *Tom là một tài xế cẩn thận. (không dùng "a carefully driver")*	• Tom **drove carefully** along th narrow road. (*not* drove careful). *Tom lái xe thận trọng dọc the con đường hẹp. (không nói "dro careful").*
• We didn't go out because of the **heavy rain**. *Chúng tôi không đi chơi vì mưa to.*	• We didn't go out because it w **raining heavily**. (*not* rainin heavy) *Chúng tôi đã không đi chơi vì tr mưa to. (không nói "rainin heavy")*
• Please **be quiet** ! *Làm ơn hãy im lặng !*	• Please **speak quietly** ! (*not* spea quiet) *Làm ơn nói khẽ thôi ! (không n "speak quiet")*
• I was disappointed that my exam results **were** so **bad**.	• I was disappointed that **I did badly** in the exam. (*not* did so bad

Tôi thấy thất vọng vì các kết quả thi của tôi lại tồi tệ đến vậy.	*Tôi thất vọng vì đã làm bài thi tồi tệ đến vậy. (không nói "did so bad")*

Chúng ta cũng dùng tính từ sau các động từ **look/feel/sound** .v.v. (xem thêm **UNIT** 96C)

• Why do you always **look** so **serious**? *Sao trông bạn luôn nghiêm nghị quá vậy?*	• Why don't you ever **take** me **seriously**? *Vì sao bạn không bao giờ tỏ ra nghiêm túc với tôi?*

Hãy so sánh:

• She speaks ⌐**perfect English**. *tính từ + danh từ* *Cô ấy nói tiếng Anh chuẩn.*	• She **speaks** English ⌐**perfectly**. *động từ + túc từ + trạng từ* *Cô ấy nói tiếng Anh hay tuyệt vời.*

Hãy so sánh các câu sau với **look**:

• Tom **looked sad** when I saw him. (= he seemed sad, his expression was sad.) *Tom trông buồn bã khi tôi nhìn thấy cậu ấy. (= Cậu ấy có vẻ buồn bã).*	• Tom looked at me **sadly**. (= he looked at me in a sad way.) *Tom nhìn tôi một cách buồn bã.*

C Ta cũng dùng trạng từ trước các tính từ và các trạng từ khác:

reasonably cheap	*(trạng từ + tính từ)*
terribly sorry	*(trạng từ + tính từ)*
incredibly quickly	*(trạng từ + trạng từ)*

- It's a **reasonably cheap** restaurant and the food is **extremely good**.
  Đó là một nhà hàng giá cả phải chăng và đồ ăn thì ngon hết sức.
- Oh, I'm **terribly sorry**. I didn't mean to push you. *(not terrible sorry)*
  Ồ, hết sức xin lỗi. Tôi không định xô vào anh. (không nói "terrible sorry")
- Maria learns languages **incredibly quickly**.
  Maria học ngoại ngữ nhanh một cách khó tin.
- The examination was **surprisingly easy**.
  Kỳ thi đã dễ một cách đáng ngạc nhiên.

Bạn cũng có thể dùng một trạng từ trước một quá khứ phân từ (**injured / organised / written** v.v...):

- Two people were seriously injured in the accident. *(not serious injured)*
  Có hai người bị thương nặng trong vụ tai nạn. (không nói "serious injured")
- The meeting was very **badly organised**.
  Cuộc họp đã được tổ chức rất tồi.

Adjectives and Adverbs **Unit 98**

97.1 Complete the sentences with adverbs. The first letters of each adverb are given.

1. We didn't go out because it was raining h _eavily_ .
2. Our team lost the game because we played very ba_____ .
3. I had no trouble finding a place to live. I found an apartment quite ea_____ .
4. We had to wait for a long time, but we didn't complain. We waited pat_____ .
5. Nobody knew Steve was coming to see us. He arrived unex_____ .
6. Mike stays in shape by playing tennis reg_____ .

97.2 Put in the right word.

1. The driver of the car was _seriously_ injured. (serious / seriously)
2. I think you behaved very _____ . (selfish / selfishly)
3. Kelly is _____ upset about losing her job. (terrible / terribly)
4. There was a _____ change in the weather. (sudden / suddenly)
5. Everybody at the party was _____ dressed. (colorful / colorfully)
6. Linda likes wearing _____ clothes. (colorful / colorfully)
7. She fell and hurt herself quite _____ . (bad / badly)
8. These pants started coming apart after I wore them only once. They're
   _____ made. (bad / badly)
9. Don't go up that ladder. It doesn't look _____ . (safe / safely)
10. He looked at me _____ when I interrupted him. (angry / angrily)

97.3 Complete each sentence using a word from the box. Sometimes you need the adjective (careful, etc.) and sometimes the adverb (carefully, etc.).

careful(ly)	complete(ly)	continuous(ly)	financial(ly)	. fluent(ly)
happy/happily	nervous(ly)	perfect(ly)	quick(ly)	special(ly)

1. Our vacation was too short. The time passed very _quickly_ .
2. Tom doesn't take risks when he's driving. He's always _____ .
3. Sue works _____ . She never seems to stop.
4. Amy and Eric are very _____ married.
5. Nicole's English is very _____ , even though she makes lots of mistakes.
6. I cooked this meal _____ for you, so I hope you like it.
7. Everything was very quiet. There was _____ silence.
8. I tried on the shoes, and they fit me _____ .
9. Do you usually feel _____ before exams?
10. I'd like to buy a car, but it's _____ impossible for me at the moment.

97.4 Choose two words (one from each box) to complete each sentence.

absolutely	reasonably	unnecessarily
badly	seriously	unusually
completely	slightly	.

changed	enormous	planned
cheap .	ill	quiet
damaged	long	

1. I thought the restaurant would be expensive, but it was _reasonably cheap_ .
2. Jeff's mother is _____ in the hospital.
3. What a big house. It's _____ .
4. It wasn't a serious accident. The car was only _____ .
5. The children are normally very lively but they're _____ today.
6. When I returned home after 20 years, everything had _____ .
7. The movie was _____ . It could have been much shorter.
8. A lot went wrong during our vacation because it was _____ .

Adjectives and adverbs (2) *(well / fast/late, hard/hardly)*
Tính từ và trạng từ (2).

Good / well

Good là một tính từ. Trạng từ của nó là **well**:

- Your English is **good**.   *nhưng*
  Tiếng Anh của bạn khá lắm.

- Susan is a **good** pianist.   *nhưng*
  Susan là một nhạc sĩ piano giỏi.

- You **speak** English **well**.
  Bạn nói tiếng Anh tốt.

- Susan **plays** the piano **well**.
  Susan chơi piano giỏi.

Ta dùng **well** (không dùng "good") với các quá khứ phân từ (**dressed/known** v.v...):

well dressed   **well known**   **well educated**   **well paid**

Fast/hard/late

Những từ này vừa là tính từ vừa là trạng từ:

tính từ

- Jack is a very **fast runner**.
  Jack là một người chạy rất nhanh.

- Ann is a **hard worker**.

  Ann là một công nhân chăm chỉ.

- The **train** was **late**.
  Chuyến xe lửa bị trễ.

trạng từ

- Jack can **run** very **fast**.
  Jack có thể chạy rất nhanh.

- Ann **works hard**. (*not* works hardly)
  Ann làm việc chăm chỉ. (không nói "works hardly")

- I **got up late** this morning.
  Sáng nay tôi dậy trễ.

Lately - "recently" dạo gần đây, lúc sau này.

- Have you seen Tom **lately**?
  Gần đây bạn có thấy Tom không?

Hardly

Hardly = rất ít, hầu như không. Hãy xem:

- Sarah was rather unfriendly to me at the party. She **hardly** spoke to me.
  (= She spoke to me very little, almost not at all).
  Sarah tỏ ra lạnh nhạt với tôi trong bữa tiệc. Cô ấy hầu như không nói chuyện với tôi.

- George and June want to get married but they've only known each other for a few days. I don't think they should get married yet. They **hardly** know each other. (= they know each other very little).
  George và June muốn cưới nhau nhưng họ chỉ mới biết nhau có vài ngày. Tôi cho rằng họ chưa nên cưới vội. Họ hầu như không biết về nhau. (Họ biết về nhau quá ít).

Hard và **hardly** là hoàn toàn khác nhau. Hãy so sánh:

- He tried **hard** to find a job but he had no luck. (= he tried a lot, with a lot

293

of effort).

Anh ấy rất cố gắng tìm việc làm nhưng đã không gặp may. (= anh ấy đã hết sức cố gắng).

- I'm not surprised he didn't find a job. He **hardly** tried to find one. (= he tried very little).

  Tôi không ngạc nhiên về chuyện anh ta vẫn chưa tìm được việc làm. Anh ta hầu như không chịu cố gắng tìm việc.

Chúng ta thường nói **hardly + any / anybody / anyone / anything / anywhere**:

- A : How much money have you got?

  Bạn có bao nhiêu tiền?

  B : **Hardly any.** (= very little, almost none)

  Hầu như không có.

- I'll have to go shopping. We **hardly** have **any** food.

  Tôi sẽ phải đi cửa hàng. Chúng ta hầu như chẳng còn thức ăn.

- The exam results were very bad. **Hardly anybody** in our class passed. (= very few students passed, almost nobody passed).

  Kết quả thi rất kém. Lớp ta hầu như chẳng có ai đạt cả.

- She **hardly** ate **anything**. She wasn't feeling hungry. (= she ate very little, almost nothing).

  Cô ấy hầu như không ăn gì. Cô ấy không thấy đói. (= cô ấy ăn rất ít, hầu như không ăn gì).

We hardly have any food.

Hãy chú ý tới vị trí của **hardly**. Ta có thể nói:

- She **hardly** ate **anything**   hoặc   She ate **hardly anything**.
- We **hardly** have **any** food.   hoặc   We have **hardly any** food.

Ta thường dùng **can / could + hardly. I can hardly** do something = tôi hầu như là không thể làm được việc gì đó.(= **it's almost impossible for me to do it.**)

- Your writing is terrible. I **can hardly** read it. (= it is almost impossible for me to read it).

  Chữ bạn xấu quá. Tôi hầu như không đọc được.

- My leg was hurting me. I **could hardly** walk.

  Chân tôi đau quá. Tôi hầu như không đi nổi.

Hardly ever = almost never (hầu như chưa bao giờ, không bao giờ)

- I'm nearly always at home in the evenings. I **hardly ever** go out.

  Tôi gần như là luôn luôn có nhà vào các buổi tối. Tôi hầu như chẳng bao giờ đi ra ngoài.

294

98.1 Put in *good* or *well*.

1. I play tennis, but I'm not very _good_ .
2. Your exam results were _____ .
3. You did very _____ on your exam.
4. The weather was very _____ while we were on vacation.
5. I didn't sleep _____ last night.
6. Jason speaks Spanish very _____ .
7. Jason's Spanish is very _____ .
8. Our new business is going very _____ at the moment.
9. I like your jacket. It looks _____ on you.
10. I've met her a few times, but I don't know her _____ .

98.2 Complete these sentences using *well* + one of the following words:

balanced ~~behaved~~ dressed informed kept known paid

1. The children were very good. They were _well behaved_ .
2. I'm surprised you haven't heard of her. She is quite _____ .
3. Our neighbors' yard is neat and clean. It is very _____ .
4. You should eat different types of food. Your diet should be _____ .
5. Ann knows a lot about many things. She is quite _____ .
6. His clothes were wrinkled and dirty. He wasn't very _____ .
7. Jill has a lot of responsibility in her job, but she isn't very _____ .

98.3 Are the underlined words right or wrong? Correct the ones that are wrong.

1. I'm tired because I've been working <u>hardly</u>.   _hard_
2. I tried <u>hard</u> to remember her name, but I couldn't.   _____
3. This coat is practically unused. I've <u>hardly</u> worn it.   _____
4. She's a good tennis player. She hits the ball <u>hardly</u>.   _____
5. Don't walk so <u>fast</u>! I can't keep up with you.   _____
6. Why are you walking so <u>slow</u>? Are you tired?   _____

98.4 Complete these sentences with *hardly* + one of the following verbs in the correct form:

change hear ~~know~~ recognize say sleep speak

1. Scott and Amy have only met once before. They _hardly know_ each other.
2. You're speaking very quietly. I can _____ you.
3. I'm very tired this morning. I _____ last night.
4. We were so shocked when we heard the news, we could _____ .
5. Kate was very quiet tonight. She _____ a word.
6. You look almost the same now as you looked 15 years ago. You've _____ .
7. I met Dave a few days ago. I hadn't seen him for a long time, and he looks very different now. I _____ him.

98.5 Complete these sentences with *hardly* + any/anybody/anything/anywhere/ever.

1. I'll have to go shopping. We have _hardly any_ food.
2. It was nice driving this morning. There was _____ traffic.
3. "Do you know much about computers?" "No, _____ ."
4. The hotel was almost empty. There was _____ staying there.
5. I listen to the radio a lot, but I _____ watch television.
6. Our new boss isn't very popular. _____ likes her.
7. We used to be good friends, but we _____ see each other now.
8. I hate this town. There's _____ to do and _____ to go.

UNIT 99

So and *such*
So và such

Hãy xét các ví dụ:

A

Ta dùng **so** + *tính từ / trạng từ*:	Ta dùng **such** + *danh từ*:
so stupid **so quick**	**such a story** such people
so nice **so quickly**	Ta dùng **such** + *tính từ* + *danh từ*:
	such a stupid story / **such ni** **people**
	Để ý rằng ta nói **such a ...** (không *i* "*a such ...*")
• I didn't enjoy the book. The story was **so stupid**.	• I didn't enjoy the book. It was **su a stupid story**.
Tôi không thích cuốn sách đó. Câu chuyện thật nhảm nhí.	*Tôi không thích cuốn sách đó. Th là một câu chuyện thật nhảm nhí.*
• I like Tom and Ann. They are **so nice**.	• I like Tom and Ann. They are **su nice people**.
Tôi thích Tom và Ann. Họ tốt lắm.	*Tôi thích Tom và Ann. Họ là nhữ người tốt.*

B So và **such** làm cho ý nghĩa của tính từ (hay trạng từ) mạnh hơn:

• It's a beautiful day, isn't it ? It's **so warm**. (= really warm)	• We enjoyed our holiday. We h **such a good time**. (= a rea good time)
Quả là một ngày đẹp trời phải không? Ấm ghê đi.	*Chúng tôi rất thích kỳ ng Chúng tôi đã có những giờ ph thật thú vị.*
• He's hard to understand because he speaks **so quickly**.	
Thật khó mà hiểu anh ấy bởi vì anh ấy nói quá nhanh.	

Hãy so sánh **so** và **such** trong những câu dưới đây:

Bạn có thể nói **so...that...**	Bạn có thể nói **such...that...**
• The book was **so good that** I couldn't put it down.	• It was **such a good book tha** couldn't put it down.
Cuốn sách hay đến nỗi tôi không thể đặt nó xuống khỏi tay.	*Đó là một cuốn sách hay đến ì tôi không thể buông lơi khỏi tay.*
• I was **so tired that** I fell asleep in the armchair.	• It was **such nice weather that** spent the whole day on the beach
Tôi mệt đến mức đã ngủ gật trong ghế bành.	*Thời tiết đẹp đến mức chúng đã ở cả ngày trên bãi biển.*

296

Ta có thể bỏ **that** trong những câu trên:

- I was *so tired* (that) I fell asleep... • It was **such nice weather** (that) we ...

Ta cũng có thể dùng **so** và **such** với nghĩa "like this" (như thế, như vậy):

- I was surprised to find out that the house was built 100 years ago. I didn't realize it was *so old*. (...as old as it is).

  Tôi rất ngạc nhiên khi phát hiện ra ngôi nhà đã được xây dựng cách đây 100 năm. Tôi không ngờ nó cổ đến như vậy.

- I'm tired because I got up at 6 o'clock. I don't usually get up *so* **early**.

  Tôi thấy mệt vì đã phải dậy từ 6h. Tôi không thường dậy sớm đến như vậy.

- I didn't realize it was **such an old house.**

  Tôi không ngờ đó là ngôi nhà cổ đến như vậy.

- The house was so messy. I've never seen **such a mess**. (= ...a mess like this).

  Căn nhà thật là lộn xộn. Tôi chưa bao giờ thấy một sự bừa bãi đến như vậy.

Ta nói: **so long**, *nhưng* : **such a long time**.

- I haven't seen her for **so long** I've forgotten what she looks like.

  Tôi đã không gặp cô ấy lâu tới mức quên mất hình dáng cô ấy như thế nào rồi.

- I haven't seen her for **such a long time**. (*not* a so long time)

  Tôi đã không gặp cô ấy từ lâu lắm rồi. (không nói "a so long time")

Ta nói: **so far** nhưng lại nói: **such a long way**

- I didn't know it was so **far**.

  Tôi đã không biết là xa đến thế.

- I didn't know it was **such a long way**.

  Tôi đã không biết quãng đường lại xa đến thế.

Ta có thể nói: **so much, so many**; *nhưng*: **such a lot (of)**

- Why did you buy **so much** food?

  Sao bạn lại mua nhiều thức ăn đến thế?

- Why did you buy **such a lot of** food?

  Sao bạn lại mua nhiều thức ăn đến thế?

Not so . . . as **Unit 103A** *Such as* **Unit 113A**

Exercises

99.1 Put in *so, such,* or *such a(n)*.

1. He's hard to understand because he speaks _so_ quickly.
2. I like Tom and Ann. They're _such_ nice people.
3. It was a great vacation. We had _such a_ good time.
4. I was surprised that he looked _____ good after his recent illness.
5. Everything is _____ expensive these days, isn't it?
6. The weather is beautiful, isn't it? I didn't expect it to be _____ nice day.
7. I have to go. I didn't realize it was _____ late.
8. He always looks good. He wears _____ nice clothes.
9. It was _____ exciting movie that I couldn't go to sleep when I got home.
10. I couldn't believe the news. It was _____ shock.
11. I think she works too hard. She looks _____ tired all the time.
12. The food at the hotel was _____ awful. I've never eaten _____ awful food.
13. They've got _____ much money, they don't know what to do with it.
14. I didn't realize you lived _____ long way from downtown.
15. I can't decide what to do. It's _____ problem.

99.2 Make one sentence from two. Use *so* or *such*.

1. ~~She worked hard.~~   You could hear it from miles away.
2. ~~It was a beautiful day.~~   You would think it was her native language.
3. I was tired.   We spent the whole day indoors.
4. We had a good time on vacation.   ~~She made herself sick.~~
5. She speaks English well.   I couldn't keep my eyes open.
6. I've got a lot to do.   I didn't eat anything else for the rest of the day.
7. The music was loud.   ~~We decided to go to the beach.~~
8. I had a big breakfast.   I don't know where to begin.
9. It was terrible weather.   We didn't want to come home.

1. _She worked so hard (that) she made herself sick._
2. _It was such a beautiful day (that) we decided to go to the beach._
3. I was _____.
4. _____
5. _____
6. _____
7. _____
8. _____
9. _____

99.3 Use your own ideas to complete these pairs of sentences.

1. a) We enjoyed our vacation. It was so _relaxing_ .
   b) We enjoyed our vacation. We had such _a good time_ .
2. a) I don't like New York very much. It's so _____ .
   b) I don't like New York very much. It's such _____ .
3. a) I like Ann. She's so _____ .
   b) I like Ann. She's such _____ .
4. a) I wouldn't want to be a teacher. It's so _____ .
   b) I wouldn't want to be a teacher. It's such _____ .
5. a) It's great to see you again! I haven't seen you for so _____ .
   b) It's great to see you again! I haven't seen you for such _____ .

Enough and *too*
Enough và too

Enough đứng sau các tính từ và trạng từ:

• He didn't get the job because he wasn't **experienced enough**. (*not enough experienced*)
  Anh ta không được giao công việc đó vì anh ta không đủ kinh nghiệm. (không nói "enough experienced")

• You won't pass the examination if you don't work **hard enough**.
  Bạn sẽ không thi đậu nếu bạn không chăm chỉ đúng mức.

• They can get married yet. They're **old enough**.
  Họ có thể kết hôn. Họ lớn rồi.

So sánh **too...** (**too hard / too old** .v.v.):

• You never stop working. You work **too hard**.
  Anh chưa bao giờ ngừng làm việc cả. Anh làm việc quá nhiều.

Enough thường đứng trước các danh từ:

• He didn't get the job because he didn't have **enough experience**. (*not experience enough*)
  Anh ta không được giao công việc đó vì anh ta không đủ kinh nghiệm. (không nói "experience enough")

• Do you have **enough money**?
  Anh có đủ tiền không?

• Some of us had to sit on the floor because there weren't **enough chairs**.
  Vài người trong chúng tôi đã phải ngồi xuống sàn nhà vì không đủ ghế.

Bạn cũng có thể dùng **enough** một mình (không có danh từ đi cùng):

• I'll lend you some money if you don't have **enough**.
  Tôi sẽ cho anh mượn tiền nếu anh không có đủ.

So sánh **too much...** / **too many...**

• We can't take a vacation. It costs **too much** (**money**).
  Chúng ta không thể đi nghỉ mát được. Tốn kém quá.

• There are **too many** people and not enough chairs.
Có quá nhiều người và không có đủ ghế.

Ta nói **enough / too ... for** (somebody / something)

• I have **enough money for a vacation**, but I don't have enough time.
  Tôi có đủ tiền để đi nghỉ mát nhưng không có thời gian.

• He wasn't experienced **enough for the job**.
  Anh ta không đủ kinh nghiệm để làm công việc đó.

- This shirt is **too big for me**. I need a smaller size.

  Chiếc sơ mi này quá to đối với tôi. Tôi cần cỡ nhỏ hơn.

Nhưng ta lại thường nói **enough / too... to** do something (không nói "
doing"). Chẳng hạn như:

enough money to buy something   **too young to do** something .v.

Lấy ví dụ:

- Do you have **enough money to take** a vacation right now? (*not*
  taking)

  *Anh có đủ tiền để đi nghỉ mát ngay lúc này không? (không nói "
  taking")*

- He wasn't **experienced enough to do** the job.

  Anh ta không đủ kinh nghiệm để làm công việc đó.

- She's not **old enough to get** married. *or* She's **too young to g**
  married.

  Cô ấy chưa đủ tuổi để lập gia đình.

- Let's get a taxi. It's **too far to walk** home from here.

  Gọi taxi đi. Từ đây về nhà đi bộ xa lắm.

- There weren't **enough chairs** for everyone **to sit** down.

  Không có đủ ghế cho tất cả mọi người ngồi.

- They spoke **too quickly** for us **to understand**.

  Họ nói quá nhanh làm chúng tôi không thể hiểu được.

C

Ta nói:

	The food was very hot. We couldn't eat **it**.
	Thức ăn rất nóng. Chúng tôi đã không thể ăn được.
và	The food was so hot that we couldn't eat **it**.
	Thức ăn nóng tới mức chúng tôi không thể ăn được.
nhưng	The food was **too** hot **to eat**. (không có "it")
	Thức ăn quá nóng không thể ăn được.

Một vài ví dụ tương tự:

- The wallet was **too big to put** in my pocket. (*not* too big to put it)

  Cái ví to quá không cho vào túi áo của tôi được. (không nói "too big to p
  it")

- These boxes are **too heavy to carry**. (*not* too heavy to carry them)

  Những cái thùng này nặng quá không khiêng nổi. (không nói "too heavy
  carry them")

- The water wasn't **clean enough to swim** in.

  Nước này không được sạch lắm, không bơi được đâu.

.1 Complete these sentences using *enough* with one of the following adjectives or nouns:

adjectives: big ~~old~~ qualified warm well
nouns: cups milk money room time

1. She shouldn't get married yet. She's not _old enough_ .
2. I'd like to buy a car, but I don't have _____ .
3. Do you have _____ in your coffee, or would you like some more?
4. Are you _____ ? Or should I turn up the heat?
5. It's only a small car. There isn't _____ for all of you.
6. Steve didn't feel _____ to go to work this morning.
7. I didn't answer all the questions on the test. I didn't have _____ .
8. Do you think I am _____ to apply for the job?
9. Try this jacket on and see if it's _____ for you.
10. There weren't _____ for everybody to have coffee at the same time.

.2 Complete the answers to the questions. Use *too* or *enough* with the word in parentheses.

1. Is she going to get married? | (old) No, she's not _old enough to get married_ .
2. I need to talk to you about something. | (busy) Sorry, but I'm _____ to you now.
3. Why don't we sit outside? | (warm) It's not _____ outside.
4. Would you like to be a politician? | (shy) No, I'm _____ a politician.
5. Do you want to play tennis today? | (energy) No, I don't have _____ tennis today.
6. Did you hear what he was saying? | (far away) No, we were _____ what he was saying.
7. Can he read a newspaper in English? | (English) No, he doesn't know _____ a newspaper.

.3 Make one sentence from two. Complete the new sentence using *too* or *enough*.

1. We couldn't eat the food. It was too hot.
The food was _too hot to eat_ .
2. I can't drink this coffee. It's too hot.
This coffee is _____ .
3. Nobody could move the piano. It was too heavy.
The piano _____ .
4. I don't wear this coat in the winter. It isn't warm enough.
This coat _____ .
5. I can't explain the situation. It is too complicated.
The situation _____ .
6. Three people can't sit on this sofa. It isn't wide enough.
This sofa _____ .
7. We couldn't climb over the wall. It was too high.
The wall _____ .
8. You can't see some things without a microscope. They are too small.
Some _____ .

301

Comparison (1) - *Cheaper, more expensive,* etc.
Dạng so sánh (1) – Cheaper, more expensive v.v.

A

Xét các ví dụ sau:

> • Should I drive or take the train?
> *Tôi nên đi ô tô hay đi xe lửa?*
> • You should drive. It's **cheaper**.
> *Hãy đi bằng ô tô. Đi ô tô rẻ hơn.*
> • Don't take the train. It's **more expensive**.
> *Đừng đi xe lửa. Đi xe lửa mắc hơn.*
>
> **Cheaper** và **more expensive** là những dạng so sánh.

Với các dạng so sánh, bạn có thể dùng **than** (xem thêm **UNIT** 103):

> • It's **cheaper** to drive than to take the train.
> *Đi bằng ô tô thì rẻ hơn đi bằng xe lửa.*
> • Taking the train is **more expensive than** driving.
> *Đi bằng xe lửa mắc hơn đi bằng ô tô.*

B

Để cấu tạo dạng so sánh, ta thêm **-er** hoặc **more**...

Ta thêm **-er** *cho những từ ngắn (một âm tiết):*	Ta dùng **more**... *với những từ "d (từ hai âm tiết trở lên):*
cheap → cheaper **fast** → faster	**more serious more often**
large → larger **thin** → thinner	**more expensive mo comfortable**
Ta cũng dùng **–er** với những từ có hai âm tiết mà tận cùng bằng **-y** (-y → -ier):	Ta cũng dùng **more**... cho nhữ trạng từ tận cùng bằng **-ly**:
lucky → luckier **early** → earlier	**more slowly more seriously**
easy → easier **pretty** → prettier (Xem Phụ lục 5)	**more quietly more carefully**

Hãy so sánh:

> • You're **older** than me.
> *Anh lớn tuổi hơn tôi.*
> • The exam was easy – **easier** than we expected.
> *Bài thi khá dễ - dễ hơn chúng tôi tưởng.*

> • You're **more patient** than me.
> *Anh kiên nhẫn hơn tôi.*
> • The exam was quite difficult **more difficult** than we expected
> *Bài thi khá khó - khó hơn chúng tưởng.*

• Can you walk a little **faster**? *Bạn có thể đi nhanh hơn một chút không?*	• Can you walk a bit **more slowly**? *Bạn có thể đi chậm hơn một chút không?*
• I'd like to have **a bigger car**. *Tôi muốn có một chiếc xe lớn hơn.*	• I'd like to have **a more reliable** car. *Tôi muốn có một chiếc xe đáng tin cậy hơn.*
• Last night I went to bed **earlier** than usual. *Đêm qua tôi đi ngủ sớm hơn bình thường.*	• I don't play tennis much these days. I used to play **more often**. *Dạo này tôi ít chơi tennis. Lúc trước tôi chơi thường xuyên hơn.*

Bạn có thể dùng – **er** hoặc **more** ... với một số tính từ có hai âm tiết đặc biệt:

quiet   clever   narrow   shallow   simple

• It's too noisy here. Can we go somewhere **quieter / more quiet**?
Nơi đây ồn quá. Mình có thể đến đâu đó yên tĩnh hơn không?

Những tính từ và trạng từ dưới đây có dạng so sánh bất quy tắc:

good / well → better:

• The yard looks **better** since you tidied it up.
Khu vườn trông đẹp hơn từ khi bạn dọn dẹp nó lại.

• I know him well-probably **better** than anybody elsse.
Tôi biết rõ ông ta - có lẽ là rõ hơn bất kỳ ai khác.

bad / badly → worse:

• "Is your headache better ?" "No, it's **worse**".
"Bạn đỡ đau đầu chưa ?" "Chưa, còn tồi tệ hơn"

• He did very badly in the exam - **worse** than expected.
Anh ấy đã làm bài thi rất tồi - tồi hơn đã tưởng.

far → farther (or **further**):

• It's a long walk from here to the station - **farther** than I thought. (or ... **further** than...)
Quãng đường từ đây tới ga khá xa, xa hơn tôi đã nghĩ.

Exercises

101.1 Complete the sentences using a comparative form (*older / more important*, etc.).

1. It's too noisy here. Can we go somewhere *quieter* OR *more quiet* ?
2. This coffee is very weak. I like it a little _____ .
3. The hotel was surprisingly big. I expected it to be _____ .
4. The hotel was surprisingly cheap. I expected it to be _____ .
5. My job is kind of boring sometimes. I'd like to do something _____ .
6. I was surprised how easy it was to use the computer. I thought it would be
   _____ .
7. Your work isn't very good. I'm sure you can do _____ .
8. Don't worry. The situation isn't so bad. It could be _____ .
9. You're talking very loudly. Can you speak _____ ?
10. You hardly ever call me. Why don't you call me _____ ?
11. You're standing too close to the camera. Can you move a little _____
    away?
12. You were a little depressed yesterday, but you look _____ today.

101.2 Complete the sentences using the comparative form of one of the following words. Use *than* where necessary.

big	crowded	~~early~~	easily	high	important
interested	peaceful	~~reliable~~	serious	simple	thin

1. I was feeling tired last night, so I went to bed *earlier than* _____ usual.
2. I'd like to have a *more reliable* _____ car. Mine keeps breaking down.
3. Unfortunately, her illness was _____ we thought at first.
4. You look _____ . Have you lost weight?
5. I want a _____ apartment. We don't have enough space here.
6. He doesn't study very hard. He's _____ in having a good time.
7. Health and happiness are _____ money.
8. The instructions were very complicated. They could have been _____ .
9. There were a lot of people on the bus. It was _____ usual.
10. I like living in the country. It's _____ living in a city.
11. You'll find your way around the city _____ if you have
    a good map.
12. In some parts of the country, prices are _____ in others.

101.3 Read the situations and complete the sentences. Use a comparative form (*-er* or *more . . .*).

1. Yesterday the temperature was 28 degrees. Today it's only 20 degrees.
   It's *colder today than it was yesterday* .
2. The trip takes four hours by car and five hours by train.
   It takes _____ .
3. Dave and I went for a run. I ran five miles. Dave stopped after three miles.
   I ran _____ .
4. Chris and Joe both did poorly on the exam. Chris got a C, and Joe got only a C–.
   Joe did _____ .
5. I expected my friends to arrive at about 4:00. Instead they arrived at 2:30.
   My friends _____ .
6. You can go by bus or by train. The buses run every 30 minutes. The trains run every hour.
   The buses _____ .
7. We were very busy at work today. We're not usually as busy as that.
   We _____ .

304

Comparison (2)
Dạng so sánh (2)

Trước các dạng so sánh bạn có thể dùng:

much   **a lot**   **a little**   **slightly** (= a little)   **far** (= a lot)

- Let's drive. It's **much cheaper**. (*or* It's **a lot cheaper**).
  Hãy đi bằng ôtô. Đi như vậy rẻ hơn nhiều.
- The train is **a lot more expensive**. (*or* **much more expensive**).
  Đi tàu lửa tốn tiền hơn nhiều.
- Could you speak **a little more slowly** ? (*hoặc* ... speak **slightly more slowly**?)
  Bạn có thể nói chậm hơn một chút không?
- This bag is **slightly heavier** than the other one.
  Cái túi này hơi nặng hơn cái túi kia.
- Her illness was **far more serious** than we thought at first. (*or* ... **much more serious** ... *or* ... **a lot more serious**...)
  Bệnh tình cô ấy trầm trọng hơn nhiều so với chúng tôi nghĩ lúc đầu.

B

Bạn có thể dùng **any** và **no** + dạng so sánh (**any longer / no bigger** .v.v.)

- I've waited long enough. I'm not waiting **any longer**. (= not even a little longer)
  Tôi đã chờ khá lâu rồi. Tôi sẽ không chờ thêm tí nào nữa đâu.
- We expected their house to be very big but it's **no bigger** than ours. (*or* ... it isn't any bigger than ours.)
  Chúng tôi đã nghĩ là ngôi nhà của họ rất lớn nhưng nó cũng chẳng lớn hơn nhà của chúng tôi.
- Yesterday you said you felt ill. Do you feel **any better** today?
  Hôm qua bạn nói là cảm thấy mệt. Hôm nay bạn có thấy đỡ hơn tí nào không?
- This hotel is better than the other one and it's **no more expensive**.
  Khách sạn này tiện nghi hơn khách sạn kia mà lại chẳng mắc tiền hơn.

C

Harder and harder / more and more / more and more difficult, etc.:

Chúng ta lặp lại dạng so sánh như trên (...**and**...) khi nói tới những sự việc cứ liên tục thay đổi:

- It's becoming **harder and harder** to find a job.
- It's becoming **more and more difficult** to find a job.
  Tìm công ăn việc làm đang trở nên ngày càng khó khăn hơn.
- Your English is improving. It's getting **better and better**.
  Tiếng Anh của bạn đang tiến bộ đấy. Ngày càng khá hơn.
- **More and more** people are learning English these days.
  Dạo này càng ngày càng có nhiều người học tiếng Anh.

D

The ... the better.

Hãy xem các ví dụ dưới đây:

- "What time should we leave ?" "**The sooner the better.**" (= as soon possible).

  "Mấy giờ thì mình đi ?" "Càng sớm càng tốt".

- "What size of box do you want ? A big one ?" "Yes, **the bigger th better**". (= as big as possible)

  "Bạn muốn cỡ hộp nào ? Một cái lớn nhé ? " "Vâng, càng lớn càng tốt".

- When you're travelling, **the less** luggage you have to carry **the better**. is best to have as little luggage as possible).

  Khi bạn đi du lịch, mang càng ít hành lý càng tốt.

Chúng ta cũng dùng **the ... the...** (cùng với 2 dạng so sánh) để nói rằng n việc nào đó phụ thuộc vào một việc khác:

- **The warmer** the weather, **the better** I feel. (= if the weather is warm I feel better).

  Thời tiết càng ấm, tôi lại càng thấy khỏe hơn.

- **The sooner** we leave, **the sooner** we will arrive.

  Chúng ta lên đường càng sớm thì sẽ đến nơi càng sớm.

- **The younger** you are, **the easier** it is to learn.

  Bạn càng trẻ, càng dễ học hành.

- **The more expensive** the hotel, **the better** the service.

  Khách sạn càng mắc tiền thì phục vụ càng tốt.

- **The more** electricity you use, **the higher** your bill will be.

  Bạn dùng càng nhiều điện thì bạn càng phải trả nhiều tiền.

- **The more** I thought about the plan, **the less** I liked it.

  Càng nghĩ nhiều tới kế hoạch đó tôi lại càng bớt thích nó.

E

Older và elder:

Dạng so sánh của **old** là **older**:

- Tom looks **older** than he really is.

  Tom trông có vẻ già trước tuổi.

Bạn có thể nói **elder** (hay **older**) khi nói tới những người trong gia đình. thể nói **(my) older brother / sister / son / daughter**:

- My **elder sister** is a doctor. (or My older sister...)

  Chị tôi là bác sĩ.

Ta nói "**elder sister**" nhưng không nói "somebody is elder..."

- My sister is **older** than me. (*not* elder than I am)

  Chị tôi lớn tuổi hơn tôi. (không nói "elder than I am")

No/any Unit 83   Comparison Units 101, 103   *Even* + Comparative Unit 108C   *Eldest* Unit 10

xercises

1 Use the words in parentheses to complete the sentences. Use *much / a bit,* etc. + a comparative form. Use *than* where necessary.

1. Her illness was _much more serious than_ we thought at first. (much / serious)
2. This bag is too small. I need something _____ . (much / big)
3. I'm afraid the problem is _____ it seems. (much / complicated)
4. You looked depressed this morning, but you look _____ now. (a little / happy)
5. I enjoyed our visit to the museum. It was _____ I expected. (far / interesting)
6. You're driving too fast. Could you drive _____ ? (a little / slowly)
7. It's _____ to learn a foreign language in the country where it is spoken. (a lot / easy)
8. I thought she was younger than I am, but in fact she's _____ . (slightly / old)

2.2 Complete the sentences using *any/no* + a comparative. Use *than* where necessary.

1. I'm tired of waiting. I'm not waiting _any longer_ .
2. I'm sorry I'm late, but I couldn't get here _____ .
3. This store isn't expensive. The prices are _____ anywhere else.
4. I need to stop for a rest. I can't walk _____ .
5. The traffic isn't particularly bad today. It's _____ usual.

2.3 Complete the sentences using the structure in Section C.

1. It's becoming _harder and harder_ to find a job. (hard)
2. That hole in your sweater is getting _____ . (big)
3. My bags seemed to get _____ as I carried them. (heavy)
4. As I waited for my interview, I became _____ . (nervous)
5. As the day went on, the weather got _____ . (bad)
6. Health care is becoming _____ . (expensive)
7. Since she has been in Canada, her English has gotten _____ . (good)
8. As the conversation went on, he became _____ . (talkative)

2.4 These sentences are like those in Section D. Use the words in parentheses (in the correct form) to complete the sentences.

1. I like warm weather. The warmer the weather, _the better I feel_ . (feel)
2. I didn't really like him when we first met.
   But the more I got to know him, _____ . (like)
3. If you're in business, you want to make a profit.
   The more goods you sell, _____ . (profit)
4. It's hard to concentrate when you're tired.
   The more tired you are, _____ . (hard)
5. She had to wait a very long time.
   The longer she waited, _____ . (impatient / become)

2.5 Which is correct, *older* or *elder*? Or both of them?

1. My older / elder sister is a doctor. (*older* and *elder* are both correct)
2. I'm surprised Diane is only 25. I thought she was older / elder.
3. Ann's younger brother is still in school. Her older / elder brother is a pilot.
4. Martin is older / elder than his brother.

307

Comparison (3) –*as ... as* / *than*
Dạng so sánh (3) –as ... as / than.

Xét ví dụ sau:

SARAH   ERIC   DAVID

Sarah, Eric and David are all millionai
They are all very rich.
Sarah has $ 10 million, Eric has $ 8 mil
and David has $ 2 million. So:

*Sarah, Eric và David đều là triệu phú. Họ
giàu có.*
Sarah có 10 triệu đôla, Eric có 8 triệu đôla
David có 2 triệu đôla. Cho nên:

Eric is rich. *Eric rất giàu.*
He is **richer than** David. *Anh ta giàu hơn David.*
But he **isn't as rich as** Sarah. (= Sarah is **richer than** he is).
Nhưng anh ta không giàu bằng Sarah. (Sarah giàu hơn anh ta).

Và dưới đây là vài ví dụ về **not as** ... (**as**):

* Tom **isn't as old as** he looks (= he looks older than he is).
  Tom không lớn tuổi như vẻ bề ngoài đâu.
* The city centre wasn't **as crowded** this morning **as** it usually is. (= i
  usually **more crowded**).
  Sáng nay ở trung tâm thành phố không đông đúc như mọi khi.
* Jenny didn't do **as well** in the exam **as** she had hoped. (= she had ho
  to do better).
  Jenny đã làm bài thi không được tốt như cô ấy đã từng hy vọng.
* "The weather is better today, isn't it ?" "Yes, it's **not as co**
  (= yesterday was colder).
  *"Hôm nay thời tiết tốt hơn phải không ?" "Vâng, trời không lạnh bằng hôm q
  (= hôm qua trời lạnh hơn).*
* I don't know **as many** people **as** you do. (= you know more people).
  Tôi không biết nhiều người như anh.

Bạn cũng có thể nói "**not so**... (**as**)":

* It's not warm but it **isn't so** cold **as** yesterday. (= ... it **isn't as cold as**
  Trời không ấm nhưng cũng không lạnh như hôm qua.

Less... (**than**) là tương tự như **not as** ... (**as**):

* I spent **less money than** you. (= I didn't spend **as** much money **as** you
  Tôi đã tiêu ít tiền hơn bạn. (= Tôi không tiêu nhiều tiền như bạn).
* The shopping mall was **less crowded than** usual (= it wasn't as crowde

usual).

Trung tâm mua sắm không nhộn nhịp như thường lệ.

Bạn có thể dùng **as... as** (nhưng không nói "so... as") trong câu khẳng định và câu hỏi:

- I'm sorry I'm late. I got here **as fast as** I could.
  Xin lỗi tôi đến muộn. Tôi đã gắng hết sức đến đây thật nhanh.
- There's plenty of food. You can have **as much as** you want.
  Có rất nhiều thức ăn. Bạn có thể ăn thỏa thích.
- Let's walk. It's just **as quick as** taking the bus.
  Mình đi bộ thôi. Cũng nhanh như đi xe buýt thôi mà.
- Can you send me the money **as soon as** possible, please?
  Bạn có thể gửi tiền cho tôi thật sớm được không?

Cũng có thể nói: **twice as ... as, three times as... as** v.v.:

- Gas is **twice as expensive as** it was a few years ago.
  Giá xăng hiện giờ đắt gấp hai lần so với trước đây mấy năm.
- Their house is about **three times as big as** ours.
  Ngôi nhà của họ lớn khoảng gấp ba lần nhà của chúng tôi.

Ta nói **the same as** (không nói "the same like")

- Ann's salary is **the same as** mine. *or* Ann makes **the same** salary **as me.**
  Lương của Ann bằng lương của tôi.
- Tom is **the same** age **as** George.
  Tom bằng tuổi George.
- "What would you like to drink ?" "I'll have **the same as** you".
  "Bạn muốn uống gì ?" "Mình sẽ uống như bạn".

Ta thường nói:

- You are older **than me.** (*not* than I)
  Anh lớn tuổi hơn tôi. (không dùng "than I")
- He isn't as popular **as her.** (*not* as she)
  Anh ta không nổi tiếng bằng cô ấy. (không dùng "as she")

Sau **than/as** ta dùng **me/him/her/them/us** khi không có động từ. Hãy so sánh:

• You are taller **than I am.**	*nhưng*	• You are taller **than me.**
Bạn cao hơn tôi.		
• They have more money **than we do.**	*nhưng*	• They have more money **than us.**
Họ có nhiều tiền hơn chúng tôi.		
• I can't run as fast **as he can.**	*nhưng*	• I can't run as fast **as him.**
Tôi không thể chạy nhanh như anh ấy.		

Comparison Units 101-102 *Like* and *as* Unit 113

Exercises

103.1 Complete the sentences using *as . . . as*.

1. I'm pretty tall, but you are taller. I'm not _as tall as you_ .
2. My salary is high, but yours is higher. My salary isn't _____ .
3. You know a little bit about cars, but I know more.
   You don't _____ .
4. I still feel a little tired, but I felt a lot more tired yesterday.
   I don't _____ .
5. They've lived here quite a while, but we've lived here longer.
   They haven't _____ .
6. I was a little nervous before the interview, but usually I'm a lot more nervous.
   I wasn't _____ .

103.2 Rewrite these sentences so that they have the same meaning.

1. Jack is younger than he looks. Jack isn't _as old as he looks_ .
2. I didn't spend as much money as you. You _spent more money than me_ .
3. The station was nearer than I thought. The station wasn't _____ .
4. I go out less than I used to. I don't _____ .
5. Her hair isn't as long as it used to be. She used to _____ .
6. I know them better than you do. You don't _____ .
7. There were fewer people at this meeting than at the last one.
   There weren't _____ .

103.3 Complete the sentences using *as . . . as*. Choose one of the following:

   bad   comfortable   experienced   ~~fast~~   long   often   soon   well

1. I'm sorry I'm late. I got here _as fast as_ I could.
2. It was a hard question. I answered it _____ I could.
3. "How long can I stay with you?" "You can stay _____ you like."
4. I need the information quickly, so please let me know _____ possible.
5. I like to stay in shape, so I go swimming _____ I can.

In the following sentences use *just as . . . as*.

6. I'm going to sleep on the floor. It's _____ sleeping in that
   hard bed.
7. Why did he get the job rather than me? I'm _____ him.
8. At first I thought he was nice, but he's really _____
   everybody else.

103.4 Write sentences using *the same as*.

1. Sally and Kate are both 22 years old. Sally is _the same age as Kate_ .
2. You and I both have dark brown hair. Your hair _____ .
3. I arrived at 10:25 and so did you. I _____ .
4. My birthday is April 5. Tom's birthday is April 5, too. My _____ .

103.5 Complete the sentences with *than . . .* or *as . . .*

1. I can't reach as high as you. You are taller _than me_ .
2. He doesn't know much. I know more _____ .
3. I don't work particularly hard. Most people work as hard _____ .
4. We were very surprised. Nobody was more surprised _____ .
5. She's not a very good player. I'm a better player _____ .
6. They've been very lucky. I wish we were as lucky _____ .

310

Superlatives - *the longest / the most enjoyable*, etc.

Các dạng so sánh tuyệt đối
- the longest / the most enjoyable v.v.

Hãy xem các ví dụ:

> What is **the longest** river in the world?
> *Sông nào dài nhất thế giới?*
> What was **the most enjoyable** vacation you've ever had?
> *Từ trước đến nay kỳ nghỉ nào của bạn là thú vị nhất?*
>
> **longest** và **most enjoyable** là dạng so sánh tuyệt đối (*superlative froms*).

Ta dùng **-est** hoặc **most**... để cấu tạo dạng so sánh tuyệt đối. Nói chung, ta
dùng **-est** cho những tính từ *ngắn* và **most**... với những tính từ *dài*. (Sử dụng
quy tắc tương tự như khi cấu tạo dạng so sánh - xem **UNIT 101**).

   long → longest **hot** → hottest **easy** → easiest **hard** → hardest
nhưng **most** famous **most** boring **most** difficult **most** expensive
Những tính từ sau đây là bất quy tắc:

  good → **best** bad → **worst** far → **furthest**
Xem thêm chi tiết ở Phụ lục 5 - Spelling.

Ta thường dùng **the** trước dạng so sánh tuyệt đối (**the longest / the most
famous** .v.v.):

- Yesterday was **the hottest** day of the year.
  Hôm qua là ngày nóng nhất trong năm.
- That movie was really boring. It was **the most boring** movie I've ever
  seen.
  Cuốn phim thật là chán. Đó là cuốn phim chán nhất mà tôi đã từng xem.
- She is a really nice person – one of **the nicest** people I know.
  *Cô ấy thật là người tử tế - một trong những người tử tế nhất mà tôi được
  biết.*
- Why does he always come to see me at **the worst** possible moment?
  Sao anh ta luôn đến thăm tôi vào những lúc tồi tệ nhất vậy?

Hãy so sánh:

- This hotel is **the cheapest** in the town. (so sánh tuyệt đối - *superlative*)
  Đây là khách sạn bình dân nhất trong thị trấn.
- This hotel is **cheaper** than all the others in the town. (so sánh hơn -
  comparative)
  Khách sạn này rẻ hơn tất cả các khách sạn khác trong thị trấn.

D

Oldest và eldest.

Dạng so sánh tuyệt đối của **old** là **oldest**:

- That church is **the oldest** building in the town. (*not* the eldest)

  Ngôi nhà thờ đó là tòa nhà lâu đời nhất trong thị trấn. (không nói "eldest")

Ta dùng **eldest** (hoặc **oldest**) khi nói tới những thành viên trong gia đình:

- My **eldest** son is 13 years old. (*or* "My **oldest** son...")

  Con trai đầu của tôi hiện nay 13 tuổi.

- Are you **the eldest** in your family? (*or* ... **the oldest** ...)

  Anh có phải là con cả trong gia đình không?

E

Sau dạng so sánh tuyệt đối, ta dùng **in** với những từ chỉ nơi chốn (thành p nhà cửa .v.v.):

- What is the longest river **in the world** ? (*not* of the world)

  Sông nào dài nhất thế giới? (không nói "of the world")

- We had a lovely room. It was one of the nicest rooms **in the hotel**. (*no* the hotel)

  Chúng tôi đã có một căn phòng xinh xắn. Đó là một trong những phòng nhất khách sạn. (không nói "of the hotel")

Ta cũng dùng **in** đối với một tổ chức hay một nhóm người class/team/company .v.v):

- Who is the best student **in the class** ? (*not* of the class)

  Ai là học sinh giỏi nhất lớp? (không nói "of the class")

Ta thường dùng **of** đối với một khoảng thời gian nào đó:

- What was the happiest day **of your life**?

  Ngày nào là ngày hạnh phúc nhất trong đời anh?

- Yesterday was the hottest day **of the year**.

  Ngày hôm qua là ngày nóng nhất trong năm.

F

Ta thường dùng thì hiện tại hoàn thành (**I have done**) sau dạng so sá tuyệt đối (xem thêm UNIT 8A).

- What's **the best movie you've ever seen**?

  Phim nào là phim hay nhất bạn đã từng xem?

- That was **the most delicious meal I've had** in a long time.

  Đó là bữa ăn ngon nhất mà lâu lắm rồi tôi mới được ăn.

4.1 Complete the sentences. Use a superlative (-est or most . . .) + a preposition.

1. It's a very nice room. It's *the nicest room in* _____ the hotel.
2. It's a very cheap restaurant. It's _____ the town.
3. It was a very happy day. It was _____ my life.
4. She's a very intelligent student. She _____ the class.
5. It's a very valuable painting. It _____ the gallery.
6. Spring is a very busy time for me. It _____ the year.

In the following sentences use one of + a superlative + a preposition.

7. It's a very nice room. It *is one of the nicest rooms in* _____ the hotel.
8. He's a very rich man. He's one _____ the world.
9. It's a very old house. It _____ our street.
10. It's a very good college. It _____ the state.
11. It was a very bad experience. It _____ my life.
12. He's a very dangerous criminal. He _____ the country.

4.2 Complete the sentences. Use a superlative (-est or most . . .) or a comparative (-er or more . . .).

1. We stayed at *the cheapest* _____ hotel in town. (cheap)
2. Our hotel was *cheaper* _____ than all the others in the town. (cheap)
3. The United States is very large, but Canada is _____ . (large)
4. What's _____ river in the world? (long)
5. He was a little depressed yesterday, but he looks _____ today. (happy)
6. It was an awful day. It was _____ day of my life. (bad)
7. What is _____ sport in your country? (popular)
8. Everest is _____ mountain in the world. It is _____ than any other mountain. (high)
9. We had a great vacation. It was one of the _____ vacations we've ever had. (enjoyable)
10. I prefer this chair to the other one. It's _____ . (comfortable)
11. What's _____ way of getting from here to the bus station? (quick)
12. Mr. and Mrs. Brown have three daughters. _____ is 14 years old. (old)

4.3 What do you say in these situations? Use a superlative + . . . ever . . . Use the words given in parentheses (in the correct form).

1. You've just been to the movies. The movie was extremely boring. You tell your friend: (boring / movie / see) That's *the most boring movie I've ever seen* _____ .
2. Your friend has just told you a joke, which you think is very funny. You say: (funny / joke / hear) That's _____ .
3. You're drinking coffee with a friend. It's really good coffee. You say: (good / coffee / taste) This _____ .
4. You are talking to a friend about Mary. Mary is very patient. You tell your friend about her: (patient / person / meet) She _____ .
5. You have just run ten miles. You've never run farther than this. You say to your friend: (far / run) That _____ .
6. You decided to quit your job. Now you think this was a bad mistake. You say to your friend: (bad / mistake / make) It _____ .
7. Your friend meets a lot of people, some of them famous. You ask your friend: (famous / person / meet) Who _____ ?

UNIT 105 A

Word order (1) – Verb + object; place and time

Trật tự từ (1) – Động từ + túc từ; nơi chốn và thời gian

Động từ + túc từ.

Động từ thường đi liền với túc từ. Ta ít khi đặt từ khác giữa chúng:

Verb + Object		
động từ +	túc từ	
I **like**	**children** very much. (*not* I like very much children).	
Tôi rất thích trẻ con.		
Did you **see**	**your friends**	yesterday?
Hôm qua anh có gặp các bạn của anh không?		
Ann often **plays**	**tennis**.	
Ann chơi tennis thường xuyên.		

Hãy xem các ví dụ dưới đây, để ý là động từ luôn luôn đi cùng với túc từ:

• Do you **clean the house** every weekend ? (*not* Do you clean ev weekend the house?)

  Bạn có dọn dẹp nhà cửa vào mỗi cuối tuần không? (không nói "Do clean every weekend the house?")

• Everybody **enjoyed the party** very much. (*not* Everybody enjoyed v much the party).

  Mọi người đều rất thích bữa tiệc đó. (không nói "Everybody enjoyed much the party").

• Our guide **spoke English** fluently. (*not* spoke fluently English)

  Người hướng dẫn của chúng tôi đã nói tiếng Anh lưu loát. (không nói spoke fluently English")

• I not only lost all my money but I also **lost my passport**. (*not* I lost a my passport).

  Tôi không chỉ đánh mất tiền mà tôi còn đánh mất cả hộ chiếu nữa. (kh nói "I lost also my passport.")

• At the end of the street you'll **see a supermarket** on your left. (*not* ... on your left a supermarket).

  Ở cuối phố bạn sẽ thấy một siêu thị nằm ở phía bên trái của bạn. (kh nói "... see on your left a supermarket").

B

Nơi chốn và *thời gian.*

Động từ và từ chỉ nơi chốn (**where** ?) thường đi với nhau.

go home   **live in a city**   **walk to work**

Nếu động từ đi với túc từ, từ chỉ nơi chốn sẽ đi sau cấu trúc *động từ + túc từ*

Take somebody **home**   **Meet** a friend **in the street**

314

Từ chỉ thời gian (when? / how often? / how long?) thường đi sau từ chỉ nơi chốn:

	Place	+	time
	nơi chốn	+	thời gian
Tom walks	**to work**		**every morning.**

Tom đi bộ đến sở làm mỗi buổi sáng. (không nói "Tom walks every morning to work).

She has been	**in Canada**	**since April.**

Cô ấy đã ở Canada từ tháng tư.

We arrived	**at the airport**	**early.**

Chúng tôi đã đến sân bay sớm.

Hãy xem thêm những ví dụ dưới đây. Lưu ý là từ chỉ thời gian đi sau từ chỉ nơi chốn:

- I'm going **to Paris on Monday**. (*not* I'm going on Monday to Paris).
  *Tôi sẽ đi Paris vào thứ hai. (không nói **"I'm going on Monday to Paris"**).*

- They have lived **in the same house for a long time**.
  Họ sống trong căn nhà đó đến nay đã lâu (không đổi nhà).

- Don't be late. Make sure you're **here by 8:00**.
  Đừng tới muộn nhé. Bạn hãy chắc chắn là sẽ có mặt ở đây trước 8 giờ.

- Sarah gave me a ride **home after the party**.
  Sarah đã cho tôi đi nhờ xe về nhà sau bữa tiệc.

- You really shouldn't go **to bed so late**.
  Bạn thật ra không nên đi ngủ khuya như vậy.

Thường thì ta có thể chuyển từ chỉ thời gian lên đầu câu:

- **On Monday** I'm going to Paris.
  Thứ hai đến tôi sẽ đi Paris.
- **Every morning** Tom walks to work.
  Sáng nào Tom cũng cuốc bộ đến sở làm.

Một số từ (chẳng hạn như **always / never / often**) thường đi với động từ ở giữa câu. Xem thêm **UNIT 106.**

Exercises

105.1 Is the word order right or wrong? Correct the sentences that are wrong.

1. Everybody enjoyed the party very much.   *RIGHT*
2. Tom walks every morning to work.   *Tom walks to work every morning.*
3. Jim doesn't like very much soccer.   _____
4. I drink three or four cups of coffee every morning.   _____
5. I ate quickly my dinner and went out.   _____
6. Are you going to invite to the party a lot of people?   _____
7. I called Tom immediately after hearing the news.   _____
8. Did you go late to bed last night?   _____
9. Did you learn a lot of things at school today?   _____
10. I met on my way home a friend of mine.   _____

105.2 Put the parts of the sentence in the right order.

1. (the party / very much / everybody enjoyed) *Everybody enjoyed the party very much.*
2. (we won / easily / the game)   _____
3. (quietly / the door / I closed)   _____
4. (Diane / quite well / speaks / Chinese)   _____
5. (Tim / all the time / TV / watches)   _____
6. (again / please don't ask / that question)   _____
7. (soccer / every weekend / does Ken play?)   _____
8. (some money / I borrowed / from a friend of mine)   _____

105.3 Complete the sentences. Put the parts in the right order.

1. (for a long time / have lived / in the same house)
   They *have lived in the same house for a long time* .
2. (to the bank / every Friday / go) I _____ .
3. (home / did you come / so late) Why _____ ?
4. (her car / drives / every day / to work)
   Ann _____ .
5. (been / recently / to the movies) I haven't _____ .
6. (at the top of the page / your name / write)
   Please _____ .
7. (her name / after a few minutes / remembered)
   I _____ .
8. (around the town / all morning / walked)
   We _____ .
9. (on Saturday night / didn't see you / at the party)
   I _____ .
10. (some interesting books / found / in the library)
    We _____ .
11. (the children / yesterday / to the zoo / took)
    Sally _____ .
12. (across from the park / a new hotel / are building)
    They _____ .

Word order (2) - Adverbs with the verb
Trật tự từ (2) các trạng từ đi với động từ.

Một số trạng từ (ví dụ: **always, also, probably**) đi với động từ ở giữa câu:

- Tom **always drives** to work.

  Tom luôn đi làm bằng ô tô.

- We were feeling very tired and we **were also** hungry.

  Chúng tôi đã cảm thấy rất mỏi mệt và chúng tôi còn đói nữa.

- Your car **has probably** been stolen.

  Xe hơi của bạn chắc hẳn đã bị mất trộm rồi.

Ta hãy xét các quy tắc sau đây về vị trí của trạng từ ở giữa câu. (Đó chỉ là những nguyên tắc chung, bởi vậy vẫn có những ngoại lệ).

1) Nếu động từ chỉ có một từ (**goes / fell / cooked** v.v.), trạng từ thường đặt trước:

	trạng từ	*động từ*	
Tom	**always**	**goes**	to work by car.
Tom	*luôn*	*đi*	*làm bằng xe hơi*
I	**almost**	**fell**	as I was going down the stairs.
Tôi	*suýt*	*ngã*	*khi đang xuống cầu thang.*

- I cleaned the house and **also cooked** the dinner. (*not cooked also*)

  Tôi đã dọn dẹp nhà cửa và cũng đã nấu bữa tối rồi. (không nói "cooked also")

- Lucy **hardly ever watches** television and **rarely reads** newspapers.

  Lucy hầu như không bao giờ xem ti vi và rất ít khi đọc báo.

Chú ý rằng các trạng từ này (**always / often / also** .v.v.) thường đứng trước **have to**:

- We **always have to** wait a long time for the bus. (*not we have always to wait...*)

  Chúng ta luôn phải chờ xe buýt rất lâu. (không nói "we have always to wait...")

2) Nhưng chúng lại đứng sau **am / is / are / was / were**:

- We were feeling very tired and we **were also** hungry.

  Chúng tôi đã cảm thấy rất mỏi mệt và chúng tôi còn đói nữa.

- Why are you always late ? You're **never** on time.

  Tại sao bạn luôn trễ vậy ? Bạn chả bao giờ đúng giờ cả.

- The traffic **isn't usually** as bad as it was this morning.

  Giao thông thường không đến nỗi tệ như buổi sáng này.

3) Nếu động từ gồm hai từ hoặc nhiều hơn (**can remember / doesn't smoke**

317

/ **has been stolen** .v.v.) thì trạng từ được đặt sau động từ đầu tiên (**can**
doesn't / has .v.v.):

	động từ 1	trạng từ	động từ 2	
I	**can**	**never**	**remember**	his name.

Tôi chẳng bao giờ nhớ được tên anh ấy.

Ann	**doesn't**	**usually**	**smoke**.	

Ann thường không hút thuốc.

	Are you	**definitely**	**going**	to the party tomorro

Ngày mai bạn có chắc là sẽ đi dự tiệc không?

Your car **has**		**probably**	**been**	**stolen**.

Xe của bạn chắc hẳn là đã bị mất cắp.

- My parents **have always lived** in Chicago.
  Cha mẹ tôi vẫn luôn sống ở Chicago.
- Jack can't cook. He **can't even boil** an egg.
  Jack không biết nấu ăn. Anh ấy thậm chí không biết luộc một quả trứng.
- The house **was only built** a year ago and it**'s already falling** down.
  Ngôi nhà đó được xây chỉ mới cách đây 1 năm thế mà đã muốn sập rồi.

Chú ý rằng **probably** thường đứng trước cấu trúc phủ định. Ta nói:
- I **probably won't see** you. *or* I will **probably not** see you. (*not* I wo
  probably...)
  Có lẽ tôi sẽ không gặp anh. (không nói "I won't probably...")

C Ta cũng đặt **all** và **both** ở những vị trí như vậy:
- We **all felt** sick after the meal. (*not* We felt all sick...)
  Tất cả chúng tôi đều muốn bệnh sau bữa ăn. (không nói "We felt sick...").
- My parents **are both** teachers. (*not* My parents both are teachers).
  Cha mẹ tôi đều là giáo viên. (không nói "My parents both are teachers").
- Sarah and Jane **have both applied** for the job.
  Cả Sarah và Jane đều đã nộp đơn xin việc làm đó.
- We **are all going out** this evening.
  Tối nay tất cả chúng tôi đều sẽ đi chơi.

D Đôi khi chúng ta dùng **is / will / did** .v.v. thay vì phải nhắc lại một phần
câu (xem **UNIT 48A**). Chú ý vị trí của **always / never** .v.v. trong những c
sau:
- He always says he won't be late but he **always is**. (= he is always late).
  Anh ta luôn nói sẽ không thể trễ nữa nhưng anh ta lúc nào cũng trễ.
- I've never done it and I **never will**. (= I will never do it).
  Tôi chưa bao giờ làm điều đó và sẽ không bao giờ làm điều đó.

Chúng ta thường đặt **always / never** .v.v. trước động từ trong những câu n
vừa nói.

xercises

U N I T
106

6.1 Is the word order in the underlined parts of these sentences right or wrong? Correct the ones that are wrong.

1. Tom <u>drives always</u> to work.   _Tom always drives_
2. I cleaned the house and <u>also cooked</u> dinner.   _RIGHT_
3. <u>I have usually</u> a shower when I get up.   _____
4. <u>We soon found</u> the solution to the problem.   _____
5. Steve <u>gets hardly ever</u> angry.   _____
6. I did some shopping, and <u>I went also</u> to the bank. _____
7. <u>Jane has always to hurry</u> in the morning because   _____
   she gets up so late.
8. <u>We all were</u> tired, so we <u>all</u> fell asleep.   _____
9. <u>She always says</u> she'll call me, but <u>she never does</u>. _____

6.2 Rewrite the sentences to include the word in parentheses.

1. Ann doesn't drink tea. (usually) _Ann doesn't usually drink tea._
2. We were on vacation. (all) _____
3. We were staying at the same hotel. (all) _____
4. We enjoyed ourselves. (all) _____
5. Catherine is very generous. (always) _____
6. I don't have to work on Saturdays. (usually) _____

7. Do you watch TV in the evenings? (always) _____

8. Josh is studying Spanish. He is studying Japanese. (also)
   Josh is studying Spanish. He _____.
9. That hotel is very expensive. (probably) _____
10. It costs a lot to stay there. (probably) _____

06.3 Complete the sentences. Use the words in parentheses in the correct order.

1. I _can never remember_ her name. (remember / never / can)
2. I _____ sugar in my coffee. (take / usually)
3. I _____ hungry when I get home from work. (am / usually)
4. "Where's Jim?" "He _____ home early." (gone / has / probably)
5. Mark and Diane _____ in Texas. (both / were / born)
6. Liz is a good pianist. She _____ very well. (sing / also / can)
7. Our cat _____ under the table. (always / sleeps)
8. They live on the same street as me, but I _____ to them. (never / have / spoken)
9. My eyesight isn't very good. I _____ with glasses. (read / can / only)
10. I _____ early tomorrow. (probably / leaving / will / be)
11. I _____ able to come to the party. (probably / be / won't)
12. It's hard to get in touch with Sue. She _____ at home when I call her. (is / hardly ever)
13. We _____ in the same place. We haven't moved. (still / are / living)
14. If we hadn't taken the same train, we _____ each other. (never / met / would / have)
15. "Are you tired?" "Yes, I _____ at this time of day." (am / always)

319

Still, yet and already
Anymore / any longer / no longer

A

Still

Chúng ta dùng **still** để nói là một hành động hay tình huống nào đó vẫn đang tiếp diễn, chưa thay đổi hay kết thúc:

- It's 10 o'clock and Tom is **still** in bed.
  Đã 10 giờ rồi và Tom thì vẫn ở trên giường.
- When I went to bed, Jane was **still** working.
  Khi tôi đi ngủ, Jane vẫn còn đang làm việc.
- Do you **still** want to go to the party or have you changed your mind?
  Bạn vẫn còn muốn tới dự bữa tiệc hay bạn đã đổi ý rồi?

Still thường đứng giữa câu cùng động từ. Xem **UNIT** 106.

B

Anymore / any longer / no longer.

Ta dùng **not ... anymore** hay **not ... any longer** khi muốn nói là một tì huống nào đó đã thay đổi. **Anymore** và **any longer** đứng ở cuối câu:

- Ann doesn't work here **anymore** (*or* **any longer**). She left last mon (*not* Ann doesn't still work here).
  Ann không còn làm việc ở đây nữa. Cô ấy đã ra đi hồi tháng trước. (khô nói "Ann doesn't still work here").
- We used to be good friends but we **aren't anymore** (*or* **any longer**).
  Chúng tôi đã từng là bạn thân nhưng nay thì không còn được như vậy n

Bạn cũng có thể nói **no longer**. **No longer** đứng ở giữa câu:

- Ann **no longer** works here.
  Ann không còn làm ở đây nữa.

Nhưng ta không dùng **no more** theo cách này:

- We are **no longer** friends. (*not* We are no more friends).
  Chúng tôi không còn là bạn bè nữa. (không nói "We are no more friends"

Hãy so sánh **still** và **not ... anymore**:

- Sheila **still** works here but Ann does**n't** work here **anymore**.
  Sheila vẫn còn làm việc ở đây còn Ann thì đã không còn làm ở đây nữa rồi.

C

Yet

Yet = "until now". Ta dùng **yet** chủ yếu trong những câu phủ định (I have finished **yet**) và trong các câu hỏi (Have you finished **yet** ?). **Yet** cho th người nói đang chờ đợi một hành động nào đó sẽ xảy ra. **Yet** thường đứng cuối câu.

- It's 10:00 and Tom has**n't** gotten up **yet**.
  Đã 10 giờ rồi mà Tom vẫn chưa dậy.

320

- I'm hungry. Is dinner ready **yet**?

  Tôi đói bụng rồi. Bữa ăn tối đã sẵn sàng chưa?
- We do**n't** know where we're going for our vacation **yet**.

  Chúng tôi chưa biết sẽ đi nghỉ mát ở đâu.

Hãy so sánh **yet** với **still**:

- Jack lost his job a year ago and is **still** unemployed.

  Jack mất việc làm năm ngoái và hiện nay vẫn thất nghiệp.
- Jack lost his job a year ago and has**n't** found another job **yet**.

  Jack mất việc làm năm ngoái và hiện nay vẫn chưa tìm được việc khác.
- Is it **still** raining?

  Trời vẫn còn mưa à?
- Has it stopped raining **yet**?

  Trời đã tạnh mưa chưa?

Still cũng có thể dùng trong câu phủ định (đặt trước kết cấu phủ định):

- She said she would be here an hour ago and she **still** hasn't come.

  Cô ấy đã nói là sẽ có mặt ở đây cách đây một giờ, thế mà bây giờ vẫn chưa đến.

Nói như trên cũng có nghĩa gần giống như nói "she hasn't come yet". Nhưng **still** ... **not** cho thấy cảm giác ngạc nhiên hay thiếu kiên nhẫn một cách rõ ràng hơn. Thử so sánh:

- I wrote to him last week. He has**n't** replied **yet**. (But I expect he will reply soon).

  Tôi viết thư cho anh ấy tuần trước. Anh ấy vẫn chưa trả lời. (Nhưng tôi nghĩ là anh ấy sẽ trả lời nay mai thôi).
- I wrote to him months ago and he **still** has**n't** replied. (He should have replied before now).

  Tôi viết thư cho anh ấy đã hằng bao nhiêu tháng rồi, vậy mà anh ấy vẫn chưa hề trả lời. (Lẽ ra anh ấy đã phải trả lời rồi).

Already

Ta dùng **already** để nói là việc nào đó đã xảy ra sớm hơn dự tính. **Already** thường được đặt giữa câu (xem **UNIT** 106).

- "When is Sue going on vacation ?" "She has **already** gone". (= sooner than you expected)

  "Khi nào thì Sue sẽ đi nghỉ ?"   "Cô ấy đã đi rồi". (= sớm hơn bạn nghĩ)
- Should I tell Liz the news, or does she **already** know?

  Tôi báo cho Liz biết tin nhà hay là cô ấy đã biết rồi?
- I've only just had lunch and I'm hungry **already**.

  Tôi chỉ vừa mới ăn trưa thôi mà giờ đã thấy đói bụng rồi.

Present Perfect + *already/yet* Unit 7C   **Word Order (2)** Unit 106

Exercises

107.1 Compare what Paul said a few years ago with what he says now. Some things are the
same as before, and some things have changed.

Paul a few years ago

I travel a lot.
I work in a gym.
I write poems.
I want to be a teacher.
I'm interested in politics.
I'm single.
I go fishing a lot.

Paul now

I travel a lot.
I work in a hospital.
I gave up writing poems.
I want to be a teacher.
I'm not interested in politics.
I'm single.
I haven't been fishing for years.

Write sentences about Paul using *still* and *not . . . anymore.*

1. (travel) *He still travels a lot.*
2. (gym) *He doesn't work in a gym anymore.*
3. (poems) He _____ .
4. (teacher) _____
5. (politics) _____
6. (single) _____
7. (fishing) _____
8. (beard) _____

Now write three sentences about Paul using *no longer.*

9. *He no longer works in a gym.*
10. He _____ .
11. _____
12. _____

107.2 For each sentence (with *still*) write a sentence with a similar meaning using *not . . . yet*
+ one of the following verbs:

> decide   finish   leave   ~~stop~~   take off   wake up

1. It's still raining. *It hasn't stopped raining yet.*
2. George is still here. He _____ .
3. They're still eating dinner. They _____ .
4. The children are still asleep. _____
5. I'm still wondering what to do. _____
6. The plane is still waiting on the runway. _____

107.3 Put *still, yet, already,* or *anymore* in the underlined sentence (or part of a sentence).
Study the examples carefully.

1. Jack lost his job a year ago, and <u>he is unemployed</u>. *he is still unemployed*
2. Do you want me to tell Liz the news, or <u>does she know</u>? *does she already know*
3. I'm hungry. <u>Is dinner ready</u>? *Is dinner ready yet?*
4. I was hungry earlier, but <u>I'm not hungry</u>. *I'm not hungry anymore*
5. Can we wait a few minutes? <u>I don't want to go out.</u> _____
6. Jill used to work at the airport, but <u>she doesn't work there.</u> _____
7. I used to live in Tokyo. <u>I have a lot of friends there.</u> _____
8. "Should I introduce you to Jim?" "You don't have to. <u>We've met.</u>"
_____
9. <u>Do you live in the same house</u>, or have you moved? _____
10. Would you like to eat with us, or <u>have you eaten</u>? _____
11. "Where's John?" "<u>He isn't here.</u> He'll be here soon." _____
12. Tim said he would be here at 8:30. It's 9:00 now, and <u>he isn't here.</u>
_____
13. Do you want to join the club, or <u>are you a member</u>? _____
14. It happened a long time ago, but <u>I can remember it very clearly.</u>
_____
15. I've put on weight. <u>These pants don't fit me.</u> _____

Even

Xét các ví dụ sau:

Tina loves watching television.
She has a lot of television sets.
She has a TV set in every room of the house - **even** the bathroom.

Tina rất thích xem tivi. Cô ấy có nhiều tivi. Cô ấy có tivi ở mỗi phòng trong nhà - ngay cả ở phòng tắm.

Chúng ta dùng **even** để nói điều gì đó là không bình thường hay đáng ngạc nhiên. Việc để tivi trong nhà tắm là không bình thường.

Xét thêm một vài ví dụ:

- These pictures aren't very good. **Even I** could take better pictures than these. (and I'm certainly not a good photographer).
  Những tấm hình này không được đẹp lắm. Thậm chí cả tôi đây cũng có thể chụp được những tấm hình đẹp hơn như vậy. (và tôi tất nhiên không phải là người chụp ảnh giỏi).

- He always wears a coat - **even in hot weather**.
  Anh ta luôn mặc áo khoác - ngay cả khi trời nóng bức.

- Nobody would lend her the money - **not even her best friend**. *or* Not **even her best friend** would lend her the money.
  Sẽ chẳng có ai cho cô ta mượn số tiền đó ngay cả người bạn thân nhất của cô ta. hay Ngay cả người bạn thân nhất của cô ta chắc là cũng sẽ không cho cô ta mượn số tiền đó.

Even thường được dùng với động từ ở giữa câu (xem **UNIT 106**):

- Sue has traveled all over the world. She has **even** been to the Antarctic. (It's especially unusual to go to Antarctic, so she must have traveled a lot).
  Sue đã đi du lịch khắp thế giới. Cô ấy thậm chí đã tới tận vùng Nam cực. (Tới vùng Nam cực quả thật là một việc hi hữu và như vậy hẳn cô ấy đã đi rất nhiều nơi).

- They are very rich. They **even** have their own private jet.
  Họ rất là giàu. Họ thậm chí có cả máy bay phản lực riêng.

Hãy xem những ví dụ sau đây với **not even**:

- I can't cook. I **can't even** boil an egg. (and boiling an egg is very easy).

Tôi không biết nấu ăn. Ngay cả trứng tôi cũng chẳng biết luộc. (mà lu *trứng thì rất dễ).*

- They weren't very friendly to us. They did**n't even** say hello.

  Họ đã tỏ ra không thật thân thiện với chúng tôi. Thậm chí họ cũng chẳ *thèm chào nữa.*

- Jenny is in great shape. She's just run five miles and she's **not even** out breath.

  Jenny rất khỏe. Cô ấy mới vừa chạy bộ năm dặm liền vậy mà không hề thở gấp (ngay đến hơi thở vẫn bình thường).

C Bạn có thể dùng **even** + *dạng so sánh* (**cheaper / more expensive** .v.v.):

- I got up very early but John got up **even earlier**.

  Tôi đã thức dậy rất sớm nhưng John thậm chí còn dậy sớm hơn.

- I knew I didn't have much money but I've got **even less** than I thought.

  Tôi đã biết là tôi không có nhiều tiền nhưng tôi có thậm chí còn ít hơn t *đã nghĩ.*

- We were surprised to get a letter from her. We were **even mo** **surprised** when she came to see us a few days later.

  Chúng tôi ngạc nhiên khi nhận được thư cô ấy. Chúng tôi thậm chí c *ngạc nhiên hơn nữa khi cô ấy tới gặp chúng tôi sau đó ít ngày.*

D **Even though / even when / even if.**

Bạn có thể dùng **even** + **though / when / if** để nối các câu. Lưu ý là ba không được dùng **even** một mình trong những ví dụ sau:

- **Even though** she can't drive, she has bought a car. (*not* Even she ca drive ...)

  Cho dù không biết lái xe, cô ấy vẫn mua một chiếc xe hơi. (không n *"Even she can't drive ...")*

- He never shouts, **even when** he's angry.

  Anh ta không bao giờ la hét ngay cả khi anh ta tức giận.

- I'll probably see you tomorrow. But **even if** I don't see you tomorrow, we' sure to see each other before the weekend. (*not* even I don't see you)

  Ngày mai chắc là anh sẽ gặp em. Nhưng cho dù không gặp được em v *ngày mai đi nữa thì chắc chắn là chúng ta vẫn sẽ gặp nhau trước cu* *tuần. (không nói "even I don't see you")*

Hãy so sánh **even if** và **if**:

- We're going to the beach tomorrow. It doesn't matter what the weather like. We're going to the beach **even if** it's raining.

  Chúng tôi sẽ đi tắm biển vào ngày mai. Thời tiết có như thế nào cũng mọ *Chúng tôi sẽ ra bãi biển ngay cả nếu như trời có mưa đi nữa.*

- We hope to go to the beach tomorrow, but we won't go **if** it's raining.

  Chúng tôi hy vọng là sẽ đi tắm biển vào ngày mai, nhưng chúng tôi *không đi nếu trời mưa.*

When and if Unit 24   **Though / even though** Unit 109E

xercises

8.1 Julie, Sarah, and Amanda are three friends who went on vacation together. Use the information given about them to complete the sentences using *even* or *not even*.

Julie	Sarah	Amanda
is usually happy is usually on time likes getting up early is very interested in art	is usually miserable usually hates hotels doesn't have a camera doesn't particularly like art	likes taking pictures is almost always late loves staying at hotels isn't good at getting up early

1. They stayed at a hotel. Everybody liked it, *even Sarah* .
2. They arranged to meet. They all arrived on time, _____.
3. They went to an art gallery. Nobody enjoyed it, _____.
4. Yesterday they had to get up early. They all managed to do this, _____.
5. They were together yesterday. They were all in a good mood, _____.
6. None of them took any pictures, _____.

8.2 Make sentences with *even*. Use the words in parentheses.

1. She has been all over the world. (the Antarctic) *She has even been to the Antarctic.*
2. She has to work every day. (on Sundays) _____
3. They painted the whole room. (the floor)
   They _____.
4. You could hear the noise from a long way away. (from the next street)
   You _____.

In the following sentences you have to use *not even*.

5. They didn't say anything to us. (hello) *They didn't even say hello.*
6. I can't remember anything about her. (her name)
   I _____.
7. There isn't anything to do in this town. (a movie theater)
   _____
8. He didn't tell anybody where he was going. (his wife)
   _____

8.3 Complete these sentences using *even* + a comparative.

1. It was very hot yesterday, but today it's *even hotter* .
2. The church is 500 years old, but the house next to it is _____.
3. That's a good idea, but I've got an _____ one.
4. The first question was difficult to answer. The second one was _____.
5. I did very badly on the test, but most of my friends did _____.
6. Neither of us were hungry. I ate very little, and my friend ate _____.

8.4 Put in *if, even, even if,* or *even though*.

1. *Even though* she can't drive, she has bought a car.
2. The bus leaves in five minutes, but we can still catch it _____ we run.
3. The bus leaves in two minutes. We won't catch it now _____ we run.
4. His Spanish isn't very good – _____ after three years in Mexico.
5. His Spanish isn't very good, _____ he's lived in Mexico for three years.
6. _____ with the heat on, it was very cold in the house.
7. _____ I was very tired, I couldn't sleep.
8. I won't forgive them for what they said, _____ they apologize.

Although/though/even though
In spite of/despite

Xét tình huống sau:

Last year Jack and Jill spent the vacation by the sea. It rained a lot b they enjoyed themselves.

Năm ngoái Jack và Jill đi nghỉ mát biển. Trời mưa nhiều nhưng họ vẫn rất vui thích.

Bạn có thể nói:

Although it rained a lot, they enjoy themselves. (= It rained a lot but they...)

Mặc dù trời mưa nhiều nhưng họ vẫn rất vui thích. (= trời mưa nhiều như họ...)

hoặc:

$$\left.\begin{array}{l}\textbf{In spite of}\\ \textbf{Despite}\end{array}\right\}\text{ the rain, they enjoyed themselves.}$$

B

Sau **although** ta dùng cấu trúc *chủ ngữ + động từ.*

- **Although it rained** a lot, we enjoyed our vacation.
  Dù trời mưa nhiều, chúng tôi vẫn vui trọn kỳ nghỉ.
- I didn't get the job **although I was** extremely qualified.
  Tôi không xin được công việc đó dù tôi có đủ năng lực cần thiết.

Hãy so sánh ý nghĩa của **although** và **because**:

- We went out **although** it was raining.
  Chúng tôi đã ra ngoài dù trời lúc ấy đang mưa.
- We didn't go out **because** it was raining.
  Chúng tôi đã không ra ngoài vì trời lúc ấy đang mưa.

C

Sau **in spite of** hay **despite**, ta dùng một *danh từ*, một *đại từ* (**this / tha what** .v.v.) hoặc **-ing**:

- **In spite of the rain**, we enjoyed our holiday.
  Bất kể trời mưa, chúng tôi vẫn vui trọn kỳ nghỉ.
- I didn't get the job **in spite of being** extremely qualified.
  Tôi không xin được việc đó dù tôi có đủ năng lực cần thiết.
- She felt sick, but **in spite of this** she went to work.
  Cô ấy không được khỏe, nhưng dẫu vậy cô ấy vẫn đi làm.

- **In spite of what** I said yesterday, I still love you.

  Bất chấp những gì anh đã nói hôm qua, anh vẫn yêu em.

Despite cũng giống như **in spite of**. Lưu ý là ta nói **in spite of** nhưng lại nói **despite** (không có **of**).

- She felt sick, but **despite this** she went to work. (*not* despite of this).

  Cô ấy không được khỏe, nhưng dẫu vậy cô ấy vẫn đi làm. (không nói "despite of this").

  Bạn có thể nói "**in spite of the fact (that)** ..." và "**despite the fact (that)** ..."

- I didn't get the job $\left\{\begin{array}{l}\textbf{in spite of the fact } (that) \\ \textbf{despite the fact } (that)\end{array}\right\}$ I was extremely qualified.

Hãy so sánh **in spite of** và **because of**:

- We went out **in spite of the rain**. (*or* ... **despite the rain**.)
- We didn't go out **because of the rain**.

So sánh **although** và **in spite of / despite**:

- **Although** the traffic was bad, I arrived on time. (*not* in spite of the traffic was bad)

  Mặc dù xe cộ rất đông, tôi vẫn đến đúng giờ. (không nói "in spite of the traffic was bad")

- I couldn't sleep $\left\{\begin{array}{l}\textbf{although I was} \\ \textbf{despite being}\end{array}\right.$ very tired. (*not* despite I was tired)

  Tôi đã không ngủ được dù là rất mệt. (không nói "despite I was tired)

Đôi khi ta nói **though** thay vì **although**:

- I didn't get the job **though** I had all the necessary qualifications.

  Tôi đã không xin được việc dù tôi có đủ năng lực cần thiết.

Trong khẩu ngữ ta thường để **though** ở cuối câu:

- The house isn't very nice. I like the garden **though.** (= but I like the garden).

  Ngôi nhà không đẹp lắm. Nhưng tôi lại thích khu vườn.

- I see him every day. I've never spoken to him **though.** (= but I've never spoken to him).

  Tôi trông thấy anh ta hàng ngày. Tuy vậy tôi chưa bao giờ nói chuyện với anh ta.

Even though mang nghĩa mạnh hơn **although**:

- **Even though** I was really tired, I couldn't sleep. (*not* Even I was really tired...)

  Thậm chí là lúc ấy tôi đã rất là mệt, tôi vẫn không thể ngủ được. (không nói "Even I was really tired...")

Exercises

109.1 Complete the sentences. Use *although* + a sentence from the box.

I didn't speak the language	~~he has a very important job~~
I had never seen her before	we don't like them very much
it was pretty cold	the heat was on
I'd met her twice before	we've known each other for a long time

1. _Although he has a very important job_____, he isn't particularly well paid.
2. _____, I recognized her from a picture.
3. She wasn't wearing a coat _____.
4. We thought we'd better invite them to the party _____.
5. _____, I managed to make myself understood.
6. _____, the room wasn't very warm.
7. I didn't recognize her _____.
8. We're not very good friends _____.

109.2. Complete the sentences with *although / in spite of / because / because of*.

1. _Although_____ it rained a lot, we enjoyed our vacation.
2. a) _____ all our careful plans, a lot of things went wrong.
   b) _____ we had planned everything carefully, a lot of things went wrong.
3. a) I went home early _____ I was feeling sick.
   b) I went to work the next day _____ I was still feeling sick.
4. a) She only accepted the job _____ the salary, which was very high.
   b) She accepted the job _____ the salary, which was rather low.
5. a) I managed to get to sleep _____ there was a lot of noise.
   b) I couldn't get to sleep _____ the noise.

Use your own ideas to complete the following sentences:

6. a) He passed the exam although _____.
   b) He passed the exam because _____.
7. a) I didn't eat anything although _____.
   b) I didn't eat anything in spite of _____.

109.3. Make one sentence from two. Use the word(s) in parentheses in your sentences.

1. I couldn't sleep. I was tired. (despite) _I couldn't sleep despite being tired._
2. They have very little money. They are happy. (in spite of)
   In spite of _____ . _____.
3. My foot was injured. I managed to walk to the nearest town. (although)
   _____
4. We live on the same street. We hardly ever see each other. (despite)
   _____
5. I got very wet in the rain. I had an umbrella. (even though)
   _____

109.4. Use the words in parentheses to make a sentence with *though* at the end.

1. The house isn't very nice. (like / garden) _I like the garden though._
2. It's pretty warm. (a little windy) _____
3. We didn't like the food. (ate) _____
4. Liz is very nice. (don't like / husband) I _____.

328

In case

Xét tình huống sau:

Jeff is a soccer referee. He always wears two watches during a game because it is possible that one watch will stop.

Jeff là một trọng tài bóng đá. Ông thường mang hai đồng hồ trong một trận đấu vì rất có thể một cái bị hỏng.

He wears two watches **in case** one of them stops.

Ông đeo hai đồng hồ phòng khi một cái trục trặc.

In case one of them stops = "bởi vì có khả năng một trong hai cái sẽ ngưng chạy".

Thêm vài ví dụ về **in case**:

- Ann might call tonight. I don't want to go out **in case** she calls. (= because it is possible she will call).

  Tối nay có thể Ann sẽ gọi điện thoại. Tôi không muốn đi đâu phòng đi Ann gọi tới. (= vì có thể rằng cô ấy sẽ gọi tới).

- I'll draw a map for you **in case** you can't find our house. (= because it is possible you won't be able to find it).

  Tôi sẽ vẽ cho anh một cái sơ đồ phòng khi anh không tìm ra nhà chúng tôi. (= vì có thể rằng anh ấy sẽ không tìm thấy).

Ta dùng **just in case** khi khả năng xảy ra điều phỏng đoán là rất nhỏ.

- I don't think it will rain but I'll take an umbrella **just in case**. (= in case it rains).

  Tôi không nghĩ là trời sẽ mưa, tuy nhiên tôi vẫn cứ mang ô để phòng hờ (lỡ trời mưa).

Không dùng **will** sau **in case**. Hãy dùng thì hiện tại để thay thế cho thời tương lai. (Xem thêm **UNIT** 24)

- I don't want to go out tonight **in case** Ann **calls**. (*not* in case Ann will call).

  Tối nay tôi không muốn đi đâu phòng khi Ann gọi tới. (không nói "in case Ann will call").

In case khác với **if**. Ta dùng **in case** để nói tại sao một người làm hay không làm điều gì đó: ta làm một việc vào lúc này phòng khi một việc khác xảy ra sau đó. Hãy so sánh:

B

329

In case	**If**
• We'll buy some more food **in case** Tom comes. (= Perhaps Tom will come. We'll buy some more food now, whether he comes or not. Then we'll already have the food *if* he comes).	• We'll buy some more food **if** Tom comes. (= Perhaps Tom will come if he comes, we'll buy some more food; if he doesn't come, we won' buy any more food).
Chúng tôi mua thêm đồ ăn để phòng Tom đến. (= Tom có thể đến. Bây giờ chúng tôi sẽ mua thêm đồ ăn, dù anh ta có đến hay không. Như vậy chúng tôi đã có thức ăn nếu anh ấy có đến.)	*Chúng tôi sẽ mua thêm đồ ăn nếu Tom đến. (= Có thể Tom sẽ đến. Nếu anh ta đến, chúng tôi sẽ mua thêm đồ ăn; nếu anh ta không đến, chúng tôi sẽ không mua thêm đồ ăn.)*
• I'll give you my phone number **in case** you need to contact me.	• You can call me at the hotel **if** you need to contact me.
Tôi sẽ cho anh số điện thoại của tôi phòng khi anh cần liên lạc với tôi.	*Anh có thể gọi điện tới khách sạn gặp tôi nếu anh muốn liên lạc với tôi.*

C

Bạn có thể dùng **in case** (+ thì quá khứ) để giải thích vì sao một người nào đ đã làm điều gì đó:

• We bought some more food **in case Tom came**. (= because it was possib that Tom would come).

Chúng tôi đã mua thêm đồ ăn phòng khi Tom đến.

• I drew a map for Sarah **in case she couldn't find the house**.

Tôi đã vẽ cho Sarah một cái sơ đồ phòng khi cô ấy không tìm được nhà.

• We rang the bell again **in case they hadn't heard it the first time**.

Chúng tôi đã nhấn chuông một lần nữa phòng khi họ đã không nghe thấ lần đầu.

D

"**In case of** ..." khác với **in case**. **In case of...** = "if there is ..." (nhất là tron các thông báo .v.v.):

• **In case of fire**, please leave the building as quickly as possible.

Trong trường hợp xảy ra hỏa hoạn, xin hãy rời khỏi tòa nhà càng nhan càng tốt.

• **In case of emergency,** telephone this number.

Trong trường hợp khẩn cấp, hãy quay số điện thoại này.

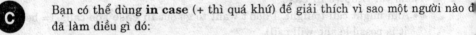

If **Units 24C, 35-37**

.1 Barbara is going for a long walk in the country. She is going to take these things with her:

~~some chocolate~~ a map an umbrella her camera some water a towel

She has decided to take these things because:

maybe she'll want to go for a swim	it's possible she'll get lost	~~she might get hungry~~
she might want to take some pictures	perhaps she'll get thirsty	maybe it will rain

Write sentences with *in case* saying why Barbara has decided to take these things with her.

1. *She's going to take some chocolate in case she gets hungry.*
2. She's going to take a map in case _____ .
3. She's going to _____ .
4. _____
5. _____ .
6. _____

.2 What do you say in these situations? Use *in case*.

1. It's possible that Mary will need to contact you, so you give her your phone number.
   You say: Here's my phone number _____ .
2. A friend of yours is going away for a long time. Maybe you won't see her again before she goes, so you decide to say good-bye now.
   You say: I'll say _____ .
3. You are shopping in a supermarket with a friend. You think you have everything you need, but perhaps you've forgotten something. Your friend has the list. You ask him to check it.
   You say: Can you _____ ?

0.3 Write sentences with *in case*.

1. There was a possibility that Ann would call. So I didn't go out.
   I didn't go out in case Ann called.
2. I thought my parents might be worried about me. So I called them.
   I called _____ .
3. I wrote a letter to Jane, but I didn't get a reply. So I wrote to her again because I thought that perhaps she hadn't gotten my first letter.
   I _____ .
4. I met some people when I was on vacation in France. They said they might come to New York one day. I live in New York, so I gave them my address.
   I _____ .

0.4 Put in *in case* or *if*.

1. Ann might call this evening. I don't want to go out *in case* she calls.
2. You should tell the police *if* your bicycle is stolen.
3. I hope you'll come to Chicago sometime. _____ you come, you can stay with us.
4. This letter is for Susan. Can you give it to her _____ you see her?
5. Write your name and address on your bag _____ you lose it.
6. Go to the Lost and Found office _____ you lose your bag.
7. The burglar alarm will ring _____ somebody tries to break into the house.
8. I've just painted the door. I'll put a WET PAINT sign next to it _____ somebody doesn't realize the paint is still wet.
9. I was advised to get insurance _____ I needed medical treatment while I was abroad.

Unless   *As long as* and *provided / providing*

Unless

Xét tình huống sau:

MEADOWS
COUNTRY CLUB
MEMBERS ONLY

The club is for members only.
Câu lạc bộ chỉ dành cho hội viên thôi.
You can't go in **unless you are a membe**
Bạn không thể vào được trừ khi bạn là
viên.
Điều này có nghĩa là:
"You can't go in *except if* you are a memb
or "You can go in *only if* you are a member

"Bạn không thể vào được trừ trường hợp bạn là một hội viên." hay "Bạn ch
thể vào được nếu bạn là một hội viên".
Unless = "except if" (= trừ phi, trừ khi)

Thêm vài ví dụ với **unless**:

- I'll see you tomorrow **unless I have to work late**. (= except if I hav
work late)
Tôi sẽ gặp bạn vào ngày mai trừ trường hợp tôi phải làm việc muộn.
- Don't tell Sue what I said **unless she asks** you (= except if she asks yo
Đừng kể với Sue những gì tôi nói trừ phi cô ấy hỏi bạn.
- "Should I tell Sue what you said ?" "**Not unless** she asks you. (= onl
she asks you).
"Tôi sẽ kể với Sue những gì bạn nói nhé ?" "Đừng, trừ phi cô ấy hỏi bạn
- I don't like fish. I wouldn't eat it **unless I was extremely hung**
(= except if I was extremely hungry)
Tôi không thích cá. Tôi sẽ không ăn cá trừ khi tôi thật đói.

Ta thường dùng **unless** trong những lời có tính chất cảnh cáo:

- We'll be late **unless we hurry**. (= except if we hurry)
Chúng ta sẽ trễ mất nếu chúng ta không khẩn trương.
- **Unless you work much harder**, you won't pass the exam.
Nếu bạn không học chăm chỉ hơn, bạn sẽ không qua nổi kỳ thi đâu.
- I was told I wouldn't pass the exam **unless I worked harder**.
Tôi đã được nhắc nhở là sẽ không thi đậu nếu không học tập chăm
hơn.

Thay vì dùng **unless**, ta có thể dùng **if** ... **not**:

- Don't tell Sue what I said **if** she **doesn't** ask you.
Chớ nói với Sue những gì tôi đã nói nếu cô ấy không yêu cầu bạn.

- We'll be late **if** we **don't** hurry.

  Chúng ta sẽ bị trễ nếu chúng ta không khẩn trường.

As long as, so long as, etc.:

as long as *hay* so long as

provided (that) *hay* providing (that)

⎫
⎬ Tất cả các cụm từ này
⎭ có nghĩa *"nếu"* hay *"với điều kiện là"*

Chẳng hạn:

- You can use my car ⎰ **as long as** ⎱ you drive carefully.
  ⎱ **so long as** ⎰

(= You can use my car but you must drive carefully - this is a condition).

(= *Bạn có thể dùng xe của tôi nhưng bạn phải lái cẩn thận - đây là một điều kiện).*

Bạn có thể dùng xe của tôi nếu bạn lái cẩn thận.

- Traveling by car is convenient ⎰ **provided (that)** ⎱ you have somewhere
  ⎱ **providing (that)** ⎰ to park.

(= but only if you have somewhere to park).

Đi du lịch bằng ô tô rất là tiện lợi nếu bạn có chỗ để đậu xe.

- ⎰ **Providing (that)** ⎱ she studies hard, she'll pass her exams.
  ⎱ **Provided (that)** ⎰

(= She must study hard - if she does this, she will pass).

(= *Cô ấy phải học chăm - nếu cô ấy học chăm, cô ấy sẽ thi đậu).*

Miễn là cô ấy chịu học chăm chỉ, cô ấy sẽ thi đậu.

Khi đề cập tới tương lai, không dùng **will** sau **unless / as long as / so long as / provided / providing**. Hãy dùng thì hiện tại (xem thêm **UNIT 25**):

- We'll be late **unless** we **hurry**. (*not* unless we will hurry)

  Chúng ta sẽ bị trễ trừ khi chúng ta nhanh lên. (không dùng "unless we will hurry")

- **Providing** she **studies** hard, she will pass the exam. (*not* providing she will study).

  Miễn là cô ấy học chăm chỉ, cô ấy sẽ thi đậu. (không dùng "providing she will study")

Exercises

111.1 Write a new sentence with the same meaning. Use *unless* in your sentence.

1. You need to work a lot harder, or you won't pass the exam.
   You won't pass the exam unless you work a lot harder.
2. Listen carefully, or you won't know what to do.
   You won't know what to do _____.
3. She has to apologize to me, or I'll never speak to her again.
   I'll _____.
4. You have to speak very slowly, or he won't be able to understand you.
   _____
5. The company has to offer me more money, or I'm going to look for another job.
   _____

111.2 Write a new sentence with the same meaning. Use *unless* in your sentence.

1. You are allowed into the club only if you're a member.
   You aren't allowed into the club unless you're a member.
2. I'm going to the party only if you go, too.
   I'm not going _____.
3. The dog will attack you only if you move suddenly.
   _____
4. He'll speak to you only if you ask him a question.
   _____
5. The doctor will see you today only if it's an emergency.
   _____

111.3 Choose the correct word or expression for each sentence.

1. You can use my car ~~unless~~ / as long as you drive carefully. (*as long as* is correct)
2. I'm playing tennis tomorrow unless / providing it rains.
3. I'm playing tennis tomorrow unless / providing it doesn't rain.
4. I don't mind if you come in late unless / as long as you come in quietly.
5. I'm going now unless / provided you want me to stay.
6. I don't watch TV unless / as long as I have nothing else to do.
7. Children are allowed to use the swimming pool unless / provided they are with an adult.
8. Unless / Provided they are with an adult, children are not allowed to use the swimming pool.
9. We can sit here in the corner unless / as long as you'd rather sit over there by the window.
10. *A:* Our vacation cost a lot of money.
    B: Did it? Well, that doesn't matter unless / as long as you enjoyed yourselves.

111.4 Use your own ideas to complete these sentences.

1. We'll be late unless *we hurry* _____.
2. I like hot weather unless _____.
3. I like hot weather provided _____.
4. Kate reads a newspaper every day as long as _____.
5. I don't mind walking home so long as _____.
6. I like to walk to work in the morning unless _____.
7. We can meet tomorrow unless _____.
8. You can borrow the money providing _____.
9. You won't achieve anything unless _____.

As (Time and Reason)
As (chỉ thời gian và chỉ lý do)

As (chỉ thời gian).

Bạn có thể dùng **as** khi hai sự việc nào đó xảy ra đồng thời:

- I watched her **as** she opened the letter. ("**I watched**" và "**she opened**" xảy ra đồng thời).

  Tôi quan sát cô ấy khi cô ấy mở lá thư.

- **As** they walked along the street, they looked in the store windows.

  Vừa thả bộ dọc theo con phố, họ vừa ngắm nhìn mặt kính của các cửa hàng.

Hoặc để nói là sự việc nào đó đã xảy ra trong khi bạn đang làm một việc khác:

- Jill slipped **as** she was getting off the bus.

  Jill bị trượt chân khi cô bước xuống xe buýt.

- The thief was seen **as** he was climbing over the wall.

  Tên trộm bị phát hiện khi đang trèo qua tường.

Trong những ví dụ trên **as** được dùng tương tự như **while**. Đối với *past continuous*, xem thêm **UNIT 6**.

As rất hay được dùng khi hai hành động "ngắn" (*short actions*) xảy ra cùng lúc:

- We all waved goodbye to Liz **as** she drove away in her car.

  Tất cả chúng tôi vẫy tay chào tạm biệt Liz khi cô ấy lái xe chạy đi.

- Turn off the light **as** you go out, please.

  Nhớ tắt đèn khi ra ngoài nhé.

Nhưng **as** cũng được dùng khi hai sự việc xảy ra đồng thời qua suốt một khoảng thời gian dài hơn:

- **As the day went on**, the weather got worse.

  Khi ngày lên, thời tiết đã trở nên tồi tệ hơn.

- I began to enjoy the job more **as** I got used to it.

  Tôi bắt đầu thích thú với công việc hơn khi quen dần với nó.

Bạn cũng có thể dùng **just as** (= ngay khi, vừa khi):

- **Just as** I sat down, the phone rang.

  Ngay khi tôi vừa ngồi xuống, chuông điện thoại reo.

- I had to leave **just as** the conversation was getting interesting.

  Tôi phải đi đúng vào lúc buổi tọa đàm đang trở nên hào hứng.

Ta chỉ dùng **as** nếu các sự việc xảy ra đồng thời. Ta dùng **when** (không dùng "as") khi một sự việc xảy ra sau một sự việc khác. Hãy so sánh **when** và **as**:

- **When** I got home, I had a bath. (*not* as I got home)

  Khi về tới nhà, tôi đã đi tắm. (không nói "as I got home")

335

- **As** I walked into the room, the phone started ringing. (= at the same ti...

  Khi tôi bước vào phòng, thì điện thoại cũng bắt đầu reo. (= cùng thời đi...

B

As *(chỉ lý do).*

As đôi khi mang nét nghĩa của "because":

- **As** it was a national holiday, all the banks were closed. (= because it w...
  national holiday)

  Vì đó là một ngày lễ lớn nên tất cả các ngân hàng đều đóng cửa.

- We watched television all evening **as** we had nothing better to do.

  Chúng tôi ngồi xem tivi suốt buổi tối bởi vì không biết làm gì hơn.

Ta cũng dùng **since** theo cách này:

- **Since** it was a national holiday, all the banks were closed.

  Vì đó là ngày lễ lớn nên các ngân hàng đóng cửa.

C

Ta dùng **as** *(chỉ thời gian)* đối với các hành động và diễn biến. (Xem mục A

- I watched her **as** she read the letter.

  Tôi quan sát cô ta khi cô ta đọc lá thư.

- **As** I was asleep, I didn't hear the bell. (= because I was asleep)

  Vì lúc ấy tôi đang ngủ, tôi đã·không nghe thấy tiếng chuông cửa.

- **As** they live near us, we see them quite often. (= because they live near

  Bởi vì họ sống gần chỗ chúng tôi, nên chúng tôi gặp họ khá thường xuyê

Bạn không thể dùng **as** *(chỉ thời gian)* trong các câu dưới đây. Bạn phải d
while hoặc **when**:

- The bell rang **while** (or **when**) I was asleep. (*not* as I was asleep)

  Chuông cửa đã reo trong lúc tôi đang ngủ. (không nói "as I was asleep")

- They got married **when** (or **while**) they were in London. (*not* as they w
  in London).

  *Họ xây dựng gia đình khi họ ở Luân Đôn. (không nói "as they were
  London").*

As . . . as **Unit 103**   *Like* and *as* **Unit 113**   *As if* **Unit 114**   *While* **Unit 115B**

xercises

2.1 Use *as* to join a sentence from Box A with one from Box B.

A	1. we all waved good-bye to Liz	B	we were driving along the road
	2. we all smiled		I was taking a hot dish out of the oven
	3. I burned myself		she drove away in her car
	4. the crowd cheered		we posed for the photograph
	5. a dog ran out in front of the car		the two teams ran onto the field

1. _We all waved good-bye to Liz as she drove away in her car._
2. _____
3. _____
4. _____
5. _____

2.2 Put in *as* or *when*. Sometimes you can use either *as* or *when*.

1. Maria got married _when_ she was 23.
2. My camera was stolen _____ I was on vacation.
3. He dropped the glass _____ he was taking it out of the cupboard.
4. _____ I finished high school, I went into the army.
5. The train slowed down _____ it approached the station.
6. I used to live near the ocean _____ I was a child.

2.3 What does *as* mean in these sentences?

	because	at the same time as
1. As they live near us, we see them pretty often.	✓	
2. Jill slipped as she was getting off the bus.		✓
3. As I was tired, I went to bed early.		
4. Unfortunately, as I was parking the car, I hit the car behind me.		
5. As we climbed the hill, we got more and more tired.		
6. We decided to go out to eat as we had no food at home.		
7. As we don't use the car very often, we've decided to sell it.		

Now rewrite the sentences where *as* means *because*. Use *since*.

8. _Since they live near us, we see them pretty often._
9. _____
10. _____
11. _____

2.4 Use your own ideas to complete these sentences.

1. I saw you as _____.
2. It began to rain just as _____.
3. As I didn't have enough money for a taxi, _____.
4. Just as I took the photograph, _____.

Like and *as*

Like và as

Like = similar to / the same as (tương tự như, giống như). Lưu ý là bạn khô
thể dùng **as** theo cách này:

- What a beautiful house ! It's **like** a palace. (*not* as a palace)

  *Ngôi nhà thật là đẹp ! Trông nó cứ như một cái lâu đài vậy. (không nói
  a palace")*

- "What does Sandra do ?" "She's a teacher, **like** me." (*not* as me)

  *"Sandra làm nghề gì vậy ?" "Cô ấy là giáo viên, giống như tôi." (không
  "as me")*

- Be careful ! The floor has been polished. It's **like** walking on ice. (*not*
  walking)

  *Hãy cẩn thận ! Sàn nhà mới lau trơn lắm đó. Y như đi trên băng v
  (không nói "as walking")*

- We heard a noise **like** a baby crying.

  Chúng tôi nghe một tiếng ồn như tiếng trẻ con khóc.

Trong những câu trên **like** là một giới từ. Do đó, nó được theo sau bởi n
danh từ (**like a palace**), một đại từ (**like me** / **like this**) hay -ing (l
walking).

Đôi khi **like** = "for example" (ví dụ như, chẳng hạn như...)

- Some sports, **like race-car driving**, can be dangerous.

  Một số môn thể thao, chẳng hạn như đua mô tô, có thể là nguy hiểm.

hoặc

- Some sport, **such as** race-car driving, can be dangerous.

B

Ta dùng **as** (= in the same way) trước *chủ ngữ + động từ*.

- I didn't move anything. I left everything **as I found it**. (= the way I found
  Tôi không xê dịch cái gì cả. Tôi đã để nguyên mọi vật như lúc tôi tìm th

- You should have done it **as I showed you**. (= the way I showed you)
  Lẽ ra bạn nên làm điều đó như tôi đã hướng dẫn. (= cách mà tôi chỉ cho bạn)

Ta có thể dùng **like** trong những câu này, đặc biệt là trong lối nói thân mậ

- I left everything **like** I found it.
  Tôi để mọi thứ nguyên vẹn như lúc tôi tìm thấy.

So sánh **like** và **as**:

- You should have done it **like** this. (*not* as this)
  Lẽ ra anh phải làm điều đó như thế này.

- You should have done it **as** I showed you.   or... **like I showed you.**
  Lẽ ra anh phải làm điều đó như tôi đã chỉ anh.

Lưu ý là ta nói **as usual** / **as always**:

- You're late **as usual**.
  Bạn lại tới trễ như thường lệ.

Có đôi khi **as** (+ *subject* + *verb*) có ý nghĩa khác. Ví dụ như sau **do**:

• Please **do as** I say. (=do what I say).
• They **did as** they promised. (= they did what they promised).

Ta cũng nói **as you know / as I was saying / as she expected / as I thought**, etc.:

• **As you know**, it's Tom's birthday next week. (= you know it's his birthday).
• Ann failed her driving test, **as she expected**. (= she expected this).

Ta cũng có thể nói **like I was saying / like I said**, nhưng thông thường **like** không được dùng trong các cụm từ kia (**as you know**, etc.).

As còn có thể là một giới từ, nhưng khi đó nó có nghĩa khác với **like**. Hãy so sánh:

• Brenda Casey is the manager of a company. **As the manager**, she has to make many important decisions. (**"As the manager"** = trên cương vị là giám đốc) *Brenda Casey là giám đốc một công ty. Là giám đốc, cô ấy phải ra những quyết định quan trọng.*	• Mary Stone is the assitant manager. **Like the manager** (Brenda Casey), she also has to make important decisions. (**"Like the manager"** = *giống như giám đốc*) *Mary Stone là trợ lý giám đốc. Giống như giám đốc, cô ấy cũng phải ra những quyết định quan trọng.*

As (giới từ) = "in the position of", "in the form of, etc. (trên cương vị là, với tư cách là...)

• A few years ago I worked **as a bus driver**. (*not* like a bus driver)
  Trước đây vài năm tôi làm tài xế xe buýt. (không nói "like a bus driver")
• We've got a garage but we don't have a car, so we use the garage **as a workshop**.
  Chúng tôi có ga ra nhưng lại không có xe hơi, cho nên chúng tôi dùng ga ra đó làm một cái nhà xưởng.
• Many English words (for example, "work" and "rain") can be used **as verbs or nouns**.
  Nhiều từ tiếng Anh (chẳng hạn như "work" và "rain") có thể dùng làm động từ hoặc danh từ.
• London is all right **as a place to visit**, but I wouldn't like to live there.
  Luân Đôn quả là nơi đáng tới thăm, nhưng tôi không muốn sống ở đó.
• The news of her death came **as a great shock**.
  Tin về cái chết của cô ấy đã đến như một cú sốc nặng.

s . . . as **Unit 103** *The same as* **Unit 103C** *As* (Time and Reason) **Unit 112** *As if* **Unit 114**

Exercises

113.1 Put in *like* or *as* (see Sections A–C). Sometimes either word is possible.

1. It's raining again. I hate weather _like_ this.
2. Jane failed her driving test _as_ she expected.
3. Do you think Carol looks _____ her mother?
4. He really gets on my nerves. I can't stand people _____ him.
5. Why didn't you do it _____ I told you to do it?
6. "What does Bill do?" "He's a student, _____ most of his friends."
7. _____ I said yesterday, I'm thinking of changing my job.
8. Tom's idea seemed to be a good one, so we did _____ he suggested.
9. It's a difficult problem. I never know what to do in situations _____ this.
10. I'll phone you tomorrow _____ usual, OK?
11. This tea is awful. It tastes _____ water.
12. Suddenly there was a terrible noise. It was _____ a bomb exploding.
13. She's a very good swimmer. She swims _____ a fish.
14. We saw Keith last night. He was very cheerful, _____ always.

113.2 Complete the sentences using *like* or *as* + one of the following (see Sections A and D):

a beginner	blocks of ice	~~a palace~~	a birthday present
a child	a church	winter	a tour guide

1. This house is beautiful. It's _like a palace_ .
2. Margaret once had a part-time job _____ .
3. My feet are really cold. They're _____ .
4. I've been learning Spanish for a few years, but I still speak _____ .
5. I wonder what that building with the tower is. It looks _____ .
6. My brother gave me this watch _____ a long time ago.
7. It's very cold for the middle of summer. It's _____ .
8. He's 22 years old, but he sometimes behaves _____ .

113.3 Put in *like* or *as*. Sometimes either word is possible.

1. Your English is very fluent. I wish I could speak _like_ you.
2. Don't take my advice if you don't want to. You can do _____ you like.
3. You waste too much time doing things _____ sitting in cafes all day.
4. I wish I had a car _____ yours.
5. You don't need to change your clothes. You can go out _____ you are.
6. My neighbor's house is full of interesting things. It's _____ a museum.
7. I think I preferred this room _____ it was, before we decorated it.
8. When we asked Sue to help us, she agreed immediately, _____ I knew she would.
9. Sharon has been working _____ a waitress for the last two months.
10. While we were on vacation, we spent most of our time doing active things _____ sailing, water skiing, and swimming.
11. You're different from the other people I know. I don't know anyone _____ you.
12. We don't need all the bedrooms in the house, so we use one of them _____ a study.
13. _____ her father, Catherine has a very good voice.
14. The news that Sue and Jim were getting married came _____ a complete surprise to me.
15. At the moment I've got a temporary job in a bookstore. It's OK _____ a temporary job, but I wouldn't like to do it permanently.

As if, as though, and like
As if, as though, và like

Ta dùng **as if** để nói rằng ai đó hay vật gì đó trông như thế nào (**looks**) / nghe ra sao (**sounds**) / cảm thấy gì (**feels**) ...:

- That house looks **as if** it's going to fall down.
  Ngôi nhà đó trông như sắp đổ vậy.
- Ann sounded **as if** she had a cold, didn't she?
  Giọng Ann nghe như thể cô ấy bị cảm lạnh, đúng vậy không?
- I've just come back from holiday but I feel tired and depressed. I don't **feel as if** I've just had a holiday.
  Tôi vừa đi nghỉ về nhưng tôi cảm thấy mệt mỏi và chán nản. Tôi không cảm thấy như mình vừa đi nghỉ mát về.

Hãy so sánh:

- You look **tired**. (**look** + *tính từ*)
  Trông bạn có vẻ mệt.
- You look **as if you didn't sleep** last night. (**look** + **as if** + *chủ từ* + *động từ*).
  Trông bạn như bị mất ngủ tối qua vậy.

Có thể dùng **as though** thay vì **as if**:

- Ann sounds **as though** she's got a cold. (= ... **as if** she's got a cold.)
  Giọng Ann nghe như thể cô ấy bị cảm lạnh.

Bạn cũng có thể nói **It looks / sounds / smells as if** (*hoặc* **as though**):

- Sandra is very late, isn't she ? **It looks like** she isn't coming.
  Sandra trễ lắm rồi phải không ? Có vẻ như cô ấy không đến.
- We took an umbrella with us because **it looked as if** it was going to rain.
  Chúng tôi đã cầm theo một cái ô vì lúc ấy có vẻ như trời sắp mưa.
- Do you hear that music next door ? **It sounds like** they're having a party.
  Bạn có nghe thấy tiếng nhạc nhà bên không? Nghe có vẻ như họ đang liên hoan.
- **It smells as though** someone has been smoking in here.
  Nghe mùi cứ như là ai đó đang hút thuốc ở đây vậy.

341

C

Có thể dùng **like / as if / as though** với các động từ khác để nói ai đó làm một việc gì đó như thế nào:

- He **ran like** he was running for his life.

  Anh ta chạy như thể gặp nguy hiểm đến tính mạng vậy.

- After the interruption, the speaker went on **talking as if** nothing h
  happened.

  Sau khi bị ngắt lời, diễn giả tiếp tục nói như không có gì xảy ra.

- When I told them my plan, they **looked** at me **as though** I was crazy.

  Khi tôi nói với họ kế hoạch của tôi, họ nhìn tôi như thể tôi bị điên.

D

Sau **as if** đôi khi ta dùng thì **quá khứ** khi nói về **hiện tại**. Ví dụ:

- I don't like Norma. She talks **as if** she **knew** everything.

  Tôi không thích Norma. Cô ấy nói cứ như là cái gì cô ấy cũng biết vậy.

Ý nghĩa câu trên không phải muốn để cập tới quá khứ. Ta dùng thì quá k ("as if she **knew**") vì ý đó là không thực: Norma không phải là biết tất Tương tự chúng ta cũng dùng thì quá khứ với **if** và **wish** (xem **UNIT** 36). Thêm một vài ví dụ:

- She's always asking me to do things for her, **as if I didn't** have enough
  do. (I do have enough to do).

  Cô ấy cứ nhờ tôi làm cho cô ấy mọi việc, cứ như thể tôi chưa đủ việc làm vậy. (Tôi có quá đủ công việc để làm).

- Harry's only 40. Why do you talk about him **as if he was** old man.
  isn't an old man).

  Harry mới 40 tuổi. Sao bạn lại nói về anh ta như thể anh ta già lắm ư (Anh ta không phải là một ông già).

Khi dùng thì quá khứ như trên, ta có thể dùng **were** thay cho **was**:

- Why do you talk about him as if **he were** (*or* **was**) an old man?

- They treat me **as if I were** (*or* **was**) their own son. (I'm not their son).

  Họ đối xử với tôi như đối với con trai của họ vậy. (Tôi không phải con của họ).

Trong loại câu này thường không dùng **like** và **as though**.

ercises

1 Choose from the box to complete the sentences. Use *as if* or *like*.

he hadn't eaten for a week	she was enjoying it	she had hurt her leg
he meant what he was saying	~~he needs a good rest~~	she didn't want to come

1. Mark looks very tired. He looks *as if he needs a good rest* .
2. Sue was having trouble walking. She looked _____ .
3. I don't think he was joking. He looked _____ .
4. Peter was extremely hungry and ate his dinner very quickly.
   He ate _____ .
5. Carol had a bored expression on her face during the concert.
   She didn't look _____ .
6. I called Ellen and invited her to the party, but she wasn't very enthusiastic about it.
   She sounded _____ .

2 What do you say in these situations? Use *You look / You sound / I feel + as if . . .*
Use the words in parentheses to make your sentence.

1. You meet Bill. He has a black eye and some bandages on his face.
   You say to him: *You look as if you've been in a fight.* (be / a fight)
2. Christine comes into the room. She looks absolutely terrified. You say to her:
   What's the matter? You _____ . (see / a ghost)
3. Sarah is talking to you on the phone about her new job and she sounds very happy
   about it. You say to her: _____ (enjoy / it)
4. You have just run one mile. You are absolutely exhausted.
   You say to a friend: I _____ . (run / a marathon)

3 Make sentences beginning *It looks like . . . / It sounds like . . .*

you had a good time	there's been an accident	they're having an argument
it's going to rain	~~she isn't coming~~	we'll have to walk

1. Sandra said she would be here an hour ago. You say: *It looks like she isn't coming.*
2. The sky is full of black clouds.
   You say: It _____ .
3. You hear two people shouting at each other next door.
   You say: _____
4. You see an ambulance, some police officers, and two damaged cars on the side of the road.
   You say: _____
5. You and a friend have just missed the last bus home.
   You say: _____
6. Sue and Dave have just been telling you about all the interesting things they did while
   they were on vacation.
   You say: _____

These sentences are like the ones in Section D. Complete each sentence using *as if*.

1. Brian is a terrible driver. He drives *as if he were* the only driver on the road.
2. I'm 20 years old, so please don't talk to me _____ a child.
3. Steve has only met Maria once, but he talks about her _____
   a close friend.
4. It was a long time ago that we first met, but I remember it _____
   yesterday.

For, during and *while*
For, during và while

For và **during**.

Ta dùng **for** + *một khoảng thời gian* để nói là một việc nào đó x.. y ra tr bao lâu (how long?).

for **two hours**   for **a week**   for **ages**

Ví dụ:

- We watched television **for two hours** last night.

  Tối qua chúng tôi đã xem ti vi trong hai tiếng đồng hồ.

- Ann is going away **for a week** in September.

  Ann sẽ đi vắng một tuần trong tháng chín.

- Where have you been ? I've been waiting **for ages**.

  Bạn đã ở đâu thế ? Tôi chờ đã lâu lắm rồi.

- Are you going away **for the weekend**?

  Bạn có đi xa vào dịp nghỉ cuối tuần này không?

Ta dùng **during** + *danh từ* để nói là một sự việc nào đó xảy ra khi nào (kh dùng "how long").

during the movie   **during our vacation**   **during the ni**

Ví dụ:

- I fell asleep **during the movie**.

  Tôi đã ngủ gật trong khi xem phim.

- We met a lot of people **during our vacation**.

  Chúng tôi đã gặp nhiều người trong kỳ nghỉ mát.

- The ground is wet. It must have rained **during the night**.

  Mặt đất bị ướt. Chắc là đêm qua trời mưa.

Với những từ chỉ thời gian (**the morning / the afternoon / the summe** bạn có thể dùng **in** hoặc **during**:

- It must have rained **in the night**. (*or*... **during the night.**)

  Chắc hẳn là trong đêm trời đã mưa.

- I'll call you sometime **during the afternoon**. (*or*... **in the afternoon.**)

  Tôi sẽ gọi điện cho anh vào một lúc nào đó trong buổi chiều.

Bạn không thể dùng **during** để nói là một sự việc xảy ra trong bao lâu:

- It rained **for** three days without stopping. (*not* ... during three days.)

  Trời mưa không ngớt suốt 3 ngày liền. (không nói "... during three days

Hãy so sánh **during** và **for**:

- I fell asleep **during the movie**. I was asleep **for half an hour**.

  Tôi đã ngủ gật khi xem phim. Tôi đã thiếp đi nửa giờ.

During và **while**.

Hãy so sánh:

Ta dùng **during** + danh từ:
            danh từ
	Ta dùng **while** + chủ ngữ + động từ:
	    chủ ngữ + *động từ*

• I fell asleep **during** the movie *Tôi đã ngủ gật khi xem phim*	• I fell asleep **while** I was watching TV. *Tôi đã ngủ gật trong khi xem ti vi.*

So sánh **during** và **while** trong các ví dụ sau:

• We met a lot of interesting people **during our vacation.** *Chúng tôi đã gặp nhiều người thú vị trong thời gian đi nghỉ mát.*	• We met a lot of interesting people **while we were on vacation.** *Chúng tôi đã gặp nhiều người thú vị khi chúng tôi còn đang đi nghỉ mát.*
• Robert suddenly began to feel ill **during the exam.** *Đang lúc thi Robert bỗng muốn bệnh.*	• Robert suddenly began to feel sick **while he was taking the exam.** *Robert bỗng muốn bệnh giữa lúc đang thi.*

Thêm một số ví dụ với **while**:

- We saw Amanda **while we were waiting** for the bus.
  Chúng tôi nhìn thấy Amanda khi chúng tôi đang chờ xe buýt.
- **While you were out**, there was a phone call for you.
  Trong lúc bạn ra ngoài, đã có người gọi điện thoại cho bạn.
- Christopher read a book **while I watched TV**.
  Christopher đã đọc sách trong khi tôi xem ti vi.

Khi đề cập tới tương lai, hãy dùng thì *hiện tại* (thay cho thì *tương lai*) sau **while**:

- I'll be in London next week. I hope to see Tom **while I'm** there. (*not* while I will be there)
  Tôi sẽ ở London tuần tới. Tôi hy vọng gặp Tom trong thời gian ở đó. (không nói "while I will be there")
- What are you going to do **while** you **are waiting** ? (*not* while you will be waiting)
  Bạn sẽ làm gì trong khi chờ đợi? (không nói "while you will be waiting")

Xem thêm **UNIT 24**.

For and since **Unit 12A**   *While -ing* **Unit 65B**

Exercises

115.1 Put in *for* or *during*.

1. It rained _for_ three days without stopping.
2. I fell asleep _during_ the movie.
3. I went to the theater last night. I met Sue _____ the intermission.
4. Matt hasn't lived in the United States all his life. He lived in Brazil _____ four years.
5. Production at the factory was seriously affected _____ the strike.
6. I felt really sick last week. I could hardly eat anything _____ three days.
7. I waited for you _____ half an hour and decided that you weren't coming.
8. Sue was very angry with me. She didn't speak to me _____ a week.
9. We usually go out on weekends, but we don't often go out _____ the week.
10. Jack started a new job a few weeks ago. Before that he was out of work _____ six months.
11. I need a change. I think I'll go away _____ a few days.
12. The president gave a long speech. She spoke _____ two hours.
13. We were hungry when we arrived. We hadn't had anything to eat _____ the trip.
14. We were hungry when we arrived. We hadn't had anything to eat _____ eight hours.

115.2 Put in *during* or *while*.

1. We met a lot of people _while_ we were on vacation.
2. We met a lot of people _during_ our vacation.
3. I met Mike _____ I was shopping.
4. _____ we were in Paris, we stayed at a very comfortable hotel.
5. _____ our stay in Paris, we visited a lot of museums and galleries.
6. The phone rang three times _____ we were having dinner.
7. The phone rang three times _____ the night.
8. I had been away for many years. _____ that time, many things had changed.
9. What did they say about me _____ I was out of the room?
10. Carlos read a lot of books and magazines _____ he was sick.
11. I went out for dinner last night. Unfortunately, I began to feel sick _____ the meal and had to go home.
12. Please don't interrupt me _____ I'm speaking.
13. There were many interruptions _____ the president's speech.
14. We were hungry when we arrived. We hadn't had anything to eat _____ we were traveling.

115.3 Use your own ideas to complete these sentences.

1. I fell asleep while _I was watching TV_ .
2. I fell asleep during _the movie_ .
3. I hurt my arm while _____ .
4. Can you wait here while _____ ?
5. Most of the students looked bored during _____ .
6. I was asked a lot of questions during _____ .
7. Don't open the car door while _____ .
8. The lights suddenly went out during _____ .
9. It started to rain during _____ .
10. It started to rain while _____ .

By and *until*   *By the time...*
By và until   By the time...

By (+ từ chỉ thời gian) = "not later than" (không muộn hơn.)

• I posted the letter today, so they should receive it
by Monday (= on or before Monday, not later
than Monday).

*Tôi đã gửi bức thư đi vào hôm nay, như vậy chắc
là họ sẽ nhận được nó, trễ lắm là vào thứ hai.
(= trong hoặc trước ngày thứ hai, không muộn
hơn ngày thứ hai).*

*This cheese should be sold
by August 14.*
*Phô mai này phải được bán
trễ nhất ngày 14/8.*

• We'd better hurry. We have to be at home **by 5
o'clock**. (= at or before 5:00, not later than 5:00)
*Chúng ta nên khẩn trương. Chúng ta phải có
mặt ở nhà trước 5 giờ. (= Lúc 5 giờ hoặc sớm hơn, không muộn hơn 5 giờ).*

• Where's Sue ? She should be here **by now**. (= now or before now, so she
should have arrived already).

*Sue đâu rồi ? Cô ấy lẽ ra phải có mặt vào lúc này rồi. (= lúc này hoặc sớm
hơn, cô ấy lẽ ra đã phải tới rồi).*

Bạn không thể dùng **until** với nghĩa như vậy:

• Tell me **by Friday** whether or not you can come to the party. (*not* Tell me
until Friday...)

*Muộn nhất là ngày thứ sáu bạn hãy cho tôi biết bạn có thể tới dự buổi liên
hoan hay không. (không nói "Tell me until Friday...").*

B Ta dùng **until** (hoặc **till**) để nói là một tình huống nào đó tiếp diễn trong bao lâu:

• "Should we go now ?"

• "No, let's wait **until** (*or* **till**) it stops
raining."

"Chúng ta đi bây giờ chứ ?"

"Không, hãy đợi cho tới khi trời tạnh mưa."

• I couldn't get up this morning.

• I stayed in bed **until** half past ten.
I didn't get up **until** half past ten.

Sáng nay tôi không thức dậy nổi.

*Tôi ngủ mãi tới 10 giờ rưỡi.
Mãi đến 10 giờ rưỡi tôi mới chịu thức dậy.*

So sánh **until** với **by**:

until	by
Sự việc nào đó được tiếp tục cho tới một thời điểm trong tương lai.	Sự việc sẽ xảy ra không muộn hơn một thời điểm trong tương lai.
• Fred will be away **until Monday**. (so he'll be *back* on *Monday*). *Fred sẽ vắng nhà cho tới thứ hai. (Vậy anh ấy sẽ trở về vào thứ hai).*	• Fred will be back **by Monday**. (= he'll be back not later than Monday). *Fred sẽ trở về trễ nhất là vào thứ hai. (= anh ấy sẽ trở về không muộn hơn ngày thứ hai).*

- I'll be working **until 11:30**. (*so I'll stop working* at *11:30*).
  Tôi sẽ làm việc cho tới 11g30. (Vậy tôi sẽ ngừng làm việc lúc 11g30).

- I'll have finished my work by **11:30** (I'll finish my work not later than 11:30).
  Tôi sẽ kết thúc công việc trước 11g30. (Tôi sẽ kết thúc không muộn hơn 11g30).

Bạn có thể nói "**by the time** something happens". Hãy xem những ví dụ sa

- *(from a letter)* I'm flying to Mexico this evening. So **by the time y receive this letter**, I'll be in Mexico city. (= I will arrive in Mexico between now and the time you receive this letter).
  (Trong một bức thư) Tối nay tôi sẽ bay sang Mexico. Vì vậy, khi mà nhận được bức thư này, thì tôi đã ở Mexico City. (= Tôi sẽ tới Mexico trong khoảng thời gian từ bây giờ tới khi anh nhận được bức thư này).

- Hurry up ! **By the time we get to the theater**, the play will alrea have started.
  Nhanh lên ! Đến được nhà hát là vở kịch đã bắt đầu diễn rồi đấy!

Bạn có thể nói "**by the time** something happened" (với thì quá khứ):

- Jane's car broke down on the way to the party last night. **By the ti she arrived**, most of other guests had gone home. (= it took her a l time to get to the party and most of the guests went home during t time).
  Xe hơi của Jane bị hỏng trên đường tới dự tiệc tối qua. Lúc cô tới nơi, ph lớn khách đã ra về. (= cô mất nhiều thời gian trên đường và trong khoả thời gian đó phần lớn khách đã ra về).

- I had a lot of work to do yesterday evening. I was very tired **by the tim finished**. (= it took me a long time to do the work and I became more a more tired during this time).
  Tối hôm qua tôi đã có nhiều việc phải làm. Tôi đã rất mệt cho tới lúc xo việc. (= Công việc kéo dài và tôi ngày càng mệt hơn trong khoảng thời g này).

- We went to the theater last night. It took us a long time to f somewhere to park the car. **By the time we got** to the theater, the p had already started.
  Tối qua chúng tôi đi xem hát. Chúng tôi đã tốn nhiều thời gian để tìm đỗ xe. Cho tới khi chúng tôi vào rạp thì vở kịch đã bắt đầu diễn rồi.

Tương tự, ta có **by then** và **by that time**:

- Jane finally arrived at the party at midnight, but **by then** (*or* by t time), most of the guests had left.
  Cuối cùng thì Jane cũng tới được buổi tiệc vào lúc nửa đêm, nhưng cho khi đó thì phần lớn khách đã ra về.

xercises

6.1 Make sentences with by.

1. I have to be home no later than 5:00. *I have to be home by 5:00.*
2. I have to be at the airport no later than 10:30. I have to be at the airport _____ .
3. Let me know no later than Saturday whether you can come to the party.
   Let me know _____ .
4. Please make sure that you're here no later than 2:00.
   Please _____ .
5. If we leave now, we should arrive no later than lunchtime.
   _____

6.2 Put in by or until.

1. Fred has gone out of town. He'll be out of town *until* Monday.
2. Sorry, but I have to go. I have to be home *by* 5:00.
3. I've been offered a job. I haven't decided yet whether to accept it or not. I have to decide _____ Thursday.
4. I think I'll wait _____ Thursday before making a decision.
5. It's too late to go shopping. The stores are only open _____ 5:30. They'll be closed _____ now.
6. I'd better pay the phone bill. It has to be paid _____ tomorrow.
7. Don't pay the bill today. Wait _____ tomorrow.
8. A: Have you finished painting your house?
   B: Not yet. We hope to finish _____ the end of the week.
9. A: I'm going out now. I'll be back at 4:30. Will you still be here?
   B: I don't think so. I'll probably have left _____ then.
10. I'm moving into my new apartment next week. I'm staying with a friend _____ then.
11. I've got a lot of work to do. _____ the time I finish, it will be time to go to bed.
12. If you want to take the exam, you should register _____ April 3rd.

6.3 Use your own ideas to complete these sentences. Use by or until.

1. Fred is out of town at the moment. He'll be out of town *until Monday* .
2. Fred is out of town at the moment. He'll be back *by Monday* .
3. I'm going out. I won't be very long. Wait here _____ .
4. I'm going shopping. It's 4:30 now. I won't be very long. I'll be back _____ .
5. If you want to apply for the job, your application must be received _____ .
6. Last night I watched TV _____ .

6.4 Read the situations and complete the sentences using By the time . . .

1. Lisa was invited to a party, but she got there much later than she intended.
   By the time she got to the party, most of the other guests had left.
2. I was supposed to catch a train, but it took me longer than expected to get to the station.
   _____ , my train had already left.
3. I saw two men who looked as if they were trying to steal a car. I called the police, but it was some time before they arrived.
   _____ , the two men had disappeared.
4. A man escaped from prison last night. It was a long time before the guards discovered what had happened.
   _____ , the escaped prisoner was miles away.
5. I intended to go shopping after finishing my work. But I finished my work much later than expected.
   _____ , it was too late to go shopping.

UNIT 117

At / on / in (time)
At / on / in (chỉ thời gian)

A

Hãy so sánh **at, on** và **in**:
- They arrived **at 5:00**.
  Họ đã tới nơi lúc 5 giờ.
- They arrived **on Friday**.
  Họ đã tới hôm thứ sáu.
- They arrived **in October**. / They arrived **in 1968**.
  Họ đã tới vào tháng 10 / Họ đã tới vào năm 1968.

Ta dùng:

at với thời gian trong ngày: **at 5:00** **at 11:45** **at midnight**   **at lunchtime**   **at sunset**
on với ngày tháng, các ngày đặc biệt, ngày trong tuần: **on Friday**   **on March 12, 2002**   **on Christmas Day** **on my birthday**   *also* **on the weekend / on weekends**

in với những khoảng thời gian lớn hơn (chẳng hạn months / years / seasons):
     in October   **in 1968**   **in the 18th century**
     in the past   **in (the) winter** **in the 1970s**
     in the Middle Ages **in (the) future**

B

Ta dùng **at** trong những thành ngữ sau:

at night	• I don't like going out **at night**. *Tôi không thích ra ngoài ban đêm.*
at Christmas / at Easter *nhưng* **on Christmas day**	• Do you give each other present **at Christmas**? *Các bạn có tặng quà cho nhau vào dịp Giáng sinh không?*
at the moment / at this time	• Mr Brown is busy **at the moment / at this time**. *Vào lúc này ông Brown đang bận.*
at the same time	• Liz and I arrived **at the same time**. *Liz và tôi tới nơi cùng một lúc.*

350

Ta nói:

in the morning(s)   **in the afternoon(s)**   **in the evening(s)**

- I'll see you **in the morning**
  Tôi sẽ gặp anh vào buổi sáng.
- Do you work **in the evening**?
  Anh có làm việc vào buổi tối không?

nhưng:

on Friday morning(s)   on Sunday afternoon(s)   on Monday evening(s) .v.v.

- I'll be at home **on Friday morning**.
  Tôi sẽ có nhà vào sáng thứ sáu.
- Do you usually go out **on Saturday evenings**?
  Bạn có thường đi chơi vào các tối thứ bảy không?

Ta không dùng **at / on / in** trước **last / next / this / every**:

- I'll see you **next Friday**. (*not* **on next Friday**)
  Tôi sẽ gặp anh vào thứ sáu tới. (không nói "on next Friday")
- They got married **last March**.
  Họ đã cưới nhau hồi tháng ba vừa rồi.

Lưu ý rằng ta thường bỏ giới từ **on** trước ngày tháng.

(Monday / Mondays / Monday morning / March 12th, ...)

- I'll see you (on) **Friday**.
  Tôi sẽ gặp anh vào thứ sáu.
- She works (on) **Saturday mornings**.
  Cô ta làm việc vào các sáng thứ bảy.
- They got married (on) **March 12ᵗʰ**.
  Họ đã cưới nhau vào ngày 12/3.

In a few minutes / in six months, etc. = một thời điểm trong tương lai.

- The train will be leaving **in a few minutes**. (= a few minutes from now)
  Ít phút nữa tàu sẽ khởi hành. (= ít phút nữa tính từ lúc này)
- Jack has left town. He'll be back **in a week**. (= a week from now)
  Jack đi khỏi thị trấn rồi. Một tuần nữa anh ấy sẽ quay về. (= một tuần nữa tính từ lúc này)
- She'll be here **in a moment**. (= a moment from now)
  Cô ấy sẽ tới ngay bây giờ. (= một chốc lát tính từ lúc này).

Bạn cũng có thể nói **"in six months' time"**, **"in a week's time"** .v.v.

- They're getting married **in six months' time**. (hoặc... **in six months**)
  Sáu tháng nữa họ sẽ tổ chức đám cưới.

Ta cũng có thể dùng **in**... để nói rằng cần một khoảng thời gian bao lâu để làm một việc nào đó.

- I learned to drive **in four weeks**. (= It took me four weeks to learn).
  Tôi đã học lái xe mất 4 tuần. (= tôi mất 4 tuần để học).

lin time, at/in the end **Unit 118**   *In/at/on* (Place) **Units 119-121**   *On/in/at* (Other Uses) **Unit 123**

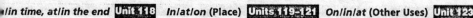

Exercises

UNI (top right) **117**

117.1 Complete the sentences. Each time use *at, on,* or *in* + one of the following:

| the evening | about 20 minutes | ~~1492~~ | Sundays | the Middle Ages | 11 seconds |
| the moment | July 21, 1969 | night | the 1920s | the same time | |

1. Columbus made his first voyage from Europe to America *in 1492* .
2. Most people in the United States do not work _____ .
3. If the sky is clear, you can see the stars _____ .
4. After working hard during the day, I like to relax _____ .
5. The first man walked on the moon _____ .
6. It's difficult to listen if everyone is speaking _____ .
7. Jazz became popular in the United States _____ .
8. I'm going out to the store. I'll be back _____ .
9. *(on the phone)* "Can I speak to Chris?" "I'm sorry, he's not here _____ ."
10. Many of Europe's great cathedrals were built _____ .
11. Bob is a very fast runner. He can run 100 meters _____ .

117.2 Put in *at, on,* or *in.*

1. Mozart was born in Salzburg *in* 1756.
2. "Have you seen Kate recently?" "Yes, I saw her _____ Tuesday."
3. The price of electricity is going up _____ October.
4. I've been invited to a wedding _____ February 14th.
5. Hurry up! We've got to go _____ five minutes.
6. I'm busy now, but I'll be with you _____ a moment.
7. Jenny's brother is an engineer, but he's out of work _____ the moment.
8. There are usually a lot of parties _____ New Year's Eve.
9. I hope the weather will be nice _____ the weekend.
10. _____ Saturday night I went to bed _____ 11:00.
11. I don't like driving _____ night.
12. We traveled overnight to Paris and arrived _____ 5:00 _____ the morning.
13. The course begins _____ January 7th and ends sometime _____ April.
14. It was a short book and easy to read. I read it _____ a day.
15. I might not be at home _____ Tuesday morning, but I'll be there _____ the afternoon.
16. The telephone and the doorbell rang _____ the same time.
17. Mary and Henry always go out for dinner _____ their anniversary.
18. Henry is 63. He'll be retiring from his job _____ two years' time.

117.3 Which is correct, (a), (b), or both of them?

1. a) I'll see you Friday.   b) I'll see you on Friday.   *BOTH*
2. a) I'll see you next Friday.   b) I'll see you on next Friday. _____
3. a) Paul got married February.   b) Paul got married in February. _____
4. a) Do you work every Saturday?   b) Do you work on every Saturday? _____
5. a) They never go out Sunday evenings.   b) They never go out on Sunday evenings. _____
6. a) We usually take a short vacation Christmas.   b) We usually take a short vacation at Christmas. _____
7. a) What are you doing the weekend?   b) What are you doing on the weekend? _____
8. a) Will you be here Tuesday?   b) Will you be here on Tuesday? _____
9. a) I hope to go to Europe the summer.   b) I hope to go to Europe in the summer. _____

352

On time / in time, At the end / in the end

On time và **in time**.

On time = Punctual, not late (đúng giờ, không chậm trễ). Ta dùng **on time** để nói rằng một việc nào đó xảy ra đúng thời gian như đã được dự tính:

- The 11:45 train left **on time**. (= it left at 11:45).
  Chuyến tàu 11 giờ 45 đã khởi hành đúng giờ. (= nó rời nhà ga lúc 11g45).
- "I'll meet you at 7:30." "OK, but please be **on time**." (= don't be late, be there at 7:30).
  "Tôi sẽ gặp anh lúc 7g30." "Hay lắm, nhưng nhớ đúng giờ nhé". (= đừng tới muộn, hãy có mặt ở đó lúc 7g30.)
- The conference was very well organised. Everything began and finished **on time**.
  Hội nghị đã được tổ chức rất tốt. Mọi việc đều bắt đầu và kết thúc đúng thời gian đã định.

Đối nghĩa với **on time** là **late**:

- Be **on time**. Don't be **late**.
  Hãy đúng giờ. Chớ có trễ.

In time (for something / to do something) = vừa đúng lúc (làm gì đó):

- Will you be home **in time** for dinner ? (= soon enough for dinner)
  Bạn sẽ về đến nhà kịp bữa tối chứ ? (= vừa kịp bữa tối)
- I've sent Jill her birthday present. I hope it arrives **in time** (for her birthday). (= soon enough for her birthday).
  Tôi đã gửi quà sinh nhật cho Jill. Tôi hy vọng món quà tới kịp (sinh nhật cô ấy). (= vừa kịp sinh nhật cô ấy).
- I must hurry. I want to get home **in time** to see the baseball game on television. (= soon enough to see the baseball match)
  Tôi phải khẩn trương. Tôi muốn về nhà đúng lúc để xem trận bóng chày trên ti vi. (= đủ để kịp xem trận bóng chày trên ti vi)

Ngược lại với **in time** là **too late**:

- I got home **too late** to see the baseball game.
  Tôi về tới nhà quá muộn không kịp xem trận bóng chày.

Cũng có thể nói **just in time** (= almost not too late - vừa kịp để không quá muộn):

- We got to the station **just in time** to catch the train.
  Chúng tôi tới ga vừa vặn kịp chuyến tàu.

B

At the end và in the end.

At the end (of something) = vào thời điểm kết thúc (một việc, sự kiện, thờ gian...)

Lấy ví dụ:

at the end of the month   at the end of January   at the end of the game
at the end of the film   at the end of the course   at the end of the concer

- I'm going away **at the end of January / at the end of the month.**
  Tôi sẽ đi vắng vào cuối tháng giêng / vào cuối tháng.

- *At the end of the concert,* there was great applause.
Kết thúc buổi hòa nhạc là một tràng vỗ tay thật lớn.

- All the players shook hands **at the end of the game.**
  Tất cả các cầu thủ đã bắt tay vào lúc cuối trận đấu.

Không thể nói "in the end of *something*". Vậy không thể nói "in the end January", hay "in the end of the concert".

Trái nghĩa với **at the end of** là **at the beginning of**:

>   at the beginning of January   at the beginning of the concert
>   *vào đầu tháng giêng*   *vào đầu buổi hòa nhạc*

In the end = cuối cùng, sau cùng.

Ta dùng **in the end** khi nói tới kết quả sau cùng của một tình huống, một việc...:

- We had a lot of problems with our car. **In the end** we sold it and boug another one. (= finally we sold it).
  Chúng tôi đã gặp nhiều phiền toái với chiếc xe. Cuối cùng chúng tôi bán nó đi và mua chiếc khác.

- He got more and more angry. **In the end** he just walked out of the room.
  Anh ta ngày càng bực tức. Cuối cùng anh ta đã bước ra khỏi phòng.

- Jim couldn't decide where to go on vacation. He didn't go anywhere **in th end.**
  Jim đã không thể quyết định sẽ đi đâu trong những ngày nghỉ. Cuối cù anh ta đã chẳng đi đâu cả.

Trái nghĩa với **in the end** là **at first**:

- **At first** we didn't like each other very much, but **in the end** we becaı good friends.
  Lúc đầu chúng tôi không hợp nhau lắm, nhưng cuối cùng thì chúng tôi trở thành những người bạn tốt.

8.1 Complete the sentences with *on time* or *in time*.

1. The bus was late this morning, but it's usually _on time_____ .
2. The movie was supposed to start at 8:30, but it didn't begin _____ .
3. I like to get up _____ to have a big breakfast before going to work.
4. We want to start the meeting _____ , so please don't be late.
5. I've just washed this shirt. I want to wear it this evening, so I hope it will dry
   _____
6. The train service isn't very good. The trains are rarely _____ .
7. I almost missed my flight this morning. I got to the airport just _____ .
8. I almost forgot that it was Joe's birthday. Fortunately, I remembered
   _____ .
9. Why aren't you ever _____ ? You always keep everybody waiting.

8.2 Complete the sentences using *at the end of* + one of the following:

the course   ~~the game~~   the interview   the month   the race

1. All the players shook hands _at the end of the game_____ .
2. I usually get paid _____ .
3. The students had a party _____ .
4. Two of the runners collapsed _____ .
5. To my surprise, I was offered the job _____ .

8.3 Write sentences with *In the end* . . . Use the verb in parentheses.

1. We had a lot of problems with our car.
   (sell) _In the end we sold it._
2. Judy got more and more fed up with her job.
   (resign) _____
3. I tried to learn Korean, but it was too hard for me.
   (give up) _____
4. We couldn't decide whether to go to the party or not.
   (not / go) _____

8.4 Put in *at* or *in*.

1. I'm going away _at___ the end of the month.
2. It took me a long time to find a job. _____ the end I got a job in a hotel.
3. Are you going away _____ the beginning of August or _____ the end?
4. I couldn't decide what to buy Mary for her birthday. I didn't buy her anything _____ the end.
5. We waited ages for a taxi. We gave up _____ the end and walked home.
6. I'll be moving to a new address _____ the end of September.
7. At first Sarah didn't want to go to the theater, but she came with us _____ the end.
8. I'm going away _____ the end of this week.
9. "I didn't know what to do." "Yes, you were in a difficult position. What did you do _____ the end?"

In / at / on (place) (1)
In / at / on (chỉ vị trí) (1)

In. Xét các ví dụ:

 in a room
in a building
in a box

 in a garden
in a town / city
in a country

 in a pool
in an ocean
in a river

- There's no one **in the room / in the building / in the garden.**
  Không có ai trong phòng / trong tòa nhà / trong vườn.

- What have you got **in your hand / in your mouth?**
  Bạn có cái gì trên tay / trong miệng vậy?

- When we were **in Italy**, we spent a few days **in Venice**. (*not* at Venice)
  Lúc chúng tôi bên Ý, chúng tôi có ở Venice vài ngày. (không nói Venice")

- I have a friend who lives **in a small village in the mountains.**
  Tôi có một người bạn sống tại một làng nhỏ ở trên núi.

- Look at those people swimming **in the pool / in the ocean / in the river**.
  Hãy nhìn những người đang bơi trong bể bơi / trên biển / trên sông.

- What's the highest mountain **in the world?**
  Ngọn núi nào cao nhất thế giới?

B

At. Xét các ví dụ:

at the bus stop   **at** the door   **at** the intersection   **at** the traffic light

- Who is that man standing **at the bus stop / at the door / at the window?**
  Người đàn ông đang đứng ở trạm xe buýt / nơi cửa / ở cửa sổ kia là vậy?

- Turn left **at the traffic lights / at the intersection / at the church.**
  Hãy rẽ trái chỗ đèn giao thông / tại bùng binh / chỗ nhà thờ.

- When you leave the hotel, please leave your key **at the front desk.**
  Khi bạn ra khỏi khách sạn, làm ơn để chìa khóa tại bàn tiếp tân.

C **On.** Xét các ví dụ sau:

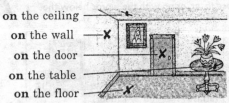

on the ceiling
on the wall — X
on the door
on the table
on the floor — X

on her cheek

on a page

on an island

- I sat **on the floor / on the ground / on the grass / on a chair / on the beach.**
  Tôi ngồi trên sàn / trên mặt đất / trên bãi cỏ / trên ghế / trên bãi biển.
- There's a dirty **mark on the wall / on your shirt / on your cheek.**
  Có một vết bẩn ở trên tường / trên áo bạn / trên má bạn.
- Have you seen the notice **on the bulletin - board / on the door**?
  Bạn đã đọc thông báo trên bảng thông báo / trên cửa chưa?
- You'll find details of TV programmes **on page seven** (of the newspaper).
  Bạn sẽ tìm thấy chi tiết của các chương trình truyền hình ở trang 7 (trên tờ báo).

D So sánh **in** và **at**:
- There were a lot of people **in the store**. It was very crowded.
  Đã có rất nhiều người trong cửa hàng. Rất là đông đúc nhộn nhịp.
nhưng:
- (somebody giving directions). Go along this road, then turn left **at the store**.
  (ai đó chỉ đường). Hãy đi theo con đường này, rồi rẽ trái chỗ cửa hàng.

So sánh **in** và **on**:
- There is some water **in the bottle**.
  Có một ít nước ở trong chai.
nhưng:
- There is a label **on the bottle**.
  Có một cái nhãn trên thân chai.

So sánh **at** và **on**:
- There is somebody **at the door**. Should I go and see who it is?
  Có người nào đó nơi cửa. Tôi ra xem là ai nhé?
nhưng:
- There is a sign **on the door**. It says "Do not disturb".
  Có một ghi chú trên cửa. Trên đó ghi "Xin đừng quấy rầy".

Exercises

119.1 Answer the questions about the pictures. Use *in*, *at*, or *on* with the words below the pictures.

1	2	3	4
(bottle)	(traffic light)	(arm)	(door)

5	6	7	8
(table)	(Paris)	(front desk)	(beach)

1. Where's the label?   *on the bottle* _____
2. Where is the car waiting? _____
3. Where's the butterfly? _____
4. a) Where's the sign? _____
   b) Where's the key? _____
5. Where is the woman sitting? _____
6. Where's the Eiffel Tower? _____
7. a) Where's the man standing? _____
   b) Where's the telephone? _____
8. Where are the children playing? _____

119.2 Complete the sentences. Use *in*, *at*, or *on* + one of the following:

the window	your coffee	the mountains	that tree
my guitar	~~the river~~	the island	the next gas station

1. Look at those people swimming *in the river* _____ .
2. One of the strings _____ is broken.
3. There's something wrong with the car. We'd better stop _____ .
4. Would you like sugar _____ ?
5. The leaves _____ are a beautiful color.
6. Last year we had a wonderful ski trip _____ .
7. There's nobody living _____ . It's uninhabited.
8. He spends most of the day sitting _____ and looking outside.

119.3 Complete the sentences with *in*, *at*, or *on*.

1. There was a long line of people _*at*_ the bus stop.
2. I like that picture hanging _____ the wall _____ the kitchen.
3. There was an accident _____ the intersection this morning.
4. I wasn't sure whether I had come to the right office. There was no name _____ the door.
5. Look at those beautiful horses _____ that field!
6. You'll find the sports results _____ the back page of the newspaper.
7. I wouldn't like a job in an office. I couldn't spend the whole day sitting _____ a desk.
8. What's the tallest building _____ the world?
9. The man the police are looking for has a scar _____ his right cheek.
10. The main office of the company is _____ Tokyo.
11. Maria was wearing a silver ring _____ her little finger.

In / at / on (place) (2)
in / at / on (chỉ vị trí) (2)

In. Ta nói một ai đó hay một cái gì đó là:

> **in** a line / **in** a row
> **in** a photograph / **in** a picture / (look at yourself) **in** a mirror.
> **in** a book / **in** a newspaper / **in** a magazine / **in** a letter (*nhưng* "**on** a page")

- When I go to the movies, I prefer to sit **in the front row**.
  Khi đi xem phim, tôi thích ngồi trên hàng ghế đầu hơn.
- Who is the woman **in that photograph**? (*not* on that photograph)
  Người đàn bà ở trong ảnh là ai vậy?
- Have you seen this article **in the paper**? (= newspaper).
  Bạn đã xem bài này trên báo chưa?

On. Ta nói một ai đó hay một cái gì đó là:

> **on** the left / **on** the right
> **on** the first floor / **on** the second floor, etc.
> **on** a map / **on** a menu / **on** a list.
> **on** a farm / **on** a ranch
> **on** a street / **on** a river / **on** the coast
> **on** the way (to ...)

Washington, D.C., is on the east coast of the United States on the Potomac River.

- In Britain they drive **on the left**.
  Ở nước Anh họ chạy xe ở bên trái.
- Our flat is **on the second floor** of the building.
  Căn hộ của chúng tôi ở tầng hai của tòa nhà.
- Here's a shopping list. Don't buy anything that's not **on the list**.
  Đây là danh sách mua hàng. Đừng mua thứ gì không có trong danh sách.
- Have you ever worked **on a farm**? It's a lot like working **on a ranch**.
  Bạn đã làm việc ở nông trại bao giờ chưa? Cũng giống như làm việc ở một

359

trại gia súc.

- I live **on Main Street**. My brother lives **on Elm**.

  Tôi sống ở phố Main. Anh tôi sống ở phố Elm.

- We stopped at a small town **on the way** to Montreal.

  Chúng tôi dừng lại ở một thị trấn nhỏ trên đường tới Montreal.

Ta nói **on the front / on the back** đối với một tờ giấy, phong bì hay ảnh.

- Write your name **on the back** of this piece of paper.

  Hãy ghi tên bạn phía sau tờ giấy này.

C

Chúng ta nói:

at the top / **at** the bottom (of a page, a list, v.v.)
at the end (of a street, a road, v.v.)

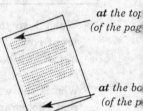

at the top
(of the pag...

- Write your name **at the top** of the page.

  Ghi tên bạn vào góc trên của tờ giấy này.

- Angela's house is **at the end** of the street.

  Nhà của Angela ở cuối con đường.

at the ba...
(of the p...

D

In / at / on the corner

Ta nói "**in the corner of a room**", nhưng "**at the corner** (*hay* **on ... corner**) of a street**":

- The television is **in the corner of** the room.

  Cái ti vi được đặt ở góc phòng.

- There is a public telephone **at / on the corner** of Charleston street.

  Có một trạm điện thoại công cộng ở góc phố Charleston.

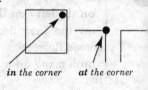

in the corner   at the corner

.1 Answer the questions about the pictures. Use *in*, *at*, or *on* with the words below the pictures.

1	2	3	4	5
(back / car)	(second floor)	(corner)	(corner)	(end / line)

6	7	8	9	10
(mirror)	(top / stairs)	(last row)	(left / right)	(farm)

1. Where's the dog? *In the back of the car.*
2. Sue lives in this building. Where's her apartment exactly? _____
3. Where is the woman standing? _____
4. Where is the man standing? _____
5. Where is Tom standing? _____
6. What's the man doing? He's looking _____ .
7. Where is the cat? _____
8. Tom is at the movies. Where is he sitting? _____
9. a) Where's the post office? _____
   b) And the bank? _____
10. Where does Kate work? _____

.2 Complete the sentences. Use *in*, *at*, or *on* + one of the following:

the west coast	~~Third Avenue~~	the front row
the back of this card	the end of the street	the back of the class

1. My sister has an apartment *on Third Avenue* _____ .
2. We went to the theater last night. We had seats _____ .
3. _____ , there is a path leading to the river.
4. San Francisco is _____ of the United States.
5. I couldn't hear the teacher very well. She spoke quietly, and I was sitting
   _____ .
6. I don't have your phone number. Could you write it _____ ?

0.3 Complete the sentences with *in*, *at*, or *on*.

1. When I'm a passenger in a car, I prefer to sit *in* the front.
2. If you walk to the end of the block, you'll see a small store _____ the corner.
3. Is Tom _____ this photograph? I can't find him.
4. My office is _____ the second floor. It's _____ the left as you come out of the elevator.
5. You will find the page number _____ the bottom of the page.
6. I usually buy a newspaper _____ the way to work in the morning.
7. *A:* Is there anything interesting _____ the paper today?
   B: Well, there's an unusual picture _____ the back page.
8. *(in a restaurant)* "Where should we sit?" "Over there, _____ the corner."
9. It's a very small town. You probably won't find it _____ your map.
10. Paris is _____ the Seine River.

In / at / on (place) (3)
In / at / on (chỉ vị trí) (3)

Ta nói ai đó là **in bed** (trên giường),
> **in hospital** (trong bệnh viện),
> **in prison / jail** (trong tù).

- Mark isn't up yet. He's still **in bed**.
  Mark vẫn chưa dậy. Anh ấy vẫn còn nằm trên giường.
- Kay's mother is **in hospital**.
  Mẹ của Kay đang nằm viện.

hoặc một người nào đó là **at home / at work**:

- I'll be **at work** until 5:30 but I'll be **at home** all evening.
  Tôi làm việc tới 5g30 nhưng tôi sẽ ở nhà vào buổi tối.

Ta cũng có thể nói **be/ stay home** (không dùng "at"):

- You can stop by anytime. I'll **be home** all evening.
  Anh có thể ghé qua bất cứ lúc nào. Tôi sẽ ở nhà suốt buổi chiều.

Ta có thể nói **in** hoặc **at school / college**. Ta dùng **at school / college** nói rằng người nào đó đang ở đâu:

- Kim is not living at home. She's away **at college**.
  Kim không sống ở nhà. Cô ấy đang đi học ở đại học.

Nhưng ta dùng **in school / college** để nói rằng người nào đang làm một việc

- Amy works at a bank, and her brother is **in medical school**. (= studying medicine).
  Amy làm việc ở một ngân hàng và anh của cô ta học ở trường y. (= anh đang học trường y).
- Kevin has been **in college** for five years but still hasn't graduated. (= been a student).
  Kevin đã học đại học năm năm rồi nhưng chưa tốt nghiệp. (= anh ta đ là sinh viên).

B

Ta dùng **at** khi nói là ai đó đang tham gia hay dự phần vào một sự kiện, tình huống nào đó (**at a party / at a conference** .v.v.):

- Were there many people **at the party / at the meeting**?
  Có nhiều người đã tham dự buổi liên hoan / buổi mít-tinh không?
- I saw Jack **at a baseball game / at a concert** last Saturday.
  Tôi đã gặp Jack ở một trận bóng chày / trong một buổi hòa nhạc hôm bảy tuần trước.

C

Bạn có thể dùng **in** và **at** với các tòa nhà. Chẳng hạn, có thể nói **in a c** hay **at a cafe**. Ta thường dùng **at** khi muốn nói là một sự kiện nào đó diễn ở đâu (như *a concert* - buổi hòa nhạc / *a film* - buổi chiếu phim / *a party* - b liên hoan / *a meeting* - cuộc mít tinh).

362

- We went to a concert **at Lincoln Center**.
  Chúng tôi đã tới dự một buổi hòa nhạc tại Lincoln Center.
- The meeting took place **at the company's main office**.
  Cuộc họp đã diễn ra tại trụ sở chính của công ty.
- The movie I want to see is showing **at the Odeon** (movie theater).
  Bộ phim tôi muốn xem hiện đang chiếu ở rạp Odeon.

Ta nói **at the station / at the airport**:
- Don't meet me **at the station**. I can get a taxi.
  Đừng đón tôi ở ga. Tôi có thể đi taxi.

Ta dùng **at** khi nói tới nhà một ai đó: (at somebody's house)
- I was **at Judy's house** last night. *or* • I was **at Judy's** last night.
  Tôi đã ở nhà Judy tối qua.

Tương tự: **at the doctor's, at the hairdresser's** .v.v.

Ta dùng **in** khi để cập tới chính bản thân nơi chốn, vị trí (công trình xây dựng, kiến trúc...):
- The rooms **in Judy's house** are very small. (*not* at Judy's house)
  Các căn.phòng ở trong nhà của Judy đều rất nhỏ. (không nói "at Judy's house")
- I enjoyed the movie but it was very cold **in the theater**. (*not* at the theater)
  Tôi thích cuốn phim nhưng trong rạp lạnh quá. (không nói "at the theater")

Đối với các thành phố, thị trấn, làng mạc ta thường dùng **in**:
- Tom's parents live **in St. Louis**. (*not* at St. Louis)
  Cha mẹ Tom sống ở St. Louis. (không nói "at St. Louis")
- The Louvre is a famous art museum **in Paris**. (*not* at Paris)
  Louvre là một viện bảo tàng nghệ thuật nổi tiếng ở Paris. (không nói "at Paris")

Nhưng bạn có thể dùng **at** hoặc **in** khi mà nơi chốn đang được nói tới đó được nghĩ đến như một chặng dừng trong một chuyến đi.
- Do you know if this train stops **at** (*or* **in**) **Denver**? (= at the Denver station)
  Bạn có biết liệu chuyến tàu này có dừng ở Denver hay không? (= ở ga Denver)
- We stopped **at** (*or* **in**) a nice town on the way to London.
  Chúng tôi đã dừng ở một thị trấn xinh đẹp trên đường tới Luân đôn.

Ta thường nói **on a bus / on a train / on a plane / on a ship** *nhưng* **in a car / in a taxi**:
- **The bus** was very full. There were too many people **on it**.
  Xe buýt đã chật cứng. Có quá nhiều người trên xe.
- George arrived **in a taxi**.
  George đã tới bằng taxi.

Ta nói **on a bicycle / on a motorcycle / on a horse**:
- Mary passed me **on her bicycle**.
  Mary đã vượt qua tôi trên chiếc xe đạp của cô ấy.

Để biết thêm về **by bus / by car / by bicycle** .v.v., xem **UNIT 124**.

Exercises

121.1 Complete the sentences about the pictures. Use *in*, *at*, or *on* with the words below the pictures.

1 A I R P O R T CAR RENTALS	2 DAVE	3 SUE	4 MATT
(the airport)	(a train)	(a conference)	(the hospital)

5 JUDY	6 MARY	7 New York	8 Ford Theater
(the hairdresser)	(her bicycle)	(New York)	(the Ford Theater)

1. You can rent a car _at the airport_ .
2. Dave is _____ .
3. Sue is _____ .
4. Matt is _____ .
5. Judy is _____ .
6. I saw Mary _____ .
7. We spent a few days _____ .
8. We saw a play _____ .

121.2 Complete the sentences. Use *in*, *at*, or *on* + one of the following:

the airport   bed   the gym   the hospital   the plane   prison   school   ~~the station~~

1. My train arrives at 11:30. Can you meet me _at the station_ ?
2. I didn't feel too good when I woke up, so I stayed _____ .
3. Some people are _____ for crimes that they did not commit.
4. "What does your sister do? Does she have a job?" "No, she's still _____ ."
5. I play basketball _____ on Friday evenings.
6. A friend of mine was seriously injured in an accident yesterday. She's still _____ .
7. Our flight was delayed. We had to wait _____ for four hours.
8. I enjoyed the flight, but the food _____ wasn't very good.

121.3 Complete these sentences with *in*, *at*, or *on*.

1. I didn't see you _at_ the party on Saturday. Where were you?
2. It was a very slow train. It stopped _____ every station.
3. I don't know where my umbrella is. Maybe I left it _____ the bus.
4. Should we go _____ your car or mine?
5. The exhibition _____ the Museum of Modern Art closed on Saturday.
6. We stayed _____ a very nice hotel when we were _____ Amsterdam.
7. There were fifty rooms _____ the hotel.
8. Tom is sick. He wasn't _____ work today. He was _____ home _____ bed.
9. I wasn't in when you called. I was _____ my sister's house.
10. It's always too hot _____ my sister's house. The heat is always on too high.
11. I haven't seen Kate for some time. I last saw her _____ Dave's wedding.
12. Paul lives _____ Boston. He's a student _____ Boston University.

To / at / in / into

IT

2

Ta nói go / come / travel (.v.v.) **to** ... đối với nơi chốn hay sự kiện.
Ví dụ:

go to South America	**go to** bed	**take** (somebody) **to** hospital
return to Italy	**go to** the bank	**come to** my house
drive to the airport	**go to** a concert	**be sent to** prison

TO →

- When are your friends **returning to Italy** ? (*not* returning in Italy).
  Khi nào các bạn anh trở về Ý? (không nói "returning in Italy").
- After the accident three people were **taken to hospital**.
  Sau vụ tai nạn có 3 người đã được đưa vào bệnh viện.

Tương tự ta nói: **on my way to**... / **a trip to** ... / **welcome to** ... v.v.:

- **Welcome to** our country ! (*not* Welcome in).
  Chào mừng các bạn tới thăm đất nước chúng tôi. (không nói "Welcome in").

So sánh **to** (chỉ một sự chuyển động) với **in / at** (chỉ vị trí):

- They are **going to** France. *nhưng*
  Họ sẽ đi Pháp.
- Can you **come to** the party? *nhưng*
  Bạn có thể tới dự tiệc không?

- They **live in** France.
  Họ sống ở Pháp.
- I'll **see you at** the party.
  Tôi sẽ gặp bạn tại buổi tiệc.

Been to.

Ta thường nói "I've been to a place":

- I've **been to Italy** four times but I've never **been to Rome**.
  Tôi đã đi Ý bốn lần nhưng chưa bao giờ tới Rome.
- Ann **has** never **been to a football game** in her life.
  Trong đời mình Ann chưa bao giờ đi xem bóng đá.
- Jack has some money. He **has** just **been to the bank**.
  Jack có tiền. Anh ấy vừa mới ở nhà băng về.

Get và **arrive.**

Ta nói "**get to** a place":

- What time did they **get to London** / **get to work** / **get to the party** / **get to the hotel?**
  Họ đã tới Luân đôn / nơi làm việc / buổi tiệc / khách sạn lúc mấy giờ?

Nhưng ta lại nói **"arrive in..."** hoặc **"arrive at..."** (không nói "arrive to").
Ta nói **"arrive in** a country hoặc town / city":
- When did they **arrive in Brazil / arrive in Rio de Janeiro?**

  Họ đã tới Brazil / Rio de Janeiro khi nào vậy?

Với các địa điểm khác (các tòa nhà .v.v...) hoặc các sự kiện, ta nói **"arrive ..**
- What time did they **arrive at the hotel / arrive at the party / arr at work?**

  Họ đã tới khách sạn / buổi liên hoan / nơi làm việc lúc mấy giờ?

D

Home.

Chúng ta không nói **"to home"**. Ta nói **go home / come home / get hom arrive home** (không có giới từ).
- I'm tired. Let's **go home.** (*not* go to home)

  Em bị mệt. Mình về nhà đi. (không nói "go to home")
- I met Caroline **on my way home.**

  Tôi gặp Caroline trên đường về nhà.

Nhưng ta nói **"be at** home", **"stay at** home", **"do** something **at** home" .v
Xem **UNIT 71C** và **121A**.

E

Into.

"Go into...", **"get into..."**, etc. = "enter" (a room / a building / a car .v.v.):
- She **got into the car** and drove away.

  Cô ấy lên xe và lái xe đi.
- A bird **flew into the kitchen** through the window.

  ──── INTO ───→ ☐

  Một con chim đã bay vào nhà bếp qua cửa sổ.

Đôi khi ta cũng nói **in** (thay vì **into**):
- Don't wait outside. **Come in the house.** (*or* **Come into** the house).

  Đừng chờ bên ngoài. Hãy vào nhà đi.

Đối nghĩa với **into** là **out of**:
- She **got out of** the car and **went into** a store.

  Cô ấy đã ra khỏi xe và đi vào cửa hàng.

Ta nói **"get on / off** a bus / a train / a plane":
- She **got on the bus** and I never saw her again.

  Cô ấy đã bước lên xe buýt và tôi không bao giờ gặp lại cô ấy nữa.

Been to Unit 8A   **In/at/on (Place) Units 119-121**

366

2.1 Put in *to/at/in/into* where necessary. If no preposition is necessary, leave an empty space (–).

1. Three people were taken _to_ the hospital after the accident.
2. I met Kate on my way __–__ home.
3. We left our luggage _____ the station and went to find something to eat.
4. Should we take a taxi _____ the station, or should we walk?
5. I have to go _____ the bank today to change some money.
6. The Rhine River flows _____ the North Sea.
7. I'm tired. As soon as I get _____ home, I'm going _____ bed.
8. Marcel is French. He has just returned _____ France after two years _____ Brazil.
9. Are you going _____ Linda's party next week?
10. Carl was born _____ Chicago, but his family moved _____ New York when he was three. He still lives _____ New York.
11. Have you ever been _____ China?
12. I had lost my key, but I managed to climb _____ the house through a window.
13. We got stuck in a traffic jam on our way _____ the airport.
14. We had lunch _____ the airport while we were waiting for our plane.
15. Welcome _____ the Morgan Hotel. We hope you enjoy your stay here.

2.2 Have you been to these places? If so, how many times? Choose three of the places and write a sentence using *been to.*

~~Australia~~ Hong Kong Mexico Paris Thailand Tokyo Washington, D.C.

1. (example answers) *I've never been to Australia. / I've been to Australia three times.*
2. _____
3. _____
4. _____

.3 Put in *to/at/in* where necessary. If no preposition is necessary, leave an empty space (–).

1. What time does this train get _to_ Chicago?
2. What time does this train arrive _____ Chicago?
3. What time did you get _____ home last night?
4. What time do you usually arrive _____ work in the morning?
5. When we got _____ the theater, there was a long line outside.
6. I arrived _____ home feeling very tired.

.4 Write sentences using *got + into / out of / on / off.*

1. You were walking home. A friend passed you in her car. She saw you, stopped, and offered you a ride. She opened the door. What did you do? _I got into the car._
2. You were waiting for the bus. At last your bus came. The doors opened. What did you do then? I _____
3. You drove home in your car. You arrived at your house and parked the car. What did you do then? _____
4. You were traveling by train to Chicago. When the train got to Chicago, what did you do? _____
5. You needed a taxi. After a few minutes a taxi stopped for you. You opened the door. What did you do then? _____
6. You were traveling by air. At the end of your flight, the plane landed at the airport and stopped. The doors were opened, and you took your bag and stood up. What did you do then? _____

On / in / at (other uses)
On / in / at (những cách dùng khác)

On vacation, etc.

Ta nói (be / go) **on vacation / on business / on a trip / on a tour / on cruise** .v.v.:

- Tom's away at the moment. He's **on vacation** in France. (*not* in vacation)
  Hiện giờ Tom đi vắng. Anh ấy đang nghỉ hè bên Pháp. (không nói "vacation")

- One day I'd like to go **on a world tour**.
  Tôi muốn một ngày nào đó sẽ đi du lịch vòng quanh thế giới.

Lưu ý là bạn có thể nói: "go to a place **for a vacation / for my vacation for vacation**".

- Tom has gone to France **for a vacation**.
  Tom đã sang Pháp nghỉ hè rồi.

- When are you going **for your vacation** next summer?
  Hè năm tới bạn sẽ đi nghỉ ở đâu?

 Một số thành ngữ với **on**:

on television / on the radio:

- I didn't watch the news **on television**, but I heard it **on the radio**.
  Tôi đã không theo dõi tin tức trên ti vi, nhưng tôi đã nghe trên đài.

on the phone / telephone:

- I've never met her but I've spoken to her **on the phone**.
  Tôi chưa gặp cô ấy bao giờ nhưng tôi đã nói chuyện điện thoại với cô ấy.

(be / go) **on strike / on a diet**:

- There are no trains today. The railway workers are **on strike**.
  Hôm nay tàu lửa không chạy. Công nhân đường sắt đang đình công.

- I've put on a lot of weight. I'll have to go **on a diet**.
  Tôi đã lên cân nhiều. Tôi sẽ phải ăn kiêng.

(be) **on fire**:

- Look ! That car is **on fire**!
  Xem kìa ! Chiếc xe hơi kia đang bốc cháy!

on the whole (= in general): nói chung

- Sometimes I have problems at work but **on the whole** I enjoy my job.
  Đôi khi tôi gặp phiền phức trong công việc nhưng nói chung tôi hài lòng với công việc của tôi.

on purpose (= intentionally): cố ý

- I'm sorry. I didn't mean to annoy you. I didn't do it **on purpose**.
  Xin lỗi. Tôi không định làm phiền anh. Tôi không cố tình làm điều đó.

Những thành ngữ với **in**:

in the rain / in the sun (= sunshine) **/ in the shade / in the dark / in bad weather** .v.v.:

- We sat **in the shade**. It was too hot to sit **in the sun**.
  Chúng tôi ngồi trong bóng râm. Trời nóng quá, không ngồi ngoài nắng được.
- Don't go out **in the rain**. Wait until it stops.
  Đừng đi ra ngoài dưới trời mưa. Chờ mưa tạnh đã.

(write) **in ink / in pen / in pencil**:

- When you do the exam, you're not allowed to write **in pencil**.
  Khi các em làm bài thi, các em không được phép viết bút chì.

Tương tự: **in words, in numbers, in capital letters**.

- Please fill in the form **in capital letters**.
  Làm ơn điền vào mẫu đơn này bằng chữ in.

(pay) **in cash**:

- I paid the bill **in cash**. *but*   • I paid **by cheque / by credit card**
  (Xem UNIT 124).
  Tôi đã thanh toán hóa đơn bằng tiền mặt / séc / thẻ tín dụng.

(be / fall) **in love** (**with** somebody):

- Have you ever been **in love with** anybody?
  Bạn đã bao giờ yêu ai chưa?

in (my) **opinion**:

- **In my opinion**, the movie wasn't very good.
  Theo ý kiến của tôi, cuốn phim không hay lắm.

At the age of..., etc.

Chúng ta nói: **at the age of** ... **/ at a speed of** ... **/ at a** temperature **of** ... v.v.
Chẳng hạn:

- Jill graduated from school **at 17**. or   ... **at the age of 17**.
  Jill tốt nghiệp năm 17 tuổi.
- The train was travelling   or   ... **at a speed of 120 miles an**
  at 120 miles an hour.   **hour**.
  Đoàn tàu lúc ấy đang chạy với tốc độ 120 dặm một giờ.
- Water boils at **212 degrees Fahrenheit**.   or   ... **at a temperature of**
  Nước sôi ở 212 độ F.   **212 degrees Fahrenheit**.

Exercises

123.1 Complete the sentences using *on* + one of the following:

> business   a diet   ~~fire~~   purpose   strike   television   a tour   vacation   the whole

1. Look! That car is _on fire_ ! Somebody call the fire department.
2. Workers at the factory have gone _____ for better pay and conditions.
3. Soon after we arrived, we were taken _____ of the city.
4. "I'm going _____ next week."
   "Really? Where? Somewhere nice?"
5. I feel lazy this evening. Is there anything worth watching _____ ?
6. I'm sorry. It was an accident. I didn't do it _____ .
7. George has put on a lot of weight recently. I think he should go _____ .
8. Jane's job involves a lot of traveling. She often has to go away _____ .
9. A: How did your exams go?
   B: Well, there were some difficult questions, but _____ they were OK.

123.2 Complete the sentences using *in* + one of the following:

> capital letters   cash   ~~cold weather~~   love   my opinion   pencil   the shade

1. He likes to keep warm, so he doesn't go out much _in cold weather_ .
2. Julie never uses a pen. She always writes _____ .
3. They fell _____ almost immediately and were married in a few weeks.
4. Please write your address clearly, preferably _____ .
5. I don't like the sun. I prefer to sit _____ .
6. Ann thought the restaurant was OK, but _____ it wasn't very good.
7. I hardly ever use a credit card or checks. I prefer to pay for things _____ .

123.3 Put in the correct preposition: *on*, *in*, *at*, or *for*.

1. Water boils _at_ 212 degrees Fahrenheit.
2. When I was 14, I went _____ a trip to Mexico organized by my school.
3. I wouldn't like his job. He spends most of his time talking _____ the phone.
4. Julia's grandmother died recently _____ the age of 79.
5. Can you turn the light on, please? I don't want to sit _____ the dark.
6. We didn't go _____ vacation last year. We stayed at home.
7. I'm going to Miami _____ a short vacation next month.
8. I won't be here next week. I'll be _____ vacation.
9. He got married _____ 17, which is rather young to get married.
10. There was an interesting program _____ the radio this morning.
11. _____ my opinion, violent movies should not be shown _____ TV.
12. I wouldn't like to go _____ a cruise. I think I'd get bored.
13. I can't eat much. I'm supposed to be _____ a diet.
14. In the United States, young people usually start high school _____ the age of fourteen.
15. There was panic when people realized that the building was _____ fire.
16. The Earth travels around the Sun _____ a speed of 64,000 miles an hour.
17. "Did you enjoy your vacation?"
    "Not every minute, but _____ the whole, yes."
18. When you write a check, you have to write the amount _____ words and numbers.

By

By có nhiều cách dùng:

Dùng **by** ... trong các cụm từ cố định để nói lên cách thức ta làm một việc gì đó. Ví dụ:

send something **by mail**   do something **by hand**

  pay **by check / by credit card** (*nhưng* pay **in cash**)

hoặc cách thức mà một điều gì đó xảy ra **by mistake / by accident / by chance** (*nhưng* do something **on purpose**):

> •.Did you pay **by check or in cash?**
>
> *Bạn đã thanh toán bằng séc hay tiền mặt?*

> • We hadn't arranged to meet. We met **by chance.**
>
> *Chúng tôi đã không hẹn gặp. Chúng tôi đã gặp nhau tình cờ.*

Trong thành ngữ trên đây ta dùng **by** + danh từ (không kèm "a" hoặc "the").
Ta nói **by chance / by check** .v.v. (*không nói* "by a chance / by a cheque").

B

Tương tự, ta dùng **by**... để diễn đạt phương tiện, cách thức đi lại:

by car / by train / by plane / by boat / by ship / by bus / by bicycle .v.v. và **by road / by rail / by air / by sea / by subway.**

> • Liz usually goes to work **by bus.**
>
> *Liz thường đi làm bằng xe buýt.*

> • Do you prefer to travel **by air** or **by train?**
>
> *Bạn thích đi du lịch bằng đường hàng không hay bằng tàu hỏa hơn?*

Nhưng ta lại nói **"on foot":**

> • Did you come here **by car** or **on foot?**
>
> *Bạn đã tới đây bằng ô tô hay đi bộ vậy?*

Bạn không thể nói **by** với "**my car**" / "**the train**" / "**a taxi**" .v.v. Ta dùng **by** + danh từ và không có "a / the / my" .v.v. Ta nói:

by car   *nhưng*   **in my car** (*không nói* "by my car")

by train   *nhưng*   **in the train** (*không nói* "by the train")

Ta dùng **in** đối với xe hơi hay taxi:

> • They didn't come **in their car.** They come **in a taxi.**
>
> *Họ không đến bằng xe riêng. Họ đi taxi.*

Ta dùng **on** với xe đạp và các phương tiện giao thông công cộng (buses, trains .v.v.):

> • We travelled **on the 6:45 train.**
>
> *Chúng tôi đã di chuyển tàu 6g45.*

C Chúng ta nói "something is done **by** somebody / something" (bị động cách xem **UNIT** 41-43):

- Have you ever been bitten **by a dog**?
  Bạn đã bị chó cắn bao giờ chưa?
- The programme was watched **by millions of people**.
  Chương trình đã được hàng triệu người theo dõi.

Hãy so sánh **by** và **with**:

- The door must have been opened **with a key**. (không nói "by a key" (= somebody used a key to open it).
  Cánh cửa hẳn đã được mở bằng chìa khóa. (= ai đó đã dùng một chìa khó để mở).
- The door must have been opened **by somebody** with a key.
  Cánh cửa hẳn đã được mở bởi một người có chìa khóa.

Chúng ta nói "a play **by Shakespeare**", "a painting **by Rembrandt**", novel **by Tolstoy**" .v.v.

- Have you read any books **by Agatha Christie**?
  Bạn đã đọc cuốn sách nào của Agatha Christie chưa?

D By còn có nghĩa next to / beside:

- Come and sit **by me**. (= beside me)
  Hãy lại đây và ngồi xuống cạnh tôi.
- "Where's the light switch ?" **"By the door."**
  "Công tắc đèn ở đâu?" "Ở bên cạnh cửa ra vào đó".

← light switch

E Chú ý một cách dùng nữa của **by**:

- Claire's salary has just gone up - from $2,000 a month to $2,200. So it has increased **by $200 / by ten percent**.
  Lương của Claire mới tăng từ 2000 đô la một tháng lên 2.200 đôla. Vậy là đã tăng 200 đô la / 10 phần trăm.

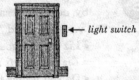

New salary ——— $2,200

increased BY $200

Old salary ——— $2000

- John and Roger had a race over 100 metres. Roger won **by about fiv metres**.
  John và Roger đã chạy thi 100m. Roger đã về trước khoảng 5m.

By -ing **Unit 57B**   *By myself* **Unit 80C**   *By (Time)* **Unit 116**

Exercises

24.1 Complete the sentences using *by* + one of the following:

~~chance~~ chance check hand mistake satellite

1. We hadn't arranged to meet. We met *by chance* .
2. I didn't mean to take your umbrella. I took it _____ .
3. I didn't put the sweater in the washing machine. I washed it _____ .
4. If you haven't got any cash, you can pay _____ .
5. The two cities were connected _____ for a television program.
6. I never suspected anything. It was only _____ that I found out what had happened.

24.2 Put in *by, in,* or *on*.

1. Liz usually goes to work *by* bus.
2. I saw Jane this morning. She was _____ the bus.
3. How did you get here? Did you come _____ train?
4. How did you get here? Did you come _____ the train?
5. I decided not to go _____ car. I went _____ my bike instead.
6. I didn't feel like walking home, so I came home _____ a taxi.
7. Sorry we're late. We missed the bus, so we had to come _____ foot.

24.3 Write three sentences like the examples. Write about a book, a song, a painting, a movie, etc.

1. *War and Peace is a book by Tolstoy.*
2. *Romeo and Juliet is a play by Shakespeare.*
3. _____
4. _____
5. _____

24.4 Put in the correct preposition: *by, in, on,* or *with*.

1. Who is that man standing *by* the window?
2. I managed to put the fire out _____ a fire extinguisher.
3. The plane was badly damaged _____ lightning.
4. These photographs were taken _____ a friend of mine.
5. These photographs were taken _____ a very good camera.
6. I don't mind going _____ car, but I don't want to go _____ your car.
7. Should we get a taxi, or should we go _____ foot?
8. What's that music? I know it's _____ Beethoven, but I can't remember the name of the piece.
9. There was a small table _____ the bed _____ a lamp and a clock _____ it.
10. Our team lost the game because of a mistake _____ one of our players.

24.5 Complete the sentences using *by*.

1. Karen's salary was $2,000 a month. Now it is $2,200.
   Her salary has increased *by $200 a month* .
2. The daily newspaper used to cost 50 cents. Starting today, it costs 60 cents.
   The price has gone up _____ .
3. There was an election. Amy got 25 votes and John got 23.
   Amy won _____ .
4. I went to Lauren's house to see her, but she had gone out five minutes before I arrived.
   I missed her _____ .

Noun + preposition *(reason for / cause of,* etc.)
Danh từ + giới từ (reason for / cause of, etc.)

Danh từ + **for**...

a check FOR (a sum of money):
- They sent me a **check for** $75.
  Họ đã gửi cho tôi một tờ séc 75 đô la.

a demand FOR / a need FOR ...:
- The company closed down because there wasn't enough **demand for** product.
  Hãng đó đã đóng cửa vì không có đủ nhu cầu tiêu thụ sản phẩm của họ
- There's no excuse for behaviour like that. There's no **need for** it.
  Hành vi như vậy thì không thể nào bào chữa được cả. Không cần thiết p xin lỗi đâu (chỉ vô ích thôi !)

a reason FOR ...:
- The train was late but nobody knew the **reason for** the delay. (*not* reason
  Chuyến tàu đã bị trễ nhưng không ai biết được lý do của sự chậm trễ (không nói "reason of")

---

an advantage / a disadvantage OF ...
- The **advantage of** living alone is that you can do what you like.
  Điều có lợi của việc sống một mình là bạn có thể làm những gì bạn thíc
  Nhưng ta thường nói: "**there is** an advantage in (*or* to) doing something"
- **There are many advantages in** (*or* to) living alone.
  Có nhiều điều có lợi khi sống một mình.

a cause OF ...:
- Nobody knows what the **cause of** the explosion was.
  Không ai biết nguyên nhân vụ nổ là gì.

a photograph / a picture / a map / a plan / a drawing, etc. OF ...:
- She showed me some **pictures of** her family.
  Cô ấy cho tôi xem một vài bức ảnh gia đình cô ấy.
- I had **a map of** the town, so I was able to find my way around.
  Tôi có một bản đồ thành phố, nhờ vậy mới biết đường đi lòng vòng.

---

an increase / a decrease / a rise / a fall IN (prices, etc.):
- There has been **an increase in** the number of traffic accidents recently
  Thời gian gần đây có sự gia tăng số các vụ tai nạn giao thông.
- Last year was a bad year for the company. There was a big **drop in** sal
  Năm vừa qua đối với công ty không được thành công lắm. Có sự giảm lớn trong doanh thu.

374

D

damage TO ...:
- The accident was my fault, so I had to pay the **damage to** the other car.

  Vụ đụng xe là lỗi của tôi, nên tôi đã phải đền bù thiệt hại cho chiếc xe kia.

an invitation TO ... (a party / a wedding, etc.):
- Did you get an **invitation to** the party?

  Bạn có nhận được giấy mời dự tiệc không?

a solution TO (a problem) / **a key TO** (a door) / **an answer TO** (a question) / **a reply TO** (a letter) / **a reaction TO** ...:
- Do you think we'll find a **solution to** the problem ? (*not* a solution of the problem)

  Bạn có nghĩ rằng chúng ta sẽ tìm ra giải pháp cho vấn đề không? (không nói "a solution of the problem")
- I was surprised at her **reaction to** my suggestion.

  Tôi ngạc nhiên trước phản ứng của cô ấy đối với đề nghị của tôi.

an attitude TOWARDS:
- His **attitude towards** his job is very negative.

  Thái độ của anh ấy đối với công việc của anh ấy là rất tiêu cực.

E

Danh từ + **with**... / **between** ...

a relationship / a connection / contact WITH ...:
- Do you have a good **relationship with** my parents?

  Anh có mối quan hệ tốt đẹp với cha mẹ tôi chứ?
- The police want to question a man in **connection with** the robbery.

  Cảnh sát muốn hỏi cung một người đàn ông liên quan tới vụ cướp.

Nhưng: **a relationship / a connection / contact / a difference BETWEEN** two things or people:
- The police believe that there is no **connection between** the two crimes.

  Cảnh sát tin là không có liên quan giữa hai vụ án.
- There are some **difference between** British and American English.

  Có một số khác biệt giữa tiếng Anh và tiếng Mỹ.

Exercises

125.1 Complete the second sentence so that it has the same meaning as the first.

1. What caused the explosion? What was the cause _of the explosion_ ?
2. We're trying to solve the problem. We're trying to find a solution _____ .
3. Sue gets along well with her brother. Sue has a good relationship _____ .
4. Prices have gone up a lot. There has been a big increase _____ .
5. I don't know how to answer your question.
   I can't think of an answer _____ .
6. I don't think that a new road is necessary.
   I don't think there is any need _____ .
7. The number of people without jobs dropped last month.
   Last month there was a drop _____ .
8. Nobody wants to buy shoes like these anymore.
   There is no demand _____ .
9. In what way is your job different from mine?
   What is the difference _____ ?

125.2 Complete the sentences using one of the following nouns + the correct preposition.

cause connection contact damage invitation key ~~map~~ photographs reason reply

1. On the wall there were some pictures and a _map of_ the world.
2. Thank you for the _____ your party next week.
3. Since she left home two years ago, she has had little _____ her family.
4. I can't open this door. Do you have a _____ the other door?
5. The _____ the fire at the hotel last night is still unknown.
6. I wrote to Jim last week, but I still haven't received a _____ my letter.
7. The two companies are completely independent. There is no _____ them.
8. Jane showed me some old _____ the city as it looked 100 years ago.
9. Carol has decided to quit her job. I don't know the _____ her decision.
10. It wasn't a bad accident. The _____ the car wasn't serious.

125.3 Complete the sentences with the correct preposition.

1. There are some differences _between_ British and American English.
2. If I give you the camera, can you take a picture _____ me?
3. Money isn't the solution _____ every problem.
4. When I opened the envelope, I was delighted to find a check _____ $500.
5. The advantage _____ having a car is that you don't have to rely on public transportation.
6. There are many advantages _____ being able to speak a foreign language.
7. When Paul left home, his attitude _____ his parents seemed to change.
8. Bill and I used to be good friends, but I don't have much contact _____ him now.
9. There has been a sharp rise _____ the cost of living in the past few years.
10. You've missed three classes this week. What's the reason _____ your poor attendance?
11. What was Ann's reaction _____ the news?
12. The company has rejected the workers' demands _____ an increase _____ pay.
13. What was the answer _____ question 3 on the test?
14. The fact that Kim was offered a job has no connection _____ the fact that her cousin is the managing director.

Adjective + preposition (1)
Tính từ + giới từ (1)

It was **nice of** you to...

> **nice / kind / good / generous / polite / silly / stupid**, etc. **OF** somebody
> (to do something):
> - Thank you. It was very **nice / kind of** you to help me.
>   *Cám ơn. Bạn đã có lòng tốt giúp đỡ tôi.*
> - It is **stupid of** her to go out without a coat in such cold weather.
>   *Cô ấy thật dại dột khi đi ra ngoài mà không mặc áo khoác trong lúc trời*
>   *lạnh như thế.*
>
> Nhưng (be) **nice / kind / good / generous / polite / friendly / cruel**, etc.
> **TO** somebody:
> - They have always been very **nice / kind to** me. (*not* with me)
>   *Họ luôn luôn rất tử tế / tốt bụng đối với tôi. (không nói "with me")*

Tính từ + **about / with**

> **mad / angry / furious / annoyed / upset ABOUT** something:
> - Max is really **angry about** what his brother said.
>   *Max cáu giận về những gì em anh ta nói.*
>
> **mad AT** somebody:
> - Are you **mad at** me for being late?
>   *Bạn có bực mình vì tôi tới trễ không?*
>
> **excited / worried / upset / nervous / happy**
> , etc. **ABOUT** something:
> - Carol is **upset about** not being invited to
>   the party.
>   *Carol bực bội vì không được mời dự buổi*
>   *liên hoan.*
>
> **pleased / satisfied / disappointed WITH** something:
> - Were you **disappointed with** your paycheck?
>   *Bạn có thất vọng với tiền lương không?*

Tính từ + **at / by / with**

> **surprised / shocked / amazed / astonished AT / BY** something:
> - Everybody was **surprised at** (*or* by) the news.
>   *Mọi người đều đã ngạc nhiên khi nghe tin đó.*
> - I hope you weren't **shocked by** (*or* at) what I said.
>   *Tôi hy vọng bạn đã không bị sốc với những gì tôi nói.*

impressed WITH / BY somebody / something.

- I'm very **impressed with** (*or* **by**) her English. It's very good.

    Tôi rất có ấn tượng với vốn tiếng Anh của cô ấy. Rất tốt.

fed up / bored WITH something:

- I don't enjoy my job anymore. I'm **fed up with** it. / I'm **bored with** it.

Tôi không thích công việc của tôi nữa. Tôi chán ngấy nó rồi.

---

sorry about / for

sorry ABOUT something:

- I'm **sorry about** the noise last night. We were having a party.

    Tôi xin lỗi về sự ồn ào đêm qua. Chúng tôi đã có một bữa tiệc.

Nhưng ta thường nói sorry FOR doing something:

- I'm **sorry for shouting** at you yesterday.

    Tôi xin lỗi về việc đã lớn tiếng với bạn hôm qua.

Cũng có thể nói "**I'm sorry I** (did something)":

- I'm **sorry I shouted** at you yesterday.

    Tôi xin lỗi vì đã lớn tiếng với bạn hôm qua.

Ta nói "to **feel** / to be **sorry FOR** somebody":

- I **feel sorry for** George. He has a lot of problems.

    Tôi thấy tội cho George. Anh ấy đang gặp nhiều phiền phức.

---

xercises

6.1 Write sentences using the words in parentheses.

1.	I went out in the cold without a coat.
2.	Sue offered to drive me to the airport.
3.	I needed money, and Sam gave me some.
4.	Can I help you with your luggage?
5.	Kevin didn't thank me for the present.
6.	They've had an argument, and now they refuse to speak to each other.

(silly) _That was silly of you._
(nice) That was _____ her.
(generous) That _____
_____ .
(very kind) _____
_____ you.
(not very polite) _____
_____
(a little childish) _____
_____

6.2 Complete the sentences using one of the following adjectives + the correct preposition:

annoyed   annoyed   astonished   bored   ~~excited~~   impressed   kind   sorry

1. We're all _excited about_____ going on vacation next week.
2. Thank you for all your help. You've been very _____ me.
3. I wouldn't like to be in her position. I feel _____ her.
4. What have I done wrong? Why are you _____ me?
5. Why do you always get so _____ things that don't matter?
6. I wasn't very _____ the service in the restaurant. We had to wait ages for our food to come.
7. John isn't happy at college. He says he's _____ the classes he's taking.
8. I had never seen so many people before. I was _____ the crowds.

6.3 Put in the correct preposition.

1. I was very happy _with___ the present you gave me.
2. It was very nice _____ you to do my shopping for me. Thank you very much.
3. Why are you always so rude _____ your parents? Can't you be nice _____ them?
4. It was careless _____ you to leave the door unlocked when you went out.
5. We always have the same food every day. I'm fed up _____ it.
6. I can't understand people who are cruel _____ animals.
7. We enjoyed our vacation, but we were a little disappointed _____ the hotel.
8. I was surprised _____ the way he behaved. It was completely out of character.
9. I've been trying to learn Spanish, but I'm not very satisfied _____ my progress.
10. Linda doesn't look very well. I'm worried _____ her.
11. Are you angry _____ what happened?
12. I'm sorry _____ what I said. I hope you're not mad _____ me.
13. The people next door are furious _____ us _____ making so much noise last night.
14. Jill starts her new job next week. She's quite excited _____ it.
15. I'm sorry _____ the smell of paint in this room. I just painted it.
16. I was shocked _____ what I saw. I'd never seen anything like it before.
17. The man we interviewed for the job was intelligent, but we weren't very impressed _____ his appearance.
18. Are you still upset _____ what I said to you yesterday?
19. He said he was sorry _____ the situation, but there was nothing he could do.
20. I felt sorry _____ the children when we were on vacation. It rained every day, and they had to spend most of the time inside. .

Adjective + preposition (2)
Tính từ + giới từ (2)

Tính từ + of (1)

afraid / frightened / terrified / scared OF...:
- "Are you **afraid of** dogs ?" "Yes, I'm **terrified of** them ".
  "Bạn có sợ chó không ?" "Có, tôi sợ chúng lắm".

fond / proud / ashamed / jealous / envious OF ...:
- Why are you always **jealous of** other people?
  Sao anh luôn ghen tị với người khác vậy nhỉ?

suspicious / critical / tolerant OF ...:
- He didn't trust me. He was **suspicious of** my intentions.
  Anh ta không tin tôi. Anh ta nghi ngờ các ý định của tôi.

Tính từ + of (2)

aware / conscious OF ...:
- "Did you know he was married ?" "No, I wasn't **aware of** that".
  "Thế bạn có biết là anh ấy đã có gia đình rồi không ?" "Không, tô không biết điều đó".

capable / incapable OF ...:
- I'm sure you are **capable of** passing the examination.
  Tôi chắc chắn là bạn đủ khả năng để đậu.

full OF ... / **short OF** ...:
- The letter I wrote was **full of** mistakes. (*not* full with)
  Lá thư tôi viết đã có rất nhiều lỗi / đầy lỗi. (không nói "full with")
- I'm a little **short of** money. Can you lend me some?
  Tôi hơi kẹt tiền. Bạn có thể cho tôi mượn một ít không?

typical OF ...:
- He's late again. It's **typical of** him to keep everybody waiting.
  Anh ta lại trễ rồi. Điểm đặc trưng ở anh ta là luôn bắt mọi người chờ đ

tired OF ...:
- Come on, let's go ! I'm **tired of** waiting. (= I've had enough of waiting).
  Nào, ta đi thôi ! Tôi đã chán cảnh chờ đợi rồi. (= Tôi đã chờ đợi đủ rồ

certain / sure OF or **ABOUT** ...:
- I think she's arriving this evening but I'm not **sure of** that. (*or* ...
  about that).
  Tôi nghĩ tối nay cô ấy sẽ tới nhưng tôi không chắc chắn về điều đó.

Tính từ + at / to / from / in / on / with / for

---

good / bad / excellent / hopeless, etc. **AT** ....:

- **I'm not very good at** repairing things. (*not* good in repairing things)
  Tôi không khéo lắm trong việc sửa chữa vật. (không nói "good in repairing things")

married / engaged TO ...:

- Linda is **married to** an American. (*not* married with)
  Linda đã kết hôn với một người Mỹ. (không nói "married with")

Nhưng

- Linda is married **with three children**. (= she is married and has three children).
  Linda đã có gia đình và có 3 đứa con.

similar TO ...:

- Your writing is **similar to** mine.
  Chữ viết của bạn giống chữ viết của tôi.

different FROM (or **THAN**) ...:

- The movie was **different from** what I'd expected. (*or* ... **different than** what I'd expected).
  Cuốn phim không như tôi đã mong đợi.

interested IN ...:

- Are you **interested in** art ?
  Bạn có yêu thích nghệ thuật không?

dependent ON ... (nhưng "**independent OF** ..."):

- I don't want to be **dependent on** anybody.
  Tôi không muốn phụ thuộc vào bất cứ ai.

crowded WITH (people, etc.):

- The city centre was **crowded with** tourists. (*nhưng* "**full of** tourists")
  Trung tâm thành phố đầy nghẹt khách du lịch.

famous FOR ...:

- The Italian city of Florence is **famous for** its art treasures.
  Thành phố Florence của nước Ý nổi tiếng với những kho tàng nghệ thuật của nó.

responsible FOR ...:

- Who was **responsible for** all that noise last night?
  Ai chịu trách nhiệm về mọi sự ồn ào đêm hôm qua?

---

eposition + -ing Unit 57   *Afraid of / to . . .* Unit 63A   **Adjective + Preposition (1)** Unit 126

Exercises

127.1 Complete the second sentence so that it has the same meaning as the first one.

1. There were lots of tourists in the city. The city was crowded _with tourists_ .
2. There was a lot of furniture in the room. The room was full _____ .
3. I'm not a very good tennis player. I'm not very good _____ .
4. I don't like sports very much. I'm not very fond _____ .
5. Catherine's husband is Russian. Catherine is married _____ .
6. We don't have enough time. We're a little short _____ .
7. My problem is not the same as yours. My problem is different _____ .
8. I don't trust Robert. I'm suspicious _____ .

127.2 Complete the sentences with one of the following adjectives + the correct preposition:

afraid   different   interested   proud   responsible   similar   ~~sure~~

1. I think she's arriving tonight, but I'm not _sure of_ _____ that.
2. Your camera is _____ mine, but it isn't exactly the same.
3. Don't worry. I'll take care of you. There's nothing to be _____ .
4. I never watch the news on TV. I'm not _____ it.
5. The editor is the person who is _____ what appears in a newspaper.
6. Mrs. Davis loves gardening. She's very _____ her garden and loves showing it to visitors.
7. I was surprised when I met her for the first time. She was _____ what I expected.

127.3 Put in the correct preposition.

1. The letter I wrote was full _of_ mistakes.
2. My hometown is not especially interesting. It's not famous _____ anything.
3. Kate is very fond _____ her younger brother.
4. I don't like climbing ladders. I'm afraid _____ heights.
5. You look bored. You don't seem interested _____ what I'm saying.
6. Did you know that Liz is engaged _____ a friend of mine?
7. I'm not ashamed _____ what I did. In fact I'm quite proud _____ it.
8. These days everybody is aware _____ the dangers of smoking.
9. The station platform was crowded _____ people waiting for the train.
10. She's much more successful than I am. Sometimes I feel a little jealous _____ her.
11. I'm tired _____ doing the same thing every day. I need a change.
12. Do you know anyone who might be interested _____ buying an old car?
13. She is a very honest person. I don't think she is capable _____ telling a lie.
14. We've got plenty to eat. The fridge is full _____ food.
15. Our house is similar _____ yours. Perhaps yours is a little larger.
16. John has no money of his own. He's totally dependent _____ his parents.

127.4 Write sentences about yourself. Are you good at these things or not? Use:

very good   pretty good   not very good   hopeless

1. (repairing things) _I'm not very good at repairing things._
2. (telling jokes) _____
3. (mathematics) _____
4. (remembering names) _____

Verb + preposition (1) *at* and *to*
Động từ + giới từ (1) at và to.

Động từ + **at**

> **look / have a look / take a look / stare / glance**, etc. (**AT**) ...:
> - Why are you **looking at** me like that?
>   *Sao bạn lại nhìn tôi như thế?*
>
> **laugh / smile AT** ...:
> - I look awful with this haircut. Everybody will **laugh at** me.
>   *Trông tôi có vẻ ngố với kiểu cắt tóc này. Mọi người rồi sẽ cười tôi mất thôi.*
>
> **aim / point** (something) **AT ...**, **shoot / fire** (a gun) **AT** ... (= "in the direction of"):
> - Don't **point** that knife **at** me. It's dangerous.
>   *Đừng chĩa con dao đó vào tôi. Nguy hiểm lắm.*
> - We saw some people with guns **shooting at** birds, but he didn't hit any.
>   *Chúng tôi đã nhìn thấy mấy người có súng đang bắn chim, nhưng không trúng con nào.*

B

Động từ + **to**

> **talk / speak TO** (somebody) ("with" is also possible but less - usual):
> - Who was that man you were **talking to**?
>   *Người đã cùng bạn nói chuyện là ai vậy?*
> - Can I **speak to** Jane, please?
>   *Xin lỗi, tôi có thể nói chuyện với Jane được không?*
>
> **listen TO** ...:
> - We spent the evening **listening to** music. (*not* listening music)
>   *Chúng tôi đã nghe nhạc suốt buổi tối. (không nói "listening music")*
>
> **invite** (somebody) **TO** (a party / a wedding, etc.):
> - They only **invited** a few people **to** their wedding.
>   *Họ chỉ mời vài người tới dự đám cưới của họ.*

C

Một số động từ có thể được dùng với **at** hay **to**, với những nghĩa khác nhau. Lấy ví dụ:

> **shout AT** somebody (*when you are angry* - khi bạn đang giận):
> - She got very angry and started **shouting at** me.
>   *Cô ấy trở nên rất giận và bắt đầu la lối với tôi.*
>
> **shout TO** somebody (*so that they can hear you* - để người khác có thể nghe thấy bạn):
> - She **shouted to** me from the other side of the street.
>   *Cô ấy đã gọi lớn tôi từ bên kia đường.*

throw something **AT** somebody / something (*in order to hit them*):

- Somebody **threw** an egg **at** the politician.

  Có ai đó đã ném một quả trứng vào nhà chính khách.

throw something **TO** somebody (*for somebody to catch* - để người khác b

lấy):

- Judy shouted "Catch !" and **threw** the keys **to** me from the window.

  Judy hô "bắt lấy !" và ném cho tôi chùm chìa khóa từ cửa sổ.

D

Explain / describe / apologize.

Ta nói: **explain** something (**TO** somebody):

- Can you **explain** this word **to** me? (*not* explain me this word)

  Bạn có thể giải nghĩa từ này cho tôi không? (không nói "explain me t word")

Tương tự "**explain** (**TO** somebody) **that / what / how / why** ... ?":

- I **explained to** them **what** I wanted them to do. (*not* I explained them)

  Tôi đã giải thích cho họ biết tôi muốn họ làm gì. (không nói "I explai them")

Với **describe** cũng vậy:

- Let me **describe to you what** I saw.

  Hãy để tôi tả lại cho bạn những gì tôi đã thấy.

Để ý rằng ta nói "**apologize TO** somebody (for...)":

- He **apologizes to** me. (*not* He apologizes me).

  Anh ấy đã xin lỗi tôi. (không nói "He apologizes me").

Nhưng "**thank** somebody (**FOR** something)", "**ask** somebody (F something)":

- He **asked** me **FOR** money. (*not* He asked to me)

  Anh ấy hỏi xin tiền tôi. (không nói "He asked to me")

Exercises

128.1 Complete the sentences. Choose one of the following verbs in the correct form + the correct preposition:

> explain   glance   invite   ~~laugh~~   listen   point   speak   throw   throw

1. I look awful with this haircut. Everybody will *laugh at* _____ me.
2. I don't understand what this means. Can you _____ it _____ me?
3. I _____ my watch to see what time it was.
4. We've been _____ the party, but unfortunately we can't go.
5. Please _____ me! I've got something important to tell you.
6. Don't _____ stones _____ the birds! It's mean.
7. If you don't want to eat that sandwich, _____ it _____ the birds. They'll eat it.
8. Sally and Kevin had an argument, and now they're not _____ each other.
9. Be careful with those scissors! Don't _____ them _____ me!

128.2 Put in *to* or *at*.

1. They only invited a few people *to* _____ their wedding.
2. Look _____ these flowers. Aren't they pretty?
3. Please don't shout _____ me! Try to calm down.
4. I saw Sue as I was riding along the road. I shouted _____ her, but she didn't hear me.
5. Don't listen _____ what he says. He doesn't know what he's talking about.
6. Can I speak _____ you for a moment? There's something I want to ask you.
7. Do you think I could have a look _____ your newspaper, please?
8. I'm a little lonely. I need somebody to talk _____ .
9. She was so angry she threw a book _____ me.
10. The woman sitting opposite me on the train kept staring _____ me.

128.3 You ask somebody to explain some things that you don't understand. Write sentences using *explain (something) to me* or *explain to me (how/what . . . , etc.)*.

1. (I don't understand this word.) *Can you explain this word to me?*
2. (I don't understand what you mean.) *Can you explain to me what you mean?*
3. (I don't understand this question.)
   Can you explain _____ ?
4. (I don't understand the system.)
   Can _____ ?
5. (I don't understand how this machine works.)
   _____
6. (I don't understand what your problem is.)
   _____

128.4 Put in *to* where necessary. If the sentence is already complete, leave an empty space (–).

1. I know who she is, but I've never spoken *to* _____ her.
2. George won't be able to help you, so there's no point in asking _____ him.
3. I like to listen _____ the radio while I'm having breakfast.
4. I apologized _____ Nancy for the misunderstanding.
5. I thanked _____ everybody for all the help they had given me.
6. I explained _____ everybody what they had to do.
7. Mike described _____ me how the accident happened.
8. I'd like to ask _____ you some questions.

Verb + preposition (2) *about / for / of / after*
Động từ + giới từ (2) about / for / of / after.

A

Động từ + **about**.

talk ABOUT ... / **read ABOUT** ... / **tell** somebody **ABOUT** ...:
- We **talked about** a lot of things at the meeting.
  Chúng tôi đã nói tới nhiều vấn đề trong cuộc họp.

Ta nói "**have a discussion about** something" *nhưng* "**discuss** somethi**ŋ** (không có giới từ):
- We **discussed** a lot of things at the meeting. (*not* discussed about)
  Chúng tôi đã thảo luận nhiều vấn đề trong cuộc họp. (không nói "discus about")

Tương tự "**do** something **ABOUT** something" (= do something to improv**e** bad situation-làm điều gì đó để cải thiện tình hình):
- If you're worried about the problem, you should **do** something **about** it.
  Nếu bạn lo lắng về vấn đề này, bạn nên làm cái gì đó (cho nó).

B

Care about, care for, và take care of.

care ABOUT somebody / something (= think that somebody / somethin**g** important-cho rằng ai / điều gì là quan trọng):
- He's very selfish. He doesn't **care about** other people.
  Anh ta rất ích kỷ. Anh ta không hề quan tâm tới người khác.

Ta nói "**care what / where / how**" .v.v. (không nói "about"):
- You can do what you like. I don't **care what** you do.
  Anh có thể làm gì anh muốn. Tôi không quan tâm tới những gì anh làm

care FOR somebody / something (= like something - thích điều gì đó) (thư**ờng** trong các câu hỏi và câu phủ định):
- Would you **care for** a cup of coffee ? (= Would you like... ?)
  Bạn thích dùng một tách cà phê chứ?
- I don't **care for** very hot weather. (= I don't like ...)
  Tôi không thích thời tiết nóng nực.
- Amy doesn't **care for** Jason very much. (= She doesn't like ...)
  Amy không quan tâm đến Jason lắm.

take care OF ... (= look after):
- Have a nice holiday. **Take care of** yourself ! (= Look after yourself!)
  Chúc bạn đi nghỉ vui vẻ. Nhớ giữ gìn sức khỏe!

C

Động từ + **for**.

---

ask (somebody) **FOR** ...:

- I wrote to the company **asking** them **for** more information about the job.

  Tôi đã viết thư tới công ty hỏi họ thêm một số chi tiết về công việc.

Nhưng

- I **asked** her **a question.** / They **asked** me **the way** to the station. (không có giới từ)

  Tôi đã hỏi cô ấy một câu hỏi. / Họ đã hỏi thăm tôi đường tới ga.

apply TO (a person, a company, etc.) **FOR** (a job, etc.):

- I think you'd be good at this job. Why don't you **apply for** it?

  Tôi nghĩ bạn làm được công việc này. Sao bạn không làm đơn đi?

wait FOR / wait FOR something to happen:

- Don't **wait for** me. I'll see you later.

  Đừng chờ tôi. Tôi sẽ đến sau.

- I'm not going out yet. I'm **waiting for** the rain to stop.

  Tôi vẫn chưa đi đâu. Tôi chờ tạnh mưa.

search (a person / a place / a bag, etc.) **FOR** ...:

- I've **searched** (the house) **for** my keys but I still can't find them.

  Tôi đã tìm khắp nhà để kiếm chùm chìa khóa của tôi nhưng vẫn chưa tìm thấy chúng.

leave (a place) **FOR** (another place):

- I haven't seen her since she **left** (home) **for** work this morning. (*not* left to work)

  Tôi không hề nhìn thấy cô ấy từ lúc cô ấy rời nhà đi làm hồi sáng này. (không nói "left to work")

D

Look for và **look after**

---

look FOR ... (= search for, try to find):

- I've lost my keys. Can you help me **look for** them?

  Tôi làm mất chùm chìa khóa rồi. Bạn có thể giúp tôi tìm chúng không?

look AFTER ... (= take care of):

- You can have a pet dog if you promise to **look after** it.

  Bạn có thể có một chú chó nếu bạn hứa chăm sóc nó.

Verbs + *about/of* (*think/hear*, etc.) **Unit 130** **Other Verbs + *for*** **Unit 131B**

Exercises

129.1 Put in the correct preposition. If no preposition is needed, leave the space empty (–).

1. I'm not going out yet. I'm waiting _for_ the rain to stop.
2. You're always asking me _____ money. Ask somebody else for a change.
3. I've applied _____ a job at the factory. I don't know if I'll get it.
4. I've applied _____ three colleges. I hope one of them accepts me!
5. I've searched everywhere _____ John, but I haven't been able to find him.
6. I don't want to talk _____ what happened last night. Let's forget it.
7. I don't want to discuss _____ what happened last night. Let's forget it.
8. We had an interesting discussion _____ the problem, but we didn't reach a decision.
9. We discussed _____ the problem, but we didn't reach a decision.
10. I don't want to go out yet. I'm waiting _____ the mail to arrive.
11. The roof of the house is in very bad condition. I think we ought to do something _____ it.
12. Tomorrow morning I have to catch a plane. I'm leaving my house _____ the airport at 7:30.

129.2 Complete the sentences with one of the following verbs in the correct form + preposition:

apply   ask   do   leave   ~~search~~   take care   talk   wait

1. Police are _searching for_ the man who escaped from prison.
2. We're still _____ a reply to our letter. We haven't heard anything yet.
3. I think Ben likes his job, but he doesn't _____ it much.
4. When I finished my meal, I _____ the waiter _____ the check.
5. Maria is unemployed. She has _____ several jobs, but she hasn't had any luck.
6. If something is wrong, why don't you _____ something _____ it?
7. Linda's car is very old, but it's in excellent condition. She has really _____ it.
8. Diane is from Boston, but now she lives in Paris. She _____ Boston _____ Paris when she was 19.

129.3 Put in the correct preposition after _care_. If no preposition is needed, leave the space empty (–).

1. He's very selfish. He doesn't care _about_ other people.
2. Are you hungry? Would you care _____ something to eat?
3. She doesn't care _____ the exam. She doesn't care whether she passes or not.
4. Please let me borrow your camera. I promise I'll take good care _____ it.
5. "Do you like this coat?" "Not really. I don't care _____ the color."
6. Don't worry about the shopping. I'll take care _____ it.
7. I want to have a nice vacation. I don't care _____ the cost.
8. I want to have a nice vacation. I don't care _____ how much it costs.

129.4 Complete the sentences with _look for_ or _look after_. Use the correct form of _look_.

1. I _looked for_ my keys, but I couldn't find them anywhere.
2. Jennifer is _____ a job. I hope she finds one soon.
3. Who _____ you when you were sick?
4. I'm _____ Elizabeth. Have you seen her?
5. All the parking meters were taken, so we had to _____ a parking garage.
6. A babysitter is somebody who _____ other people's children.

Verb + preposition (3) *about* and *of*
Động từ + giới từ (3) about và of

Một số động từ có thể được dùng với **about** hoặc **of**, thường là với các nghĩa khác nhau:

dream ABOUT ...:
- I **dreamt about you** last night. (when I was asleep)
  Em nằm mơ thấy anh đêm qua. (khi em đang ngủ)

dream OF being something / doing something (= imagine):
- I often **dream of** being rich.
  Tôi thường mơ mình trở nên giàu có.
- "Don't tell anyone what I said." "No, I **wouldn't dream of** it." (= I would never do it).
  "Đừng kể với ai điều tôi đã nói" "Ồ, tôi chẳng bao giờ làm thế đâu".

---

hear ABOUT ... (= be told about something):
- Did you **hear about** the fight in the restaurant on Saturday night?
  Bạn có nghe nói về vụ ẩu đả ở nhà hàng hồi tối thứ bảy không?

hear OF ... (= know that somebody / something exists):
- "Who is Tom Hart ?" "I've no idea. I've never **heard of** him". (*not* heard from him).
  "Tom Hart là ai ?" "Tôi không hề biết. Tôi chưa bao giờ nghe nói về ông ấy" (không nói "heard from him").

hear from ... (= receive a letter or phone call from somebody):
- "Have you **heard from** Lisa recently ?" "Yes, I got a letter from her a few days ago."
  "Gần đây bạn có được tin gì của Lisa không ?" "Có, tôi có được thư cô ấy cách đây mấy hôm".

---

think ABOUT ... và **think OF** ...:
Think ABOUT something: nghĩ đến, nghĩ về ... một điều gì đó.
- You look serious. What are you **thinking about**?
  Trông bạn có vẻ nghiêm quá. Bạn đang nghĩ gì vậy?
- "Will you lend me the money ?" "I'll **think about** it".
  "Anh sẽ cho tôi mượn tiền chứ ?" "Tôi sẽ suy nghĩ về điều đó".

Think OF something: nghĩ ra, nhớ ra... một việc gì đó.
- He told me his name but I can't **think of** it now. (*not* think about it)
  Anh ta đã cho tôi biết tên nhưng hiện giờ tôi không thể nhớ ra. (không nói "think about it")

389

- That's a good idea. Why didn't I **think of** that ? (*not* think about that)

  Ý kiến đó hay đấy. Tại sao tôi không nghĩ tới nhỉ ? (không nói "thi about that")

Ta cũng dùng **think of** khi hỏi hoặc đưa ra một ý kiến:

- "What did you **think of** the movie ?" "I didn't **think** much **of** it". (didn't like it much).

  "Bạn nghĩ gì về cuốn phim ?" "Tôi không thích nó lắm".

Bạn có thể nói "**think of** *hoặc* **think about** doing something" (một hà động có thể xảy ra trong tương lai):

- My sister is **thinking of** (*or* **about**) going to Canada. (= she is consider it).

  Chị tôi đang nghĩ đến việc đi Canada. (= chị đang xem xét việc đó).

Remind somebody **ABOUT** .. (= nhắc nhở ai đó đừng quên):

- I'm glad you **reminded** me **about** the meeting. I had completely forgot it.

  Tôi rất mừng là bạn đã nhắc tôi về cuộc họp. Tôi đã hoàn toàn quên nó.

Remind somebody **OF** ... (= làm cho ai đó nhớ đến điều gì đó):

- This house **reminds** me **of** the one I lived in when I was a child.

  Căn nhà này nhắc tôi nhớ tới căn nhà tôi đã sống khi còn bé.

- Look at this picture of Richard. Who does he **remind** you **of**?

  Hãy nhìn bức ảnh này của Richard. Anh ấy nhắc bạn nhớ tới ai?

---

complain (to somebody) **ABOUT** ... (= than phiền với ai về...):

- We **complained to** the manager of the restaurant **about** the food.

  Chúng tôi phàn nàn với ông chủ nhà hàng về thức ăn.

complain OF a pain, an illness, etc. (= nói rằng bạn bị đau .v.v.):

- We called the doctor because George was **complaining of** a pain in stomach.

  Chúng tôi đã gọi bác sĩ vì George kêu đau bụng.

---

warn somebody **ABOUT** *somebody / something which is dangerous, unusual,*

- I knew he was a strange person. I had been **warned about** him. (warned of him)

  Tôi biết anh ta là người khác thường. Tôi đã được lưu ý về anh ta. (khe nói "warned of him")

- Vicky **warned** us **about** the traffic. She said it would be bad.

  Vicky đã lưu ý chúng tôi về giao thông. Cô ấy nói giao thông sẽ tồi tệ.

warn somebody **OF/ABOUT** *a danger, something bad which might happen*

- Everybody has been **warned of / about** the dangers of smoking.

  Mọi người đều đã được cảnh báo về sự nguy hại của việc hút thuốc lá.

Remind/warn somebody to . . . **Unit 52B**

Put in the correct preposition.

1. Did you hear _about_ what happened at the party on Saturday?
2. "I had a strange dream last night." "You did? What did you dream _____ ?"
3. Our neighbors complained _____ us _____ the noise we made last night.
4. Ken was complaining _____ pains in his chest, so he went to the doctor.
5. I love this music. It reminds me _____ a warm day in spring.
6. He loves his job. He thinks _____ his job all the time, he dreams _____ it, he talks _____ it, and I'm sick of hearing _____ it.
7. I tried to remember the name of the book, but I couldn't think _____ it.
8. Janet warned me _____ the water. She said it wasn't safe to drink.
9. We warned our children _____ the dangers of playing in the street.

Complete the sentences using one of the following verbs in the correct form + the correct preposition:

complain   dream   hear   remind   remind   ~~think~~   think   warn

1. That's a good idea. Why didn't I _think of_ that?
2. Bill is never satisfied. He is always _____ something.
3. I can't make a decision yet. I need time to _____ your proposal.
4. Before you go into the house, I should _____ you _____ the dog. He is very aggressive sometimes, so be careful.
5. She's not a well-known singer. Not many people have _____ her.
6. A: You wouldn't leave without telling me, would you?
   B: Of course not. I wouldn't _____ it.
7. I would have forgotten my appointment if Jane hadn't _____ me _____ it.
8. Do you see that man over there? Does he _____ you _____ anybody you know?

Complete the sentences using hear or heard + the correct preposition.

1. I've never _heard of_ Tom Hart. Who is he?
2. "Did you _____ the accident last night?" "Yes, Vicky told me."
3. Jill used to write to me quite often, but I haven't _____ her for ages now.
4. A: Have you _____ a writer called William Hudson?
   B: No, I don't think so. What sort of writer is he?
5. Thank you for your letter. It was good to _____ you again.
6. "Do you want to _____ our vacation?" "Not now. Tell me later."
7. I live in a very small town in Texas. You've probably never _____ it.

Complete the sentences using think about or think of. Use the correct form of think.

1. You look serious. What are you _thinking about_ ?
2. I like to have time to make decisions. I like to _____ things carefully.
3. I don't know what to get Ann for her birthday. Can you _____ anything?
4. What did you _____ the book I lent you? Did you like it?
5. We're _____ going out for dinner tonight. Would you like to come?
6. I don't really want to go out with Sam. I'll have to _____ an excuse.
7. Carol is very homesick. She's always _____ her family back home.
8. When I was offered the job, I didn't accept immediately. I went away and _____ it for a while. In the end I decided to take the job.
9. I don't _____ much _____ this coffee. It tastes like water.

Verb + preposition (4) *of* / *for* / *from* / *on*
Động từ + giới từ (4) of / for / from / on.

Động từ + **OF**.

accuse / suspect somebody **OF** ...:

- Sue **accused** me **of** being selfish.
  Sue đã buộc tội tôi là ích kỷ.
- Three students were **suspected of** cheating in the examination.
  Ba sinh viên đã bị nghi ngờ gian lận trong kỳ thi.

approve of ...:

- His parents don't **approve of** what he does, but they can't stop him.
  Cha mẹ anh ấy không tán thành việc anh ấy làm, nhưng họ không ngăn được anh ấy.

die OF (an illness):

- "What did he **die of**?" "A heart attack."
  "Ông ta chết vì sao vậy?" "Vì một cơn đau tim".

consist OF ...:

- We had an enormous meal. It **consisted of** seven courses.
  Chúng tôi đã ăn một bữa thịnh soạn. Tất cả có 7 món.

B

Động từ + **FOR**.

pay (somebody) **FOR** ...:

- I didn't have enough money to **pay for** the meal. (*not* pay the meal).
  Tôi đã không đủ tiền để thanh toán cho bữa ăn. (không nói "pay the m
Nhưng "**pay** a bill / a fine / a tax / a fare / rent / a sum of money" .v.v. (kh có giới từ):

- I didn't have enough money to **pay** my telephone bill.
  Tôi đã không đủ tiền thanh toán hóa đơn tiền điện thoại.

thank / forgive somebody **FOR** ...:

- I'll never **forgive** them **for** what they did.
  Tôi sẽ không bao giờ tha thứ những gì họ đã làm.

apologise (to somebody) **FOR** ...:

- When I realised I was wrong, I **apologized** (**to them**) **for** my mistake.
  Khi nhận ra rằng mình sai, tôi đã xin lỗi họ về sai lầm của tôi.

blame somebody / something **FOR** ...:

- Everybody **blamed** me **for** the accident.
  Mọi người buộc tội tôi về vụ tai nạn.

Cũng như vậy: "somebody is **to blame for** ...":

- Everybody said that I was **to blame for** the accident.
  Mọi người đều nói là tôi chịu trách nhiệm về vụ tai nạn.

Và **blame** something **ON** ..:

- Everybody **blamed** the accident **on** me.
  Mọi người quy trách nhiệm về vụ tai nạn cho tôi.

Động từ + **from**.

suffer FROM (an illness, etc.):

- The number of people **suffering from** heart disease has increased.
  Số người bị bệnh tim đã tăng lên.

protect somebody / something **FROM** (*or* **AGAINST**) ...:

- Suncream can **protect** the skin **from** the sun. (*or* ... against the sun.)
  Dầu chống nắng có thể bảo vệ da chống lại ánh nắng mặt trời.

Động từ + **on**.

depend ON ... / **rely ON** ...:

- "What time will you arrive ?" "I don't know. It **depends on** the traffic."
  "Mấy giờ bạn sẽ tới ?" "Tôi không biết. Còn tùy thuộc vào giao thông".
- You can **rely on** Jill. She always keeps her promises.
  Bạn có thể tin tưởng Jill. Cô ấy luôn giữ lời hứa của mình.

Bạn có thể dùng **depend** + **when / where / how** .v.v. (những từ để hỏi)
đi cùng với **on** hoặc không.

- "Are you going to buy it ?" "It **depends how** much it is". (*or* depends
  on how much)
  "Bạn sẽ mua cái đó chứ ?" "Còn tùy xem nó giá bao nhiêu".

live ON (money / food):

- George's salary is very low. It isn't enough to **live on**.
  Lương của George rất thấp. Đồng lương đó không đủ sống.

congratulate (someone) **ON** ... / **compliment** (somebody) **ON** ...:

- I **congratulated** her **on** being admitted to law school.
  Tôi chúc mừng cô ấy về việc được nhận vào trường luật.

+ Preposition + *-ing* **Unit 59**   Other Verbs + *for* **Unit 129**   Other Verbs + *on* **Unit 132E**

Exercises

131.1 Complete the second sentence so that it means the same as the first.

1. Sue said I was selfish. Sue accused me _of being selfish_ .
2. The misunderstanding was my fault, so I apologized.
   I apologized _____.
3. She won the tournament, so I congratulated her.
   I congratulated her _____.
4. He has enemies, but he has a bodyguard to protect him.
   He has a bodyguard to protect him _____.
5. There are 11 players on a soccer team.
   A soccer team consists _____.
6. She eats only bread and eggs.
   She lives _____.

Complete the second sentence using *for* or *on*. (These sentences all have the verb *blame*.)

7. Kay said that what happened was Jim's fault. Kay blamed Jim _for what happened_ .
8. You always say everything is my fault.
   You always blame me _____.
9. Do you think the economic crisis is the fault of the government?
   Do you blame the government _____ ?
10. I think the increase in violent crime is because of television.
    I blame the increase in _____.

Now rewrite sentences 9 and 10 using *to blame for.*

11. Do you think the government _____ ?
12. I think that _____.

131.2 Complete the sentences using one of the following verbs in the correct form + the correct preposition:

accuse   apologize   ~~approve~~   congratulate   depend   live   pay

1. His parents don't _approve of_ what he does, but they can't stop him.
2. When you went to the theater with Paul, who _____ the tickets?
3. It's a terrible feeling when you are _____ something you didn't do.
4. "Are you playing tennis tomorrow?" "I hope so. It _____ the weather."
5. Things are very cheap there. You can _____ very little money.
6. When I saw Dave, I _____ him _____ passing his driving test.
7. You were very rude to Pat. Don't you think you should _____ her?

131.3 Put in the correct preposition. If no preposition is necessary, leave the space empty (–).

1. Three students were suspected _of_ cheating on the exam.
2. Sally is often sick. She suffers _____ very bad headaches.
3. You know that you can rely _____ me if you ever need any help.
4. It is terrible that some people are dying _____ hunger while others eat too much.
5. Are you going to apologize _____ what you did?
6. The accident was my fault, so I had to pay _____ the repairs.
7. I didn't have enough money to pay _____ the bill.
8. I complimented her _____ her English. She spoke very fluently.
9. She doesn't have a job. She depends _____ her parents for money.
10. I don't know whether I'll go out tonight. It depends _____ how I feel.
11. They wore warm clothes to protect themselves _____ the cold.
12. Cake consists mainly _____ sugar, flour, and butter.

Verb + preposition (5) *in / into / with / to / on*
Động từ + giới từ (5) in / into / with / to / on.

Động từ + **in**.

Believe IN ...:
- Do you **believe in** God ? (= Do you believe that God exists ?)
  Bạn có tin vào Thượng đế không ? (Bạn có tin rằng Thượng đế tồn tại không?)
- I **believe in** saying what I think. (= I believe it is right to say what I think.)
  Tôi tin là nên nói những gì mình nghĩ.

Specialize IN ...:
- Helen is a lawyer. She **specializes in** corporate law.
  Helen là luật sư. Cô ấy chuyên về luật công ty.

Succeed IN ...:
- I hope you **succeed in** finding the job you want.
  Tôi hy vọng bạn tìm được công việc mong muốn.

Động từ + **into**.

break INTO ...:
- Our house was **broken into** a few days ago but nothing was stolen.
  Cách đây vài ngày nhà tôi đã bị đột nhập nhưng không mất mát gì.

crash / drive / bump / run INTO ...:
- He lost control of the car and **crashed into** a wall.
  Ông ấy lạc tay lái và đâm sầm vào một bức tường.

Divide / cut / split something **INTO** (two or more parts) - Chia, cắt cái gì đó thành 2 hay nhiều phần:
- The book is **divided into** three parts.
  Cuốn sách được chia thành 3 phần.
- **Cut** the meat **into** small pieces before frying it.
  Hãy cắt thịt ra thành các miếng nhỏ trước khi rán.

translate (a book, etc.) **FROM** one language **INTO** another.
- Ernest Hemingway books have been **translated into** many languages.
  Các tác phẩm của Ernest Hemingway đã được dịch ra nhiều thứ tiếng.

C Động từ + **with**.

> **Collide WITH** ...:
> • There was an accident this morning. A bus **collided with** a car.

> *Hồi sáng này đã xảy ra một tai nạn. Một chiếc xe buýt đã đụng phải*
> *chiếc xe hơi.*
> **Fill** something **WITH** ... (*nhưng* full of ... - xem UNIT 127B):
> • Take this pot and **fill it with** water.
> *Hãy cầm lấy cái xoong này và đổ đầy nước vào.*
> **provide / supply** somebody **WITH** ...:
> • The school **provides** all its students **with** books.
> *Nhà trường cung cấp sách giáo khoa cho tất cả học sinh.*

D Động từ + **to**

> **Happen TO** ...:
> • What **happened to** that gold watch you used to have ? (= where is it now
> *Chuyện gì đã xảy ra với chiếc đồng hồ vàng mà anh vẫn thường đeo*
> (*nó đâu rồi?*)
> **prefer** one thing / person **TO** another:
> • I **prefer** tea **to** coffee.
> *Tôi thích trà hơn cà phê.*

E Động từ + **on**.

> **concentrate ON** ...:
> • Don't look out of the window. **Concentrate on** your work.
> *Đừng nhìn ra ngoài cửa sổ. Hãy tập trung vào việc của anh đi.*
> **insist ON** ...:
> • I wanted to go alone, but they **insisted on** coming with me.
> *Tôi đã muốn đi một mình nhưng họ cứ nài nỉ xin đi cùng tôi.*
> **spend** (money) **ON** ...:
> • How much money do you **spend on** food each week?
> *Bạn tốn bao nhiêu tiền thức ăn mỗi tuần?*

Verb + Preposition + -ing Unit 59 **Other Verbs + to** Unit 128 **Other Verbs + on** Unit 1

xercises

2.1 Complete the second sentence so that it means the same as the first.

1. There was a collision between a bus and a car. A bus collided _with a car_ .
2. I don't mind big cities, but I prefer small towns.
   I prefer _____ .
3. I got all the information I needed from Jill.
   Jill provided me _____ .
4. This morning I bought a pair of shoes that cost $60.
   This morning I spent _____ .

2.2 Complete the sentences using one of the following verbs in the correct form + the correct preposition:

believe   concentrate   divide   drive   fill   happen   ~~insist~~   succeed

1. I wanted to go alone, but Sue _insisted on_ coming with me.
2. I haven't seen Mike for ages. I wonder what has _____ him.
3. I was driving along when the car in front of me stopped suddenly. Unfortunately, I couldn't stop in time and _____ the back of it.
4. It's a very large house. It's _____ four apartments.
5. I don't _____ ghosts. I think people only imagine that they see them.
6. Steve gave me an empty bucket and told me to _____ it _____ water.
7. Don't try and do two things together. _____ one thing at a time.
8. It wasn't easy, but in the end we _____ finding a solution to the problem.

2.3 Put in the correct preposition.

1. The school provides all its students _with_ books.
2. A strange thing happened _____ me a few days ago.
3. Mark decided to give up his job so that he could concentrate _____ his studies.
4. I don't believe _____ working very hard. It's not worth it.
5. My current job isn't wonderful, but I prefer it _____ what I did before.
6. I hope you succeed _____ getting what you want.
7. As I was going out of the room, I collided _____ somebody who was coming in.
8. There was an awful noise as the car crashed _____ a tree.
9. Jim is a photographer. He specializes _____ sports photography.
10. Do you spend much money _____ clothes?
11. The country is divided _____ six regions.
12. I prefer traveling by train _____ driving. It's much more pleasant.
13. Somebody broke _____ my car and stole the radio.
14. I was very cold, but Peter insisted _____ keeping the window open.
15. Some words are difficult to translate _____ one language _____ another.
16. What happened _____ the money I lent you? What did you spend it _____ ?
17. The teacher decided to split the class _____ four groups.
18. I filled the tank, but unfortunately I filled it _____ the wrong kind of gas.

2.4 Use your own ideas to complete these sentences. Use a preposition.

1. I wanted to go out alone, but my friend insisted _on coming with me_ .
2. I spend lots of money _____ .
3. I saw the accident. The car crashed _____ .
4. Sarah prefers basketball _____ .
5. Shakespeare's plays have been translated _____ .

397

Phrasal verbs *(get up / break down / fill in,* etc.)
Các động từ kép (get up / break down / fill in .v.v..

A

Chúng ta thường dùng các từ dưới đây đi kèm với các động từ:

in	on	up	away	around	about	over	by
out	off	down	back	through	along	forward	

Chẳng hạn có thể nói **put out / get on / take off / run away** .v.v... Đó
những *"phrasal verbs"*. Ta thường dùng **out / off / up** .v.v. với những động
chuyển động. Lấy ví dụ:

get on   • The bus was full. We couldn't **get on**.
              Xe buýt đã đầy khách. Chúng tôi không thể lên được.

drive off   • A woman got into the car and **drove off**.
              Một người phụ nữ lên xe và phóng đi.

come back   • Sally is leaving tomorrow and **coming back** on Saturday.
              Sally sẽ ra đi vào ngày mai và trở về vào thứ bảy.

turn round   • When I touched him on the shoulder, he **turned round**.
              Khi tôi chạm vào vai anh ta, anh ta đã quay lại.

Nhưng thường thì từ thứ hai này (**out, off, up** .v.v.) làm cho động từ ma
một nghĩa đặc biệt. Lấy ví dụ:

break down   • Sorry I'm late. The car **broke down**. (= the engine stopped
                 working).
                 *Xin lỗi tôi tới muộn. Xe của tôi bị hỏng. (= động cơ ngừng là
                 việc).*

look out   • **Look out** ! There's a car coming. (= Be careful!)
              Coi chừng ! Có xe đang đi tới. (= Hãy cẩn thận!)

take off   • It was my first flight. I was nervous as the plane **took off**.
              went into the air)
              *Đó là lần đầu tiên tôi đi máy bay. Tôi đã hồi hộp khi máy l
              cất cánh. (= đi vào không trung)*

get up   • I was very tired this morning. I couldn't **get up**. (= get out
              bed)
              *Sáng nay tôi rất mệt. Tôi đã không thể dậy được. (= ra khở
              giường)*

get by   • My French isn't very good but it's enough to **get by**. (= to
              manage)
              Tiếng Pháp của tôi không tốt lắm nhưng cũng đủ để xoay

B

Nhiều khi động từ kép có giới từ theo sau. Ví dụ:

Phrasal verb   *preposition*

Run away   **from**   • Why did you **run away from** me?

Tại sao cô ấy bỏ trốn tôi?

Keep up   **with**   • You're walking too fast. I can't **keep up with** you.

Anh đi nhanh quá. Tôi không thể theo kịp anh.

Look forward to   • Are you **looking forward to** your vacation?

Anh đang mong tới kỳ nghỉ phải không?

Động từ kép có thể có túc từ. Thường thì túc từ có thể có hai vị trí. Bạn có thể nói:

```
        object                                              object
I turned off the light.          hay          I turned the light off.
```

Nếu túc từ là một đại từ (**it / them / me / him** v.v.), chỉ có một vị trí dành cho nó:

                         I turned it   **off.**

                         (không nói "I turned off it.")

Xét thêm một số ví dụ:

• Could you $\begin{cases} \textbf{fill in} \text{ this form ?} \\ \textbf{fill} \text{ this form } \textbf{out ?} \end{cases}$ *Làm ơn điền vào mẫu đơn này.*

Nhưng

   • They gave me a form and told me to **fill it out.** (*not* fill out it)

     Họ đưa cho tôi mẫu đơn và bảo tôi điền vào đó. (không nói "fill out it")

• The police got into the house by $\begin{cases} \textbf{breaking down} \text{ the door.} \\ \textbf{breaking} \text{ the door } \textbf{down.} \end{cases}$

     Cảnh sát đã vào nhà bằng cách phá cửa ra vào.

Nhưng

   • The door wasn't locked. Why did the police **break it down**? (*not* break down it).

     Cửa không hề khóa. Tại sao cảnh sát lại phá cửa? (không nói "break down it").

• I think I'll $\begin{cases} \textit{\textbf{throw away}} \text{ these newspapers.} \\ \textbf{throw} \text{ these newspapers } \textbf{away.} \end{cases}$

     Tôi nghĩ là sẽ vất những tờ báo này đi.

Nhưng

   • Do you want these newspapers or should I **throw them away**? (*not* throw away them)

     Bạn có muốn giữ những tờ báo này lại không hay để tôi vất chúng đi? (không nói "throw away them")

• Don't $\begin{cases} \textit{\textbf{wake up}} \text{ the baby. } \textit{Đừng làm đứa bé thức giấc.} \\ \textbf{wake} \text{ the baby } \textbf{up.} \end{cases}$

Nhưng   • The baby is asleep. Don't **wake her up**. (*not* wake up her).

     Đứa bé đang ngủ. Đừng làm nó thức giấc. (không nói "wake up her").

Exercises

133.1 Complete the sentences using one of these phrasal verbs in the correct form:

~~break down~~
clear up (= get better)
close down (= go out of business)
doze off (= fall asleep)

drop out (= stop taking part in something)
move in (= start living in a house, etc.)
show up (= appear/arrive)

1. Sorry I'm late. The car _broke down_ on the way here.
2. I arranged to meet Jane after work last night, but she didn't _____.
3. "We've bought a new house." "Oh, you have? When are you _____?"
4. There used to be a store on the corner, but it _____ a year ago.
5. I ran in a marathon last week but _____ after 15 miles.
6. I was very sleepy. I was sitting in an armchair and _____ .
7. The weather is terrible outside, isn't it? I hope it _____ later.

133.2 Complete the sentences using a word from List A and a word from List B. You need to use some words more than once.

A: along away back forward out up   B: at of to with

1. You're walking too fast. I can't keep _up with_ you.
2. My vacation is almost over. Next week I'll be _____ work.
3. We've nearly run _____ money. We hardly have any left.
4. Martin isn't very happy in his job because he doesn't get _____ his boss.
5. I love to look _____ the stars in the sky at night.
6. Are you looking _____ the party next week?
7. There was a bank robbery last week. The robbers got _____ $30,000.

133.3 Complete the sentences using one of these verbs in the correct form + it/them/her/you:

cross out   give away   make up   see off (= see somebody leave)
~~fill out~~   give back   show around   turn down (= refuse)

1. They gave me a form and told me to _fill it out_ .
2. If you make a mistake on the form, just _____ .
3. The story she told you wasn't true. She _____ .
4. I don't like people who borrow things and don't _____ .
5. Kathy is going to Australia tomorrow. I'm going to the airport to _____ .
6. I had a lot of books that I didn't want to keep, so I _____ to a friend.
7. Would you like to see the factory? Would you like me to _____ ?
8. Sue was offered a job as a translator, but she _____ .

133.4 Complete the sentences. Use the word in parentheses (away/up, etc.) with one of the following:

~~that box~~ your cigarette a jacket the television a word ~~it~~ it them him

1. Don't throw _away that box / that box away_ . I want to keep it. (away)
2. "Do you want this box?" "No, you can throw _it away_ ." (away)
3. Shh! The children are asleep. Don't wake _____ . (up)
4. We can turn _____ . Nobody is watching it. (off)
5. Tom got very angry and started shouting. I tried to calm _____ . (down)
6. I tried _____ in the store, but I didn't buy it. (on)
7. Please put _____ . This is a no-smoking area. (out)
8. It was only a small fire. I was able to put _____ quite easily. (out)
9. You can look _____ in a dictionary if you don't know what it means. (up)

Regular and Irregular Verbs

1.1 Regular verbs

If a verb is *regular*, the *simple past* and *past participle* end in -ed. For example:

base form simple past } past participle }	clean cleaned	finish finished	use used	paint painted	stop stopped	carry carried

For spelling rules, see Appendix 5.
For the simple past (I **cleaned** / they **finished** / she **carried**, etc.), see Unit 5.

We use the past participle to make the *perfect tenses* and for all the *passive* forms.

Perfect tenses (**have/has/had cleaned**):
- I **have cleaned** my room. (*present perfect* – see Units 7–8)
- They were still working. They **hadn't finished**. (*past perfect* – see Unit 14)

Passive (**is cleaned** / **was cleaned**, etc.):
- He **was carried** out of the room. (*simple past passive*) } see Units 39–41
- This gate **has** just **been painted**. (*present perfect passive*) }

1.2 Irregular verbs

When the simple past / past participle do *not* end in -ed (for example, I **saw** / I **have seen**), the verb is *irregular*.

With some irregular verbs, the simple past and past participle are the same as the *base form*. For example, **hit**:
- Don't **hit** me. (*base form*)
- Somebody **hit** me as I came into the room. (*simple past*)
- I've never **hit** anybody in my life. (*past participle – present perfect*)
- George was **hit** on the head by a stone. (*past participle – passive*)

With other irregular verbs, the simple past is the same as the past participle (but different from the base form). For example, **tell → told**:
- Can you **tell** me what to do? (*base form*)
- She **told** me to come back the next day. (*simple past*)
- Have you **told** anybody about your new job? (*past participle – present perfect*)
- I was **told** to come back the next day. (*past participle – passive*)

With other irregular verbs, all three forms are different. For example, **wake → woke/woken**:
- I'll **wake** you up. (*base form*)
- I **woke** up in the middle of the night. (*simple past*)
- The baby has **woken** up. (*past participle – present perfect*)
- I was **woken** up by a loud noise. (*past participle – passive*)

1.3 List of irregular verbs

base form	simple past	past participle	base form	simple past	past participle
be	was/were	been	blow	blew	blown
beat	beat	beaten	break	broke	broken
become	became	become	bring	brought	brought
begin	began	begun	broadcast	broadcast	broadcast
bend	bent	bent	build	built	built
bet	bet	bet	burst	burst	burst
bite	bit	bitten	buy	bought	bought

base form	simple past	past participle
catch	caught	caught
choose	chose	chosen
come	came	come
cost	cost	cost
creep	crept	crept
cut	cut	cut
deal	dealt	dealt
dig	dug	dug
do	did	done
draw	drew	drawn
drink	drank	drunk
drive	drove	driven
eat	ate	eaten
fall	fell	fallen
feed	fed	fed
feel	felt	felt
fight	fought	fought
find	found	found
fit	fit	fit
flee	fled	fled
fly	flew	flown
forbid	forbade	forbidden
forget	forgot	forgotten
forgive	forgave	forgiven
freeze	froze	frozen
get	got	gotten
give	gave	given
go	went	gone
grow	grew	grown
hang	hung	hung
have	had	had
hear	heard	heard
hide	hid	hidden
hit	hit	hit
hold	held	held
hurt	hurt	hurt
keep	kept	kept
kneel	knelt	knelt
know	knew	known
lay	laid	laid
lead	led	led
leave	left	left
lend	lent	lent
let	let	let
lie	lay	lain
light	lit	lit
lose	lost	lost
make	made	made
mean	meant	meant
meet	met	met
pay	paid	paid
put	put	put

base form	simple past	past participle
quit	quit	quit
read	read*	read*
ride	rode	ridden
ring	rang	rung
rise	rose	risen
run	ran	run
say	said	said
see	saw	seen
seek	sought	sought
sell	sold	sold
send	sent	sent
set	set	set
sew	sewed	sewn/sewed
shake	shook	shaken
shoot	shot	shot
show	showed	shown/showed
shrink	shrank	shrunk
shut	shut	shut
sing	sang	sung
sink	sank	sunk
sit	sat	sat
sleep	slept	slept
slide	slid	slid
speak	spoke	spoken
spend	spent	spent
spit	spit/spat	spit/spat
split	split	split
spread	spread	spread
spring	sprang	sprung
stand	stood	stood
steal	stole	stolen
stick	stuck	stuck
sting	stung	stung
stink	stank	stunk
strike	struck	struck
swear	swore	sworn
sweep	swept	swept
swim	swam	swum
swing	swung	swung
take	took	taken
teach	taught	taught
tear	tore	torn
tell	told	told
think	thought	thought
throw	threw	thrown
understand	understood	understood
wake	woke	woken
wear	wore	worn
weep	wept	wept
win	won	won
write	wrote	written

*pronounced [rɛd]

APPENDIX 2
Present and Past Tenses

simple	continuous

---

present

I do

simple present (Units 2–4)

- Ann often **plays** tennis.
- I **work** in a bank, but I **don't enjoy** it very much.
- **Do** you **like** parties?
- It **doesn't rain** much in the summer.

I am doing

present continuous (Units 1, 3–4)

- "Where's Ann?" "She's **playing** tennis."
- Please don't bother me now. I'm **working**.
- Hello. **Are** you **enjoying** the party?
- It **isn't raining** right now.

---

present perfect

I have done

present perfect simple (Units 7–8, 10–13)

- Ann **has played** tennis many times.
- I've **lost** my key. **Have** you **seen** it anywhere?
- How long **have** they **known** each other?
- "Is it still raining?" "No, it **has stopped**."
- The house is dirty. We **haven't cleaned** it for weeks.

I have been doing

present perfect continuous (Units 9–12)

- Ann is very tired. She **has been playing** tennis.
- You're out of breath. **Have** you **been running?**
- How long **have** they **been studying** English?
- It's still raining. It **has been raining** all day.
- I **haven't been feeling** well lately. Maybe I should go to the doctor.

---

past

I did

simple past (Units 5–6, 12–13)

- Ann **played** tennis yesterday afternoon.
- I **lost** my key a few days ago.
- There **was** a movie on TV last night, but we **didn't watch** it.
- What **did** you **do** when you finished work yesterday?

I was doing

past continuous (Unit 6)

- I saw Ann in the park yesterday. She **was playing** tennis.
- I dropped my key when I **was trying** to open the door.
- The TV was on, but we **weren't watching** it.
- What **were** you **doing** at this time yesterday?

---

past perfect

I had done

past perfect (Unit 14)

- It wasn't her first game of tennis. She **had played** many times before.
- I couldn't get into the house because I **had lost** my key.
- The house was dirty because we **hadn't cleaned** it for weeks.

I had been doing

past perfect continuous (Unit 15)

- Ann was tired last night because she **had been playing** tennis in the afternoon.
- Matt decided to go to the doctor because he **hadn't been feeling** well.

For the *passive*, see Units 39–41.

APPENDIX 3
The Future

3.1 List of future forms

▪ I'm leaving tomorrow.	*present continuous*	(Unit 18A)
▪ My train **leaves** at 9:30 tomorrow.	*simple present*	(Unit 18B)
▪ I'm going to leave tomorrow.	**(be) going to**	(Units 19, 22)
▪ I'll leave tomorrow.	**will**	(Units 20–22)
▪ I'll be leaving tomorrow.	*future continuous*	(Unit 23)
▪ I'll **have left** by this time tomorrow.	*future perfect*	(Unit 23D)
▪ I hope to see you before I leave tomorrow.	*simple present*	(Unit 24C)

3.2 *Future actions*

We use the *present continuous* (**I'm doing**) for arrangements that have already been made:
- ▪ I'm leaving tomorrow. I have my plane ticket.
- ▪ "When are they getting married?" "Next month."

We use the *simple present* (I leave / it leaves, etc.) for schedules, programs, etc.:
- ▪ My train leaves at 9:30 tomorrow. (according to the schedule)
- ▪ What time does the movie start?

We use **(be) going to ...** to say what somebody has already decided to do:
- ▪ I've decided not to stay here any longer. I'm going to leave tomorrow. (*or* I'm leaving tomorrow.)
- ▪ Are you going to watch the movie on TV tonight?

We use **will ('ll)** when we decide or agree to do something at the time of speaking:
- ▪ *A:* I don't want you to stay here any longer.
  B: OK. I'll leave tomorrow. (B decides this at the time of speaking.)
- ▪ That bag looks heavy. I'll help you with it.
- ▪ I promise I **won't tell** anybody what happened. (**won't = will not**)

3.3 *Future happenings and situations*

We usually use **will** to talk about future happenings or situations (something **will happen**):
- ▪ I don't think John is happy at work. I think he'll leave soon.
- ▪ By this time next year I'll be in Japan. Where **will** you **be**?

We use **(be) going to** when the situation *now* shows what is going to happen *in the future*:
- ▪ Look at those black clouds. It's going to rain. (You can see the clouds *now*.)

3.4 *Future continuous* and *future perfect*

Will be doing = will be in the middle of doing something:
- ▪ This time next week I'll be on vacation. I'll **be lying** on a beach and **swimming** in the ocean.

We also use **will be -ing** for future actions (see Unit 23C):
- ▪ What time will you **be leaving** tomorrow?

We use **will have (done)** to say that something will already be complete before a time in the future:
- ▪ I won't be here at this time tomorrow. I'll **have already left**.

3.5 We use the present (*not* will) after **when/if/while/before**, etc. (see Unit 24):
- ▪ I hope to see you **before I leave** tomorrow. (*not* before I will leave)
- ▪ Please come and see us **when** you **are** in New York again. (*not* when you will be)
- ▪ If we don't hurry, we'll be late.

Short Forms (*I'm/you've/didn't,* etc.)

4.1 In spoken English we usually say **I'm/you've/didn't,** etc. *(short forms)*, rather than **I am** / **you have** / **did not**, etc. We also use short forms in informal written English (for example, in letters to friends), but not in formal written English (for example, essays for school or business reports).

When we write short forms, we use an *apostrophe* (') for the missing letter(s):

I'm = I am   you've = you have   didn't = did not

4.2 List of short forms of auxiliary verbs

'm = am	I'm					
's = is *or* has		he's	she's	it's		
're = are					you're	we're	they're
've = have	I've				you've	we've	they've
'll = will	I'll	he'll	she'll		you'll	we'll	they'll
'd = would *or* had	I'd	he'd	she'd		you'd	we'd	they'd

's can be **is** or **has:**
- She's sick. (= She **is** sick.)
- She's gone away. (= She **has** gone away.)

but let's = let **us:**
- Let's go now. (= Let **us** go now.)

'd can be **would** or **had:**
- I'd see a doctor if I were you. (= I **would** see)
- I'd never seen her before. (= I **had** never seen)

We use some of these short forms (especially 's) after question words (**who/what,** etc.) and after **that/there/here:**

who's what's where's how's that's there's here's who'll there'll who'd
- **Who's** that woman over there? (= Who **is**)
- **What's** happened? (= What **has**)
- Do you think **there'll** be many people at the party? (= there **will**)

You can also use short forms (especially 's) after a noun:
- **John's** going out tonight. (= John **is**)
- My **friend's** just gotten married. (= My friend **has**)

You cannot use **'m / 's / 're / 've / 'll / 'd** at the *end* of a sentence (because the verb is stressed in this position):
- "Are you tired?" "Yes, I **am**." (*not* Yes, I'm.)
- Do you know where she **is**? (*not* Do you know where she's?)

4.3 *Negative short forms*

isn't	(= is not)	don't	(= do not)	haven't	(= have not)
aren't	(= are not)	doesn't	(= does not)	hasn't	(= has not)
wasn't	(= was not)	didn't	(= did not)	hadn't	(= had not)
weren't	(= were not)				

can't	(= cannot)	won't	(= will not)		
couldn't	(= could not)	wouldn't	(= would not)	shouldn't	(= should not)

Negative short forms for **is** and **are** can be:

he **isn't** / she **isn't** / it **isn't**   *or*   he's **not** / she's **not** / it's **not**
you **aren't** / we **aren't** / they **aren't**   *or*   you're **not** / we're **not** / they're **not**

APPENDIX 5
Spelling

5.1 Nouns, verbs, and adjectives can have the following endings:

noun + -s/-es *(plural)*	books	ideas	matches
verb + -s/-es (after he/she/it)	works	enjoys	washes
verb + -ing	working	enjoying	washing
verb + -ed	worked	enjoyed	washed
adjective + -er *(comparative)*	cheaper	quicker	brighter
adjective + -est *(superlative)*	cheapest	quickest	brightest
adjective + -ly *(adverb)*	cheaply	quickly	brightly

When we use these endings, there are sometimes changes in spelling. These changes are listed below.

5.2 Nouns and verbs + -s/-es

The ending is -es when the word ends in -s, -ss, -sh, -ch, or -x:

bus/buses	miss/misses	wash/washes
match/matches	search/searches	box/boxes

Note also:

potato/potatoes	tomato/tomatoes
do/does	go/goes

5.3 Words ending in -y (baby, carry, easy, etc.)

If a word ends in a *consonant** + y (-by, -ry, -sy, -vy, etc.):

y changes to ie before the ending -s:
baby/babies	story/stories	country/countries	secretary/secretaries
hurry/hurries	study/studies	apply/applies	try/tries

y changes to i before the ending -ed:
hurry/hurried	study/studied	apply/applied	try/tried

y changes to i before the endings -er and -est:
easy/easier/easiest   heavy/heavier/heaviest   lucky/luckier/luckiest

y changes to i before the ending -ly:
easy/easily   heavy/heavily   temporary/temporarily

y does not change before -ing:
hurrying   studying   applying   trying

y does not change if the word ends in a *vowel** + y (-ay, -ey, -oy, -uy):
play/plays/played   monkey/monkeys   enjoy/enjoys/enjoyed   buy/buys
An exception is: day/daily
Note also: pay/paid   lay/laid   say/said

5.4 Verbs ending in -ie (die, lie, tie)

If a verb ends in -ie, ie changes to y before the ending -ing:
die/dying   lie/lying   tie/tying

---

*a e i o u are *vowel* letters. The other letters (b c d f g, etc.) are *consonant* letters.

5.5 Words ending in -e (hope, dance, wide, etc.)

Verbs

If a verb ends in **-e**, we leave out **e** before the ending **-ing**:
   hope/hoping   smile/smiling   dance/dancing   confuse/confusing
Exceptions are: be/being
and verbs ending in **-ee**:   see/seeing   agree/agreeing

If a verb ends in **-e**, we add **-d** for the *past* (of regular verbs):
   hope/hoped   smile/smiled   dance/danced   confuse/confused

Adjectives and adverbs

If an adjective ends in **-e**, we add **-r** and **-st** for the *comparative* and *superlative*:
   wide/wider/widest   late/later/latest   large/larger/largest

If an adjective ends in **-e**, we keep **e** before the adverb ending **-ly**:
   polite/politely   extreme/extremely   absolute/absolutely

If an adjective ends in **-le** (simple, terrible, etc.), we delete **e** and add **y** to form the adverb ending **-ly**:
   simple/simply   terrible/terribly   reasonable/reasonably

5.6 Doubling consonants (stop/stopping/stopped, wet/wetter/wettest, etc.)

Sometimes a word ends in *vowel + consonant*. For example:
   stop   plan   wet   thin   slip   prefer   regret

Before the endings **-ing/-ed/-er/-est**, we double the consonant at the end. So **p → pp, n → nn**, etc. For example:

stop	p → pp	stopping	stopped	big	g → gg	bigger	biggest
plan	n → nn	planning	planned	wet	t → tt	wetter	wettest
rub	b → bb	rubbing	rubbed	thin	n → nn	thinner	thinnest

If the word has more than one syllable (**prefer, begin**, etc.), we double the consonant at the end only if the final syllable is stressed:
   preFER / preferring / preferred   perMIT / permitting / permitted
   reGRET / regretting / regretted   beGIN / beginning

If the final syllable is not stressed, we do not double the final consonant:
   VISit / visiting / visited   deVELOP / developing / developed
   HAPpen / happening / happened   reMEMber / remembering / remembered
Note that:

We do not double the final consonant if the word ends in two consonants (-rt, -lp, -ng, etc.):
   start/starting/started   help/helping/helped   long/longer/longest

We do not double the final consonant if there are two vowel letters before it (-oil, -eed, etc.):
   boil/boiling/boiled   need/needing/needed   explain/explaining/explained
   cheap/cheaper/cheapest   loud/louder/loudest   quiet/quieter/quietest

We do not double **y** or **w** at the end of words. (At the end of words **y** and **w** are not consonants.)
   stay/staying/stayed   grow/growing   new/newer/newest

APPENDIX 6
British English

There are a few grammatical differences between North American English and British English:

Unit	North American	British
7 A–C, 13A	The *present perfect* or the *simple past* can be used for an action in the past with a result now: ■ I've lost my key. Have you seen it? *or* I lost my key. Did you see it? ■ Sally isn't here. { She's gone out. / She went out. } The *present perfect* or the *simple past* can be used with **just, already,** and **yet.** ■ I'm not hungry. { I've just had lunch. / I just had lunch. } ■ A: What time is he leaving? ■ B: { He has already left. / He already left. } ■ Have you finished your work yet? *or* Did you finish your work yet?	The present perfect (not usually the simple past) is used: ■ I've lost my key. Have you seen it? ■ Sally isn't here. She's gone out. Usually the present perfect is used with just, already, and yet: ■ I'm not hungry. I've just had lunch. ■ A: What time is he leaving? ■ B: He has already left. ■ Have you finished your work yet?
16B	North American speakers say: take a bath, take a shower, take a vacation, take a break	British speakers say: have a bath, have a shower, have a holiday, have a break
20D	Will is used with I/we. Shall is unusual: ■ I will be late tonight. Should I . . . ? and should we . . . ? are used to ask for advice, etc.: ■ Which way should we go?	Will or shall can be used with I/we: ■ I will/shall be late this evening. The questions shall I . . . ? and shall we . . . ? are used to ask for advice, etc.: ■ Which way shall we go?
27	North American speakers use **must not** to say they feel sure something is not true: ■ Their car isn't outside their house. They **must not** be at home. ■ She walked past me without speaking. She **must not** have seen me.	British speakers usually use **can't** in these situations: ■ Their car isn't outside their house. They **can't be** at home. ■ She walked past me without speaking. She **can't** have seen me.
32 A–B	After **demand, insist,** etc., the *subjunctive* is usually used: ■ I demanded that he apologize. ■ She suggested that I **buy** some new clothes.	British speakers also use the *simple past* and *simple present:* ■ I demanded that he **apologised.*** ■ I demand that he **apologises.** ■ She suggested that I **bought** some new clothes.
69C	North American speakers say "to/in **the** hospital": ■ Two people were injured and taken **to the** hospital.	British speakers usually say "to/in hospital" (*without* the): ■ Two people were injured and taken **to** hospital.

*Many verbs ending in -ize in North American English (apologize, organize, specialize, etc.) are spelled with -ise in British English (apologise, organise, specialise, etc.).

Unit	North American	British

118A	on the weekend / on weekends:
	  ☞ Will you be here **on the weekend**?
		at the weekend / at weekends:
		  ☞ Will you be here **at the weekend**?

121B	on a street:
	  ☞ Do you live **on this street**?
		in a street:
		  ☞ Do you live **in this street**?

128C	different from or different than:
	  ☞ It was **different from** (*or* **than**) what I'd expected.
		different from or different to:
		  ☞ It was **different from** (*or* **to**) what I'd expected.

Appendix	North American	British
1.3	The following verbs are regular in North American English: **burn** → burned **dream** → dreamed **lean** → leaned **learn** → learned **smell** → smelled **spell** → spelled **spill** → spilled **spoil** → spoiled	In British English, these verbs can be regular or irregular: **burn** → burned *or* burnt **dream** → dreamed *or* dreamt **lean** → leaned *or* leant **learn** → learned *or* learnt **smell** → smelled *or* smelt **spell** → spelled *or* spelt **spill** → spilled *or* spilt **spoil** → spoiled *or* spoilt

	The past participle of **get** is gotten:
	  ☞ Your English has **gotten** much better.
	    (= has become much better)
		The past participle of **get** is got:
		  ☞ Your English has **got** much better.

	But have got (*not* gotten) is an alternative to **have**:
	  ☞ I've **got** two brothers. (= I have two brothers.)
		Have got is a more usual alternative to **have**:
		  ☞ I've **got** two brothers.

5.6	Note the differences in spelling: travel → traveling, traveled cancel → canceling, canceled	travel → travelling, travelled cancel → cancelling, cancelled

Additional Exercises

Exercise 1	Present and past (Units 1–6, Appendix 2)
Exercises 2–4	Present and past (Units 1–13, Appendix 2)
Exercises 5–8	Present and past (Units 1–16, Appendix 2)
Exercise 9	Past continuous and used to (Units 6, 17)
Exercises 10–13	The future (Units 18–24, Appendix 3)
Exercises 14–15	Modal verbs (Units 25–31)
Exercises 16–18	Conditionals (Units 24, 35–37)
Exercise 19	Wish (Units 36–38)
Exercises 20–22	Passive (Units 39–42)
Exercises 23–25	-ing and the infinitive (Units 50–63)
Exercise 26	Articles (Units 66–75)
Exercise 27	Conjunctions (Units 24, 35, 109–114)
Exercise 28	Prepositions (time) (Units 12, 115–118)
Exercise 29	Prepositions (place, etc.) (Units 119–124)
Exercise 30	Noun/adjective + preposition (Units 125–127)
Exercise 31	Verb + preposition (Units 128–132)

Present and Past Units 1–6, Appendix 2

1 Put the verb into the correct form: simple present (*I do*), present continuous (*I am doing*), simple past (*I did*), or past continuous (*I was doing*).

1. We can go out now. It _isn't raining_ (not / rain) anymore.
2. Jane _was waiting_ (wait) for me when I _arrived_ (arrive).
3. I _____ (get) hungry. Let's have something to eat.
4. What _____ (you / do) in your spare time? Do you have any hobbies?
5. How fast _____ (the car / go) at the time of the accident?
6. Mary usually _____ (call) me on Fridays, but she _____ (not / call) last Friday.
7. *A:* When I last saw you, you _____ (think) of moving to a new apartment.
   B: That's right, but in the end I _____ (decide) to stay where I was.
8. What's that noise? What _____ (happen)?
9. It's usually dry here at this time of the year. It _____ (not / rain) much.
10. Last night the phone _____ (ring) three times while we _____ (have) dinner.
11. Linda was busy when we _____ (go) to see her yesterday. She _____ (study) for an exam. We _____ (not / want) to bother her, so we _____ (not / stay) very long.
12. When I first _____ (tell) Tom the news, he _____ (not / believe) me. He _____ (think) that I _____ (joke).

2   Choose the correct alternative.

1. Everything is going well. We <u>didn't have</u> / <u>haven't had</u> any problems so far. (*haven't had* is correct)
2. Lisa <u>didn't go</u> / <u>hasn't gone</u> to work yesterday. She wasn't feeling well.
3. Look! That man over there <u>wears</u> / <u>is wearing</u> the same sweater as you.
4. I wonder why Jim <u>is</u> / <u>is being</u> so nice to me today. He isn't usually like that.
5. Jane had a book open in front of her, but she <u>didn't read</u> / <u>wasn't reading</u> it.
6. I wasn't very busy. I <u>didn't have</u> / <u>wasn't having</u> much to do.
7. Mary wasn't happy in her new job at first, but she <u>begins</u> / <u>is beginning</u> to like it now.
8. After graduating from college, Tim <u>found</u> / <u>has found</u> it very difficult to get a job.
9. When Sue heard the news, she <u>wasn't</u> / <u>hasn't been</u> very happy.
10. This is a nice restaurant, isn't it? Is this the first time <u>you are</u> / <u>you've been</u> here?
11. I need a new job. <u>I'm doing</u> / <u>I've been doing</u> the same job for too long.
12. "Ann has gone out." "Oh, she has? What time <u>did she go</u> / <u>has she gone</u>?"
13. "You look tired." "Yes, <u>I've played</u> / <u>I've been playing</u> basketball."
14. Where <u>are you coming</u> / <u>do you come</u> from? Are you Australian?
15. I'd like to see Tina again. It's been a long time <u>since I saw her</u> / <u>that I didn't see her</u>.
16. Bob and Alice have been married <u>since 20 years</u> / <u>for 20 years</u>.

3   Complete the questions using an appropriate verb.

1. A: I'm looking for Paul. *Have you seen* _____ him?
   B: Yes, he was here a minute ago.
2. A: Why *did you go* _____ to bed so early last night?
   B: Because I was very tired.
3. A: Where _____ ?
   B: To the post office. I want to mail these letters. I'll be back in a few minutes.
4. A: _____ TV every night?
   B: No, only if there's a good program on.
5. A: Your house is very beautiful. How long _____ here?
   B: Nearly ten years.
6. A: How was your vacation? _____ a nice time?
   B: Yes, thanks. It was great.
7. A: _____ Julie recently?
   B: Yes, we had lunch together a few days ago.
8. A: Can you describe the woman you saw? What _____ ?
   B: A red sweater and black jeans.
9. A: I'm sorry to keep you waiting. _____ long?
   B: No, only about ten minutes.
10. A: How long _____ you to get to work in the morning?
    B: Usually about 45 minutes. It depends on the traffic.
11. A: _____ with that newspaper yet?
    B: No, I'm still reading it. I won't be long.
12. A: _____ to Mexico?
    B: No, never, but I went to Costa Rica a few years ago.

4   Use your own ideas to complete B's sentences.

1. A: What's the new restaurant like? Is it good?
   B: I have no idea. *I've never been* _____ there.
2. A: How well do you know Bill?
   B: Very well. We _____ since we were children.

3. A: Did you enjoy your vacation?
   B: Yes, it was fantastic. It's the best vacation _____ .
4. A: Is Brad still here?
   B: No, I'm afraid he isn't. _____ about ten minutes ago.
5. A: I like your suit. I haven't seen it before.
   B: It's new. It's the first time _____ .
6. A: How did you cut your knee?
   B: I slipped and fell while _____ tennis.
7. A: Do you ever go swimming?
   B: Not these days. I haven't _____ a long time.
8. A: How often do you go to the movies?
   B: Hardly ever. It's been almost a year _____ to the movies.
9. A: I bought some new shoes. Do you like them?
   B: Yes, they're very nice. Where _____ them?

Present and Past   Units 1–16, Appendix 2

5 Put the verb into the correct form: simple past (*I did*), past continuous (*I was doing*), past perfect (*I had done*), or past perfect continuous (*I had been doing*).

1.

Yesterday afternoon Sarah _went_ _____ (go) to the station to meet Paul.
When she _____ (get) there, Paul _____ (already / wait) for her. His train _____ (arrive) early.

2.

When I got home, Bill _____ (lie) on the sofa. The TV was on, but he _____ (not / watch) it. He _____ (fall) asleep and _____ (snore) loudly. I _____ (turn) the TV off, and just then he _____ (wake) up.

3.

Last night I _____ (just / go) to bed and _____ (read) a book when suddenly I _____ (hear) a noise. I _____ (get) up to see what it was, but I _____ (not / see) anything, so I _____ (go) back to bed.

412   ADDITIONAL EXERCISES

4.

Oh no! I forgot my passport!   Enjoy your flight!

Maria had to go to Tokyo last week, but she almost _____ (miss) the plane. She _____ (stand) in line at the check-in counter when she suddenly _____ (realize) that she _____ (leave) her passport at home. Fortunately, she doesn't live very far from the airport, so she _____ (have) time to take a taxi home to get it. She _____ (get) back to the airport just in time for her flight.

5.

Hello. Did you have a good game? Yes, great. Come and have some iced tea. I'm sorry, but . . .

I _____ (meet) Jeff and Amy yesterday as I _____ (walk) through the park. They _____ (be) at the Sports Center, where they _____ (play) tennis. They _____ (go) to a cafe for some iced tea and _____ (invite) me to join them, but I _____ (arrange) to meet a friend and _____ (not / have) time.

6 Make sentences from the words in parentheses. Put the verb into the correct form: present perfect (*I have done*), present perfect continuous (*I have been doing*), past perfect (*I had done*), or past perfect continuous (*I had been doing*).

1. Ann is sitting on the ground. She's out of breath.
   (she / run) *She has been running.*
2. Where's my bag? I left it under this chair.
   (somebody / take / it) _____
3. We were all surprised when Jenny and Alex got married last year.
   (they / only / know / each other / a few weeks) _____
4. It's still raining. I wish it would stop.
   (it / rain / all day) _____
5. Suddenly I woke up. I was confused and didn't know where I was.
   (I / dream) _____
6. I wasn't hungry at lunchtime, so I didn't have anything to eat.
   (I / have / a big breakfast) _____
7. Every year Bob and Alice spend a few days at the same hotel in Hawaii.
   (they / go / there for years) _____
8. I have a headache.
   (I / have / it / since I got up) _____
9. Next week Dave is going to run in a marathon.
   (he / train / very hard for it) _____

7 Put the verbs into the correct form.

Julie and Kevin are old friends. They meet by chance at the airport.

Julie: Hello, Kevin. (1) _____
(I / not / see) you for ages. How are you?

Kevin: I'm fine. How about you? (2) _____
(you / look) good.

Julie: Thanks. So, (3) _____ (you /
go) somewhere, or (4) _____
(you / meet) somebody's flight?

Kevin: (5) _____ (I / go) to New York for a business meeting.

Julie: Oh. (6) _____ (you / often / go) away on business?

Kevin: Fairly often, yes. And you? Where (7) _____ (you / go)?

Julie: Nowhere. (8) _____ (I / meet) a friend. Unfortunately,
her flight (9) _____ (be) delayed –
(10) _____ (I / wait) here for nearly an hour.

Kevin: How are your children?

Julie: They're all fine, thanks. The youngest (11) _____ (just
/ start) school.

Kevin: How (12) _____ (she / do)?
(13) _____ (she / like) it?

Julie: Yes, (14) _____ (she / think) it's great.

Kevin: (15) _____ (you / work) these days? The last time I
(16) _____ (speak) to you,
(17) _____ (you / work) in a travel agency.

Julie: That's right. Unfortunately, the company (18) _____ (go)
out of business a couple of months after (19) _____
(I / start) working there, so (20) _____ (I / lose) my job.

Kevin: And (21) _____ (you / not / have) a job since then?

Julie: Not a permanent job. (22) _____ (I / have) a few
temporary jobs. By the way, (23) _____ (you / see)
Mark recently?

Kevin: Mark? He's in Canada.

Julie: Really? How long (24) _____ (he / be) in Canada?

Kevin: About a year now. (25) _____ (I / see) him a few days
before (26) _____ (he / go).
(27) _____ (he / be) unemployed for months, so
(28) _____ (he / decide) to try his luck somewhere else.
(29) _____ (he / really / look forward) to going.

Julie: What (30) _____ (he / do) there?

Kevin: I have no idea. (31) _____ (I / not / hear) from him
since (32) _____ (he / leave). Anyway, I have to go –
my plane is boarding. It was really nice to see you again.

Julie: You, too. Bye. Have a good trip.

Kevin: Thanks. Bye.

8 Put the verb into the most appropriate form.

1. Who _____ (invent) the bicycle?
2. "Do you still have a headache?" "No, _____ (it / go)
away. I'm all right now."
3. I was the last one to leave the office. Everybody else _____
(go) home.

414

4. What _____ (you / do) last weekend?
   _____ (you / go) away for the weekend?
5. I like your car. How long _____ (you / have) it?
6. We decided not to go out because _____ (it / rain) pretty hard.
7. Jill is an experienced teacher. _____ (she / teach) for 15 years.
8. A few days ago _____ (I / see) a man at a party whose face
   _____ (be) very familiar. At first I couldn't think where
   _____ (I / see) him before. Then suddenly
   _____ (I / remember) who _____ (he / be).
9. _____ (you / hear) of Agatha Christie?
   _____ (she / be) a writer who _____
   (die) in 1976. _____ (she / write) more than 70 detective novels.
   _____ (you / read) any of them?
10. A: What _____ (this word / mean)?
    B: I don't know. _____ (I / never / see) it before. Look it
    up in the dictionary.
11. A: _____ (you / get) to the theater in time for the play last night?
    B: No, we were late. By the time we got there, _____
    (it / already / begin).
12. I went to John's room and _____ (knock) on the door, but there
    _____ (be) no answer. Either _____
    (he / go) out, or _____ (he / not / want) to see anyone.
13. Angela asked me how to use the photocopier. _____
    (she / never / use) it before, so _____ (she / not / know)
    what to do.
14. Mary _____ (go) for a swim after work yesterday.
    _____ (she / need) some exercise because
    _____ (she / sit) in an office all day in front of a computer.

Past Continuous and *used to*   Units 6 and 17

9 **Complete the sentences using the past continuous *(was doing)* or *used to (do)*. Use the
verb in parentheses.**

1. I haven't been to the movies for ages. We _used to go_ _____ a lot. (go)
2. Ann didn't see me wave to her. She _was looking_ _____ in the other
   direction. (look)
3. I _____ a lot, but I don't use my car very much these
   days. (drive)
4. I asked the driver to slow down. She _____ too fast.
   (drive)
5. Rosa and Jim met for the first time when they _____ at
   the same bank. (work)
6. When I was a child, I _____ a lot of bad dreams. (have)
7. When the phone rang, I _____ a shower. (take)
8. "Where were you yesterday afternoon?" "I _____
   volleyball." (play)
9. "Do you play any sports?" "Not these days. I _____
   volleyball." (play)
10. George looked very nice. He _____ a very nice suit.
    (wear)

10   What do you say to your friend in these situations? Use the words given in parentheses.
Use the present continuous (*I am doing*), *going to (do)*, or *will (I'll)*.

1. You have made all your vacation plans. Your destination is Jamaica.
   Friend: Have you decided where you're going on vacation yet?
   You: Yes, *I'm going to Jamaica* _____ . (I / go)

2. You have made an appointment with the dentist for Friday morning.
   Friend: Do you want to get together on Friday morning?
   You: I can't on Friday. _____ (I / go)

3. You and some friends are planning a vacation in Mexico. You have decided to rent a car,
   but you haven't arranged this yet.
   Friend: How do you plan to travel around Mexico? By bus?
   You: No, _____ . (we / rent)

4. Your friend has two young children. She wants to go out tomorrow night. You offer to
   take care of the children.
   Friend: I want to go out tomorrow night, but I don't have a baby-sitter.
   You: That's no problem. _____ (I / take care)

5. You have already arranged to have lunch with Sue tomorrow.
   Friend: Are you free at lunchtime tomorrow?
   You: No, _____ . (have lunch)

6. You are in a restaurant. You and your friend are looking at the menu. You ask your
   friend if he/she has decided what to have.
   You: What _____ ? (you / have)
   Friend: I don't know. I can't make up my mind.

7. You and a friend are reading. It's getting dark, and your friend is having trouble reading.
   You decide to turn on the light.
   Friend: It's getting dark, isn't it? I'm having trouble reading.
   You: _____ (I / turn on)

8. You and a friend are reading. It's getting dark, and you decide to turn on the light. You
   stand up and walk toward the light switch.
   Friend: What are you doing?
   You: _____ (I / turn on)

11   Put the verb into the most appropriate form. Use a present tense (simple or continuous),
will (I'll), or *shall/should*.

Conversation 1 (in the morning)

Jenny: (1) *Are you doing* _____ (you / do) anything tomorrow night, Karen?
Karen: No, why?
Jenny: Well, do you feel like going to the movies? *Strangers on a Plane* is playing. I want to
see it, but I don't want to go alone.
Karen: OK, (2) _____ (I / go) with you. What time
(3) _____ (we / meet)?
Jenny: Well, the movie (4) _____ (begin) at 8:45, so
(5) _____ (I / meet) you at about 8:30 outside the
theater, OK?
Karen: Fine. (6) _____ (I / see) Mary later this evening.
(7) _____ (I / ask) her if she wants to come, too?
Jenny: Yes, why don't you? (8) _____ (I / see) you tomorrow
then. Bye.

Conversation 2 (later the same day)

Karen: Jenny and I (9) _____ (go) to the movies tomorrow
      night to see *Strangers on a Plane*. Why don't you come with us?
Mary: I'd love to come. What time (10) _____ (the movie / begin)?
Karen: 8:45.
Mary: (11) _____ (you / meet) outside the theater?
Karen: Yes, at 8:30. Is that OK for you?
Mary: Yes, (12) _____ (I / be) there at 8:30.

12 Put the verbs into the most appropriate form. Sometimes there is more than one
possibility.

1. A has decided to learn a language.
   A: I've decided to try and learn a foreign language.
   B: You have? What language (1) *are you going to study* (you / study)?
   A: Spanish.
   B: (2) _____ (you / take) a class?
   A: Yes, (3) _____ (it / start) next week.
   B: That's great. I'm sure (4) _____ (you / enjoy) it.
   A: I hope so. But I think (5) _____ (it / be) a lot of work.

2. A wants to know about B's vacation plans.
   A: I hear (1) _____ (you / go) on vacation soon.
   B: That's right. (2) _____ (we / go) to Brazil.
   A: I hope (3) _____ (you / have) a great time.
   B: Thanks. (4) _____ (I / send) you a postcard and
      (5) _____ (I / get) in touch with you when
      (6) _____ (I / get) back.

3. A invites B to a party.
   A: (1) _____ (I / have) a party next Saturday. Can you come?
   B: On Saturday? I'm not sure. Some friends of mine (2) _____
      (come) to stay with me next week, but I think (3) _____
      (they / leave) by Saturday. But if (4) _____ (they / be) still
      here, (5) _____ (I / not / be) able to come to the party.
   A: OK. Well, tell me as soon as (6) _____ (you / know).
   B: All right. (7) _____ (I / call) you during the week.

4. A and B are two secret agents arranging a meeting. They are talking on the phone.
   A: Well, what time (1) _____ (we / meet)?
   B: Come to the cafe by the station at 4:00.
      (2) _____ (I / wait) for you
      when (3) _____ (you / arrive).
      (4) _____ (I / sit) by the window,
      and (5) _____ (I / wear) a bright
      green sweater.
   A: OK. (6) _____ (Agent 307 /
      come), too?
   B: No, she can't be there.
   A: Oh. (7) _____ (I / bring) the
      documents?
   B: Yes. (8) _____ (I / explain)
      everything when (9) _____ (I / see)
      you. And don't be late.
   A: OK. (10) _____ (I / try) to be on time.

13 Put the verb into the correct form. Choose from the following:

present continuous (I am doing) will ('ll) / won't
simple present (I do) will be doing
going to (I'm going to do) shall / should

1. I'm a little hungry. I think _____ (I / have) something to eat.
2. Why are you putting on your coat? _____ (you / go) somewhere?
3. Look! That plane is flying toward the airport. _____ (it / land).
4. We have to do something soon, before _____ (it / be) too late.
5. I'm sorry you've decided to leave the company. _____ (I / miss) you when _____ (you / go).
6. Are you still watching that TV program? What time _____ (it / end)?
7. _____ (I / go) to Chicago next weekend for a wedding. My sister _____ (get) married.
8. I'm not ready yet. _____ (I / tell) you when _____ (I / be) ready. I promise _____ (I / not / be) very long.
9. A: Where are you going?
   B: To the hairdresser. _____ (I / have) my hair cut.
10. She was very rude to me. I refuse to speak to her again until _____ (she / apologize).
11. I wonder where _____ (we / live) ten years from now?
12. What do you plan to do when _____ (you / finish) college?

Modal Verbs (*can/must/would,* etc.)   Units 25–31

14 Make sentences from the words in parentheses.

1. Don't phone Ann now. (she might / have / lunch)
   She might be having lunch.
2. I ate too much. Now I feel sick. (I shouldn't / eat / so much)
   I shouldn't have eaten so much.
3. I wonder why Tom didn't phone me. (he must / forget)
   : _____
4. Why did you go home so early? (you shouldn't / leave / so early)
   _____
5. You've signed the contract. (it / can't / change / now)
   _____
6. "What's Linda doing?" "I'm not sure." (she may / watch / television)
   _____
7. Lauren was standing outside the movie theater. (she must / wait / for somebody)
   _____
8. He was in prison at the time that the crime was committed, so (he couldn't / do / it).
   _____
9. Why weren't you here earlier? (you should / be / here earlier)
   _____
10. Why didn't you ask me to help you? (I would / help / you)
    _____
11. I'm surprised nobody told you that the road was dangerous. (you should / warn)
    _____
12. Brian was in a strange mood yesterday. (he might not / feel / very well)
    _____

5 Complete B's sentences using *can / could / might / must / should / would* + the verb in parentheses. In some sentences you need to use *have* (*must have done / should have done*, etc.). In some sentences you need the negative (*can't/couldn't*, etc.).

1. A: I'm hungry.
   B: But you've just had lunch. You _can't be_____ hungry already. (be)
2. A: I haven't seen our neighbors for ages.
   B: Me either. They _must have gone_____ away. (go)
3. A: What's the weather like? Is it raining?
   B: Not right now, but it _____ later. (rain)
4. A: Where has Julie gone?
   B: I'm not sure. She _____ to the bank. (go)
5. A: I didn't see you at John's party last week.
   B: No, I had to work that night, so I _____ . (go)
6. A: I saw you at John's party last week.
   B: No, you _____ me. I didn't go to John's party. (see)
7. A: What time will we get to Sue's house?
   B: Well, it's about a two-hour drive, so if we leave at 3:00, we
   _____ there by 5:00. (get)
8. A: When was the last time you saw Eric?
   B: Years ago. I _____ him if I saw him now. (recognize)
9. A: Did you hear the explosion?
   B: What explosion?
   A: There was a loud explosion a few minutes ago. You
   _____ it. (hear)
10. A: We weren't sure which way to go. We decided to turn right.
    B: You went the wrong way. You _____ left. (turn)

Conditionals   Units 24, 35–37

6 Put the verb into the correct form.

1. If you _found_____ a wallet in the street, what would you do with it? (find)
2. I have to hurry. My friend will be upset if I _'m not_____ on time. (not / be)
3. I didn't realize that Jeff was in the hospital. If I _had known_____ he was in the hospital, I would have gone to visit him. (know)
4. If the phone _____ , can you answer it? (ring)
5. I can't decide what to do. What would you do if you _____ in my position? (be)
6. A: What should we do tomorrow?
   B: Well, if it _____ a nice day, we can go to the beach. (be)
7. A: Let's go to the beach.
   B: No, it's too cold. If it _____ warmer, I wouldn't mind going to the beach. (be)
8. A: Did you go to the beach yesterday?
   B: No, it was too cold. If it _____ warmer, we would have gone. (be)
9. If you _____ enough money to go anywhere in the world, where would you go? (have)
10. I'm glad we had a map. I'm sure we would have gotten lost if we
    _____ one. (not / have)
11. The accident was your fault. If you _____ more carefully, it wouldn't have happened. (drive)
12. A: Why do you read newspapers?
    B: Well, if I _____ newspapers, I wouldn't know what was happening in the world. (not / read)

17 Complete the sentences in the way shown.

1. Liz is tired all the time. She shouldn't go to bed so late.
   If *Liz didn't go to bed so late, she wouldn't be tired all the time* .
2. It's getting late. I don't think Ann will come to see us now.
   I'd be surprised if Ann _____ .
3. I'm sorry I disturbed you. I didn't know you were busy.
   If I'd known you were busy, I _____ .
4. The dog attacked you, but only because you provoked it.
   If _____ .
5. I don't want them to be upset, so I've decided not to tell them what happened.
   They _____ if _____ .
6. Unfortunately, I didn't have an umbrella, so I got very wet in the rain.
   I _____ if _____ .
7. Matt failed his driver's test last week. He was very nervous, and that's why he failed.
   If he _____ .

18 Use your own ideas to complete these sentences.

1. I'd go out tonight if _____ .
2. I'd have gone out last night if _____ .
3. If you hadn't reminded me, _____ .
4. We wouldn't have been late if _____ .
5. If I'd been able to get tickets, _____ .
6. Who would you phone if _____ ?
7. Cities would be nicer places if _____ .
8. If there were no television, _____ .

Wish   **Units 36–38**

19 Put the verb into the correct form.

1. I feel sick. I wish *I hadn't eaten* so much cake. (I / not / eat)
2. I'm fed up with this rain. I wish *it would stop* raining. (it / stop)
3. It's a difficult question. I wish _____ the answer. (I / know)
4. I should have listened to you. I wish _____ your advice.
   (I / take)
5. I wish _____ here. She'd be able to help us. (Ann / be)
6. Aren't they ready yet? I wish _____ . (they / hurry up)
7. It would be nice to stay here. I wish _____ to go now.
   (we / not / have)
8. When we were in Bangkok last year, we didn't have time to see all the things we wanted
   to see. I wish _____ more time. (we / have)
9. It's freezing today. I wish _____ so cold. I hate cold
   weather. (it / not / be)
10. What's her name again? I wish _____ remember her
    name. (I / can)
11. What I said was rude. I wish _____ anything. (I / not / say)
12. *(in a car)* You're driving too fast. I wish _____ .
    (you / slow down)
13. It was a terrible movie. I wish _____ to see it. (we / not / go)
14. You're always tired. I wish _____ to bed so late.
    (you / not / go)

420

20   Put the verb into the most appropriate passive form.

1. There's somebody behind us. I think we _are being followed_____ (follow).
2. A mystery is something that _can't be explained_____ (can't / explain).
3. We didn't play soccer yesterday. The match _____ (cancel).
4. The television _____ (repair). It's working again now.
5. The church tower _____ (restore). The work is almost finished.
6. "How old is the church?" "It _____ (believe) to be over 600 years old."
7. If I didn't do my job right, I _____ (would / fire).
8. *A:* I left some papers on the desk last night, and I can't find them now.
   B: They _____ (might / throw) away.
9. I learned to swim when I was very young. I _____ (teach) by my mother.
10. After _____ (arrest), I was taken to the police station.
11. "_____ (you / ever / arrest)?" "No, never."
12. *(TV news report)* Two people _____ (report) to _____ (injure) in an explosion at a factory in Miami early this morning.

21   Put the verb into the correct form, active or passive.

1. This house is very old. It _was built_____ (build) over 100 years ago.
2. My grandfather was a builder. He _built_____ (build) this house many years ago.
3. "Is your car still for sale?" "No, I _____ (sell) it."
4. "Is the house at the end of the street still for sale?" "No, it _____ (sell)."
5. Sometimes mistakes _____ (make). It's inevitable.
6. I wouldn't leave your car unlocked. It _____ (might / steal).
7. My bag has disappeared. It _____ (must / steal).
8. I can't find my hat. Somebody _____ (must / take) it by mistake.
9. It's a serious problem. I don't know how it _____ (can / solve).
10. We didn't leave early enough. We _____ (should / leave) earlier.
11. Every time I travel by plane, my flight _____ (delay).
12. A new bridge _____ (build) across the river. Work started last year, and the bridge _____ (expect) to open next year.

22   Read the newspaper reports and put the verbs into the most appropriate form.

1. **Fire at City Hall**
   City Hall (1) _was damaged_____ (damage) in a fire last night. The fire, which (2) _____ (discover) at about 9:00 P.M., spread very quickly. Nobody (3) _____ (injure), but two people had to (4) _____ (rescue) from the basement. A large number of documents (5) _____ (believe / destroy). It (6) _____ (not / know) how the fire started.

2. Convenience Store Robbery

A convenience store clerk (1) _____ (force) to hand over
$500 yesterday after (2) _____ (threaten) by a man with a
gun. The gunman escaped in a car that (3) _____ (steal)
earlier in the day. The car (4) _____ (later / find) in a
parking lot, where it (5) _____ (abandon). A man
(6) _____ (arrest) in connection with the robbery and
(7) _____ (still / question) by the police.

3. Road Delays

Repair work started yesterday on Route 22. The road (1) _____
(resurface), and there will be long delays. Drivers (2) _____ (ask)
to use an alternative route if possible. The work (3) _____
(expect) to last two weeks. Next Sunday the road (4) _____
(close), and traffic (5) _____ (reroute).

4. Accident

A woman (1) _____ (take) to the hospital after her car
collided with a truck on Route 309 yesterday. She (2) _____
(allow) to go home later that day after treatment. The road (3) _____
_____ (block) for an hour after the accident, and traffic had to
(4) _____ (reroute). A police inspector said afterward:
"The woman was lucky. She could (5) _____ (kill)."

-ing and the Infinitive   **Units 50–63**

23   **Put the verb into the correct form.**

1. How old were you when you learned _to drive_____ (drive) ?
2. I don't mind _walking_____ (walk) home, but I'd rather _take_____
   (take) a taxi.
3. I can't make a decision. I keep _____ (change) my mind.
4. He had made his decision and refused _____ (change) his mind.
5. Why did you change your decision? What made you _____ (change)
   your mind?
6. It was a great vacation. I really enjoyed _____ (be) at the ocean again.
7. Did I really tell you I was unhappy? I don't remember _____ (say)
   that.
8. "Remember _____ (call) Tom tomorrow." "OK. I won't forget."
9. The water here isn't very good. I'd avoid _____ (drink) it if I were
   you.
10. I pretended _____ (be) interested in the conversation, but it was
    really very boring.
11. I got up and looked out of the window _____ (see) what the
    weather was like.
12. I have a friend who claims _____ (be) able to speak five languages.
13. I didn't like _____ (live) in my old apartment, so I decided
    _____ (move) .
14. Steve used _____ (be) a soccer player. He had to stop
    _____ (play) because of an injury.
15. After _____ (stop) by the police, the man admitted
    _____ (steal) the car but denied _____ (drive)
    100 miles an hour.
16. A: How do you make this machine _____ (work) ?
    B: I'm not sure. Try _____ (press) that button and see what happens.

24 Make sentences from the words in parentheses.

1. I can't find the tickets. (I / seem / lose / them) *I seem to have lost them*
2. I don't have far to go. (it / not / worth / take / a taxi) *It's not worth taking a taxi.*
3. Tim isn't very reliable. (he / tend / forget / things) _____
4. I've got a lot of luggage. (you / mind / help / me?) _____
5. There's nobody in the house. (everybody / seem / go out) _____

6. We don't like our apartment. (we / think / move) _____
7. The vase was very valuable. (I / afraid / touch / it) _____
8. Bill never carries much money with him. (he / afraid / robbed) _____

9. I wouldn't go to see that movie. (it / not / worth / see) _____
10. I'm very tired after that long walk. (I / not / used / walk / so far) _____

11. Beth is on vacation. I received a postcard from her yesterday. (she / seem / enjoy / herself) _____

12. Dave had lots of vacation pictures. (he / insist / show / them to me) _____

13. I don't want to clean my apartment. (I'd rather / somebody else / do / it) _____

25 Complete the second sentence so that the meaning is similar to the first.

1. I was surprised I passed the exam. I didn't expect *to pass the exam* .
2. Did you manage to solve the problem? Did you succeed *in solving the problem* ?
3. I don't read newspapers anymore. I've given up _____ .
4. I'd prefer not to go out tonight. I'd rather _____ .
5. He can't walk very well. He has trouble _____ .
6. Should I call you tonight? Do you want _____ ?
7. Nobody saw me come in. I came in without _____ .
8. They said I was a liar. I was accused _____ .
9. It will be good to see them again. I'm looking forward _____ .
10. What do you think I should do? What do you advise me _____ ?
11. It's too bad I couldn't go out with you. I'd like _____ .
12. I'm sorry that I didn't take your advice. I regret _____ .

Articles

Units 66–75

6 Put in *a/an* or *the* where necessary. Leave an empty space *(–)* if the sentence is already complete.

1. I don't usually like staying at ___—___ hotels, but last summer we spent a few days at ___a___ very nice hotel at ___the___ beach.
2. _____ tennis is my favorite sport. I play once or twice _____ week if I can, but I'm not _____ very good player.
3. I won't be home for _____ dinner this evening. I'm meeting some friends after _____ work, and we're going to _____ movies.
4. _____ unemployment is very high right now, and it's very difficult for _____ people to find _____ work.
5. There was _____ accident as I was going _____ home last night. Two people were taken to _____ hospital. I think _____ most accidents are caused by _____ people driving too fast.
6. Carol is _____ economist. She used to work in _____ investment department of _____ Lloyds Bank. Now she works for _____ American bank in _____ United States.

7. *A:* What's _____ name of _____ hotel where you're staying?

   B: _____ Royal. It's on _____ West Street in _____ suburbs. It's near _____ airport.

8. I have two brothers. _____ older one is training to be _____ pilot with _____ Western Airlines. _____ younger one is still in _____ high school. When he finishes _____ school, he hopes to go to _____ college to study _____ engineering.

Conjunctions

Units 24, 35, 109–114

27 Choose the correct alternative.

1. I'll try to be on time, but don't worry ~~if~~ / ~~when~~ I'm late. (*if* is correct)
2. Don't throw that bag away. If / When you don't want it, I'll take it.
3. Please report to the front desk if / when you arrive at the hotel.
4. We've arranged to play tennis tomorrow, but we won't play if / when it's raining.
5. Jennifer is in her last year at school. She still doesn't know what she's going to do if / when she graduates.
6. What would you do if / when you lost your keys?
7. I hope I'll be able to come to the party, but I'll let you know if / unless I can't.
8. I don't want to be disturbed, so don't phone me if / unless it's something important.
9. Please sign the contract if / unless you're happy with the conditions.
10. I like traveling by ship as long as / unless the sea isn't rough.
11. You might not remember the name of the hotel, so write it down if / in case you forget it.
12. It's not cold now, but take your coat with you if / in case it gets cold later.
13. Take your coat with you, and then you can put it on if / in case it gets cold later.
14. The television is always on, even if / if nobody is watching it.
15. Even / Although we played very well, we lost the baseball game.
16. Despite / Although we've known each other a long time, we're not very close friends.
17. "When did you finish school?" "As / When I was 18."
18. Ann will be surprised when / as she hears the news.

Prepositions (Time)

Units 12, 115–118

28 Put in one of the following prepositions:

   at on in for since during by until

1. Jack has gone out of town. He'll be back *in* a week.
2. We're having a party _____ Saturday. Can you come?
3. I have an interview next week. It's _____ 9:30 _____ Tuesday morning.
4. Sue isn't usually here _____ weekends. She goes out of town.
5. The train service is very good. The trains are almost always _____ time.
6. It was a confusing situation. Many things were happening _____ the same time.
7. I couldn't decide whether or not to buy the sweater. _____ the end I decided not to.
8. The road is busy all the time, even _____ night.
9. I was woken up by a loud noise _____ the night.
10. I saw Helen _____ Friday, but I haven't seen her _____ then.
11. Brian has been doing the same job _____ five years.
12. Ann's birthday is _____ the end of March. I'm not sure which day it is.
13. We have some friends staying with us _____ the moment. They're staying _____ Friday.
14. If you're interested in applying for the job, your application must be received _____ Friday.

Prepositions (Place and Other Uses)

Units 119–124

29 Put in the missing preposition.

1. I'd love to be able to visit every country _in_ the world.
2. "Margaret White is my favorite author. Have you read anything _____ her?" "Yes, I've read all her books."
3. "Is there a bank near here?" "Yes, there's one _____ the end of this block."
4. Tim is out of town at the moment. He's _____ vacation.
5. You've got something _____ your cheek. Take a look _____ the mirror.
6. We went _____ a party _____ Kelly's house on Saturday.
7. Bombay is _____ the west coast of India.
8. Look at the leaves _____ that tree. They're a beautiful color.
9. "Have you ever been _____ Tokyo?" "No, I've never been _____ Japan."
10. Mozart died _____ Vienna in 1791 _____ the age of 35.
11. "Are you _____ this photograph?" "Yes, that's me, _____ the left."
12. We went _____ the theater last night. We had seats _____ the front row.
13. "Where's the light switch?" "It's _____ the wall _____ the door."
14. What time did you arrive _____ the party?
15. I couldn't decide what to eat. There was nothing _____ the menu that I liked.
16. We live _____ a high rise. Our apartment is _____ the fifteenth floor.
17. "What did you think of the movie?" "Some parts were a little boring, but _____ the whole I enjoyed it."
18. When you paid the hotel bill, did you pay _____ cash or _____ credit card?
19. "How did you get here? _____ the bus?" "No, _____ car."
20. *A:* I wonder what's _____ TV tonight. Do you have a newspaper?
    B: Yes, the TV listings are _____ the back page.

Noun/Adjective + Preposition

Units 125–127

30 Put in the missing preposition.

1. The plan has been changed, but nobody seems to know the reason _for_ this.
2. Don't ask me to decide. I'm not very good _____ making decisions.
3. Some people say that Sue is unfriendly, but she's always very nice _____ me.
4. What do you think is the best solution _____ the problem?
5. There has been a big increase _____ the price of land recently.
6. He lives a pretty lonely life. He doesn't have much contact _____ other people.
7. Paula is a wonderful photographer. She likes taking pictures _____ people.
8. Jim got married _____ a woman he met when he was in college.
9. He's very brave. He's not afraid _____ anything.
10. I'm surprised _____ the amount of traffic today. I didn't think it would be so heavy.
11. Thank you for lending me the guidebook. It was full _____ useful information.
12. Please come in and sit down. I'm sorry _____ the mess.

Verb + Preposition

Units 128–132

31 Put in a preposition where necessary. If the sentence is already complete, leave an empty space (–).

1. She works quite hard. You can't accuse her _of_ being lazy.
2. Who's going to look _____ your children while you're at work?
3. The problem is becoming serious. We have to discuss _____ it.

4. The problem is becoming serious. We have to do something _____ it.
5. I prefer this chair _____ the other one. It's more comfortable.
6. Josh asked _____ me _____ money again, but I didn't give him any.
7. The river divides the city _____ two parts.
8. "What do you think _____ the new manager?" "She's all right, I guess."
9. Can somebody please explain _____ me what I have to do?
10. "Do you like staying at hotels?" "It depends _____ the hotel."
11. "Have you ever been to Borla?" "No, I've never heard _____ it. Where is it?"
12. You remind me _____ somebody I knew a long time ago. You look just like her.
13. What's so funny? What are you laughing _____ ?
14. What have you done with all the money you had? What did you spend it _____ ?

Study Guide

This guide will help you decide which units you need to study. The sentences in the guide are grouped together (Present and Past, Articles and Nouns, etc.) in the same way as the units in the Contents (page iii).

Each sentence can be completed using one or more of the alternatives (A, B, C, etc.). There are between two and five alternatives each time. **In some sentences more than one alternative is possible.**

If you don't know or if you are not sure which alternatives are correct, then you probably need to study the unit(s) listed on the right. You will also find the correct sentence in this unit. (If two or three units are listed, you will find the correct sentence in the first one.)

There is an Answer Key to this study guide on page 467

IF YOU ARE NOT SURE WHICH IS RIGHT	STUDY UNIT

Present and Past

"_____ this week?" "No, she's on vacation." | **1, 3**
A. Is Sarah working   B. Does Sarah work   C. Does work Sarah

I don't understand this sentence. What _____ ? | **2, 46**
A. does mean this word   B. does this word mean   C. means this word

In the summer John _____ tennis once or twice a week. | **2, 3**
A. is playing usually   B. is usually playing   C. usually plays   D. plays usually

How _____ now? Better than before? | **4**
A. you are feeling   B. do you feel   C. are you feeling

It was a boring weekend. _____ anything. | **5**
A. I didn't   B. I don't do   C. I didn't do

Matt _____ his hand while he was cooking dinner. | **6, 13**
A. burned   B. was burning   C. has burned

Present Perfect and Past

Kimberly isn't here. _____ out. | **7**
A. She goes   B. She went   C. She's gone

Everything is going well. We _____ any problems so far. | **8**
A. didn't have   B. don't have   C. haven't had

Sarah has lost her passport again. It's the second time this _____ . | **8**
A. has happened   B. happens   C. happened

You're out of breath. _____ ? | **9**
A. Are you running   B. Have you run   C. Have you been running

Where's the book I gave you? What _____ with it? | **10**
A. have you done   B. have you been doing   C. are you doing

We're good friends. We _____ each other since we were in high school. | **11**
A. know   B. have known   C. have been knowing   D. knew

Kelly has been working here _____ . | **12**
A. for six months   B. since six months   C. six months ago

2.8   It's been two years _____ Joe.
       A. that I don't see   B. that I haven't seen   C. since I didn't see
       D. since I last saw

2.9   What time _____ work yesterday?
       A. did you finish   B. have you finished   C. are you finished   D. do you finish

2.10   The Chinese _____ printing.
       A. invented   B. have invented   C. had invented

2.11   John _____ in New York for ten years. Now he lives in Los Angeles.
       A. lived   B. has lived   C. has been living

2.12   The man sitting next to me on the plane was very nervous. He _____ before.
       A. hasn't flown   B. didn't fly   C. hadn't flown   D. wasn't flying

2.13   _____ a car when they were living in Miami?
       A. Had they   B. Did they have   C. Were they having   D. Have they had

2.14   I _____ TV a lot, but I don't anymore.
       A. was watching   B. was used to watch   C. used to watch

Future

3.1   _____ tomorrow, so we can go somewhere.
       A. I shall not work   B. I'm not working   C. I won't work

3.2   That bag looks heavy. _____ you with it.
       A. I'm helping   B. I help   C. I'll help

3.3   I think the weather _____ be nice later.
       A. will   B. shall   C. is going to

3.4   "Anna is in the hospital." "Yes, I know. _____ her tonight."
       A. I visit   B. I'm going to visit   C. I'll visit

3.5   We're late. The movie _____ by the time we get to the theater.
       A. will already start   B. will be already started   C. will already have started

3.6   Don't worry _____ late tonight.
       A. if I'm   B. when I'm   C. when I'll be   D. if I'll be

Modals

4.1   The fire spread through the building quickly, but everybody _____ .
       A. was able to escape   B. managed to escape   C. could escape

4.2   The phone is ringing. It _____ be Alex.
       A. might   B. can   C. could

4.3   Why did you stay at a hotel when you went to New York? You _____
       with Candice.
       A. can stay   B. could stay   C. could have stayed

4.4   I've lost one of my gloves. I _____ it somewhere.
       A. must drop   B. must have dropped   C. must be dropping
       D. must have been dropping

4.5   Take an umbrella with you when you go out. It _____ rain later.
       A. may   B. might   C. can   D. could

4.6   What was wrong with you? Why _____ go to the hospital?
       A. had you to   B. did you have to   C. must you

7 Sue isn't working tomorrow, so she _____ get up early.
A. don't have to   B. doesn't have to   C. mustn't
30

8 It was a great party last night. You _____ come. Why didn't you?
A. must have   B. should have   C. ought to   D. had to
31

9 Lisa _____ some new clothes.
A. suggested that Mary buy   B. suggested that Mary bought
C. suggested Mary to buy
32

10 I think all drivers _____ seat belts.
A. should wear   B. had better wear   C. had better to wear
33

11 It's late. It's time _____ home.
A. we go   B. we must go   C. we should go   D. we went
33

Conditionals and *wish*

1 I'm not tired enough to go to bed yet. I wouldn't sleep if I _____ to bed now.
A. go   B. went   C. had gone   D. would go
35

2 If I were you, I _____ that coat. It's much too expensive.
A. won't buy   B. don't buy   C. am not going to buy   D. wouldn't buy
36

3 I didn't go out last night. I would have gone out if I _____ so tired.
A. wasn't   B. weren't   C. wouldn't have been   D. hadn't been
37

4 I wish I _____ a car. It would make life so much easier.
A. have   B. had   C. would have
38, 36

Passive

1 We _____ by a loud noise during the night.
A. woke up   B. are woken up   C. were woken up   D. were waking up
39

2 There's somebody walking behind us. I think _____ .
A. we are following   B. we are being followed   C. we are followed
D. we are being following
40

3 "Where _____ ?" "In Los Angeles."
A. were you born   B. are you born   C. have you been born   D. did you born
41

4 The train _____ arrive at 11:30, but it was an hour late.
A. supposed to   B. is supposed to   C. was supposed to
42

5 Where _____ ? Which barber did you go to?
A. did you cut your hair   B. have you cut your hair
C. did you have cut your hair   D. did you have your hair cut
43

Reported Speech

Hello, Jim. I didn't expect to see you today. Kelly said you _____ sick.
A. are   B. were   C. was   D. should be
45, 44

Ann _____ and left.
A. said good-bye to me   B. said me good-bye   C. told me good-bye
45

Questions and Auxiliary Verbs

"How _____ ?" "No one knows."
A. happened the accident   B. did happen the accident   C. did the accident happen
46

8.2 "Do you know where _____ ?" "No, he didn't say."
A. Tom has gone   B. has Tom gone   C. has gone Tom

8.3 The police officer asked us where _____ .
A. were we going   B. are we going   C. we are going   D. we were going

8.4 "Do you think it's going to rain?" "_____ ."
A. I hope not   B. I don't hope   C. I don't hope so

8.5 "You don't know where Lauren is, _____ ?" "Sorry, I have no idea."
A. don't you   B. do you   C. is she

-ing and the Infinitive

9.1 He tried to avoid _____ my question.
A. to answer   B. answer   C. answering   D. that he answered

9.2 I have to go now. I promised _____ late.
A. not being   B. not to be   C. to not be   D. I wouldn't be

9.3 Do you want _____ with you, or do you want to go alone?
A. me coming   B. me to come   C. that I come   D. that I will come

9.4 I'm absolutely sure I locked the door. I distinctly remember _____ it.
A. locking   B. to lock   C. to have locked

9.5 She tried to be serious, but she couldn't help _____ .
A. laughing   B. to laugh   C. that she laughed

9.6 Ann hates _____ , so she doesn't fly very often.
A. flying   B. fly   C. to fly

9.7 I'm tired. I'd rather _____ out tonight, if you don't mind.
A. not going   B. not to go   C. don't go   D. not go

9.8 "Is it OK if Ben stays here?" "I'd rather _____ with us."
A. he comes   B. him to come   C. he came   D. he would come

9.9 Are you looking forward _____ Ann again?
A. seeing   B. to see   C. to seeing

9.10 Lisa had to get used _____ on the left when she went to Tokyo.
A. driving   B. to driving   C. to drive

9.11 I'm thinking _____ a house. Do you think that's a good idea?
A. to buy   B. of to buy   C. of buying

9.12 Did you have any _____ a visa?
A. trouble to get   B. troubles to get   C. troubles getting
D. trouble getting

9.13 A friend of mine phoned _____ me to a party.
A. for invite   B. to invite   C. for inviting   D. for to invite

9.14 Jim doesn't speak very clearly. _____
A. It is hard to understand him.   B. He is hard to understand.
C. He is hard to understand him.

9.15 The sidewalk was icy, so we walked very carefully. We were afraid _____ .
A. of falling   B. from falling   C. to fall

9.16 I didn't hear you _____ in. You must have been very quiet.
A. come   B. to come   C. came

47

47

48

49

50

51, 38

52

53

54

55

56

56

57, 59

58

59, 63

60

61

62

63

64

17 _____ a hotel, we looked for someplace to have dinner. **65**
   A. Finding   B. After finding   C. Having found   D. We found

Articles and Nouns

0.1 Call an ambulance. There's been _____ . **66**
   A. accident   B. an accident   C. some accident

0.2 "Where are you going?" "I'm going to buy _____ ." **67**
   A. a bread   B. some bread   C. a loaf of bread

0.3 Sandra is _____ . She works at a big hospital. **68, 69**
   A. nurse   B. a nurse   C. the nurse

0.4 She works six days _____ week. **69**
   A. in   B. for   C. a   D. the

0.5 There are millions of stars in _____ . **70**
   A. space   B. a space   C. the space

0.6 Every day _____ begins at 9 and finishes at 3. **71**
   A. school   B. a school   C. the school

0.7 _____ a problem in most big cities. **72**
   A. Crime is   B. The crime is   C. The crimes are

0.8 When _____ invented? **73**
   A. was telephone   B. were telephones   C. was the telephone
   D. were the telephones

0.9 We visited _____ . **74**
   A. Canada and United States   B. the Canada and the United States
   C. Canada and the United States   D. the Canada and United States

0.10 Daniel is a student at _____ . **75**
   A. the Boston University   B. Boston University

0.11 What time _____ on television? **76, 67**
   A. is the news   B. are the news   C. is news

0.12 It took us a long time to get here. It was _____ trip. **77**
   A. three hour   B. a three-hours   C. a three-hour

0.13 Where is _____ ? **78**
   A. the manager office   B. the manager's office   C. the office of the manager
   D. the office of the manager's

Pronouns and Determiners

1 What time should we _____ tonight? **79**
   A. meet   B. meet us   C. meet ourselves

2 I'm going to a wedding on Saturday. _____ is getting married. **80**
   A. A friend of me   B. A friend of mine   C. One my friends

3 They live on a busy street. _____ a lot of noise from the traffic. **81**
   A. It must be   B. There must be   C. There must have   D. It must have

4 He's lazy. He never does _____ work. **82**
   A. some   B. any   C. no

5 "What would you like to eat?" "I don't care. _____ – whatever you've got." **82, 83**
   A. Something   B. Anything   C. Nothing

11.6 We couldn't buy anything because _____ of the stores were open.   83
    A. all   B. no one   C. none   D. nothing

11.7 When we were on vacation, we spent _____ money.   84
    A. a lot of   B. much   C. plenty

11.8 _____ don't visit this part of town.   85
    A. The most tourists   B. Most of tourists   C. Most tourists

11.9 I asked two people the way to the station, but _____ of them knew.   86
    A. none   B. either   C. both   D. neither

11.10 _____ enjoyed the party. It was a lot of fun.   87
    A. Everybody   B. All   C. All of us   D. Everybody of us

11.11 The bus service is very good. There's a bus _____ ten minutes.   87, 88
    A. each   B. every   C. all

Relative Clauses

12.1 I don't like stories _____ have unhappy endings.   89
    A. that   B. they   C. which   D. who

12.2 I didn't believe them at first, but in fact everything _____ was true.   90
    A. they said   B. that they said   C. what they said

12.3 We saw some people _____ car had broken down.   91
    A. their   B. which   C. whose   D. that

12.4 Brad told me about his new job, _____ very much.   92
    A. that he's enjoying   B. which he's enjoying   C. he's enjoying
    D. he's enjoying it

12.5 Sheila couldn't come to the party, _____ was a shame.   93
    A. that   B. it   C. what   D. which

12.6 Some of the people _____ to the party can't come.   94
    A. inviting   B. invited   C. who invited   D. they were invited

Adjectives and Adverbs

13.1 Jane is _____ with her job because she does the same thing   95
every day.
    A. boring   B. bored

13.2 The woman was carrying a _____ bag.   96
    A. black small plastic   B. small and black plastic   C. small black plastic
    D. plastic small black

13.3 Maria's English is excellent. She speaks _____ .   97
    A. perfectly English   B. English perfectly   C. perfect English   D. English perfect

13.4 He _____ to find a job, but he had no luck.   98
    A. tried hard   B. tried hardly   C. hardly tried

13.5 I haven't seen her for _____ I've forgotten what she looks like.   99
    A. so long   B. a so long time   C. a such long time   D. such a long time

13.6 Do you have _____ a vacation right now?   100
    A. money enough to take   B. enough money to take
    C. money enough for taking   D. enough money for taking

7 The exam was easy – _____ we expected.
   A. more easy that   B. more easy than   C. easier than   D. easier as

101

8 The more electricity you use, _____ .
   A. your bill will be higher   B. will be higher your bill
   C. the higher your bill will be

102

9 He's a fast runner. I can't run as fast as _____ .
   A. he   B. him   C. he can

103

10 That movie was really boring. It was _____ I've ever seen.
    A. most boring movie   B. the more boring movie   C. the movie more boring
    D. the most boring movie

104

11 Tom likes walking. _____
    A. Every morning he walks to work.   B. He walks to work every morning.
    C. He walks every morning to work.

105

12 _____ a long time for the bus.
    A. Always we have to wait   B. We always have to wait
    C. We have always to wait   D. We have to wait always

106

13 Ann _____ . She left last month.
  • A. still doesn't work here   B. doesn't still work here   C. no more works here
    D. doesn't work here anymore

107

14 _____ she can't drive, she has bought a car.
    A. Even   B. Even though   C. Even if   D. Even when

108, 109

Conjunctions and Prepositions

1 I couldn't sleep _____ very tired.
   A. although I was   B. despite I was   C. despite being   D. in spite of being

109

2 You probably won't need it, but I'll give you my phone number _____
   to contact me.
   A. in case you will need   B. if you will need   C. if you need
   D. in case you need

110

3 The club is for members only. You _____ you are a member.
   A. can play tennis there only if   B. can't play tennis there unless
   C. can play tennis there unless

111

4 They have been married a long time. They got married _____
   they were living in London.
   A. when   B. as   C. while

112

5 What a beautiful house! It's _____ a palace.
   A. as   B. like

113

6 They are very kind to me. They treat me _____ their own son.
   A. like I am   B. as if I am   C. as if I was   D. as if I were

114

7 I'll be in Toronto next week. I hope to see Tom _____ there.
   A. while I will be   B. while I am   C. during my visit   D. during I am

115

8 Fred is away at the moment. I don't know exactly when he's coming back, but I'm
   sure he'll be back _____ Monday.
   A. by   B. until

116

Prepositions

15.1 I'll be at home _____ Friday morning. You can call me then.
A. at   B. on   C. in   `117`

15.2 I'm going away _____ the end of January.
A. at   B. on   C. in   `118`

15.3 When we were in Italy, we spent a few days _____ Venice.
A. at   B. to   C. in   `119, 1`

15.4 Our apartment is _____ the second floor of the building.
A. at   B. on   C. in   `120`

15.5 I saw Jack _____ a concert last Saturday.
A. at   B. on   C. in   `121`

15.6 What time did they _____ the hotel?
A. arrive to   B. arrive at   C. arrive in   D. get to   E. get in   `122`

15.7 Tom's away at the moment. He's _____ vacation in France.
A. at   B. on   C. in   D. for   `123`

15.8 We came _____ 6:45 train.
A. in the   B. on the   C. by the   D. by   `124`

15.9 Have you read any books _____ Agatha Christie?
A. of   B. from   C. by   `124`

15.10 The accident was my fault, so I had to pay for the damage _____
the other car.
A. of   B. for   C. to   D. on   E. at   `125`

15.11 I like them very much. They have always been very kind _____ me.
A. of   B. for   C. to   D. with   `126`

15.12 I'm not very good _____ repairing things.
A. at   B. for   C. in   D. with   `127`

15.13 I don't understand this sentence. Can you _____ ?   `128`
A. explain to me this word   B. explain me this word   C. explain this word to me

15.14 If you're worried about the problem, you should do something _____ it.   `129`
A. for   B. about   C. against   D. with

15.15 "Who is Tom Jackson?" "I have no idea. I've never heard _____ him."   `130`
A. about   B. from   C. after   D. of

15.16 "What time will you get there?" "I don't know. It depends _____
the traffic."   `131`
A. of   B. for   C. from   D. on

15.17 I prefer tea _____ coffee.
A. to   B. than   C. against   D. over   `132, 56`

15.18 They gave me a form and told me to _____ .   `133`
A. fill out   B. fill it out   C. fill out it

Answer Key to Exercises

In some of the exercises, you have to use your own ideas to write sentences, and sample answers are given in the key. If possible, check your answers with someone who speaks English well.

1.1

2. 'm looking (am looking)
3. 's getting (is getting)
4. 're staying (are staying)
5. 'm coming (am coming)
6. 's starting (is starting)
7. 're making (are making); 'm trying (am trying)
8. 's happening (is happening)

1.2

2. are you looking
3. 's she studying (is she studying)
4. Is anybody listening
5. Is it getting

1.3

3. 's having (is having)
4. 'm not eating (am not eating)
5. 's studying (is studying)
6. 're not / aren't speaking (are not speaking)

1.4

2. 'm training (am training)
3. Are you enjoying
4. 'm not working (am not working)
5. 'm trying (am trying)
6. 'm painting (am painting)
7. Are you doing
8. are helping

1.5

2. 's getting (is getting)
3. is changing
4. is rising *or* is increasing
5. 's getting (is getting)

2.1

2. drink
3. opens; closes
4. causes
5. live
6. take

7. connects

2.2

2. do the banks close
3. don't use (do not use)
4. do you do
5. takes; does it take
6. play; don't play (do not play)
7. does this word mean

2.3

3. rises
4. make
5. don't eat (do not eat)
6. doesn't believe (does not believe)
7. translates
8. doesn't tell (does not tell)
9. flows

2.4

2. Does; play tennis
3. Which newspaper do you read every day?
4. What does your brother do?
5. How often do you go to the movies?
6. Where does your mother live?
7. What time do you start work?

3.1

3. is trying
4. are; talking
5. RIGHT
6. 's getting (is getting)
7. RIGHT
8. 'm coming (am coming)
9. 's (is); going

3.2

3. 's waiting (is waiting)
4. Are you listening
5. Do you listen
6. flows
7. is flowing
8. grow; 're not / aren't growing (are not growing)
9. 's improving (is improving)
10. 's staying (is staying); always stays
11. 'm starting (am starting)
12. 'm learning (am learning); is teaching
13. finish; 'm working (am working)

14. live; do your parents live
15. 's looking (is looking); 's staying (is staying)
16. does your father do; 's not / isn't working (is not working)
17. always leaves
18. 's always leaving (is always leaving)

3.3

2. 's always breaking down (is always breaking down)
3. 'm always making (am always making) the same mistake
4. 're always forgetting (are always forgetting) your books

4.1

2. RIGHT   4. tastes
3. Do; believe   5. think

4.2

2. What are you doing?; I'm thinking. (I am thinking.)
3. Who does this umbrella belong to?
4. Dinner smells good.
5. Is anybody sitting here?
6. I'm having (I am having) dinner.

4.3

2. 'm using (am using)
3. need
4. does he want
5. is he looking
6. believes
7. don't remember (do not remember)
8. 'm thinking (am thinking)
9. think; don't use (do not use)
10. consists

4.4

2. is being
3. 's (is)
4. are you being
5. Is she

5.1

2. had
3. walked to work
4. took her [about] half an hour

5. She started work
6. She didn't have (did not have)
7. She finished work
8. She was; she got
9. She made
10. She didn't go (did not go)
11. She went to bed
12. She slept

5.2
2. taught
3. sold
4. drank
5. won
6. fell; hurt
7. threw; caught
8. spent; bought; cost

5.3
2. Did you go alone?
3. Was the food good?
4. Did you stay at a hotel?
5. Did you rent a car?
6. Was the weather nice?
7. What did you do in the evenings?

5.4
3. didn't bother (did not bother)
4. went
5. didn't sleep (did not sleep)
6. wasn't (was not)
7. laughed
8. flew
9. didn't cost (did not cost)
10. didn't have (did not have)
11. were

UNIT 6

6.1
Sample answers:
3. I was working.
4. I was watching TV.
5. I was talking on the telephone.

6.2
Sample answers:
2. was taking a shower
3. were driving to work
4. was reading the paper
5. was watching it

6.3
1. didn't see (did not see)
   was looking
2. met
   were going
   was going
   talked

were waiting or waited
3. was riding;
   stepped;
   was going;
   managed;
   didn't hit (did not hit)

6.4
2. were you doing
3. Did you go
4. were you driving; happened
5. took; wasn't looking (was not looking)
6. didn't know (did not know)
7. saw; was trying
8. was walking; heard; was following; started
9. wanted

UNIT 7

7.1
2. 's broken (has broken) her leg
3. Maria's English has improved.
4. Jason has grown a beard.
5. The bus fare has gone up.
6. has dropped
7. 's turned it on (has turned it on)

7.2
2. 've just seen (have just seen) or just saw
3. 's already left (has already left) or already left
4. haven't read (have not read) it yet or didn't read (did not read) it yet
5. 's already seen (has already seen) or already saw
6. 've just gotten (have just gotten) or just got
7. haven't told (have not told) him yet or didn't tell (did not tell) him yet

7.3
2. he's just gone out (he has just gone out) or he just went out
3. I haven't finished (have not finished) yet. or I didn't finish (did not finish) yet.
4. I've already done (I have already done) or I already did
5. Have you found a job yet or Did you find a job yet
6. she's just come back (she has just come back) or she just came back

7.4
3. RIGHT   5. wasn't
4. happened   6. RIGHT

7. Did you see   9. bought
8. RIGHT

UNIT 8

8.1
2. Have you ever been to Mexico?
3. Have you ever run a marathon?
4. Have you ever spoken to a famous person?
5. Have you always lived in this town?
6. 's (is) the most beautiful place you've ever visited (you have ever visited)

8.2
2. haven't seen (have not seen)
3. haven't eaten (have not eaten)
4. I haven't played (have not played)
5. I've had (I have had)
6. I've never read (I have never read) or I haven't read (have not read)
7. I've never been (I have never been) or I haven't been (have not been)
8. 's been (has been) late
9. it's happened (it has happened)
10. I've never seen (I have never seen) her or I haven't seen (have not seen) her

8.3
2. haven't read (have not read) one / a newspaper
3. this year it hasn't made (has not made) one / a profit
4. she hasn't worked (has not worked) hard [at school] this semester
5. it hasn't snowed (has not snowed) [a lot] this winter

8.4
2. you played tennis before; time I've played (I have played) tennis
3. Have you ridden a horse before?; No, this is the first time I've ridden (I have ridden) a horse.
4. Have you been in Los Angeles before?
   No, this is the first time I've been (I have been) in Los Angeles.

UNIT 9

9.1
2. 's been watching (has been watching) TV

3. 've been playing (have been playing) tennis
4. 's been running/jogging (has been running/jogging)

9.2

2. Have you been waiting long?
3. What have you been doing?
4. How long have you been living on Main Street?
5. How long have you been selling computers?

9.3

2. 've been waiting (have been waiting) [for the bus]
3. 've been studying (have been studying) Spanish
4. She's been working (She has been working) there / in Tokyo
5. 've been writing (have been writing) to each other

9.4

2. 've been looking (have been looking)
3. are you looking
4. 've been going (have been going)
5. 've been thinking (have been thinking)
6. 's working (is working)
7. 's been working (has been working)

UNIT 10

10.1

2. 's been traveling (has been traveling) for three months; She's visited (She has visited) six countries so far.
3. He's won (He has won) the national championship four times.; He's been playing (He has been playing) tennis since he was ten.
4. 've made (have made) ten movies since they graduated from college; They've been making (They have been making) movies since they left college.

10.2

2. How long have you been waiting?
3. How many fish have you caught?
4. How many people have you invited?
5. How long have you been teaching?
6. How many books have you written?; How long have you been writing books?

7. How long have you been saving?; How much money have you saved?

10.3

2. 's broken (has broken)
3. Have you been working
4. Have you ever worked
5. 's appeared (has appeared)
6. haven't been waiting (have not been waiting) long
7. 's stopped (has stopped)
8. 've lost (have lost); Have you seen
9. 've been reading (have been reading); haven't finished (have not finished)
10. 've read (have read)

UNIT 11

11.1

3. have been married
4. RIGHT
5. It's been raining (It has been raining)
6. have you been living or have you lived
7. has been working or has worked
8. RIGHT
9. I haven't worked (have not worked)
10. have you had

11.2

2. How long have you been teaching English?
3. How long have you known Carol?
4. How long has your brother been in Australia?
5. How long have you had that jacket?
6. How long has Scott been working at the airport? or How long has Scott worked at the airport?
7. How long have you been taking guitar lessons?
8. Have you always lived in San Francisco?

11.3

3. 's been (has been)
4. 've been waiting (have been waiting)
5. haven't played (have not played)
6. 's been watching (has been watching)
7. haven't been watching (have not been watching) or haven't watched (have not watched)

8. 've had (have had)
9. 've been feeling (have been feeling) or 've felt (have felt)
10. 's been living (has been living) or 's lived (has lived)
11. haven't gone (have not gone)
12. 've always wanted (have always wanted)

UNIT 12

12.1

2. for	6. since
3. since	7. since
4. for	8. for
5. for	

12.2

2. How long has she been studying Japanese?
   When did she start studying Japanese?
3. How long have you known him?
   When did you first meet him?
4. How long have they been married?
   When did they get married?

12.3

3. been sick since Sunday
4. been sick for a few days
5. married two years ago
6. had a camera for ten years
7. to France three weeks ago
8. been working in a hotel since June or worked in a hotel since June

12.4

2. haven't eaten (have not eaten) in a restaurant for ages
3. haven't seen (have not seen) her for about a month
4. No, I haven't gone/been (have not gone/been) to the movies for a long time.
6. been ages since I ate in a restaurant
7. it's been (it has been) about a month since I saw her
8. No, it's been (it has been) a long time since I went to the movies.

UNIT 13

13.1

3. RIGHT	7. RIGHT
4. were you	8. was
5. graduated	9. wasn't (was not)
6. RIGHT	10. was this book

13.2

2. has been cold recently
3. was cold last week
4. didn't read (did not read) a newspaper yesterday
5. I haven't read (have not read) a newspaper today.
6. Kate's earned (Kate has earned) a lot of money this year.
7. She didn't (did not) earn as much last year.
8. Have you taken a vacation recently?

13.3

2. got; was; went
3. wasn't (was not)
4. worked
5. 's lived (has lived)
6. Did you go; was; was
7. died; never met
8. 've never met (have never met)
9. have you lived; did you live; did you live

13.4

Sample answers:
2. I haven't bought (have not bought) anything today.
3. I didn't watch (did not watch) TV yesterday.
4. I went out with some friends last night.
5. I haven't gone/been (have not gone/been) to the movies recently.
6. I've gone swimming (I have gone swimming) a lot recently.

UNIT 14

14.1

2. It had changed a lot.
3. She'd made (She had made) plans to do something else.
4. I hadn't seen (had not seen) him for five years.
5. The movie had already begun.
6. He hadn't played (had not played) before.
7. She'd just had (She had just had) breakfast.
8. We'd never been (We had never been) there before.

14.2

1. called the police
2. there was; 'd gone (had gone)
3. 'd (had); come back from vacation; looked relaxed

4. got a phone call from Sally; was; 'd written (had written) [to] her; 'd never answered (had never answered)

14.3

2. went
3. had gone
4. broke
5. saw; had broken; stopped

UNIT 15

15.1

2. They'd been playing (They had been playing) soccer.
3. Somebody had been smoking in the room.
4. She'd been dreaming. (She had been dreaming.)
5. He'd been watching (He had been watching) TV.

15.2

2. 'd been waiting (had been waiting); [suddenly] realized [that] I was in the wrong restaurant
3. closed down; had been working
4. had been playing [for] about ten minutes; a man in the audience [suddenly] began shouting

15.3

3. was walking
4. 'd been running (had been running)
5. were eating
6. 'd been eating (had been eating)
7. was looking or 'd been looking (had been looking)
8. was waiting; 'd been waiting (had been waiting)
9. 'd had (had had)
10. 'd been traveling (had been traveling)

UNIT 16

16.1

3. don't have (do not have) a ladder or haven't got (have not got) a ladder
4. didn't have (did not have) enough time
5. He didn't have (did not have) a map.
6. She doesn't have (does not have) any money. or She hasn't got (has not got) any money.

7. They don't have (do not have) a key. or They haven't got (have not got) a key.
8. I didn't have (did not have) a camera.

16.2

2. Do you have or Have you got
3. Did you have
4. Do you have or Have you got
5. did you have
6. Do you have or Have you got
7. Did you have

16.3

Sample answers:
Now
2. I have a bicycle. or I've got (I have got) a bicycle.
3. I have a job. or I've got (I have got) a job.
4. I have a driver's license. or I've got (I have got) a driver's license.
10 years ago
2. I didn't have (did not have) a bicycle.
3. I didn't have (did not have) a job.
4. I didn't have (did not have) a driver's license.

16.4

2. had a party
3. have a look
4. Did you have a nice time
5. had a baby
6. had a cold drink
7. Did you have a good flight
8. Are you having trouble

UNIT 17

17.1

2. used to have   6. used to take
3. used to live   7. used to be
4. used to eat   8. did you use to go
5. used to be

17.2

3. He used to go to bed early.
4. He didn't use to go out (did not use to go out) every night.
5. He used to run three miles every morning.
6. He didn't use to spend (did not use to spend) a lot of money.

17.3

(Answers can be in any order.)
2. She used to play the piano, but she hasn't played it for years.

She used to be very lazy, but she works very hard these days.
She didn't use to like cheese, but she eats lots of cheese now.
She used to have a dog, but it died two years ago.
She didn't use to drink tea, but she likes it now.
She never used to read newspapers, but she reads a newspaper every day now.
She used to have lots of friends, but she doesn't see many people these days.
She used to be a hotel receptionist, but she works in a bookstore now.

UNIT 18

8.1

How long are you staying?
When are you going?
Are you going alone?
Are you traveling by car?
Where are you staying?

3.2

'm working (am working) late *or* 'm working (am working) until 9 o'clock
I'm going (I am going) to the theater with my mother.
I'm meeting (I am meeting) Julia at 8 P.M.

8.3

mple answers:
'm going (am going) to the park tomorrow morning
I'm not doing (I am not doing) anything tomorrow night.
I'm playing (I am playing) soccer next Sunday.
I'm going (I am going) to the movies this afternoon.

8.4

. 're having (are having)
. opens
. 'm not going (am not going); 'm staying (am staying)
. Are you doing
. 're going (are going); begins
. does this train get
. 'm going (am going); Are you coming
. is coming; 's flying (is flying); arrives; 'm meeting (am meeting)

---

11. 'm not using (am not using)
12. does it end

UNIT 19

19.1

2. What are you going to wear?
3. Where are you going to put it?
4. Who are you going to invite?

19.2

2. I'm going to quit (I am going to quit) soon.
3. I'm not going to take (I am not going to take) it
4. I'm going to complain (I am going to complain).
5. I'm going to call (I am going to call) her tonight.

19.3

2. 's going to be (is going to be) late
3. is going to sink
4. 's going to run out (is going to run out) of gas

19.4

2. were going to play
3. was going to call
4. was going to quit
5. were going to have

UNIT 20

20.1

2. I'll turn
3. I'll go
4. I'll show *or* I'll help *or* I'll teach
5. I'll have *or* I'll take
6. I'll send *or* I'll mail
7. I'll give *or* I'll bring
8. I'll stay *or* I'll wait

20.2

2. I'll go to bed
3. I'll walk
4. I'll play tennis today
5. I don't think I'll go swimming.

20.3

3. I'll meet
4. I'll lend
5. I'm having
6. I won't forget
7. does your train leave
8. won't tell
9. Are you doing
10. Will you come

20.4

2. shall I get
3. I'll do
4. shall we go
5. I won't tell
6. I'll try

UNIT 21

21.1

2. I'm going   5. we are going
3. will get   6. It won't hurt
4. is coming

21.2

2. 'll look (will look)
3. 'll like (will like)
4. 'll get (will get)
5. 'll be (will be)
6. 'll come (will come)
7. 'll be (will be)
8. 'll meet (will meet)

21.3

2. won't   5. 'll (will)   7. 'll (will)
3. 'll (will) 6. won't   8. 'll (will)
4. won't

21.4

Sample answers:
2. I'll be in bed.
3. I'll probably be at work.
4. I guess I'll be at home.
5. I don't know where I'll be.

21.5

2. think it'll rain (it will rain)
3. do you think it'll cost (it will cost)
4. you think they'll get married (they will get married)
5. do you think you'll be back (you will be back)
6. do you think will happen

UNIT 22

22.1

2. I'll lend (I will lend)
3. I'll get (I will get)
4. I'm going to wash (I am going to wash)
5. are you going to paint
6. I'm going to buy (I am going to buy)
7. I'll show (I will show)
8. I'll do (I will do)
9. He's going to take (He is going to take); he's going to start (he is going to start)

22.2

2. I'm going to take (I am going to take); I'll join (I will join)
3. you'll find (you will find)
4. I'm not going to apply (I am not going to apply)
5. You'll wake (You will wake)
6. I'll take (I will take); we'll leave (we will leave); Ann is going to take

UNIT 23

23.1

2. b 3. a; c 4. b; d 5. c; d 6. c

23.2

2. We'll have finished (We will have finished)
3. we'll be playing (we will be playing)
4. I'll be working (I will be working).
5. the meeting will have ended
6. he'll have spent (he will have spent)
7. you'll still be doing (you will still be doing)
8. she'll have traveled (she will have traveled)
9. I'll be staying (I will be staying)
10. Will you be seeing

UNIT 24

24.1

2. goes
3. 'll tell (will tell); come
4. see; won't recognize (will not recognize)
5. 's (is)
6. 'll wait (will wait); 're (are)
7. 'll be (will be); gets
8. is
9. calls; 'm (am)

24.2

2. 'll give (will give) you my address when I've found (I have found) a place to live or . . . when I find a place to live
3. 'll come (I will come) straight home after I've done (I have done) the shopping or . . . after I do the shopping
4. Let's go home before it starts raining.
5. I won't speak (will not speak) to her until she's apologized (she has apologized) to me or . . . until she apologizes to me

24.3

2. you go or you leave
3. you're finished (you are finished) with it or you're finished reading it or you've finished reading (you have finished reading) it
4. you've decided (you have decided) or you decide

24.4

2. If
3. When
4. if
5. If
6. when
7. if
8. if

UNIT 25

25.1

3. can
4. been able to
5. be able to
6. can
7. be able to

25.2

Sample answers:
2. to be able to run fast
3. like to be able to play a musical instrument
4. never been able to get up early

25.3

2. could run
3. can wait
4. couldn't eat (could not eat)
5. can't hear
6. couldn't sleep (could not sleep)

25.4

2. were able to find it
3. I was able to finish it
4. was able to get away

25.5

4. couldn't (could not) or wasn't able to (was not able to)
5. was able to
6. could or was able to
7. was able to
8. could or was able to
9. were able to
10. couldn't (could not) or wasn't able to (was not able to)

UNIT 26

26.1

2. could have fish

3. could give her a book
4. You could call her now.
5. We could go [and see him] on Friday.

26.2

2. could
3. can or could
4. could
5. could
6. can
7. can or could
8. could

26.3

2. could have gone
3. could apply
4. could have gone
5. could come

26.4

2. couldn't have gone out (could not have gone out) for dinner [because he had to work on Friday night]
3. could have played tennis [because he had Monday afternoon off]
4. He couldn't have lent (could not have lent) him $50 [because he ran out of money last week].
5. could have gone to her party [because he didn't do anything on Saturday night]
6. He couldn't have fixed (could not have fixed) her washing machine [because he doesn't know anything about machines].

UNIT 27

27.1

2. must
3. must not
4. must
5. must not
6. must

27.2

3. be
4. have been
5. go or have gone
6. be going
7. have taken or have stolen
8. have been
9. be following

27.3

3. It must have been very expensive.
4. I must have left it in the restaurant last night.
5. The exam must not have been very difficult.

. She must have been listening to our conversation.
or She must have listened to our conversation.
. She must not have understood what I said.
. I must have forgotten to turn it off.
. The driver must not have seen the red light.

7.4

. can't	5. can't
. must not	6. must not

8.1

2. She may/might be busy.
3. She may/might be working.
4. She may/might want to be alone.
5. She may/might have been sick yesterday.
6. She may/might have gone home early.
7. She may/might have had to go home early.
8. She may/might have been working yesterday.
9. She may/might not want to see me.
0. She may/might not be working today.
1. She may/might not have been feeling well yesterday.

8.2

be	4. be waiting
have been	5. have *or* have read

8.3

a. She may/might be watching TV in her room.
b. She may/might have gone out.
a. It may/might be in the car.
b. You may/might have left it in the restaurant last night.
a. He may/might have been in the shower.
b. He may/might not have heard the bell.

8.4

might not have been invited
couldn't have been invited (could not have been invited)
couldn't have been (could not have been) an accident
might have been an accident

29.1

2. may/might buy a Toyota
3. I may/might hang it in the dining room.
4. He may/might come to see us on Saturday.
5. She may/might go to college.

29.2

2. might wake	5. might slip
3. might bite	6. might break
4. might need	

29.3

2. might be able to meet/see
3. might have to work
4. might have to go

29.4

2. may/might not go out this evening
3. may/might not like the present I bought for him
4. Sue may/might not be able to meet me/us tonight.

29.5

2. may/might as well go
3. may/might as well eat
4. We may/might as well watch a/the movie on TV

30.1

2. had to	6. had to
3. have to	7. had to
4. have to	8. have to
5. has to	

30.2

2. do you have to go
3. Did you have to wait
4. do you have to be
5. Does he have to travel

30.3

3. have to make
4. had to ask
5. doesn't have to shave (does not have to shave)
6. didn't have to go (did not have to go)
7. has to make
8. don't have to do (do not have to do)

30.4

1. d   2. a   3. e   4. b   5. f   6. c

30.5

3. don't have to
4. mustn't
5. don't have to
6. mustn't
7. doesn't have to
8. mustn't
9. don't have to

31.1

2. should look for another job
3. shouldn't go (should not go) to bed so late
4. should take a photograph
5. shouldn't use (should not use) her car so much

31.2

2. I don't think you should go out this evening.
3. smoking should be banned in restaurants
4. I don't think the government should raise taxes.

31.3

3. should come
4. should do
5. should have done
6. should have won
7. should be
8. should have arrived

31.4

3. should have reserved a table
4. The store should be open by now. *or* The store should have opened by now / at 8:30.
5. shouldn't be driving (should not be driving) so fast / 50 miles an hour
6. should have come to see me [while you were here / in Dallas]
7. I shouldn't have been driving (should not have been driving) right behind another car.
8. I should have looked where I was going. *or* I should have been looking where I was going.

32.1

2. I stay a little longer
3. she visit the museum after lunch
4. I see a specialist
5. I not lift anything heavy

6. the tenant pay the rent by Friday at the latest
7. I go away for a few days
8. I not give my children snacks right before mealtime
9. we have dinner early

32.2
3. take/spend   6. sell   9. wear
4. apologize   7. wait   10. be
5. be   8. be

32.3
2. walk to work in the morning
3. [that] he eat more fruit and vegetables
4. suggested [that] he take vitamins

33.1
2. You'd better put (You had better put) a bandage on it.
3. 'd better make (had better make) a reservation
4. You'd better not go (You had better not go) to work.
5. I'd better pay (I had better pay) my phone bill soon.
6. I'd better not (I had better not) go out.
7. We'd better take (We had better take) a taxi.

33.2
3. 'd better (had better) or should
4. should
5. should
6. 'd better (had better)
7. should
8. should

33.3
1. b. 'd (had); c. close or shut
2. a. did; b. was done; c. thought

33.4
2. took a vacation
3. It's time the train left [the station].
4. It's time I had a party.
5. It's time there were some changes. or It's time some changes were made. or It's time the company made some changes.

34.1
2. Can/Could I leave a message[, please]? or Can/Could you take a message[, please]?

3. Can/Could you [please] tell me where the post office is? or ... tell me how to get to the post office? or ... tell me the way to the post office?
4. Can/Could I [please] try these [pants] on? or Can/Could I try on these pants?
5. Can/Could I [please] have a ride home? or Can/Could I ride home with you? or Can/Could you give me a ride home?

34.2
2. Do you think I could use your phone?
3. Do you think you could tell me how to get to Wall Street? or ... you could give me directions to Wall Street?
4. Do you think I could leave [work] early today?
5. Do you think you could turn the music down? or ... you could turn down the music?
6. Do you think I could see the apartment today?

34.3
2. Can/Could/Would you show me how to do it? or Do you think you could show me how to do it?
3. Could/Can/May I have a look at your newspaper? or Do you think I could have a look at your newspaper?
4. Would you like to sit down? or Can/May I offer you my seat?
5. Can/Could/Would you slow down? or Do you think you could slow down?
6. Would you like to borrow it?

35.1
3. 'd take (would take)
4. refused
5. wouldn't get (would not get)
6. closed down
7. pressed
8. 'd be (would be)
9. didn't come (did not come)
10. borrowed
11. walked
12. would understand

35.2
2. would you do if someone offered you a job in Rio de Janeiro or

... if you were offered a job in Rio de Janeiro
3. What would you do if you lost your passport?
4. What would you do if there was/were a fire in the building?

35.3
2. took the driver's test, he'd fail (he would fail)
3. If we stayed in a hotel, it would cost too much money.
4. If she applied for the job, she wouldn't get (would not get) it.
5. If we told them the truth, they wouldn't believe (would not believe) us.
6. If we invited Bill to the party, we'd have to invite (we would have to invite) his friends, too.

35.4
Sample answers:
2. my best friend lied to me
3. I'd go (I would go) and see a movie
4. you were invited
5. you could drive to work
6. I opened a window

36.1
3. 'd help (would help)
4. lived
5. 'd live (would live)
6. would taste
7. were/was
8. wouldn't wait (would not wait); 'd go (would go)
9. didn't go (did not go)
10. weren't (were not); wouldn't be (would not be)

36.2
2. weren't (were not) / wasn't (was not) so expensive, I'd buy (I would buy) it
3. If we could afford it, we'd go out (we would go out) more often.
4. If it weren't (were not) / wasn't (was not) raining, we could have lunch on the patio.
5. If I didn't have to work (did not have to work) late tomorrow, I could meet you for dinner.

36.3
2. I had a key

3. I wish Amanda were/was here.
4. I wish it weren't (were not)/ wasn't (was not) cold.
5. I wish I didn't live (did not live) in a big city.
6. I wish I could go to the party.
7. I wish I didn't have to work (did not have to work) tomorrow.
8. I wish I knew something about cars.
9. I wish I were/was lying on a beautiful sunny beach.

36.4
Sample answers:
1. were/was at home
2. I wish I had more time.
3. I wish I could tell jokes.
4. I wish I were/was taller.

UNIT 37

37.1
2. he'd missed (he had missed); he'd have been (he would have been)
3. I'd have forgotten (I would have forgotten); you hadn't reminded (you had not reminded)
4. I'd had (I had had); I'd have sent (I would have sent)
5. it would have been; the weather had been
6. I were/was
7. I'd been (I had been)

37.2
2. hadn't stopped (had not stopped) so suddenly, the accident wouldn't have happened (would not have happened)
3. 'd known (had known) [that] Matt had to get up early, I'd have woken (I would have woken) him up
4. If Jim hadn't lent (had not lent) me the money, I wouldn't have been able (would not have been able) to buy the car.
5. If Michelle hadn't been wearing (had not been wearing) a seat belt, she'd have been injured (she would have been injured).
6. If you'd had (you had had) [some] breakfast, you wouldn't be (would not be) hungry now.

37.3
2. I wish I'd applied (I had applied) for it / the job.
3. I wish I'd learned (I had learned) to play a musical instrument.

4. I wish I hadn't painted (had not painted) it / the door red.
5. I wish I'd brought (I had brought) my camera.
6. I wish they'd told (they had told) me they were coming.

UNIT 38

38.1
2. 'd enjoy (would enjoy)
3. 'd have enjoyed (would have enjoyed)
4. 'd have called (would have called)
5. 'd be (would be)
6. 'd have stopped (would have stopped)

38.2
2. he'd come (he would come)
3. I wish the baby would stop crying. or I wish the baby would be quiet.
4. would give me a job
5. I wish you'd buy/get (you would buy/get) some new clothes.
6. wouldn't drive (would not drive) so fast
7. I wish you wouldn't always leave (would not always leave) the door open.
8. wouldn't drop (would not drop) [their] litter in the street

38.3
2. RIGHT
3. I wish I had more money.
4. I wish it weren't (were not) / wasn't (was not) so cold today.
5. RIGHT
6. RIGHT
7. I wish everything weren't (were not) / wasn't (was not) so expensive.

38.4
2. would shake
3. 'd (would); forget
4. 'd share (would share)

UNIT 39

39.1
2. is made
3. was damaged
4. is included
5. were invited
6. are shown
7. are held
8. was written; was translated
9. were found

39.2
2. is glass made
3. When was the planet Pluto discovered?
4. What's (What is) silver used for?
5. When was television invented?

39.3
2. covers
3. is covered
4. are locked
5. was mailed; arrived
6. died; were brought up
7. grew up
8. was stolen
9. disappeared
10. did Sue resign
11. was Bill fired
12. is owned
13. called; was injured; wasn't needed (was not needed)
14. were these pictures taken; Did you take

39.4
2. flights were canceled because of fog
3. This road isn't used (is not used) very often.
4. was accused of stealing money
5. are languages learned
6. We were warned not to go out alone.

UNIT 40

40.1
2. can't be broken
3. can be eaten
4. it can't be used
5. it can't be seen
6. it can be carried

40.2
3. be made
4. be woken up
5. be spent
6. have been repaired
7. be carried
8. have been caused

40.3
2. is being used at the moment
3. our conversation was being recorded
4. the game had been canceled
5. A new highway is being built around the city.
6. A new hospital has been built near the airport.

3. He's been promoted (He has been promoted). *or* He was promoted.
4. Somebody's taken (Somebody has taken) it. *or* Somebody took it.
5. It's being redecorated (It is being redecorated).
6. It had been stolen.
7. It's working (It is working) again; it's been repaired (it has been repaired). *or* it was repaired.
8. Two people were arrested last night.
9. Nobody has seen him since then.
10. Have you ever been mugged?

UNIT 41

41.1

Answers 2–5 should include four of these, in any order:
Leonardo da Vinci was born in 1452.
Galileo was born in 1564.
Beethoven was born in 1770.
Mahatma Gandhi was born in 1869.
Martin Luther King, Jr. was born in 1929.
Elvis Presley was born in 1935.
Diana, Princess of Wales, was born in 1961.
6. was born in ___

41.2

2. was asked some difficult questions at the interview
3. was given a present by her colleagues when she retired
4. told that Michael was sick
5. be paid
6. should have been offered the job
7. been shown what to do

41.3

2. being invited 5. being asked
3. being given   6. being paid
4. being attacked

41.4

2. got stung   6. got stopped
3. get broken   7. get paid
4. get used   8. get damaged
5. got stolen   9. get asked

UNIT 42

42.1

3. are reported to be homeless after the floods

4. alleged to have robbed the store of $3,000 in cash
5. is reported to have been badly damaged by the fire
6. a. is said to be losing a lot of money
   b. is believed to have lost a lot of money last year
   c. is expected to lose money this year

42.2

2. 's supposed to be (is supposed to be) very rich
3. He's supposed to have (He is supposed to have) 12 children.
4. He's supposed to know (He is supposed to know) a lot of famous people.
5. He's supposed to have robbed (He is supposed to have robbed) a bank a long time ago.

42.3

3. 're supposed to be (are supposed to be)
4. 're supposed to start (are supposed to start)
5. 're not / aren't supposed to block (are not supposed to block)
6. was supposed to call
7. weren't supposed to come (were not supposed to come)

UNIT 43

43.1

1. b   2. a   3. a   4. b

43.2

2. have it cleaned.
3. To have it repaired.
4. To have my hair cut.

43.3

2. had it cut
3. had it painted
4. She had them made.

43.4

2. have another key made
3. had your hair cut
4. Do you have a newspaper delivered
5. 're having (are having) air conditioning installed
6. haven't had (have not had) the film developed
7. have it cleaned

43.5

2. had her bag stolen on a train

3. He had his electricity turned off
4. She had her passport taken away by the police.

UNIT 44

44.1

2. his father wasn't (was not) very well
3. said [that] Amanda and Paul were getting married next mon
4. He said [that] Michelle had ha a baby.
5. He said [that] he didn't know (not know) what Eric was doing
6. He said [that] he'd seen (he ha seen) Nicole at a party in June and she'd seemed (she had seemed) fine. *or* He said [that he saw Nicole at a party in Jun and she seemed fine.
7. He said [that] he hadn't seen (had not seen) Diane recently.
8. He said [that] he wasn't enjoyi (was not enjoying) his job very much.
9. He said [that] I could come an stay at his place if I was ever in Chicago.
10. He said [that] his car had been stolen a few weeks ago. *or* .. was stolen a few weeks ago.
11. He said [that] he wanted to tak a vacation but he couldn't affo (could not afford) it.
12. He said [that] he'd tell (he wou tell) Amy [that] he'd seen (he h seen) me. *or* ... tell Amy [tha he saw me.

44.2

Sample answers:
2. wasn't coming (was not coming)
3. [that] she didn't like (did not lik him
4. didn't know (did not know) ma people / anyone
5. I thought you said [that] she'd b (she would be) here this week. ... [that] she wouldn't be (woul not be) here.
6. I thought you said [that] you we staying home.
7. I thought you said [that] you couldn't speak (could not speak) [any] French.
8. I thought you said [that] you'd been (you had been) to the movi last week.

45.1

2. But you said [that] you didn't like (did not like) fish.
3. But you said [that] you couldn't drive (could not drive).
4. But you said [that] Rosa had a very well-paid job.
5. But you said [that] you didn't have (did not have) any brothers or sisters.
6. But you said [that] you'd never been (you had never been) to South America.
7. But you said [that] you were working tomorrow night.
8. But you said [that] Rosa was a friend of yours.

45.2

2. Tell
3. Say
4. said
5. told
6. said
7. tell; said
8. tell; say
9. told

45.3

2. her to [please] slow down
3. her not to worry
4. asked Tom to give me a hand
5. asked me to [please] open my bag
6. told her not to wait for me if I was late
7. asked her to marry him
8. I told him to mind his own business

46.1

2. do you live now
3. Are you married?
4. How long have you been married?
5. Do you have [any] children?
6. How old are they?
7. What does your wife do?
8. Does she like her job?

46.2

3. gave you the key *or* gave the key to you
4. happened
5. What did Diane tell you?
6. Who does this book belong to?
7. Who lives in that house?
8. What did you fall over?
9. What fell on the floor?
10. What does this word mean?
11. Who did you borrow the money from?

12. What are you worried about?

46.3

2. How is cheese made?
3. When was the computer invented?
4. Why isn't Sue working today?
5. What time are your friends coming?
6. Why was the concert canceled?
7. Where was your mother born?
8. Why didn't you come to the party?
9. How did the accident happen?
10. Why doesn't this machine work?

46.4

2. Don't you like him?
3. Isn't it good?
4. Don't you have any?

47.1

2. the post office is
3. what this word means
4. whether/if Sue's going out (Sue is going out) tonight
5. where Carol lives
6. where I parked the car
7. whether/if there's (there is) a bank near here
8. what you want
9. why Liz didn't come (did not come) to the party
10. who that woman is
11. whether/if Ann got my letter
12. how far it is to the airport

47.2

1. Amy is
2. when she'll be back (she will be back)
3. whether/if she went out alone

47.3

2. where I'd been (I had been)
3. asked me how long I'd been back (I had been back)
4. He asked me what I was doing now.
5. He asked me where I was living.
6. He asked me why I'd come back (I had come back). *or* . . . why I came back.
7. He asked me whether/if I was glad to be back.
8. He asked me whether/if I planned to stay for awhile.
9. He asked me whether/if I could lend him some money.

48.1

2. doesn't (does not)
3. was
4. will
5. am; isn't (is not) *or* 'm not (am not); is
6. should
7. won't
8. do
9. could
10. would; could; can't

48.2

3. You do? I don't.
4. You didn't? I did.
5. You haven't? I have.
6. You did? I didn't.

48.3

Sample answers:

3. So did I. *or* You did? I didn't.
4. Neither will I. *or* I won't either. *or* You won't? I will.
5. So do I. *or* You do? I don't.
6. So would I. *or* You would? I wouldn't.
7. Neither can I. *or* I can't either. *or* You can't? I can.

48.4

2. I hope so.
3. I don't think so.
4. I'm afraid not.
5. I'm afraid so.
6. I guess so.
7. I hope not.
8. I think so.

49.1

3. hasn't she
4. were you
5. does she
6. isn't he
7. has he
8. can't you
9. will he
10. aren't there
11. shall we
12. is it
13. aren't I
14. would you
15. will you
16. should I
17. had he

49.2

2. 's (is) expensive, isn't it
3. was great, wasn't it
4. has a beautiful voice, doesn't she *or* 's got (has got) a beautiful voice, doesn't she

5. doesn't look very good, does it
6. 've had (have had) your hair cut, haven't you *or* had your hair cut, didn't you
7. isn't (is not) very safe, is it

49.3

2. You couldn't give me a paper bag, could you?
3. don't know where Ann is, do you *or* haven't seen Ann, have you
4. you don't have a bicycle pump, do you
5. Robert, you haven't seen my keys, have you?

UNIT 50

50.1

2. making 6. getting 10. writing
3. listening 7. working 11. being
4. applying 8. using 12. trying
5. washing 9. splashing

50.2

2. driving too fast
3. going swimming
4. breaking the/her CD player
5. waiting a few minutes

50.3

2. traveling during rush hour
3. leaving; tomorrow
4. not having a license
5. turning the radio down
   or turning down the radio
6. not interrupting me all the time

50.4

Sample answers:
2. sitting on the floor
3. having a picnic
4. laughing
5. breaking down

UNIT 51

51.1

2. to help him
3. to carry her bags
4. to meet at 8:00
5. to tell him her name
6. not to tell anyone

51.2

2. to go 6. to use 10. to say
3. to get 7. barking 11. missing
4. waiting 8. to call 12. to find
5. to go 9. having

51.3

2. to be worried about something
3. seem to know a lot of people
4. My English seems to be getting better.
5. That car appears to have broken down.
6. David tends to forget things.
7. They claim to have solved the problem.

51.4

2. how to use 5. what to say
3. what to do 6. whether to go
4. how to ride

UNIT 52

52.1

2. me to lend you some
3. like me to shut it
4. you like me to show you
5. you want me to repeat it

52.2

2. to stay [with them] for a few days
3. him use the/her phone
4. him to be careful
5. her to give him a hand

52.3

2. to rain
3. him do what he wants
4. him look older
5. to know the truth
6. me to call my sister
7. me to apply for the job
8. me not to say anything to the police
9. not to believe everything he says
10. you to go places more easily

52.4

2. to go 6. eating
3. to do 7. cry
4. read 8. to study
5. to go

UNIT 53

53.1

2. driving 9. to answer
3. to go 10. breaking
4. to go 11. to pay
5. raining 12. to lock
6. to buy 13. meeting; to see
7. asking 14. to cry *or* crying
8. asking 15. to get

53.2

2. He can remember going to Miami when he was eight.
3. He can't remember falling into a river.
4. He can remember crying on his first day at school.
5. He can't remember saying he wanted to be a doctor.
6. He can't remember being bitten by a dog.

53.3

1. b. lending
   c. to phone *or* to call
   d. to say *or* to tell her
   e. putting *or* leaving
2. a. saying
   b. to say *or* to tell you *or* to inform you
3. a. to become
   b. working
   c. reading

UNIT 54

54.1

2. turning it the other way
3. tried taking an aspirin
4. try calling him at work

54.2

2. needs to be cut *or* needs cutting
3. It needs to be redecorated. *or* It needs redecorating.
4. They need to be tightened. *or* They need tightening.
5. It needs to be emptied. *or* It needs emptying.

54.3

1. b. knocking
   c. to put
   d. asking
   e. to reach
   f. to concentrate
2. a. to go
   b. to be taken *or* taking
   c. to be washed *or* washing
   d. to iron; ironing *or* to be ironed
3. a. overhearing
   b. get *or* to get
   c. laughing
   d. make *or* to make

UNIT 55

55.1

2. like living in Atlanta

3. didn't like working (did not like working) in a supermarket very much
4. likes teaching biology
5. likes studying medicine
6. doesn't like being (does not like being) famous

55.2

Sample answers:
2. I love to play cards.
   or I love playing cards.
3. I hate to do the ironing.
   or I hate doing the ironing.
4. I enjoy going to museums.
5. I like lying on the beach all day.
   or I like to lie on the beach all day.

55.3

Sample answers:
2. I'd hate (I would hate) to be a dentist.
3. I'd like (I would like) to be a hair stylist.
4. I'd love (I would love) to be an airline pilot.
5. I wouldn't mind (would not mind) being a tour guide.

55.4

2. waiting
3. to go *or* going
4. to write *or* writing
5. working
6. to go
7. to wear *or* wearing
8. to sit
9. living
10. to talk *or* to speak
11. to be *or* being

55.5

2. I'd like (I would like) to have seen the program.
3. I'd hate (I would hate) to have lost my watch.
4. I'd love (I would love) to have met Ann.
5. I wouldn't like (would not like) to have been alone.
6. I'd prefer (I would prefer) to have traveled by train.

UNIT 56

56.1

2. tennis to soccer
3. prefer calling people; writing letters
4. I prefer going to the movies to

watching videos at home.
6. call people rather than write letters
7. I prefer to go to the movies rather than watch videos at home.

56.2

3. I'd prefer to listen to some music.
4. I'd rather go for a swim.
5. I'd prefer to eat at home.
6. I'd rather think about it for a while.
7. I'd rather stand.
8. I'd prefer to go alone.
10. go for a swim than play tennis
11. to eat at home rather than go to a restaurant
12. think about it for a while than decide now

56.3

2. I told her
3. would you rather I did it
4. would you rather I answered it .

56.4

2. stayed   4. didn't   6. didn't
3. stay   5. were

UNIT 57

57.1

2. lending you any money
3. remembering names
4. passing the exam
5. being late
6. eating at home, we went to a restaurant
7. doing nothing
8. playing well

57.2

2. by standing on a chair
3. by turning the key
4. by borrowing too much money
5. by driving too fast

57.3

2. paying
3. going
4. saying
5. going
6. using
7. riding *or* sitting *or* being
   or traveling
8. asking *or* telling
9. doing *or* having

57.4

2. looking forward to seeing her again [soon]

3. looking forward to going to the dentist [tomorrow]
4. She's (She is) looking forward to graduating [next summer].
5. I'm (I am) looking forward to playing tennis [tomorrow].

UNIT 58

58.1

1. got used to; 's used to having/eating (is used to having/eating)
2. wasn't used to working (was not used to working); get used to; 's used to working (is used to working)

58.2

2. 'm used to sleeping (am used to sleeping) on the floor
3. 'm used to working (am used to working) hard
4. I'm not used to going (I am not used to going) to bed late

58.3

2. used to the heat
3. get used to living
4. got used to their new teacher
Sample answer:
5. get used to the food

58.4

2. drink   5. have   7. be
3. eating   *or* own   8. being
4. having   6. go

UNIT 59

59.1

2. doing
3. going *or* coming
4. doing *or* trying
5. buying *or* getting
6. hearing
7. going
8. having *or* carrying *or* using
9. being
10. watching
11. inviting *or* asking

59.2

2. in solving   7. of spending
3. of living   8. from escaping
4. of causing   9. on helping
5. from walking   10. to playing
6. for interrupting

59.3

2. on taking Ann to the station

3. on getting married
4. Sue for coming to see her
5. [to me] for not phoning [me] earlier
6. me of being selfish

UNIT 60

60.1

2. no point in asking him *or* no use asking him
3. in going out
4. calling her now
5. complaining
6. of time to read newspapers *or* of time reading newspapers

60.2

2. fixing
3. visiting
4. It's worth considering. (It is worth considering.)
5. It's worth reading. (It is worth reading.)
6. 're not / aren't worth keeping (are not worth keeping)

60.3

2. trouble/difficulty remembering people's names
3. trouble getting a job
4. difficulty understanding him
5. difficulty getting a ticket [for the concert]

60.4

2. reading   5. watching
3. applying   6. getting
4. writing   7. climbing *or* going

60.5

2. go skiing   4. goes riding
3. went swimming 5. go shopping

UNIT 61

61.1

2. to get some money
3. 'm saving money to go to Canada
4. I went into the hospital to have an operation.
5. I'm wearing two sweaters to keep warm.
6. I called the police to report that my car had been stolen.

61.2

2. to read
3. to walk
4. to drink

5. to put *or* to carry
6. to discuss *or* to talk about
7. to buy *or* to get
8. to talk *or* to speak
9. to wear
10. to help

61.3

2. for   4. to   6. to   8. for; to
3. to   5. for   7. for

61.4

2. warm clothes so that we wouldn't get (would not get) cold
3. spoke very slowly so that I could/would understand what he said
4. arrive early so that we can start the meeting on time
5. She locked the door so that she wouldn't be (would not be) disturbed.
6. I slowed down so that the car behind me could pass.

UNIT 62

62:1

2. easy to use
3. was very difficult to open
4. are impossible to translate
5. isn't safe (is not safe) to stand on
6. car is expensive to maintain

62.2

2. easy mistake to make
3. nice place to live
4. a good game to watch

62.3

2. 's (is) careless of you to make the same mistake again and again
3. It was nice of Don and Jenny to invite me to stay with them.
4. considerate of John to make a lot of noise when I was trying to sleep

62.4

2. 'm (am) glad to hear *or* was glad to hear
3. were surprised to see
4. 'm (am) sorry to hear *or* was sorry to hear

62.5

2. last [person] to arrive
3. the only student/person to pass the exam
4. the second customer/person to complain

5. the first man/person to walk on the moon

UNIT 63

63.1

2. I'm (I am) afraid of losing it.
3. We were afraid to go swimming.
4. We were afraid of missing our tra
5. We were afraid to look.
6. She was afraid of spilling the drinks.
7. a. I was afraid to eat it.
   b. I was afraid of getting sick.

63.2

2. in starting   5. in hearing
3. to read   6. in going
4. in getting

63.3

2. to bother   4. for saying
3. for being   5. to hear

63.4

1. b. to leave   c. to going
   c. from leaving d. to go
2. a. to solve   4. a. to buy
   b. in solving   b. to buy
3. a. of going   c. on buying
   b. to go   d. of buying

UNIT 64

64.1

2. arrive   5. you lock it
3. take it   6. her fall
4. it ring

64.2

2. playing tennis
3. Claire eating
4. Bill playing the guitar
5. smell our dinner burning
6. We saw Linda jogging/running.

64.3

3. tell   8. explode
4. crying   9. run; open; clim
5. riding   10. slam
6. say   11. sleeping
7. crawling

UNIT 65

65.1

2. in an armchair reading a book
3. went out saying she would be back in an hour

4. Linda was in London for two
   years working as a teacher.
5. Mary walked around the town
   looking at the sights and taking
   photographs.

55.2

2. fell asleep watching TV
3. slipped getting off a bus
4. Margaret had an accident driving
   to work yesterday.
5. Two kids got lost hiking in the
   woods.

55.3

2. Having bought our tickets, we
   went into the theater.
3. Having had dinner, they continued
   their trip.
4. Having done all her shopping,
   Lucy stopped for a cup of coffee.

65.4

2. Thinking they might be hungry, I
   offered them something to eat.
3. Being a foreigner, she needs a visa
   to stay in this country.
4. Not knowing his address, I wasn't
   able to contact him.
5. Having traveled a lot, Sarah
   knows a lot about other countries.
6. Not being able to understand
   English, the man didn't know
   what I wanted.
7. Having spent nearly all our
   money, we couldn't afford to stay
   in a hotel.

UNIT 66

66.1

3. a very nice restaurant
4. RIGHT
5. a toothbrush
6. a bank
7. an insurance company
8. RIGHT
9. RIGHT
10. a gas station
11. a problem
12. an interview for a job
13. a necklace

66.2

3. a key   8. a letter
4. a coat   9. blood
5. sugar   10. a question
6. a cookie   11. a moment
7. electricity   12. a decision

66.3

2. days   6. friends   10. languages
3. meat   7. people   11. countries
4. a line   8. air   12. space
5. letters   9. patience

UNIT 67

67.1

2. a. a paper
   b. any paper
3. a. a light
   b. Light
4. a. time
   b. a wonderful time
5. advice
6. very good weather
7. bad luck   11. some
8. job   12. doesn't
9. trip   13. Your hair is; it
10. total chaos   14. The damage

67.2

2. information   7. job
3. chairs   8. work
4. furniture   9. permission
5. hair   10. experience
6. progress   11. experiences

67.3

2. some information about places to
   see [in the city]
3. some advice about which courses
   to take
4. is the news on [TV]
5. 's (is) a beautiful view
6. horrible weather

UNIT 68

68.1

3. It's a vegetable.
4. It's a game.
5. They're musical instruments.
6. It's a [tall] building.
7. They're planets.
8. It's a flower.
9. They're rivers.
10. They're birds.
12. He was a writer / a playwright.
13. He was a scientist / a physicist.
14. They were American presidents.
15. She was a movie star / an actress.
16. They were singers/musicians.
17. They were painters/artists.

68.2

2. 's (is) a waiter
3. 's (is) a travel agent

4. He's (He is) a pilot.
5. She's (She is) a driving instructor.
6. He's (He is) a plumber.
7. She's (She's) a journalist.
8. He's (He is) an interpreter.

68.3

4. a   9. —   13. a; some
5. an   10. a   14. a; —
6. —   11. a; a   15. —
7. a   12. —   16. a; —
8. Some

UNIT 69

69.1

1. a; The; the
2. an; A; a; The; the; the
3. a; a; The; the; the
4. an; a; a; the; a

69.2

1. b. the   3. a. a   c. the
   c. the   b. the   5. a. the
2. a. a   c. the   b. a
   b. a   4. a. an; The   c. a
   c. the   b. the

69.3

2. the dentist   8. the floor
3. the door   9. the book
4. a mistake   10. a job; a bank
5. the bus station 11. a supermarket;
6. a problem   the corner
7. the post office

69.4

Sample answers:
2. Once or twice a year.
3. Fifty-five miles an hour.
4. Thirty dollars a day.
5. Eight hours a night.
6. Two or three times a week.
7. About an hour a day.

UNIT 70

70.1

2. the; the   5. —; the   8. —; —
3. the; a   6. the; —   9. —; the
4. a; the   7. a; the   10. the; a

70.2

2. the; the   5. —
3. —   6. the
4. The   7. the; the; —

70.3

2. The moon; the earth

3. the highest mountain; the world
4. the same thing
5. a very hot day; the hottest day; the year
6. a good breakfast
7. a foreign country; the language
8. The next train

70.4

2. the movies
3. the sea
4. dinner
5. question 8
6. the gate
7. Gate 21

UNIT 71

71.1

2. to school
3. [at] home
4. for school
   or for work
5. to work
6. in bed
7. to prison

71.2

1. c. school
   d. school
   e. school;
      The school
   f. school
   g. the school
2. a. college
   b. college
   c. the college
3. a. church
   b. church
   c. the church
4. a. prison
   b. the prison
   c. prison
5. a. bed
   b. home
   c. work
   d. bed
   e. work
   f. work
6. a. the sea
   b. sea
   c. the sea

UNIT 72

72.1

Sample answers:
2. I like cats.
3. I hate fast-food restaurants.
4. I don't mind opera.
5. I'm not interested in boxing.

72.2

3. spiders
4. meat
5. the questions
6. the people
7. History
8. lies
9. the hotels
10. The water
11. the grass
12. patience

72.3

3. Apples
4. the apples
5. Women; men
6. The vegetables
7. Life
8. skiing
9. the people

10. people; aggression
11. All the books
12. the beds
13. war
14. The First World War
15. the marriage
16. Most people; marriage; family life; society

UNIT 73

73.1

1. b. the cheetah
   c. the kangaroo
2. a. the swan
   b. the penguin
   c. the owl
3. a. the wheel
   b. the cell phone
   c. the telescope
4. a. the rupee
   b. the escudo
   c. *Answers will vary.*

73.2

2. a
3. the
4. a
5. the
6. the
7. a
8. —
9. The

73.3

2. the injured
3. the unemployed
4. the sick
5. the rich; the poor

73.4

2. a German; Germans
3. a Frenchman/Frenchwoman; the French
4. a Russian; Russians
5. a Chinese; the Chinese
6. a Brazilian; Brazilians
7. a Japanese; [the] Japanese
8. *Answers will vary.*

UNIT 74

74.1

2. the
3. The; the
4. —
5. the
6. —

74.2

3. RIGHT
4. the United States
5. The south; the north
6. RIGHT
7. the Middle East
8. RIGHT
9. the Swiss Alps

10. RIGHT
11. The United Kingdom
12. The Seychelles; the Indian Ocean
13. The Hudson River; the Atlantic Ocean

74.3

2. in South America
3. the Nile
4. Sweden
5. the United States
6. the Rockies
7. the Mediterranean Sea
8. Australia
9. the Pacific Ocean
10. the Indian Ocean
11. the Thames
12. the Mississippi
13. Thailand
14. the Panama Canal
15. the Amazon

UNIT 75

75.1

2. Turner's on Carter Road
3. the Park Hotel on Park Avenue
4. St. Peter's on Forest Avenue
5. the City Museum on Main Street
6. the American Bank on Forest Avenue
7. Lincoln Park on Park Avenue
8. the New China House on Carter Road

75.2

2. The Eiffel Tower
3. The Vatican
4. Buckingham Palace
5. Sunset Boulevard
6. The White House
7. The Acropolis
8. Broadway

75.3

2. Central Park
3. St. James's Park
4. The Ramada Inn; Main Street
5. O'Hare Airport
6. McGill University
7. Harrison's Department Store
8. The Statue of Liberty; New York harbor
9. the Whitney Museum
10. IBM; General Electric
11. The Classic
12. the Great Wall
13. the Independent; the Herald
14. Cambridge University Press

6.1

. shorts
, a means
. means
. [some] scissors *or* a pair of scissors

7. a series
8. series
9. species

6.2

. politics
. economics
. physics

5. gymnastics
6. electronics

6.3

, don't
, want
, was
, aren't

6. wasn't
7. isn't
8. they are

9. are
10. Do
11. is

6.4

. nice people
. is not enough
. buy new pajamas
. people have
. RIGHT
. a police officer / policeman / policewoman
. Have the police
. These scissors aren't (are not)

7.1

2. a computer magazine
3. vacation pictures
4. milk chocolate
5. a factory inspector
6. a Vancouver lawyer
7. exam results
8. a horse race
9. a racehorse
0. the dining room carpet
1. an oil-company scandal
2. a two-part question
3. a seven-year-old girl
4. a five-story building

7.2

room number
seat belt
credit card
weather forecast
newspaper editor
store window

7.3

20-dollar
15-minute
60 minutes

6. two-hour
7. five courses
8. two-year

9. 500-year
10. five days

11. six-mile
12. six miles

78.1

3. that man's jacket
4. the top of the page
5. Charles's daughter
6. the cause of the problem
7. yesterday's newspaper
8. my father's birthday
9. the children's toys
10. the cost of a new computer
11. our neighbors' garden
12. the ground floor of the building
13. Don and Mary's children
14. the government's economic policy *or* the economic policy of the government
15. Catherine's husband
16. the husband of the woman talking to Liz
17. Mike's parents' car
18. Amy's friend's wedding

78.2

2. a boy's name
3. children's clothes
4. a girls' school
5. a bird's nest
6. a women's magazine

78.3

2. week's storm caused a lot of damage
3. town's only movie theater has closed down
4. Japan's exports to the United States have fallen recently.
5. The region's main industry is tourism.

78.4

2. a year's salary
3. four weeks' pay
4. a minute's rest
5. five hours' sleep

79.1

2. hurt himself
3. blame herself
4. Put yourself
5. enjoyed themselves
6. burn yourself
7. express myself

79.2

2. me
3. myself
4. us

5. yourself
6. you
7. ourselves

8. themselves
9. them

79.3

2. dried herself
3. concentrate
4. defend yourself

5. meeting
6. relax

79.4

2. themselves
3. each other
4. each other
5. themselves

6. ourselves
7. each other
8. ourselves; each other

79.5

2. it himself
3. mail it myself
4. told me herself *or* herself told me
5. call him yourself

80.1

2. relative of yours
3. borrowed a book of mine
4. invited some friends of hers to her place
5. We had dinner with a neighbor of ours.
6. I took a trip with two friends of mine.
7. Is that man a friend of yours?
8. I met a friend of Amy's at the party.

80.2

2. my own TV
3. her own money
4. her own business
5. his own private jet
6. his own ideas
7. its own government

80.3

2. your own fault
3. his own ideas
4. your own problems
5. her own decisions

80.4

2. makes her own clothes
3. writes his own songs
4. bake our own bread

80.5

2. by myself
3. by himself
4. by themselves

5. by herself
6. by yourself
7. by ourselves

81.1

3. Is there; there's (there is)
4. there was; It was
5. It was
6. There was
7. is it
8. It was
9. It's (It is)
10. there wasn't (was not)
11. Is it; it's (it is)
12. there was; There was
13. There wasn't (was not)
14. There was; it wasn't (was not)

81.2

2. 's (is) a lot of salt
3. There was nothing *or* There wasn't (was not) anything
4. There was a lot of violence in the movie.
5. There were a lot of people at the shopping mall.

81.3

2. There might be
3. there will be
4. There's going to be (There is going to be)
5. There used to be
6. there should be
7. there wouldn't be

81.4

2. there was
3. RIGHT
4. There used to be
5. There must have been
6. RIGHT
7. There's sure to be
8. there will be
9. RIGHT
10. there would be; there wasn't

UNIT 82

82.1

2. some   5. some   8. some
3. any   6. any   9. any
4. any; some 7. any   10. any

82.2

2. somebody/someone
3. anybody/anyone
4. anything
5. something
6. somebody/someone; anybody/anyone

7. something; anybody/anyone
8. Anybody/Anyone
9. anybody/anyone
10. anywhere
11. somewhere
12. anywhere
13. anybody/anyone *or* somebody/someone
14. something
15. Anybody/Anyone
16. anybody/anyone; anything

82.3

2. Any day.   6. Any time.
3. Anything.   7. Anybody/Anyone
4. anywhere   8. Any newspaper.
5. Anything. *or* Any kind. *or* Any job.

UNIT 83

83.1

3. no   5. None   7. No   9. any
4. any   6. none   8. any   10. none

83.2

2. Nowhere.
3. None.
4. None.
5. Nobody. / No one.
6. Nothing.
8. 'm not going (am not going) anywhere
9. I don't have (do not have) any.
10. They don't have (do not have) any.
11. I wasn't talking (was not talking) to anybody/anyone.
12. I don't want (do not want) anything.

83.3

2. nobody / no one
3. Nowhere.
4. anything
5. Nothing; anything
6. Nothing
7. anywhere
8. Nobody / No one; anything

83.4

2. no one   4. Anybody 6. Anything
3. anybody 5. Nothing   7. anything

UNIT 84

84.1

3. a lot of salt   7. many / a lot of
4. RIGHT   people
5. RIGHT   8. a lot
6. a lot

34.2

2. plenty of money
3. plenty of room
4. plenty to learn
5. are plenty of hotels
6. plenty of things to wear

84.3

2. little   5. few
3. many   6. little
4. much

84.4

3. a few dollars 6. RIGHT
4. a little time   7. only a few words
5. RIGHT

84.5

2. a little   5. little   7. little
3. a few   6. A little.   8. a few
4. few

UNIT 85

85.1

3. —   5. of   7. of   9. —
4. of   6. —   8. —

85.2

3. accidents
4. of her friends
5. of the population
6. birds
7. of the people I invited
8. of her opinions
9. of the countries in South America
10. [of] my dinner

85.3

3. Some questions
4. Some of the photographs
5. Some people
6. most of the food
7. all [of] the money
8. most of the time
9. Most people
10. half [of] the questions

85.4

2. All of them.   6. None of it
3. none of us   7. Some of them
4. some of it   8. all of it
5. none of them

UNIT 86

36.1

2. Neither   4. Either
3. both   5. Neither

2. either   5. neither; both
3. both   6. both
4. Neither of

86.3

2. either of them
3. both of them
4. neither of us
5. neither of them

86.4

2. Both Jim and Carol are on vacation.
3. Brian neither smokes nor drinks.
4. was both very boring and very long
5. is either Richard or Robert
6. neither the time nor the money to go on vacation
7. can leave either today or tomorrow

86.5

2. either   5. any   7. neither
3. any   6. either   8. none
4. none

UNIT 87

87.1

3. Everybody/Everyone
4. Everything
5. all
6. everybody/everyone
7. everything
8. All
9. everybody/everyone
10. Everybody/Everyone
11. All
12. everything

87.2

2. whole team played well
3. the whole box [of chocolates]
4. searched the whole house
5. whole family plays tennis
6. worked the whole day
7. rained the whole week
8. worked all day
9. It rained all week.

87.3

2. every four hours
3. every four years
4. every five minutes
5. every six months

87.4

2. every day
3. all day

---

4. The whole building
5. every time
6. all the time
7. all my luggage

UNIT 88

88.1

3. Each   6. every
4. Every   7. each
5. Each/Every   8. every

88.2

3. Every   9. every
4. Each   10. every
5. every   11. each
6. everyone   12. Everyone
7. every   13. Every
8. each   14. each

88.3

2. had ten dollars each *or* each had ten dollars
3. postcards cost/are 40 cents each *or* postcards each cost 40 cents
4. paid $195 each *or* each paid $195

UNIT 89

89.1

2. who breaks into a house to steal things
3. A customer is someone who buys something from a store.
4. A shoplifter is someone who steals from a store.
5. A coward is someone who is not brave.
6. An atheist is someone who doesn't believe in God.
7. A tenant is someone who pays rent to live in a house or an apartment.

89.2

2. who/that answered the phone told me you were away
3. waitress who/that served us was very impolite and impatient
4. The building that/which was destroyed in the fire has now been rebuilt.
5. people who/that were arrested have now been released
6. The bus that/which goes to the airport runs every half hour.

89.3

2. who/that runs away from home

---

3. that/which won the race
4. who/that stole my car
5. who/that invented the telephone
6. that/which were on the wall
7. that/which cannot be explained
8. that/which gives you the meanings of words
9. who/that are never on time
10. that/which can support life

UNIT 90

90.1

3. (who)   6. (that)   8. (that)
4. who   7. that   9. that
5. (who)

90.2

2. [that/which] Ann is wearing
3. [that/which] we wanted to visit
4. [that/which] you're going to see
5. [who/that] I invited to the party
6. [that/which] you had to do

90.3

2. [that/which] we were invited to
3. [who/that] I work with
4. [that/which] you told me about
5. [that/which] we went to last night
6. [that/which] I applied for
7. [who/that] you can rely on
8. [who/that] I saw you with

90.4

2. (that)   5. (that)   7. what
3. what   6. (that)   8. (that)
4. that

UNIT 91

91.1

2. whose wife is an English teacher
3. who owns a restaurant
4. whose ambition is to climb Mt. Everest
5. who just got married
6. whose parents used to work in a circus

91.2

2. where we can have a really good meal
3. where I can buy some postcards
4. where we had the car repaired
5. where John is staying
6. where she [had] bought it

91.3

2. where	4. whose	6. whose
3. who	5. where	7. whom

91.4

Sample answers:

2. [that] we got stuck in an elevator
3. [that/why] I didn't write to you
4. [that] you called
5. [that/why] they don't have a car

UNIT 92

92.1

3. which we enjoyed very much
4. I went to see the doctor, who told me to rest for a few days.
5. who/whom I've known (I have known) for a very long time, is one of my closest friends
6. Sheila, whose job involves a lot of traveling, is away from home a lot.
7. new stadium, which can hold 90,000 people, will be opened next month
8. Alaska, where my brother lives, is the largest state in the United States.

92.2

3. , which lasted ten days, is now over
4. the book [that/which] I was looking for
5. , which was once the largest city in the world, is now decreasing
6. the people who/that applied for the job that/which was advertised had the necessary qualifications
7. a picture of her son, who is a police officer

92.3

3. , which is on the second floor of the building,
4. that/which I'm using at the moment
5. , which I wrote down on a piece of paper
6. that/which are very difficult to translate
7. , which is one of millions of stars in the universe,

UNIT 93

93.1

2. of our friends, with whom we went on vacation *or* of our friends, who we went on vacation with

3. , to which only members of the family were invited, took place last Friday *or* , which only members of the family were invited to, took place last Friday
4. Sheila, for whom we'd been waiting (we had been waiting), finally arrived. *or* Sheila, who we'd been waiting (we had been waiting) for, finally arrived.
5. My room, from which you can see the whole lake, has a very large window. *or* My room, which you can see the whole lake from, has a very large window.

93.2

2. a lot of information, most of which was useless
3. There were a lot of people at the party, only a few of whom I had met before.
4. I sent her two letters, neither of which she's received (she has received).
5. Ten people applied for the job, none of whom were suitable.
6. Kate has two cars, one of which she hardly ever uses.
7. Mike won $50,000, half of which he gave to his parents.
8. Julia has two sisters, both of whom are teachers.

93.3

2. have a phone, which makes it difficult to contact her
3. Neil has passed his exams, which is good news.
4. Our flight was delayed, which meant we had to wait four hours at the airport.
5. Ann offered to let me stay at her house, which was very nice of her.
6. The street I live on is very noisy at night, which makes it difficult to sleep.
7. Our car has broken down, which means we can't take our trip tomorrow.

UNIT 94

94.1

2. I didn't talk much to the man sitting next to me on the plane.
3. The taxi taking us to the airport broke down.

4. At the end of the street there is a path leading to the river.
5. A new factory employing 500 people has just opened in town.

94.2

2. made at the meeting were not very practical
3. paintings stolen from the museum haven't been found yet
4. of the man arrested by the police

94.3

3. living	6. blown
4. offering	7. sitting; reading
5. named	8. driving; selling

94.4

3. 's (is) somebody coming
4. There were a lot of people traveling.
5. There was nobody else staying there.
6. There was nothing written on it.
7. There's (There is) a course beginning next Monday.

UNIT 95

95.1

2. a. exhausting		c. depressed
b. exhausted	4. a. exciting	
3. a. depressing		b. exciting
b. depressed		c. excited

95.2

2. interested
3. exciting
4. embarrassing
5. embarrassed
6. amazed
7. astonishing
8. amused
9. terrifying; shocked
10. bored; boring
11. boring; interesting

95.3

2. bored	7. interested
3. confusing	8. exhausted
4. disgusting	9. excited
5. annoyed	10. amusing
6. boring	11. interesting

UNIT 96

96.1

2. an unusual gold ring
3. a nice new sweater
4. a new green sweater
5. a beautiful old house

5. black leather gloves
7. an old American movie
8. a long thin face
9. big black clouds
0. a lovely sunny day
1. an ugly yellow dress
2. a long wide avenue
3. a little old red car
4. a small black metal box
5. a big fat black cat
6. a charming little old country inn
7. beautiful long black hair
8. an interesting old Japanese painting
9. an enormous red and yellow
   umbrella *or* an enormous
   yellow and red umbrella

6.2
. tastes awful *or* tasted awful
. feel fine
. smell nice
. look wet
. sounds interesting
  or sounded interesting

6.3
. happy   5. terrible   7. good
. happily   6. well   8. slow
. violent

97.1
. badly   5. unexpectedly
. easily   6. regularly
. patiently

97.2
. selfishly   7. badly
. terribly   8. badly
. sudden   9. safe
. colorfully   10. angrily
. colorful

97.3
. careful   7. complete
. continuously   8. perfectly
. happily   9. nervous
. fluent   10. financially
. specially

97.4
. seriously ill
. absolutely enormous
. slightly damaged
. unusually quiet
. completely changed
. unnecessarily long
. badly planned

98.1
2. good   5. well   8. well
3. well   6. well   9. good
4. good   7. good   10. well

98.2
2. well known   5. well informed
3. well kept   6. well dressed
4. well balanced 7. well paid

98.3
2. RIGHT   5. RIGHT
3. RIGHT   6. slowly
4. hard

98.4
2. hardly hear   5. hardly said
3. hardly slept 6. hardly changed
4. hardly speak 7. hardly recognized

98.5
2. hardly any
3. hardly anything
4. hardly anybody
5. hardly ever
6. Hardly anybody
7. hardly ever
8. hardly anything; hardly anywhere

99.1
4. so   8. such   12. so; such
5. so   9. such an 13. so
6. such a 10. such a   14. such a
7. so   11. so   15. such a

99.2
3. so tired [that] I couldn't keep my
   eyes open
4. We had such a good time on
   vacation [that] we didn't want to
   come home.
5. She speaks English so well [that]
   you would think it was her native
   language.
6. I've got such a lot to do [that] I
   don't know where to begin.
7. The music was so loud [that] you
   could hear it from miles away.
8. I had such a big breakfast [that] I
   didn't eat anything else for the rest
   of the day.
9. It was such terrible weather
   [that] we spent the whole day
   indoors.

99.3
Sample answers:
2. a. crowded   4. a. exhausting
   b. a busy place   b. a hard job
3. a. friendly   5. a. long
   b. a nice person   b. a long time

100.1
2. enough money
3. enough milk
4. warm enough
5. enough room
6. well enough
7. enough time
8. qualified enough
9. big enough
10. enough cups

100.2
2. too busy to talk
3. warm enough to sit
4. too shy to be
5. enough energy to play
6. too far away to hear
7. enough English to read

100.3
2. too hot to drink
3. was too heavy to move
4. isn't warm enough to wear in the
   winter
5. is too complicated to explain
6. isn't wide enough for three people
   to sit on
7. was too high to climb over
8. things are too small to see without
   a microscope

101.1
2. stronger
3. smaller
4. more expensive
5. more interesting
6. more difficult *or* harder
7. better
8. worse
9. more quietly *or* more softly
10. more often
11. farther/further
12. happier

101.2
3. more serious than
4. thinner

5. bigger
6. more interested
7. more important than
8. simpler *or* more simple
9. more crowded than
10. more peaceful than
11. more easily
12. higher than

101.3

2. longer by train than [it takes/does] by car
3. farther/further than Dave [ran/did]
4. more poorly / worse than Chris [did] on the exam
5. arrived earlier than I expected [them to arrive]
6. run more often / more frequently than the trains [run/do]
7. were busier than usual at work today *or* were busier at work today than we usually are

102.1

2. much bigger
3. much more complicated than
4. a little happier
5. far more interesting than
6. a little more slowly
7. a lot easier
8. slightly older

102.2

2. any earlier/sooner
3. no higher than
4. any farther/further
5. no worse than

102.3

2. bigger and bigger
3. heavier and heavier
4. more and more nervous
5. worse and worse
6. more and more expensive
7. better and better
8. more and more talkative

102.4

2. the better/more I liked him
3. the more/larger/bigger/greater/ higher your profit [will be]
4. the harder it is to concentrate
5. the more impatient she became

102.5

2. older   3. older/elder   4. older

103.1

2. as high as yours [is]
3. know as much as I do/know about cars *or* . . . as me about cars
4. feel as tired as [I did/felt] yesterday
5. lived here as long as us *or* . . . as long as we have
6. as nervous as I usually am *or* as nervous as usual

103.2

3. as/so far as I thought
4. go out as/so much as I used to *or* go out as/so often as I used to
5. have longer hair
6. know them as/so well as me *or* know them as/so well as I do
7. as/so many people at this meeting as at the last one

103.3

2. as well as
3. as long as
4. as soon as
5. as often as
6. just as comfortable as
7. just as experienced as
8. just as bad as

103.4

2. is the same color as mine
3. arrived at the same time as you [did]
4. birthday is the same [day] as Tom's [birthday]

103.5

2. than him *or* than he does/knows
3. as me *or* as I do/work
4. than us *or* than we were
5. than her *or* than she is
6. as them *or* as they've been (they have been)

104.1

2. the cheapest restaurant in
3. the happiest day of
4. 's (is) the most intelligent student in
5. 's (is) the most valuable painting in
6. 's (is) the busiest time of
7. of the richest men in
8. of the oldest houses on
9. 's (is) one of the oldest houses on
10. 's (is) one of the best colleges in

11. was one of the worst experience of
12. 's (is) one of the most dangerous criminals in

104.2

3. larger
4. the longest
5. happier
6. the worst
7. the most popular
8. the highest; higher
9. most enjoyable
10. more comfortable
11. the quickest
12. The oldest *or* The eldest

104.3

2. the funniest joke I've ever heard (I have ever heard)
3. is the best coffee I've ever tasted (I have ever tasted)
4. 's (is) the most patient person I've ever met (I have ever met)
5. 's (is) the farthest/furthest I've ever run (I have ever run)
6. 's (is) the worst mistake I've ever made (I have ever made) *or* was the worst mistake . . .

105.1

3. Jim doesn't like soccer very much
4. RIGHT
5. I ate my dinner quickly and went out.
6. Are you going to invite a lot of people to the party?
7. RIGHT
8. Did you go to bed late last night
9. RIGHT
10. I met a friend of mine on my way home.

105.2

2. We won the game easily.
3. I closed the door quietly.
4. Diane speaks Chinese quite well.
5. Tim watches TV all the time.
6. Please don't ask that question again
7. Does Ken play soccer every weekend?
8. I borrowed some money from a friend of mine.

105.3

2. go to the bank every Friday
3. did you come home so late

4. drives her car to work every day
5. been to the movies recently
6. write your name at the top of the page
7. remembered her name after a few minutes
8. walked around the town all morning
9. didn't see you at the party on Saturday night
10. found some interesting books in the library
11. took the children to the zoo yesterday
12. are building a new hotel across from the park

UNIT 106

106.1
3. I usually have
4. RIGHT
5. Steve hardly ever gets
6. I also went
7. Jane always has to hurry
8. We were all; RIGHT
9. RIGHT

106.2
2. We were all on vacation.
3. We were all staying at the same hotel.
4. We all enjoyed ourselves.
5. Catherine is always very generous.
6. I don't usually have to work on Saturdays.
7. Do you always watch TV in the evenings?
8. is also studying Japanese
9. That hotel is probably very expensive.
10. It probably costs a lot to stay there.

106.3
2. usually take
3. 'm (am) usually
4. 's probably gone (has probably gone)
5. were both born
6. can also sing
7. always sleeps
8. 've never spoken (have never spoken)
9. can only read or can read only
10. 'll probably be leaving (will probably be leaving)
11. probably won't be

12. 's hardly ever (is hardly ever)
13. 're still living (are still living)
14. would never have met
15. always am

UNIT 107

107.1
3. doesn't write (does not write) poems anymore
4. He still wants to be a teacher.
5. He isn't (is not) interested in politics anymore. or He's (He is) not interested in politics anymore.
6. He's (He is) still single.
7. He doesn't go fishing (does not go fishing) anymore.
8. He doesn't have a beard anymore.
10. He no longer writes poems.
11. He's (He is) no longer interested in politics.
12. He no longer goes fishing.

107.2
2. hasn't left (has not left) yet
3. haven't finished (have not finished) yet
4. They haven't woken up (have not woken up) yet.
5. I haven't decided (have not decided) yet.
6. It hasn't taken off (has not taken off) yet.

107.3
5. I don't want to go out yet.
6. she doesn't work there anymore
7. I still have a lot of friends there.
8. We've already met. or We've met already.
9. Do you still live in the same house
10. have you already eaten or have you eaten already
11. He isn't here yet.
12. he still isn't here
13. are you already a member or are you a member already
14. I can still remember it very clearly
15. These pants don't fit me anymore.

UNIT 108

108.1
2. even Amanda

3. not even Julie
4. even Amanda
5. even Sarah
6. not even Amanda

108.2
2. She even has to work on Sundays.
3. even painted the floor
4. could even hear the noise from the next street
6. can't even remember her name
7. There isn't even a movie theater.
8. He didn't even tell his wife [where he was going].

108.3
2. even older
3. even better
4. even more difficult
5. even worse
6. even less

108.4
2. if
3. even if
4. even
5. even though
6. Even
7. Even though
8. even if

UNIT 109

109.1
2. Although I had never seen her before
3. although it was pretty cold
4. although we don't like them very much
5. Although I didn't speak the language
6. Although the heat was on
7. although I'd met her twice before
8. although we've known each other for a long time

109.2
2. a. In spite of
   b. Although
3. a. because
   b. although
4. a. because of
   b. in spite of
5. a. although
   b. because of
Sample answers:
6. a. he didn't study very hard
   b. he studied very hard
7. a. I was hungry
   b. being hungry

109.3
2. having very little money, they are happy

3. Although my foot was injured, I managed to walk to the nearest town. *or* I managed to walk to the nearest town although my foot was injured.

4. Despite living on the same street, we hardly ever see each other.
or Despite the fact [that] we live on the same street, we hardly ever see each other.
or We hardly ever see each other despite living on the same street.
or We hardly ever see each other despite the fact [that] we live on the same street.

5. Even though I had an umbrella, I got very wet in the rain.
or I got very wet in the rain even though I had an umbrella.

109.4

2. It's a little windy though.
3. We ate it though.
4. don't like her husband though

UNIT 110

110.1

2. she gets lost
3. take an umbrella in case it rains
4. She's going to take her camera in case she wants to take some pictures.
5. She's going to take some water in case she gets thirsty.
6. She's going to take a towel in case she wants to go for a swim.

110.2

1. in case you need to contact me
2. good-bye now in case I don't see you again before you go
3. check the list in case we've forgotten something

110.3

2. my parents in case they were worried about me
3. wrote to Jane again in case she hadn't gotten my first letter
4. gave them my address in case they come to New York [one day]

110.4

3. If
4. if
5. in case
6. if
7. if
8. in case
9. in case

UNIT 111

111.1

2. unless you listen carefully
3. never speak to her again unless she apologizes to me
4. He won't be able to understand you unless you speak very slowly.
or Unless you speak very slowly, he won't be able to understand you.
5. I'm going to look for another job unless the company offers me more money. *or* Unless the company offers me more money, I'm going to look for another job.

111.2

2. to the party unless you go, too
3. The dog won't attack (will not attack) you unless you move suddenly.
4. He won't speak (will not speak) to you unless you ask him a question.
5. The doctor won't see (will not see) you today unless it's an emergency.

111.3

2. unless
3. providing
4. as long as
5. unless
6. unless
7. provided
8. Unless
9. unless
10. as long as

111.4

Sample answers:
2. it's humid
3. it's not too humid
4. she has time
5. it isn't raining
6. I'm in a hurry
7. you have something else to do
8. you pay it back
9. you take risks

UNIT 112

112.1

2. We all smiled as we posed for the photograph.
3. I burned myself as I was taking a hot dish out of the oven.
4. The crowd cheered as the two teams ran onto the field.
5. A dog ran out in front of the car as we were driving along the road.

112.2

2. when
3. as/when
4. When
5. as/when
6. when

112.3

3. because
4. at the same time as
5. at the same time as
6. because
7. because
9. Since I was tired, I went to bed early.
10. We decided to go out to eat since we had no food at home.
11. Since we don't use the car very often, we've decided to sell it.

112.4

Sample answers:
1. you were getting into your car
2. we started playing tennis
3. I had to walk home
4. somebody walked in front of the camera

UNIT 113

113.1

3. like
4. like
5. as/like
6. like
7. As/Like
8. as
9. like
10. as
11. like
12. like
13. like
14. as

113.2

2. as a tour guide
3. like blocks of ice
4. like a beginner
5. like a church
6. as a birthday present
7. like winter
8. like a child

113.3

2. as
3. like
4. like
5. as/like
6. like
7. as/like
8. as
9. as
10. like
11. like
12. as
13. Like
14. as
15. as

UNIT 114

114.1

2. as if/like she had hurt her leg
3. as if/like he meant what he was saying
4. as if/like he hadn't eaten for a week
5. as if/like she was enjoying it
6. as if/like she didn't want to come

114.2

2. look as if you've seen (you have seen) a ghost

3. You sound as if you're enjoying (you are enjoying) it. *or* . . . as if you've been enjoying (you have been enjoying) it. *or* . . . as if you enjoy it.
4. I feel as if I've run (I have run) a marathon

114.3
2. looks like it's going to rain
3. It sounds like they're having an argument.
4. It looks like there's been an accident.
5. It looks like we'll have to walk.
6. It sounds like you had a good time.

114.4
2. as if I were/was
3. as if she were/was
4. as if it were/was

UNIT 115

115.1
3. during   7. for   11. for
4. for   8. for   12. for
5. during   9. during   13. during
6. for   10. for   14. for

115.2
3. while   7. during   11. during
4. While   8. During   12. while
5. During   9. while   13. during
6. while   10. while   14. while

115.3
Sample answers:
3. I was playing baseball
4. I make a phone call
5. the class
6. my interview
7. the car is moving
8. dinner
9. the game
10. we were playing soccer

UNIT 116

116.1
2. by 10:30
3. by Saturday whether you can come to the party
4. make sure that you're here by 2:00
5. If we leave now, we should arrive by lunchtime.

115.2
3. by   7. until   10. until
4. until   8. by   11. By
5. until; by   9. by   12. by
6. by

116.3
Sample answers:
3. until I come back
4. by 5:00
5. by next Friday
6. until midnight

116.4
2. By the time I got to the station
3. By the time the police arrived
4. By the time the guards discovered what had happened
5. By the time I finished my work

UNIT 117

117.1
2. on Sundays
3. at night
4. in the evening
5. on July 21, 1969
6. at the same time
7. in the 1920s
8. in about 20 minutes
9. at the moment
10. in the Middle Ages
11. in 11 seconds

117.2
2. on   8. on   14. in
3. in   9. on   15. on; in
4. on   10. On; at   16. at
5. in   11. at   17. on
6. in   12. at; in   18. in
7. at   13. on; in

117.3
2. a   4. a   6. b   8. BOTH
3. b   5. BOTH   7. b   9. b

UNIT 118

118.1
2. on time   5. in time   8. in time
3. in time   6. on time   9. on time
4. on time   7. in time

118.2
2. at the end of the month
3. at the end of the course
4. at the end of the race
5. at the end of the interview

118.3
2. In the end she resigned.
3. In the end I gave up.
4. In the end we didn't go.

118.4
2. In   4. in   6. at   8. at
3. at; at   5. in   7. in   9. in

UNIT 119

119.1
2. at the traffic light
3. on the man's / his arm
4. a. on the door
   b. in the door
5. at the table
6. in Paris
7. a. at the front desk
   b. on the [front] desk
8. on the beach *or* at the beach

119.2
2. on my guitar
3. at the next gas station
4. in your coffee
5. on that tree
6. in the mountains
7. on the island
8. at the window

119.3
2. on; in   6. on   9. on
3. at   7. at   10. in
4. on   8. in   11. on
5. in

UNIT 120

120.1
2. On the second floor.
3. On the corner. *or* At the corner.
4. In the corner.
5. At the end of the line.
6. in a/the mirror
7. At the top of the stairs.
8. In the last row.
9. a. On the left.
   b. On the right.
10. On a farm.

120.2
2. in the front row
3. At the end of the street
4. on the west coast
5. in the back of the class
   or at the back of the class
6. on the back of this card

120.3

2. on *or* at	5. at	8. in
3. in	6. on	9. on
4. on; on	7. in; on	10. on

UNIT 121

121.1

2. on a train
3. at a conference
4. in the hospital
5. at the hairdresser['s]
6. on her bicycle
7. in New York
8. at the Ford Theater

121.2

2. in bed	6. in the hospital
3. in prison	7. at the airport
4. in school	8. on the plane
5. at the gym	

121.3

2. at	6. at *or* in; in	10. in
3. on	7. in	11. at
4. in	8. at; at; in	12. in; at
5. at	9. at	

UNIT 122

122.1

3. at	10. in; to; in
4. to	11. to
5. to	12. into
6. into *or* to	13. to
7. —; to	14. at
8. to; in	15. to
9. to	

122.2

Sample answers:
2. I've been (I have been) to Thailand once.
3. I've never been (I have never been) to London.
4. I've been (I have been) to Mexico a few times.

122.3

2. in	4. at	6. —
3. —	5. to	

122.4

2. got on the bus
3. I got out of my/the car.
4. I got off the train.
5. I got into/in the taxi.
6. I got off the plane.

UNIT 123

123.1

2. on strike	6. on purpose
3. on a tour	7. on a diet
4. on vacation	8. on business
5. on television	9. on the whole

123.2

2. in pencil	5. in the shade
3. in love	6. in my opinion
4. in capital letters	7. in cash

123.3

2. on	7. for	11. In; on	15. on
3. on	8. on	12. on	16. at
4. at	9. at	13. on	17. on
5. in	10. on	14. at	18. in
6. on			

UNIT 124

124.1

2. by mistake	5. by satellite
3. by hand	6. by chance
4. by check	

124.2

2. on	4. on	6. in
3. by	5. by; on	7. on

124.3

Sample answers:
3. "Yesterday" is a song by Paul McCartney.
4. *The Old Man and the Sea* is a novel by Ernest Hemingway.
5. *Guernica* is a painting by Pablo Picasso.

124.4

2. with	5. with	8. by
3. by	6. by; in	9. by; with; on
4. by	7. on	10. by

124.5

2. by 10 cents	4. by five minutes
3. by 2 votes	

UNIT 125

125.1

2. to the problem
3. with her brother
4. in prices
5. to your question
6. for a new road
7. in the number of people without jobs
8. for shoes like these anymore
9. between your job and mine

125.2

2. invitation to
3. contact with
4. key to
5. cause of
6. reply to
7. connection between
8. photographs of
9. reason for
10. damage to

125.3

2. of	7. toward	11. to
3. to	8. with	12. for; i
4. for	9. in	13. to
5. of	10. for	14. with
6. in *or* to		

UNIT 126

126.1

2. nice of
3. was generous of him
4. That's (That is) very kind of
5. That wasn't (was not) very polite of him.
6. That's (That is) a little childish of them.

126.2

2. kind to
3. sorry for
4. annoyed with
5. annoyed about
6. impressed with/by
7. bored with
8. astonished at/by

126.3

2. of	12. about; at
3. to; to	13. at/with; for
4. of	14. about
5. with	15. about
6. to	16. at/by
7. with	17. with/by
8. at/by	18. about
9. with	19. about
10. about	20. for
11. about	

UNIT 127

127.1

2. of furniture
3. at tennis
4. of sports

5. to a Russian [man]
6. of time
7. from/than yours
8. of Robert

127.2

2. similar to
3. afraid of
4. interested in
5. responsible for
6. proud of
7. different from/than

127.3

2. for	7. of; of	12. in
3. of	8. of	13. of
4. of	9. with	14. of
5. in	10. of	15. to
6. to	11. of	16. on

127.4

Sample sentences:
2. I'm hopeless at telling jokes.
3. I'm very good at mathematics.
4. I'm pretty good at remembering names.

UNIT 128

128.1

2. explain; to	6. throw; at
3. glanced at	7. throw; to
4. invited to	8. speaking to
5. listen to	9. point; at

128.2

2. at	5. to	8. to
3. at	6. to	9. at
4. to	7. at	10. at

128.3

3. this question to me
4. you explain the system to me
5. Can you explain to me how this machine works?
6. Can you explain to me what your problem is?

128.4

3. to	5. —	7. to
4. to	6. to	8. —

UNIT 129

129.1

2. for	6. about	10. for
3. for	7. —	11. about
4. to	8. about	12. for
5. for	9. —	

129.2

2. waiting for	6. do; about
3. talk about	7. taken care of
4. asked; for	8. left; for
5. applied for	

129.3

2. for	5. for	7. about
3. about	6. of	8. —
4. of		

129.4

2. looking for	5. look for
3. looked after	6. looks after
4. looking for	

UNIT 130

130.1

2. about
3. to; about
4. about
5. of
6. about; about; about; about
7. of
8. about
9. of or about

130.2

2. complaining about
3. think about
4. warn; about
5. heard of
6. dream of
7. reminded; about
8. remind; of

130.3

2. hear about	5. hear from
3. heard from	6. hear about
4. heard of	7. heard of

130.4

2. think about
3. think of
4. think of
5. thinking about or thinking of
6. think of
7. thinking about
8. thought about
9. think; of

UNIT 131

131.1

2. for the misunderstanding
3. on winning the tournament
4. from [his] enemies or against [his] enemies

5. of 11 players
6. on bread and eggs
7. for everything
8. for everything
9. for the economic crisis
10. violent crime on television
11. is to blame for the economic crisis
12. television is to blame for the increase in violent crime

131.2

2. paid for	5. live on
3. accused of	6. congratulated; on
4. depends on	7. apologize to

131.3

2. from	6. for	10. —
3. on	7. —	11. from
4. of	8. on	12. of
5. for	9. on	

UNIT 132

132.1

2. small towns to big cities
3. with all the information I needed
4. $60 on a pair of shoes

132.2

2. happened to	6. fill; with
3. drove into	7. Concentrate on
4. divided into	8. succeeded in
5. believe in	

132.3

2. to	11. into
3. on	12. to
4. in	13. into
5. to	14. on
6. in	15. from; into
7. with	16. to; on
8. into	17. into
9. in	18. with
10. on	

132.4

Sample answers:
2. on books
3. into a wall
4. to volleyball
5. into many languages

UNIT 133

133.1

2. show up	5. dropped out
3. moving in	6. dozed off
4. closed down	7. clears up

133.2

2. back at
3. out of
4. along with
5. up at
6. forward to
7. away with

133.3

2. cross it out
3. made it up

4. give them back
5. see her off
6. gave them away
7. show you around
8. turned it down

133.4

3. them up

4. off the television
   or the television off
5. him down
6. on a jacket *or* a jacket on
7. out your cigarette
   or your cigarette out
8. it out
9. up a word *or* a word up

Answer Key to Additional Exercises

3. 'm getting (am getting)
4. do you do
5. was the car going
6. calls; didn't call (did not call)
7. were thinking; decided
8. 's happening (is happening)
9. doesn't rain (does not rain)
10. rang; were having
11. went; was studying; didn't want (did not want); didn't stay (did not stay)
12. told; didn't believe (did not believe); thought; was joking

didn't go
is wearing
is being
wasn't reading
didn't have
is beginning
found
wasn't
10. you've been
11. I've been doing
12. did she go
13. I've been playing
14. do you come
15. since I saw her
16. for 20 years

3. are you going
4. Do you watch
5. have you lived
   or have you been living
6. Did you have
7. Have you seen
8. was she wearing
9. Have you been waiting/here
10. does it take
11. Have you finished
    or Are you finished
12. Have you [ever] been

've known (have known) each other
I've ever had (I have ever had)
He left
I've worn (I have worn) it
[I was] playing
been/gone [swimming] for
since I've gone (I have gone)
or since I've been (I have been)
did you buy/get

got; was already waiting; had arrived

2. was lying; wasn't watching (was not watching); 'd fallen (had fallen); was snoring; turned; woke
3. 'd just gone (had just gone); was reading; heard; got; didn't see (did not see); went
4. missed; was standing; realized; 'd left (had left); had; got
5. met; was walking; 'd been (had been); 'd been playing (had been playing) or 'd played (had played); were going; invited; 'd arranged (had arranged); didn't have (did not have)

6

2. Somebody has taken it.
3. They'd only known (They had only known) each other a few weeks.
4. It's been raining (It has been raining) all day. or It's rained (It has rained) all day.
5. I'd been dreaming (I had been dreaming).
6. I'd had (I had had) a big breakfast.
7. They've been going (They have been going) there for years.
8. I've had (I have had) it since I got up.
9. He's been training (He has been training) very hard for it.

7

1. I haven't seen (have not seen)
2. You look or You're looking (You are looking)
3. are you going
4. are you meeting
5. I'm going (I am going)
6. Do you often go
7. are you going
8. I'm meeting (I am meeting)
9. has been or was or is
10. I've been waiting (I have been waiting)
11. has just started or just started
12. 's she doing (is she doing)
13. Does she like
14. she thinks
15. Are you working
16. spoke
17. you were working
18. went

19. I started or I'd started (I had started)
20. I lost
21. you haven't had (you have not had)
22. I've had (I have had)
23. have you seen
24. has he been
25. I saw
26. he went
27. He'd been (He had been)
28. he decided
29. He was really looking forward
30. is he doing
31. I haven't heard (have not heard)
32. he left

8

1. invented
2. it's gone (it has gone) or it went
3. had gone
4. did you do; Did you go
5. have you had
6. it was raining
7. She's been teaching (She has been teaching)
8. I saw; was; I'd seen (I had seen); I remembered; he was
9. Have you heard; She was; died; She wrote; Have you read
10. does this word mean; I've never seen (I have never seen)
11. Did you get; it had already begun
12. knocked; was; he'd gone (he had gone); he didn't want (he did not want)
13. She'd never used (She had never used); she didn't know (did not know)
14. went; She needed; she'd been sitting (she had been sitting)

9

3. used to drive
4. was driving
5. were working
6. used to have
7. was taking
8. was playing
9. used to play
10. was wearing

10

2. I'm going to the dentist.
3. we're going to rent (we are going to rent) a car or we're renting (we are renting) a car
4. I'll take care (I will take care) of the children.

5. I'm going to have (I am going to have) lunch with Sue *or* I'm having (I am having) lunch with Sue
6. are you going to have
7. I'll turn on (I will turn on) the light.
8. I'm going to turn on (I am going to turn on) the light. *or* I'm turning on (I am turning on) the light.

11

2. I'll go (I will go)
3. shall/should we meet
4. begins
5. I'll meet (I will meet)
6. I'm seeing (I am seeing)
7. Shall/Should I ask
8. I'll see (I will see)
9. are going
10. does the movie begin
11. Are you meeting
12. I'll be (I will be)

12

1. (2) Are you going to take
   (3) it starts *or* it's starting (it is starting)
   (4) you'll enjoy (you will enjoy)
   (5) it'll be (it will be) *or* it's going to be (it is going to be)
2. (1) you're going (you are going) *or* you're going to go (you are going to go)
   (2) We're going (We are going) *or* We're going to go (We are going to go)
   (3) you have *or* you'll have (you will have)
   (4) I'll send (I will send)
   (5) I'll get (I will get)
   (6) I get
3. (1) I'm having (I am having) *or* I'm going to have (I am going to have)
   (2) are coming *or* will be coming
   (3) they'll have left (they will have left)
   (4) they're (they are)
   (5) I won't be
   (6) you know
   (7) I'll call (I will call)
4. (1) shall/should we meet *or* are we going to meet
   (2) I'll be waiting (I will be waiting)
   (3) you arrive
   (4) I'll be sitting (I will be sitting)
   (5) I'll be wearing (I will be wearing)
   (6) Is Agent 307 coming *or* Is Agent 307 going to come *or* Will Agent 307 be coming

(7) Shall/Should I bring
(8) I'll explain (I will explain)
(9) I see
(10) I'll try (I will try)

13

1. I'll have (I will have)
2. Are you going
3. It's going to land (It is going to land)
4. it's (it is)
5. I'll miss (I will miss) *or* I'm going to miss (I am going to miss); you go
6. does it end
7. I'm going (I am going) *or* I'm going to go (I am going to go); is getting
8. I'll tell (I will tell); I'm (I am); I won't be (I will not be)
9. I'm going to have (I am going to have) *or* I'm having (I am having)
10. she apologizes
11. we'll be living (we will be living)
12. you finish

14

3. He must have forgotten.
4. You shouldn't have left (should not have left) so early.
5. It can't be changed (cannot be changed) now.
6. She may be watching television.
7. She must have been waiting for somebody.
8. He couldn't have done (could not have done) it.
9. You should've been (should have been) here earlier.
10. I would've helped (would have helped) you.
11. You should've been warned (should have been warned).
12. He might not have been feeling very well. *or* He might not have felt very well.

15

3. could rain *or* might rain
4. might have gone *or* could've gone (could have gone)
5. couldn't go (could not go)
6. couldn't have seen (could not have seen)
7. should get
8. wouldn't recognize (would not recognize) *or* might not recognize
9. must have heard
10. should have turned

16

4. rings
5. were
6. 's (is)
7. were *or* was
8. had been
9. had
10. hadn't had (had not had)
11. 'd driven (had driven)
12. didn't read (did not read)

17

2. came to see us now
3. wouldn't have disturbed (would not have disturbed) you
4. you hadn't provoked (had not provoked) the dog, it wouldn't have attacked (would not have attacked) you
5. 'd be upset (would be upset); I told them what happened
6. wouldn't have gotten (would not have gotten) wet; I'd had (I had had) an umbrella
7. hadn't been (had not been) [so] nervous, he wouldn't have failed (would not have failed) [his driver's test]

18

Sample answers:
1. I wasn't (was not) / weren't (were not) feeling so tired
2. I hadn't had (had not had) so much to do
3. I would've forgotten (would have forgotten) Jessica's birthday
4. you hadn't taken (had not taken) so long to get ready
5. I would've gone (would have gone) to the concert
6. you were in trouble
7. there was/were no traffic
8. people would go out more

19

3. I knew
4. I'd taken (I had taken)
5. Ann were *or* Ann was
6. they'd hurry up (they would hurry up)
7. we didn't have (did not have)
8. we'd had (we had had)
9. it weren't (were not) *or* it wasn't (was not)
10. I could
11. I hadn't said (had not said)
12. you'd slow down (you would slow down)

3. we hadn't gone (had not gone)
4. you wouldn't go (would not go)

20

3. was canceled
4. has been repaired
5. is being restored
6. 's believed (is believed)
7. 'd be fired (would be fired)
8. might have been thrown
9. was taught
0. being arrested
1. Have you ever been arrested?
2. are reported; have been injured

21

3. sold
4. 's been sold (has been sold)
5. are made
6. might be stolen
7. must have been stolen
8. must have taken
9. can be solved
0. should have left
1. is delayed
2. is being built; is expected

22

. Fire at City Hall
(2) was discovered
(3) was injured
(4) be rescued
(5) are believed to have been destroyed
(6) is not known

. Convenience Store Robbery
(1) was forced
(2) being threatened
(3) had been stolen
(4) was later found
(5) had been abandoned
(6) has been arrested
(7) is still being questioned

. Road Delays
(1) is being resurfaced
(2) are being asked *or* are asked *or* have been asked
(3) is expected
(4) will be closed
(5) will be rerouted

. Accident
(1) was taken

(2) was allowed
(3) was blocked
(4) be rerouted
(5) have been killed

23

3. changing
4. to change
5. change
6. being
7. saying
8. to call
9. drinking
10. to be
11. to see
12. to be
13. living; to move
14. to be; playing
15. being stopped; stealing; driving
16. work; pressing

24

3. He tends to forget things.
4. Would you mind helping me?
5. Everybody seems to have gone out.
6. We're thinking (We are thinking) of moving.
7. I was afraid to touch it.
8. He's (He is) afraid of being robbed.
9. It's not (It is not) worth seeing.
10. I'm not used to (I am not used to) walking so far.
11. She seems to be enjoying herself.
12. He insisted on showing them to me.
13. I'd rather someone else did it.

25

3. reading newspapers
4. not go out tonight
5. walking
6. me to call you tonight
7. anyone/anybody seeing me *or* being seen
8. of being a liar
9. to seeing them again
10. to do
11. to have gone out with you
12. not taking your advice *or* not having taken your advice

26

2. —; a; a
3. —; —; the
4. —; —; —
5. an; —; the; —; —

6. an; the; —; an; the
7. the; the; The; —; the; the
8. The; a; —; The; —; —; —; —

27

2. If
3. when
4. if
5. when
6. if
7. if
8. unless
9. if
10. as long as
11. in case
12. in case
13. if
14. even if
15. Although
16. Although
17. When
18. when

28

2. on
3. at; on
4. on
5. on
6. at
7. In
8. at
9. during *or* in
10. on; since
11. for
12. at
13. at; until
14. by

29

2. by
3. at
4. on
5. on; in
6. to; at
7. on
8. on
9. to; to
10. in; at
11. in; on
12. to; in
13. on; by
14. at
15. on
16. in; on
17. on
18. in; by
19. On; by
20. on; on

30

2. at
3. to
4. to
5. in
6. with
7. of
8. to
9. of
10. at *or* by
11. of
12. about

31

2. after
3. —
4. about
5. to
6. —; for
7. into
8. of
9. to
10. on
11. of
12. of
13. at *or* about
14. on

Answer Key to Study Guide

Present and Past

1.1 A	1.4 B/C
1.2 B	1.5 C
1.3 C	1.6 A

Present Perfect and Past

2.1 B/C	2.8 D
2.2 C	2.9 A
2.3 A	2.10 A
2.4 C	2.11 A
2.5 A	2.12 C
2.6 B	2.13 B
2.7 A	2.14 C

Future

3.1 B	3.4 B
3.2 C	3.5 C
3.3 A/C	3.6 A

Modals

4.1 A/B	4.7 B
4.2 A/C	4.8 B
4.3 C	4.9 A
4.4 B	4.10 A
4.5 A/B/D	4.11 D
4.6 B	

Conditionals and *wish*

5.1 B	5.3 D
5.2 D	5.4 B

Passive

6.1 C	6.4 C
6.2 B	6.5 D
6.3 A	

Reported Speech

7.1 B	7.2 A

Questions and Auxiliary Verbs

8.1 C	8.4 A
8.2 A	8.5 B
8.3 D	

-ing and the Infinitive

9.1 C	9.10 B
9.2 B/D	9.11 C
9.3 B	9.12 D
9.4 A	9.13 B
9.5 A	9.14 A/B
9.6 A/C	9.15 A
9.7 D	9.16 A
9.8 C	9.17 B/C
9.9 C	

Articles and Nouns

10.1 B	10.8 C
10.2 B/C	10.9 C
10.3 B	10.10 B
10.4 C	10.11 A
10.5 A	10.12 C
10.6 A	10.13 B
10.7 A	

Pronouns and Determiners

11.1 A	11.7 A
11.2 B	11.8 C
11.3 B	11.9 D
11.4 B	11.10 A/C
11.5 B	11.11 B
11.6 C	

Relative Clauses

12.1 A/C	12.4 B
12.2 A/B	12.5 D
12.3 C	12.6 B

Adjectives and Adverbs

13.1 B	13.8 C
13.2 C	13.9 B/C
13.3 B/C	13.10 D
13.4 A	13.11 A/B
13.5 A/D	13.12 B
13.6 B	13.13 D
13.7 B/C	13.14 B

Conjunctions and Prepositions

14.1 A/C/D	14.5 B
14.2 D	14.6 C/D
14.3 A/B	14.7 B/C
14.4 A/C	14.8 A

Prepositions

15.1 B	15.10 C
15.2 A	15.11 C
15.3 C	15.12 A
15.4 B	15.13 C
15.5 A	15.14 B
15.6 B/D	15.15 D
15.7 B	15.16 D
15.8 B	15.17 A
15.9 C	15.18 B

Index

The numbers in the index are *unit* numbers, not page numbers.

NOTES

Fully New Updated Edition
With Audio Cassettes-CD

Grammar in Use
Intermediate

Raymond Murphy
With William R. Smalzer

A New Self-study Reference &
Practice Book for Learners of English

SONG NGỮ

BAN BIÊN DỊCH FIRST NEWS

Chịu trách nhiệm xuất bản
LÊ HOÀNG

Biên tập   : Hải Bằng
Trình bày bìa   : First News
Sửa bản in   : Thanh Đan
Tổ chức liên doanh : First News

NHÀ XUẤT BẢN TRẺ
161B LÝ CHÍNH THẮNG - QUẬN 3 – TP. HỒ CHÍ MINH
Tel: 9316211 - Fax: 8437450

In 1500 cuốn, khổ 14.5 x 20.5 cm tại XN In Tân Bình. Số đăng ký kế hoạch
xuất bản 15/100/CXB do Cục Xuất Bản cấp ngày 04/1/2001 và giấy trích
ngang KHXB số 804/2001. In xong và nộp lưu chiểu tháng 11 năm 2001.